अभिप्राय

भारतीय शिल्पवैभवाची ओळख

भारतीय शिल्पकलेची वैशिष्ट्ये सांगत, अजिंठादी प्रसिद्ध शिल्पांचे समालोचन देशपांडे यांनी केले आहे. ग्रीको-रोमन शैलीपासून भारतीय शैलीचे वेगळेपण त्यांनी दाखवले आहे. मथुरा, गांधार, अमरावती, सांची, नागार्जुनकोंडादी बौद्ध शैलींचा आढावा ते घेतात. अजिंठा, वेरुळ आणि घारापुरीची महती, खजुराहो-कोणार्कची कामशिल्पे, यादव-शिलाहार-होयसळ या राजघराण्यातील कलासक्तपणा यांचे रसग्रहण यात सविस्तरपणे आले आहे.

दैनिक लोकसत्ता, १८-९-२००५

भारतीय शिल्पकलेचा मागोवा

वेगवेगळ्या शैलीतील वा वेगवेगळ्या ठिकाणच्या शिल्पकृतींचे असे नेमके वैशिष्ट्य विवरण या पुस्तकात आलेले असल्याने शिल्पकलेचे व भारतीय सौंदर्यशास्त्राचे आपले आकलन सर्वंकष होण्यास मदत मिळते.

भारतीय कला ही प्रेरणा, तंत्र, तत्त्व व स्वरूप याबाबत एतद्देशीय आहे. भारतेतर कलांचा स्वीकार करताना त्यांना आपल्या प्रज्ञेत पचवून घेतले आहे. नवी प्रतिमाने, आकृतिबंध, स्वीकारूनही मूळ आशय तोच कायम राखला. भारतीय शिल्पकलेबद्दल इतके माहितीपूर्ण आणि सर्वसमावेशक पुस्तक मराठीत यापूर्वी आलेले नाही. त्यामुळे या पुस्तकाचे महत्त्व वाढले आहे.

दैनिक ऐक्य, १६-७-२००६

भारतीय शिल्पवैभव

(प्राचीन-मध्ययुगीन)

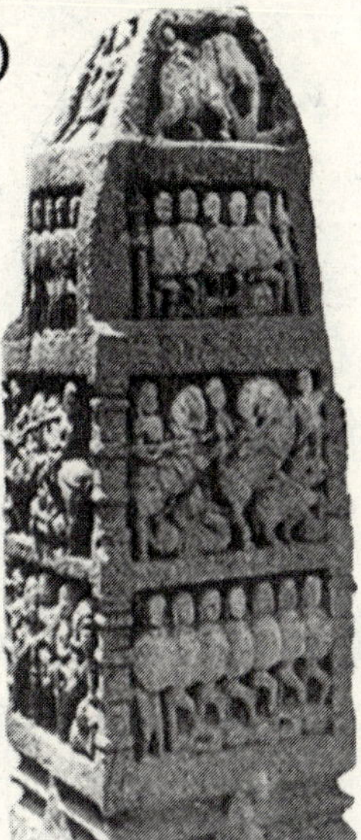

डॉ. सुरेश रघुनाथ देशपांडे

मेहता पब्लिशिंग हाऊस

Please contact us at **Mehta Publishing House,** Pune 411030.
✆ +91 020-24476924 / 24460313 / Mob. No. 9545000513
Email : production@mehtapublishinghouse.com
Website : www.mehtapublishinghouse.com

- *या पुस्तकातील लेखकाची मते, घटना, वर्णने ही त्या लेखकाची असून त्याच्याशी प्रकाशक सहमत असतीलच असे नाही.*

BHARTIYA SHILPAVAIBHAV by Dr. Suresh Deshpande

भारतीय शिल्पवैभव (प्राचीन-मध्ययुगीन) : डॉ. सुरेश देशपांडे / संशोधनात्मक

Email : author@mehtapublishinghouse.com

प्रकाशक : सुनील अनिल मेहता, मेहता पब्लिशिंग हाऊस,
१९४१ सदाशिव पेठ, माडीवाले कॉलनी, पुणे - ४११०३०.

मुद्रक : ट्रिनिटी ॲकॅडमी फॉर कॉर्पोरेट ट्रेनिंग लिमिटेड

मुखपृष्ठ : चंद्रमोहन कुलकर्णी

प्रकाशनकाल : जानेवारी, २००५ / पुनर्मुद्रण : जुलै, २०१८

किंमत : ₹ २५०

P Book ISBN 9788177665338
E Book ISBN 9789353170387
E Books available on : amazonkindle Apple Books Google Play Books

निवेदन

शिल्प म्हणजे मनुष्याने निर्माण केलेली सुंदर वस्तू होय. सगळी मनुष्यनिर्मित सौंदर्ये किंवा कला म्हणजे शिल्पे होत! भारतात शिल्पकलेला निश्चितपणे केव्हा प्रारंभ झाला, हे ज्ञात नाही; तथापि सिंधू संस्कृतीच्या काळातील उपलब्ध काही मूर्तींवरून असे अनुमान काढता येईल की, इ.स.पू. तिसऱ्या सहस्रकात ही कला भारतात प्रविष्ट झाली आणि मौर्यकालानंतर (इ.स.पू. ३२१-१८५) ती हळूहळू वृद्धिंगत होऊन मध्ययुगात तिला बहर आला. प्रस्तुत पुस्तकात भारतीय शिल्पकलेच्या वैकासिक टप्प्यातील काही निवडक व महत्त्वाच्या शिल्पशैलींचा आढावा घेण्याचा प्रयत्न केला आहे. या विषयावरील आतापर्यंतचे बहुतेक विवेचनात्मक साहित्य आणि संदर्भ वाङ्मय मुख्यत्वे इंग्रजी, फ्रेंच व जर्मन या पाश्चात्त्य भाषांत लिहिलेले आहे. त्यातही इंग्रजी भाषेत सर्वांत जास्त ग्रंथ आढळतात; कारण इंग्रजांनी या देशावर दीडशे वर्षे अधिसत्ता गाजविली. त्यामुळे या विषयाचा अभ्यास व संशोधन करण्यास त्यांना आवश्यक त्या सोयी-सुविधा शासकीय स्तरावर उपलब्ध झाल्या. अर्थात त्यांची चिकित्सक दृष्टी आणि साक्षेपी संशोधन यांचे ऋण शब्दातीत आहे.

एकूण भारतीय वास्तुशिल्पकलेवर मातृभाषेत– मराठीत फार थोडे लेखन झाले आहे. अजिंठा, वेरूळ, घारापुरी, खजुराहो, कोणार्क, खिद्रापूर वगैरे काही ठिकाणच्या शिल्पशैलीवर - पर्यटन स्थळांवर मार्गदर्शिकेच्या स्वरूपात काही मराठी पुस्तिका प्रसिद्ध झाल्या आहेत; मात्र 'प्राचीन भारतीय कला' यासारखा एखादा ग्रंथ सोडला, तर मराठीमध्ये सबंध भारतीय वास्तुशिल्पकलेचा सर्वांगीण आढावा घेणारा ग्रंथ विरळाच! जवळजवळ नाहीच. तेव्हा ही उणीव अंशत: भरून काढण्याचा प्रयत्न मी प्रस्तुत पुस्तकाद्वारे केला आहे. या पुस्तकात सुरुवातीस भारतीय शिल्पकलेची काही वैशिष्ट्ये सांगून पुढील पृष्ठांत काही निवडक प्रसिद्ध शिल्पशैलींचे समालोचन - मूल्यमापन करण्याचा प्रयत्न केला आहे. अर्थात ही

भारतीय शिल्पांची संगती व मीमांसा उपलब्ध साहित्य साधनांच्या आधारे, भारतीय संस्कृतीच्या विकासाचे टप्पे ध्यानी घेऊन केली आहे आणि ती सर्वेक्षण आणि संशोधन यांवर अधिष्ठित असून पूर्वग्रहविरहित दृष्टी ठेवून केली आहे.

यातील काही लेख पूर्वी नवभारत, नवनीत, अमृत, किस्त्रीम वगैरे नियतकालिकात प्रकाशित झाले आहेत. त्यांचा मी अत्यंत ऋणी आहे. ह्या लेखात फेरफार करून अद्ययावततेच्या दृष्टिकोनातून काही नवीन मजकूर घातला आहे.

या पुस्तकाच्या लेखनात मला अनेकांनी सहकार्य दिले. ह्या सर्वांचा उल्लेख या छोट्या निवेदनात करणे शक्य नाही; तथापि काहींच्या बद्दल कृतज्ञता व्यक्त करणे माझे कर्तव्य आहे. माझे मार्गदर्शक आणि गुरुवर्य डॉ. म. श्री. माटे यांनी माझे हस्तलिखित काळजीपूर्वक वाचून काही मौलिक व उपयुक्त सूचना केल्या आणि आपला कामाचा व्याप बाजूला ठेवून विषयाला अनुरूप अशी विचारपरिप्लुत प्रस्तावना लिहून दिली. त्यांचे आभार मानणे फारच औपचारिक दिसेल. म्हणून मी त्यांच्या ऋणात राहणेच अधिक पसंत करतो. थोर ग्रामीण कादंबरीकार व ज्येष्ठ लेखक आणि माझे निकटवर्ती स्नेही डॉ. आनंद यादव आणि मराठी विश्वकोशाचे माजी प्रमुख संपादक, ज्येष्ठ समीक्षक व माझे ज्येष्ठ माजी सहकारी प्रा. रा. ग. जाधव या दोघांनी माझ्या हस्तलिखितातील काही प्रकरणांवरून आपली शोधक दृष्टी फिरवली आणि काही महत्त्वाच्या सूचना दिल्या. त्याबद्दल मी त्यांचा मन:पूर्वक कृतज्ञ आहे.

मराठी विश्वकोश, टिळक ग्रंथालय, प्राज्ञ पाठशाळा मंडळ यांच्या ग्रंथपालांनी अनेक संदर्भग्रंथ मला उपलब्ध करून बहुमोल साहाय्य केले. त्याबद्दल मी त्या सर्वांचा अत्यंत आभारी आहे. कलाविषयक ग्रंथात विवरणाबरोबर काही छायाचित्रे असतील, तर विषयाच्या मांडणीला अधिक उठाव मिळतो; या दृष्टिकोनातून मी काही प्रातिनिधिक छायाचित्रे सोबत दिली आहेत. हे महत्त्वाचे काम श्री. विश्वास शेंडे यांनी वेळेत करून बहुमोल मदत केली. त्यांचा मी अत्यंत आभारी आहे. पुस्तकाची सर्व जुळवाजुळव झाल्यानंतर मेहता पब्लिशिंग हाऊसचे श्री. सुनील मेहता यांनी आपलेपणाने प्रकाशनाची सर्व जबाबदारी घेतली आणि त्याचा पाठपुरावा केला. त्याबद्दल त्यांचा मी मन:पूर्वक ऋणी आहे. प्रस्तुत पुस्तकाचे मुखपृष्ठ ज्यांनी उत्तम प्रकारे तयार केले ते श्री. चंद्रमोहन कुलकर्णी यांचाही मी आभारी आहे.

गुढीपाडवा

डॉ. सुरेश रघुनाथ देशपांडे,

२१ एप्रिल २००४

प्रस्तावना

भारतीय शिल्पकला इतकी वैविध्यपूर्ण आहे की तिच्या विशेषांचा परामर्श कितीही वेळा आणि कितीही समीक्षकांनी घेतला तरी प्रत्येक रसिक समीक्षकाला कोणत्या ना कोणत्या नव्या सौंदर्याचे दर्शन घडते. आणि या दर्शनाने आपल्याला झालेला आनंद, मिळालेले नेत्रसुख, इतरांपर्यंत पोचविल्याशिवाय खऱ्या रसिकाला समाधान वाटत नाही. डॉ. सुरेश देशपांडे हे असेच रसिक समीक्षक आहेत. त्यांनी यादवकालीन मूर्तिशिल्पांची समीक्षा करून रसग्रहणात्मक प्रबंध प्रसिद्ध केला आहे. निदान मराठी वाङ्‌मयात तरी फारसा कोणी हात न लावलेला विषय, 'भारतीय कामशिल्प' आणि काहीसा दूरान्वयाने त्याच्याशी संबंधित असा विषय 'गणिका' या दोन्हीवर त्यांचे ग्रंथ प्रसिद्ध आहेत. डॉ. देशपांडे हे मराठी विश्वकोशाच्या संपादक मंडळात असताना, इतिहास, शिल्प, कला या विषयांवरील लेखांचे संपादन करण्याची जबाबदारी त्यांचेकडे होती, त्यावर त्यांनी लेखनही केले आहे आणि विश्वकोशाच्या समृद्ध ग्रंथालयाचा आपल्या व्यासंगासाठी उपयोग करून घेतला आहे. त्यातूनच 'मराठेशाहीच्या इतिहासाचे भाष्यकार' यांसारखे ग्रंथ त्यांना सिद्ध करता आले. मात्र अनेक विषयात गती असली तरी डॉ. देशपांडे यांचा पिंड कलाशिल्पातच रमण्याचा आहे. प्रस्तुत ग्रंथ हा त्याचाच आविष्कार आहे. सिंधू संस्कृतीतील शिल्पापासून, वाटेत अजंठा, वेरूळ असे मुक्काम करीत त्यांनी वाचकांना थेट विजयनगरच्या भेटीला नेले आहे. हे सगळे लेख काहीसे सुटे वाटणे अटळच होते. म्हणूनच त्यांना एकत्र बांधून घालणारा धागा कोणता याचे विवेचन लेखकाने प्रस्तावनेत केले आहे.

गांधार, अजिंठा अशांसारख्या ठिकाणच्या शिल्पांच्या गुणवत्तेविषयी, कालक्रमाविषयी लेखकाने दिलेली माहिती साधार आणि पुरेशी आहे. तिच्या जोडीला चित्रे, छायाचित्रे असल्यामुळे समजूत सहजच पटते. डॉ. देशपांडे यांच्या

प्रास्ताविकात त्यांनी ग्रीक-रोमन कलेशी विशेषत: गांधार कलेचा संबंध स्पष्ट केलेला आहे; त्या पाश्चात्त्य शिल्पप्रवाहाचे ऋणही मान्य केलेले आहे. मात्र इतर शिल्पशैलींविषयीच्या सामान्य स्वरूपाविषयी त्या धर्माधिष्ठित आहेत तसेच त्यातून अतींद्रिय चैतन्य व्यक्त होते किंवा त्या अशा चैतन्याचा आविष्कार आहेत अशा तऱ्हेची मते व्यक्त केलेली आहेत. त्यासाठी स्टेला क्रॅमरिश या प्रख्यात ऑस्ट्रियन विदुषीचा आधारही त्यांनी दिलेला आहे. याच दृष्टिकोनासंबंधी थोडी सविस्तर चर्चा या प्रस्तावनेत करावयाची आहे. लेखकाने एक दृष्टिकोन मांडला आहे, तो कसा उत्पन्न झाला आहे आणि आज कितीसा ग्राह्य मानता येईल हे पहावयास हवे, ते लेखकाच्या विवेचनाला पूरक म्हणून!

पंधराव्या-सोळाव्या शतकातील पाश्चात्त्य प्रवाशांनी व व्यापारासाठी आलेल्यांपैकी जिज्ञासूंना भारतीय मूर्ती-शिल्प, मूर्ती प्रथम पहावयास सापडल्या. अनेक हात, अनेक मुखे असलेल्या मूर्ती पाहिल्यावर, त्या हीन अभिरुचीच्या, रानवट संस्कृतीच्या आहेत असे सांगण्यास त्यांनी सुरुवात केली. पुढे माकडाचे, हत्तीचे तोंड असलेल्या मूर्ती बघितल्यावर हे मत आणखीच बळकट झाले. या मूर्ती अशा का घडविल्या आहेत, याचा शुद्ध ऐहिक पातळीवर खुलासा करण्याऐवजी, त्या कलाकाराला दैवी साक्षात्कार होतो आणि मग, ते दृष्टान्तात दिसलेले रूप तो दगडात किंवा कागदावर उतरवितो असे सांगण्यात येऊ लागले. वस्तुत: या आक्षेपांना शुद्ध ऐहिक पातळीवर उत्तर देणे गरजेचे व सहज शक्य होते. मानवाच्या अंगी असणारे सामर्थ्य, शक्ती ही त्याच्या हातापायासारख्या अवयवातून व्यक्त होते. एखाद्या देवतेच्या अंगी, सामान्य माणसापेक्षा कितीतरी पटीने अधिक अशी शक्ती आहे असे मूर्त रूपाने सांगावयाचे झाले तर, तर सामान्य माणसाच्या ज्या अवयवातून ती व्यक्त होते, त्याचा गुणाकार किंवा बेरीज केली की काम भागते; जसे वाचा ही मुखातून निघते, एकाच वेळी चार वेदांचा उच्चार करावयाचा तर चार मुखे दाखवावयाची; जास्त बलाढ्य शत्रूवर हल्ला करावयाचा तर संख्येने व प्रकारांनी अधिक शस्त्रे हवीत. मग जितकी शस्त्रे तितके जास्त हात हवेतच! हा साधा, बाळबोध धोपट मार्ग होता. कोणाही माणसाला, मानवरूपी देवतेला दोनापेक्षा जास्त हात, एकापेक्षा जास्त मुख' असू शकणार नाहीत, नसतात हे समजण्या इतपत बुद्धी प्राचीन कलाकारांना नक्कीच होती. मात्र त्यांना अभिप्रेत असणारी कल्पना व्यक्त करण्यासाठी त्यांनी निसर्गाला वेठीला धरले - गुणाकार - बेरीज करून. येथे दैवी दृष्टान्ताची गरज नव्हती. परंतु असा गद्य खुलासा करण्याऐवजी 'तुमच्या देवतामूर्ती ह्या जड, ऐहिक आहेत, तर आमच्या दैवी स्फुरणातून निर्माण झालेल्या आहेत' असे भारतीय समीक्षकांनी सांगण्यास प्रारंभ केला. भारतीय संस्कृती ही इतर संस्कृतींपेक्षा निराळी, आध्यात्मिक आणि म्हणून श्रेष्ठ आहे असे सांगण्याची एक चाल पडून गेली आहे.

सतत हेच म्हणत राहिल्याने ते खरेच आहे अशी समाजाची भाबडी समजूत होते. वास्तविक भारतीय समाज हा इतरांइतकाच ऐहिक जीवनात रस घेणारा, त्यात रमणारा होता आणि आहे.

काही प्रमाणात कामशिल्पाचा खुलासा करताना अध्यात्म, योग, साक्षात्कार यांना वेठीस धरण्यात आले आहे. आज ही शिल्पे मुख्यत्त्वे मंदिरांवर दिसतात हे खरे आहे. परंतु पूर्वी घरांच्या भिंतींवर, विशेषत: रंगमहालात संभोगचित्रे सरसहा रंगवीत. आजही मध्यप्रदेशातील हवेल्यात अशी चित्रे दिसून येतात. अशा चित्रांचे कागदी संग्रह बहुतेक श्रीमान, संपन्न गृहस्थांनी तयार करवून घेतलेले होते. संस्कृत वाङ्मयात, केवळ नायिकाभेदाच्या ग्रंथातच नव्हे तर इतरही साहित्यात शृंगारिक वर्णनांची, स्त्रीदेहाच्या उत्तान वर्णनांची रेलचेल आहे. पुढे लावणी वाङ्मयातही मुक्त शृंगाराची उधळण आहे. या सगळ्याचे सार निघते ते एवढच की भारतीय समाज हा कधीच ऐहिक सुखाला विन्मुख झालेला नव्हता. परंतु पाश्चात्त्य समाज हा जडवादी, भोगवादी आणि आमचा मात्र संन्यस्त, केवळ ईशप्राप्तीला आसुसलेला ही प्रतिमा उभी करण्यात आली आहे. ती अवास्तव असल्याने भारतीय शिल्पकलेचा आस्वाद घेण्यास काहीशी मारकच ठरलेली आहे. मात्र, डॉ. देशपांडे यांनी म्हटल्याप्रमाणे कामशिल्पांचे मंदिराच्या भिंतींवर प्रयोजन काय ह्या प्रश्नाचे समाधानकारक उत्तर हाती येत नाही हे खरेच आहे.

डॉ. देशपांडे यांच्या व त्यांच्या वाचकांच्या विचारांना, चिंतनाला अधिक प्रवृत्त करतील असे विचार आतापर्यंत मांडले आहेत, ते लेखकाच्या विधानांना पूरक म्हणून आहेत. डॉ. देशपांडे यापुढेही या विषयावर चिंतनपर लिखाण प्रसिद्ध करीत राहतील अशी आशा – नव्हे अपेक्षा व्यक्त करून हे प्रास्ताविक संपवितो.

मधुकर श्रीपाद माटे

दुसऱ्या सुधारित आवृत्तीचे निवेदन

आपल्या हाती दुसरी सुधारित आवृत्ती देताना मला आज एक प्रकारचे मानसिक समाधान लाभत आहे; कारण पहिल्या आवृत्तीच्या प्रकाशनानंतर (जानेवारी २००५) एक-दोन वर्षांतच ती संपली आणि मला वाचकांकडून दुसरी आवृत्ती प्रकाशित करण्याविषयी अनेक पत्रे आली. शिवाय विद्यापीठात भारतीय शिल्पशास्त्र हा एक विषय असल्याने त्याची निकडही जाणवू लागली; त्यामुळे काही विद्यार्थ्यांनी प्रत्यक्ष भेटून हा संशोधनात्मक विषय पुन्हा प्रकाशित करण्याची विनंती केली. याशिवाय काही जिज्ञासू वाचकांनी त्याची झेरॉक्स प्रत काढून घेतली. माझ्या सुदैवाने मेहता पब्लिशिंग हाऊसचे (पुणे) सर्वेसर्वा श्री. सुनील मेहता यांनी ती छापण्याचे मनावर घेतले असून, त्यात काही नवीन मजकूर घालावा, अशी विनंतीवजा सूचनाही मला केली. त्यानुसार मी पहिल्या आवृत्तीत अनावधानाने सुटलेल्या काही शैलींचा अंतर्भाव करण्याचे ठरविले आणि पूर्णत: नव्याने पल्लव वास्तुशिल्पशैली आणि चालुक्य वास्तुशिल्पशैली ही दोन प्रकरणे लिहिली. त्यांचा अंतर्भाव प्रस्तुत सुधारित आवृत्तीत करण्यात आला आहे. या दोन लेखांचे डी.टी.पी. (टंकलेखन) कुमारी रेखा निगडे यांनी वेळेत करून सहकार्य दिले; त्याबद्दल तिचे मन:पूर्वक आभार! शिवाय विश्वकोश ग्रंथालयाचे ग्रंथपाल सर्वश्री मनोज जोशी आणि मनोज गजभिये यांनी आवश्यक ते संदर्भ साहित्य पुरविले. त्या उभयतांचेही आभार! तसेच माझे गुरुवर्य डॉ. म. श्री. माटे यांची प्रस्तावना पूर्वी लाभली आहेच. त्यांच्या ऋणात राहण्यातच मी धन्यता मानतो. मेहता पब्लिशिंग हाऊसचे श्री. सुनील मेहता यांनी ही आवृत्ती काढण्याचे मनावर घेतले; त्याबद्दल त्यांचा मी अत्यंत आभारी आहे.

प्राचीन व मध्ययुगीन भारतीय शिल्पवैभवाची ही संशोधनात्मक माहिती वाचकांना करून देण्याच्या प्रांजल उद्देशाने या ग्रंथाची निर्मिती झाली आहे. जिज्ञासू, अभ्यासू आणि सूज्ञ वाचकांना हे पुस्तक निश्चित आवडेल, असा विश्वास व आशा करतो.

१४ जून २०१८ **डॉ. सुरेश देशपांडे**

अनुक्रमणिका

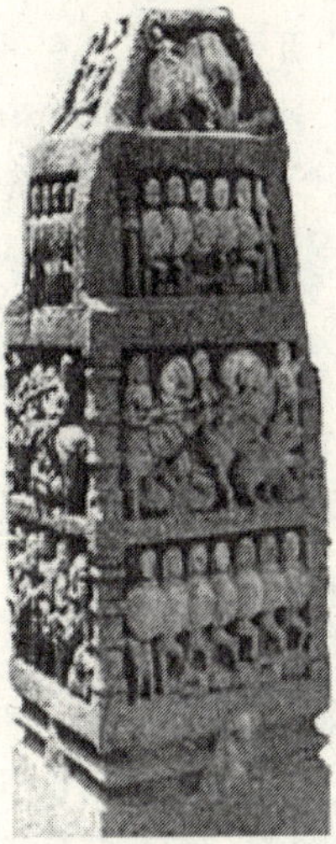

भारतीय शिल्पकला : काही वैशिष्ट्ये

भारतीय शिल्पकलेला प्राचीन इतिहास आहे. भारतात शिल्पकलेला नेमका केव्हा प्रारंभ झाला, याविषयी कलातज्ज्ञात एकवाक्यता नाही; तथापि सिंधू संस्कृतीच्या थोडे आधी केव्हा तरी मूर्तिशिल्पास सुरुवात झाली असावी., हे निश्चित; कारण सिंधू संस्कृतीच्या उत्खननात विशेषतः मोहेंजो-दडो आणि हडप्पा येथील उत्खनित अवशेषात नागरी संस्कृतीच्या अवशेषांबरोबर काही धातूंच्या तसेच पाषाण व मृण्मुद्रा सापडल्या आहेत. त्यांत पशुपतिसदृश मूर्तीपासून नृत्यांगनेच्या मूर्तीपर्यंतच्या विभिन्न कलाकृती असून वृषभासारख्या काही प्राण्यांच्याही प्रतिमा उपलब्ध झाल्या आहेत. सिंधू संस्कृतीचा कार्बन चौदा कालमापन पद्धतीनुसार सर्वसाधारण काल इ.स.पू. २७५० ते १७५० असा गृहीत धरला जातो. म्हणजे स्थूलमानाने

सुमारे पाच हजार वर्षांपूर्वी शिल्पकला भारतीय कलासंभारात प्रविष्ट झाली असावी, असे ढोबळ अनुमान निघते. पौराणिक काळात विशेषतः रामायण-महाभारत या आद्य ऐतिहासिक काळात शिल्पकला अस्तित्वात होती, याचे दाखले तत्कालीन वाङ्मयातून आढळतात. त्या वेळच्या राजप्रासादांना शिल्पाची जोड देऊन त्यांचे सुशोभिकरण करून त्यांचे सौंदर्य वृद्धिंगत केले जात असे. वास्तुकलेच्या शोभेसाठी जरी शिल्प निर्माण करण्यात आले असले; तरी कालांतराने भारतीय शिल्पकलेला स्वतंत्र स्थान प्राप्त झाले आहे. रामायण काळात रामाने केलेल्या अश्वमेध यज्ञाच्या वेळी सीता वाल्मिकी मुनींच्या आश्रमात होती. त्यावेळी तिची प्रतीकात्मक सुवर्णाची मूर्ती बनवून तिच्या जागी स्थापन करून यज्ञाचे पुढील आन्हिक चालविले, असे परंपरा सांगते. महाभारत काली मूर्तिकला प्रगल्भ दशेस पोचली होती. महाभारताच्या स्त्री-पर्वात (अध्याय १२) भारतीय युद्धाच्या समाप्तीनंतर विजयी पांडवांना विशेषतः भीमाला भेटण्याची तीव्र इच्छा अंध धृतराष्ट्राने श्रीकृष्णाजवळ व्यक्त केली. धृतराष्ट्राचा दुष्ट हेतू लक्षात घेऊन श्रीकृष्णाने भीमाची लोहमूर्ती करविली आणि प्रत्यक्ष भेटीच्या वेळी ती धृतराष्ट्रासमोर उभी केली. धृतराष्ट्राच्या जबरदस्त मिठीमुळे त्या मूर्तीचे तुकडे तुकडे झाले, असा उल्लेख आढळतो, तसेच एकलव्याने आचार्य द्रोणांची प्रतिमा करून त्या प्रतिमेस साक्षी ठेवून धनुर्विद्येचे ज्ञान संपादन केले, असे महाभारतात म्हटले आहे. विश्वेश्वर, नंदीश्वर, ब्रह्मदेव यांच्याही मूर्तींचा उल्लेख आहे. बौधायन, गौतम, आश्वालायन, पारस्कर इत्यादी बुद्धपूर्वकालीन गृह्यसूत्रांमध्ये विष्णू, रुद्र, यम, रवि, दुर्गा, श्री इत्यादी देवतांच्या प्रतिकृती करून त्यांची प्रतिष्ठापना करावी असे सांगितले आहे. अशासारखे मूर्तिकलेविषयीचे काही संदर्भ उपलब्ध होतात; परंतु अद्यापि या आद्य ऐतिहासिक कालातील एकही भौतिक अवशेष संशोधकांना उत्खननात उपलब्ध झाला नाही.

यानंतरच्या काळात उत्तरोत्तर मूर्तिकलेचा विकास होत गेला. हा विकास मुख्यत्वे भारतातील लेणी किंवा गुंफा, स्तूप, चैत्य-विहार आणि प्रामुख्याने मंदिर वास्तुशिल्पातून निर्दशनास येतो. लेणी किंवा गुंफा हा शिल्प-प्रकार हे भारताचे खास वैशिष्ट्य! संख्यात्मकदृष्ट्या विचार केला असता, केवळ महाराष्ट्रात सुमारे बाराशे गुंफा असून मराठवाड्यातील वेरूळ-अजिंठ्याच्या गुंफा जगविख्यात आहेत. येथील अल्मोनाईड बसाल्ट नावाचा पाषाण कोरीव शिल्पकामास सोयीस्कर व सुलभ असल्यामुळे तिथे अलौकिक कलाकृतींची निर्मिती झाली. अर्थात या सर्व वास्तू असल्याने त्यांना वास्तुशिल्प हीच संज्ञा योग्य ठरते. गुंफातील शिल्पे डोंगरकपारीत खोदली असल्यामुळे त्यांना गिरिशिल्प या नावानेही संबोधण्यात येते. भारतातील सर्व गुंफा जैन, बौद्ध व हिंदू (ब्राह्मणी) या तीन प्रमुख धर्मांच्या अनुयायांनी निर्मिलेल्या आहेत आणि त्यातून या तीन प्रमुख धर्मांव्यतिरिक्त त्यांच्या उपपंथांच्याही

शिल्पाकृती दृष्टोत्पत्तीस येतात.

भारतात गुंफा वा लेणी खोदण्यास प्रारंभ होण्यापूर्वी इतर देशांत काही प्राचीन समाजांनी हा उपक्रम राबविला होता. ईजिप्त (मिसर) आणि इराण या दोन देशांत पर्वतातून मंदिरे खोदण्यात आली होती. क्वचित काही राजपुरुषांच्या समाध्याही डोंगर-कपारीतून खोदलेल्या आढळतात. शिवाय ईजिप्शियन संस्कृतीत राजे-राण्यांचे अजस्त्र पुतळे डोंगरांच्या कपारीवर कोरलेले आहेत. हटशेपसूट या प्रसिद्ध सम्राज्ञीचे मंदिर अर्धवर्तुळाकार दरीत डोंगराच्या उताराचे टप्पे तासून प्राकार तयार करून खोदले आहे. डोंगरात शैलगृहे खोदून मृतांना तेथे पुरण्यात येई. त्यांच्या आत्म्यासाठी तेथे मंदिरे असत. अबू सिंबेल येथील दुसरा रॅमसीझ याचे समाधी मंदिर प्रसिद्ध आहे. त्यातील स्तंभांनाही मानवाकार देण्यात आले होते. शैलगृहातील देवांची वा मृतांची मंदिरे यात वास्तुदृष्ट्या फारसा फरक आढळत नाही. त्यात फारसे शिल्पांकनही नाही. ॲकिमेनिडी (इराण) कला ही प्रायः राजदरबारी कला असल्यामुळे येथील शैलगृहातून वास्तुकलेचा प्रभाव जाणवतो. बेहिस्तून येथील खडकावर खोदलेले डरायसचे उत्थित शिल्प लक्षणीय आहे. भारतात शैलगृहे खोदण्याच्या जवळजवळ हजार-पंधराशे वर्षे आधी ही शैलगृहे खोदलेली होती.

भारतातील शैलगृहात चार प्रकारच्या वास्तू आढळतात. बुद्धाचे अवशेष घेऊन त्याच्यावर स्तुपांची रचना बौद्धधर्मीय प्रथम करू लागले. शैलगृहातील स्तुपांच्या प्रतिकृती याच्या द्योतक होत. याशिवाय स्तुपांची स्वतंत्ररीत्याही डोंगरांच्या उतारावर व अन्यत्र बांधणी केलेली आढळते. मध्यप्रदेशातील सांचीचा स्तूप हा सर्वांत जुना व अद्यापि अवशिष्ट असलेला एक उत्कृष्ट नमुना आहे. भारतीय व चिनी स्थापत्यकलेच्या विकासाला स्तूपकलेचा चांगला उपयोग झाला आहे. स्तूपावरील तोरण किंवा प्रवेशद्वारे या रचनेचे अनुकरण आशियातल्या इतर देशांमध्ये झाले. बौद्ध स्थापत्याचा दुसरा शैलगृहातील प्रकार म्हणजे बौद्ध सभागृह होय. ख्रिस्ती चर्च आणि चैत्य यात नितांत साम्य आहे. हे चैत्य डोंगरात पाषाणात कोरले आहेत. त्यांच्या आतल्या टोकाला मध्यभागी समोर स्तूप असतो. चैत्याचे सुंदर नमुने अजिंठा येथे आढळतात. मुंबई-पुणे रेल्वे मार्गावरील कार्ले येथे भव्य चैत्यगृह आहे. तिसरा प्रकार हा विहार किंवा बौद्धमठ या वास्तूत आढळतो. जवळजवळ एक हजार विहार भारतात आहेत. मुख्यतः महाराष्ट्र हेच यांचे मुख्य स्थान आहे. अजिंठा, वेरूळ, नाशिक, जुन्नर, भाजे, नाणेघाट इत्यादी ठिकाणी हे सुस्थितीत आहेत. मधे सभामंडप आणि सभोवती खोल्या असे त्यांचे सामान्य रूप असते. जवळजवळ चाळीस विहार इसवीसन पूर्व काळातील आहेत. शैलगृहातील चौथा स्थापत्य प्रकार म्हणजे मंदिर होय. हा वास्तुप्रकार मुख्यत्वे हिंदू शैलगृहात आढळतो. कैलास मंदिर हे वेरूळचे वास्तुलेणे जगप्रसिद्ध आहे.

शैलगृहातील या वास्तूंची तोरणे वा द्वारशाखा, वेदी, भिंती यांवर विपुल शिल्पांकन आहे, किंबहुना वास्तुरचनेपेक्षा शिल्प व चित्रकलेस या गुंफातून प्राधान्य दिले आहे. काही गुंफातून शिल्पे रंगविलेली असून स्वतंत्र चित्रकामही आहे. तज्ज्ञांच्या मते भारतातील शैलगृहे वा गिरिशिल्पांचा काळ इ.स.पू. २५० ते इसवीसनाचे ७००-८०० (सातवे-आठवे) शतक असा आहे.

भारतात बांधीव मंदिरांची (स्ट्रक्चरल टेम्पल्स) संकल्पना निश्चितपणे केव्हा प्रचारात आली, याविषयी तज्ज्ञात एकमत नाही; तथापि बुद्धपूर्वकालीच मंदिर ही संकल्पना प्रसृत झाली असावी, असे काही तज्ज्ञांचे मत आहे. कनिष्कापूर्वी इ.स.पू. दुसऱ्या-पहिल्या शतकातील शिलालेखांमध्ये वासुदेवभक्तसंप्रदायी मंदिरे व मूर्ती यांचा उल्लेख सापडतो. कृष्ण, बलराम, प्रद्युम्न, अनिरुद्ध व सांब यांच्या पाच मूर्ती बसविलेल्या मंदिराचा उल्लेख महाक्षत्रप षोडश याच्या शिलालेखात मिळतो. माध्यमिकेत म्हणजे चितोड येथील परिसरात मिळालेल्या नारायण वाटक शिलालेखात भगवान सर्वेक्षर म्हणून गौरविलेले वासुदेव व संकर्षण यांच्या मूर्ती असलेल्या मंदिराचा निर्देश आहे. बेसनगर येथे मिळालेल्या हिलिओडोरसच्या गरुडस्तंभ शिलालेखात वासुदेव भक्तिमार्गाचा निर्देश केलेला असून वासुदेवाच्या मंदिराचे भग्न स्वरूपात काही अवशेष उत्खननात उपलब्ध झाले. कौटिलीय अर्थशास्त्रात नगररचनेत देवमंदिरे कोठे असावीत याचा तपशील दिला आहे. अर्थात राजांचे व श्रेष्ठींचे मोठमोठे महाल, देवतांच्या मूर्ती व मंदिरे ही त्यावेळी प्राधान्याने लाकडांची बनवीत. याचे प्रत्यंतर सांची किंवा अमरावती येथील पाषाण माध्यमावरील कोरलेल्या मूर्ती व पाषाणनिर्मित प्रासाद यांच्यावरून मिळते. मोठमोठ्या इमारती लाकडांवर निर्मिलेल्या कलाकृतींची ती विलक्षण अनुकरणे होत, असे आधुनिक कला-विशारदांचे मत आहे. त्यामुळे ह्या कलाकृती नष्ट झाल्या तरी त्यांची वर्णने परदेशी प्रवाशांच्या वृत्तांतातून आढळतात. शुंग काळात (इ.स.पू.१८७-७५) सांची-भारहूत येथील स्तूप वास्तूंत पाषाण-विटा यांसारख्या टिकाऊ माध्यमांचा बांधणीत सर्रास वापर होऊ लागला. याची प्रगल्भ परिणती गुप्तकालीन (इ.स. तिसरे-सहावे शतक) जबलपूर जिल्ह्यातील तिगव्याचे विष्णुमंदिर, नागोद संस्थानातील भूमरा येथील शिवालय आणि अजयगढ संस्थानातील नाचना कुठेरा येथील पार्वतीमंदिर यांतून दिसते. मध्ययुग ही तर मंदिर बांधणीची माध्यान्ह ! तिचे वैकासिक रूप राजस्थान, मध्यभारत, गुजरात, महाराष्ट्र, कर्नाटक, आंध्र आदी प्रदेशांत दृग्गोचर होते. तेराव्या शतकात मुस्लिम आक्रमणानंतर उत्तर हिंदुस्थानात मंदिर बांधणीक्रिया मंदावली आणि ती दक्षिण हिंदुस्थानाकडे सरकली. तिथे ती अठराव्या शतकापर्यंत कार्यरत होती. मंदिर किंवा देवताप्रासाद हे मुख्यतः मेरू, मंदार किंवा कैलास पर्वतच होत. देवदेवता किंवा सिद्ध पुरुष यांची वस्ती मुख्यत्वे पर्वतांमध्ये असते, अशी परंपरागत

भारतीयांची श्रद्धा आहे. म्हणून मंदिरांना-प्रासादांना कैलासशिल्प किंवा मेरुशिल्प असेही म्हणतात. पर्वताच्या उत्तुंगतेमधून मंदिर ही संकल्पना उत्क्रांत झाली असावी; कारण विद्यमान मंदिरशैलीत इंडो-आर्यन वा नागरशैलीचा प्रभाव जाणवतो. या शैलीच्या ऊर्ध्वगामी वृत्तीला तो साजेसा असून पर्वताची उंची हाच त्यामागील अभिप्रेत घटक असावा, तसे तज्ज्ञांचे मत आहे; कारण शिखर, कळस, आमलक हे मंदिराचे वास्तुघटक पर्वताशी साधर्म्य दर्शवितात. भारतातील एकूण मंदिरात महादेव-शिवाची मंदिरे संख्यात्मकदृष्ट्या जवळजवळ साठ टक्के आहेत. त्यांतून लिंगपूजा प्रचलित असून क्वचित लिंगोद्भव शिवमूर्ती आढळते. देवी (पार्वतीची विविध रूपे) आणि विष्णू (त्याचे अवतार व रूपे) यांची मंदिरे त्या खालोखाल आहेत. गणपती, दत्तात्रेय, मारुती इत्यादींची मंदिरे कमी प्रमाणात असून ब्रह्मा व कार्तिकेय यांची अगदीच थोडी मंदिरे आढळतात.

प्राचीन काळी तत्कालीन बहुजन समाज फारसा साक्षर नव्हता आणि शिक्षण एका विशिष्ट वर्गापुरतेच सीमित होते. त्याकाळी नागरी जीवनातील सर्व कलांचे प्रदर्शन करण्याची एकमेव वास्तू म्हणून मंदिरास अनन्यसाधारण महत्त्व प्राप्त झाले होते. तेव्हा कलाकार-संगीतकार, वादक, शिल्पज्ञ, नर्तक आपली विद्या व कला देवास अर्पण करीत असे. किंबहुना ती अर्पण करण्यात धन्यता मानीत असे. त्यामुळे गावातील सर्व समाज मंदिर या मध्यवर्ती वास्तूत प्रसंगानुसार एकत्र जमत असे. गावातील सभा (ग्रामसभा), धार्मिक उत्सव-समारंभ, जत्रा, नृत्य, गायन, न्यायनिवाडा वगैरे अनेकविध कार्यक्रम मंदिरात संपन्न होत. तत्कालीन सार्वजनिक संस्थांत मंदिर ही संस्था श्रेष्ठ व सर्वमान्य होती. त्यामुळे समाजातील प्रत्येक व्यक्ती ही मंदिर या संकल्पनेशी उत्साहाने समरस होत असे. साहजिकच मंदिरांवरील शिल्पांत तत्कालीन संस्कृतीचे-दैनंदिन जीवनाचे दर्शन घडते.

भारतातील अवशिष्ट मूर्तिकलेची–मूर्ती परंपरेची सुरुवात इ.स.पू चौथ्या शतकात झाली असावी; कारण यक्षमूर्ती बनविण्याची कला बुद्ध कालात प्रचलित होती, असे उत्खनित मूर्तींवरून ज्ञात होते. या काळातील दिदारगंजची चामरधारिणी यक्षी किंवा पारखामचा यक्ष ही शिल्पे उत्खननात उपलब्ध झाली आहेत. पुढे पारखाम यक्षाच्या मूर्तीतून बुद्धमूर्तीचे विधानसूत्र शिल्पज्ञांना मिळाले, बत्तीस लक्षणांनी अन्वित महापुरुष बनविण्याची पद्धती त्यातून विकसित झाली. योगी व चक्रवर्ती हे दोघेही प्राचीन भारतीयांच्या दृष्टिकोनातून महापुरुषच होत. उष्णीष (जटा) हे प्रज्ञालक्षण, भृकुटी (लव), प्रलंब कर्ण, अजानुबाहू, विशाल वक्ष, हस्तपादगत चक्रचिन्ह इत्यादी बत्तीस लक्षणे यांचा आदर्श लाभला; तर दिदारगंजची विशालकाय यक्षिणी ही पुढील स्त्री-प्रतिमांची आदर्श बनली. या यक्ष-यक्षिणींच्या मूर्तीत अनुक्रमे पुरुषी भारदस्तपणा आणि स्त्रीसुलभ घाटदार बांधा शोधण्याची कला–समीक्षकांची धडपड दिसते.

त्यानंतरच्या कालखंडात हजारो वास्तू बांधल्या गेल्या. त्यांपैकी बऱ्याच कालौघात नष्ट झाल्या, काही मुसलमानांच्या आक्रमणात जमीनदोस्त करण्यात आल्या. आज त्यांपैकी काही केवळ जीर्णशीर्ण अवस्थेत तग धरून उभ्या आहेत. त्यांपैकी फारच थोड्या सुस्थितीत अवशिष्ट असून हा थोडा ठेवाही इतका प्रचंड आहे की, नुसत्या वास्तूवरील मूर्ती नजरेखालून घालवावयाचे म्हटले, तरी ते सहजासहजी शक्य होईल का, याची साशंकता वाटते!

भारतेतर देशांतील प्रमुख संस्कृतींचे परिशीलन केले असता, विभिन्न कालखंडांत निरनिराळ्या भूप्रदेशात कला क्षेत्रातील सर्जन प्रवृत्तीचे स्वरूप वेगळे असल्याचे अनेक दाखले इतिहासात मिळतात. उदा. ईजिप्तमधील प्राचीन कलेने चिरंतनत्व, दृढत्व आणि अतर्क्य भव्यता यांच्या अभिव्यक्तीचा सातत्याने पुरस्कार पिरॅमिड, स्फिंक्स, ममीज आदी वास्तुशिल्पांद्वारे केलेला दिसतो; तर ॲसिरियातील कला बेडर प्रवृत्ती आणि प्रबळ सत्ता व्यक्त करते. ग्रीक कलावशेषांत शारीरिक प्रमाणबद्धता, नैसर्गिक सौष्ठव व जिवंत देहाचे सौंदर्य यांचा मिलाफ आढळतो. ग्रीकांनी देवतांना सुंदर व सामर्थ्यशाली मानवाच्या रूपाने घडविले. रोड्झ येथील इ.स.पू. पहिल्या शतकातील 'लोकून' हा शिल्पसमूह ही ग्रीक कलेची अखेरची स्वतंत्र निर्मिती. यानंतर ग्रीक शिल्पकलेचा इतिहास भग्नावशेष किंवा संगमरवरी प्रतिकृतीतून प्रकट होतो. नंतर अभिजात कलाकृती फार थोड्या झाल्या; परंतु यातूनही आज अभिप्रेत असलेली व्यक्तिचित्रे (पोर्ट्रेटस) साकार झाली. रोमनांनी त्यांचे अनुकरण केले आणि अनेक प्रतिकृती पूर्वजांच्या मुखाचे मेणाचे ठसे घेऊन बनविल्या. अनेक रोमन सम्राटांचे पुतळे आज आढळतात. किंबहुना ग्रीकांच्या शिल्पांची माहिती या संगमरवरी रोमन प्रतिकृतीतून झाली आहे. त्यांत मानवी देहाचे गतिशील रूप प्रत्ययकारीपणे चित्रित करण्याचे प्रयत्न दिसतात. रोमनांच्या मूर्तीत शास्त्रशुद्ध रचना असून वास्तवावर अधिक भर दिलेला दिसतो. त्यांच्या सम्राटांचे, सैनिकांचे पुतळे जोषयुक्त असून त्यातून नैसर्गिक आवेश व जिद्द व्यक्त होते; तर प्रबोधनकालीन इटालियन कलेत तत्कालीन विद्वत्ता आणि ज्ञानविज्ञान प्रतीत होते. चिनी कला या तुलनेत सौम्य व अक्षौभ्य तत्त्वज्ञानाची मीमांसक आहे आणि जपानी कला सुसंवादित्व आणि निसर्गपूजन या अधिष्ठानांची अभिव्यंजक आहे.

ॲकिमेनिडी (इराणी) कला ही प्रायः राजदरबारी कला असल्यामुळे या कलेतून वास्तुकलेचा प्रभाव जाणवतो. मूर्तिकला अवतरते ती मुख्यत्वे वास्तुकलेच्या अनुषंगानेच. तिला स्वतंत्र अस्तित्व नाही. प्राचीन ईजिप्शियन संस्कृतीतील होरस, ओसायरिस, सेन, नेफ्थीस, नीइथ इत्यादी देवता आज काल ओघात विलीन झाल्या आहेत. तेथील शेतकऱ्यास त्या कलाकृतींकडे पाहताना ना भय ना आदर वाटतो. तसेच ॲपोलो आणि त्याची विद्या व कला यांची स्फूर्ती देणाऱ्या नऊ भगिनी फक्त

काव्यातच अडकून पडल्या आहेत; पण भारतातील प्रत्येक खेड्यात आजही राम-कृष्णांच्या कथात्मक स्मृती जिवंत आहेत. हिमालयापासून कन्याकुमारीपर्यंत शिवाची विभूती या ना त्या स्वरूपात पूजलेली आढळून येते. शिव, राम, कृष्ण, दुर्गा, लक्ष्मी, बुद्ध, महावीर इत्यादी पूजनीय देवदेवता - महापुरुष हजारो वर्षे परमेश्वर रूपाने आमच्या दैनंदिन जीवनात प्रत्यही वावरताना दिसतात. सणा-समारंभातून, जन्मतिथ्यातून त्यांचे पुनःपुन्हा स्मरण करण्यात येते. वैदिक कालापासून विद्यमान कालावर दृष्टिक्षेप टाकला असता, हेच प्रामुख्याने व विशेषत्वाने दिसते की, आमचे जीवन धर्माशी संबद्ध आहे.

भारतीय कला-निर्मितीस्रोतांच्या मूळाशी धर्म हे उगमस्थान आहे. भारतीयांचे धार्मिक सौंदर्याचे विश्व दोन प्रकारचे आहे. दैवतकेंद्रित व सिद्धकेंद्रित. सनातनी हिंदूंचा आदर्शवादी कलेचा दृष्टिकोन निर्मितीत प्रकट झाला आहे. वास्तवाला त्यांनी दिव्य आदर्शाचे रूप दिले आणि मानव्याला अतिभौतिक देवत्व दिले. शिव, विष्णू, दुर्गा, सरस्वती, काली, राम, कृष्ण यांच्या मानव्याला दिव्यत्व आणले. सनातनी धार्मिक हिंदूंची कलाकृती म्हणजे दैवतकेंद्रित विश्व होय. सिद्ध हा पूर्णतेस पोचलेला मानव होय. सनातनी हिंदू हा मंदिराच्या आवारात शिरतो तेव्हा तो देवाकडे पोचण्याकरिता पावले टाकीत जातो. बौद्ध किंवा जैन हा प्रासादाच्या आवारात गेल्यानंतर सिद्धाच्या दर्शनार्थ पादक्रमणा करीत असतो. हिंदूंचे आणि जैन-बौद्धांचे शिल्पशास्त्र मूलतः एकच आहे. सनातनी हिंदूंची कला ईश्वराच्या संपूर्ण विश्वाचे सूचन करते, तर जैन–बौद्धांची कला मानवी विश्वाचे सिद्धकेंद्रित दर्शन देते.

विश्व हे देवकृती आहे. म्हणून विश्वाच्या उत्पत्तिस्थितिलयाचे ईश्वरकेंद्रित उद्‌भूत दर्शन घडविणे, हा हिंदूंच्या धार्मिक कलेचा उद्देश आहे. विष्णूचे दशावतार किंवा नटेश्वराचे नृत्य हे विश्वाच्या उत्पत्तिस्थितिलयाचा व भक्ताला अभय देण्याचा अभिनय होय. भारतीय प्रतिमाविद्येत, उपदेशपर किंवा त्या त्या धर्म उपदेशकाचे चरित्र व पुराणे, रामायण-महाभारत-हरिविजय इत्यादींतील कथात्मक चित्रण करणारी शिल्पे आढळतात. विशिष्ट काळात ज्या धर्माचे प्रभुत्व असेल, तेव्हा त्या धर्माशी संबंधित कलेला अधिक प्राधान्य मिळाले आणि इतर कलाप्रवाहांबरोबर ती कला प्रकर्षाने फोफावली. त्यामुळे निरनिराळ्या कलाकृतींची निर्मिती व कलासंप्रदायांचा विकास हा काही विशिष्ट हेतूंना अनुसरूनच झालेला दिसतो. केवळ कलाकाराला नवनिर्मितीचा आनंद लाभत असला; तरी तो आनंद मिळावा म्हणून किंवा पाहणाऱ्याला दृष्टिसुख लाभावे, म्हणून तो आपली प्रतिभा व शरीर झिजवत होता, असे म्हणणे अवास्तव व भ्रममूलक ठरेल! भारतीय कलाकारांच्या पिढ्यान् पिढ्या वास्तुशिल्पशास्त्रावरील ग्रंथांतील नियम व तालमानपद्धतीनुसार तत्कालीन परंपरा सांभाळून मूर्ती घडवित होते. शिल्पज्ञ किंवा मूर्तिकार काही मर्यादित स्वातंत्र्य घेई,

ते फक्त स्वतंत्र मूर्तीच्या जडणघडणीत किंवा अंगप्रत्यंगांच्या आविष्कारात. थोडक्यात, कलाकाराच्या कौशल्याची, प्रतिभेची वाढ धर्माच्या आश्रयाने होत होती. ती त्याची मूळ प्रेरकशक्ती आणि धर्म व कला यांची तारकशक्ती राज्यशासन होते. या दोन क्षेत्रात जे अन्तःप्रवाह वाहत होते, त्यातून ही कलात्मक वेल वृद्धिंगत पावली.

धर्मश्रद्धा हे प्राचीन भारतीय जीवनाचे प्रमुख अंग असले आणि कलेच्या क्षेत्रात ही भावना प्रभावी ठरली असली; तरीसुद्धा भारतीय मूर्तिकलेत वास्तववादी, धर्मनिरपेक्ष व आदर्शवादी अशा तिन्ही प्रकारच्या कलाकृती आढळतात. याचे कारण की या कलेत धर्मप्रेरणा व सौंदर्यप्रेरणा यांचा संगम झालेला आहे. ज्या कलाकृतीत सौंदर्यप्रेरणा धर्मप्रेरणेला आत्मसात करून प्रकर्षाला पोचते, त्या कलाकृती आदर्शवादी कलाकृती होत. या आदर्शवादी कलाकृती वास्तवाशी निकटचे साहचर्य दर्शवितात, हे प्राचीन भारतीय वाङ्मयात डोकावले असता लक्षात येते. प्राचीन भारतीय हे तत्त्वचिंतन आणि धार्मिक कर्मकांड यांत गुंतलेले असले, तरी लौकिक व ऐहिक जीवनाकडे त्यांनी पाठ फिरविलेली नव्हती. ते सुद्धा जगातील इतर समाजांप्रमाणे ऐहिक सुख-समाधानासाठी आसुसलेले असून जागरूक होते. प्राचीन भारतीयांनी मानवी जीवनातील जीवनमूल्यांचा अभ्यास करून धर्म, अर्थ, काम या संकल्पना प्रथम निर्माण केल्या आणि चौथ्या मोक्ष या संकल्पनेची त्यात नंतर भर घातली. या चार मूळ संकल्पनांचा सौंदर्यात्मक किंवा कलात्मक आविष्कार म्हणजे कलेची सिद्धी होय, असे त्यांनी ठरविले. ह्या चारही संकल्पना मानवी जीवनाची प्रयोजने होत. या प्रयोजनांचा सुंदर आविष्कार म्हणजेच कला होय. या संकल्पनांना त्यांनी पुरुषार्थ असे नाव दिले. महाभारत, कौटिलीय अर्थशास्त्र, वात्स्यायनाचे कामसूत्र, मनुस्मृती, पुराणे आदी प्राचीन ग्रंथांत याची सयुक्तिक चर्चा केलेली असून विवाहविधीच्या वेळी जीवनातील कर्तव्ये म्हणून या पुरुषार्थांचे पालन करण्याची आज्ञावजा सूचना ऋत्विज नवदांपत्यास करतो. त्यावेळी धर्म व मोक्ष या पुरुषार्थांइतकेच अर्थ व काम या दोन पुरुषार्थांना नैसर्गिक गरज म्हणून महत्त्व दिलेले आहे. किंबहुना त्यांची आवश्यकता ऐहिक जीवनातील सुख व समाधान याकरिता प्रतिपादिली आहे. केवळ मोक्ष अथवा धर्म हे साध्य होऊ शकत नाहीत; अर्थ आणि काम यांचाही आधार त्यांना लागतोच. याचे प्रतिबिंब तत्कालीन वास्तववादी मूर्तिशिल्पात पडलेले आढळते. सनातनी हिंदूंच्या कामतत्त्वमूलक कलेचा वारसा किंचित परिवर्तन करून कलाकारांनी तसाच कायम ठेवला आहे. स्त्री-पुरुषांची सुंदर युग्मे प्रणयभावनेत खोदलेली आहेत; शिवाय आलिंगन-चुंबनापासून संभोगापर्यंतची अनेक संभ्रम-विभ्रम अवस्थांतील शिल्पे खोदली आहेत; काही गणिकांची शिल्पे आहेत. दैनंदिन जीवनातील अनेक प्रसंग, पशुपक्षी, प्राणी, विविध वनस्पती, फुले-फळे-झाडे, लता-वेली, क्रीडाप्रकार, युद्धप्रसंग इत्यादींचे वास्तव शिल्पांकन आढळते; तद्वतच

तत्कालीन वेशभूषा, केशभूषा, वस्त्रे, अलंकार, वाद्ये, शस्त्रे, इत्यादींचे अलंकरण शिल्पांकनातून दिसते.

ईजिप्शियन, ॲसिरियन, इराणी, ग्रीक, रोमन आदी प्राचीन संस्कृतींतील शिल्पे वा मूर्ती न्याहाळली असता, एक गोष्ट प्रकर्षाने ध्यानी येते. ती ही की त्यात एकाच तंत्राचा किंवा शैलीचा उपयोग प्रथमपासून शेवटपर्यंत केलेला आहे. ग्रेको-रोमन शिल्पात शारीरिक रचनेत स्नायूंची व अवयवांची घडण एकाच पद्धतीची आढळून येते. फार काय एकाच शारीरिक ठेवणीचा प्रकार तेथे दृग्गोचर होताना दिसतो. ईजिप्तच्या कला-संस्कृती तंत्रातही तोचतोचपणा आढळतो. तेथील हजारो वर्षांच्या कला-परंपरेत नावीन्य वा फरक झालेला आढळत नाही; मात्र भारतीय शिल्पकलेत 'रस' परंपरा कलाकारांनी अविच्छिन्नपणे सुरक्षित ठेवली आहे. बाह्य वेष कालानुसार बदलले, तरी स्थायीभाव तेच राहिले. भारतीय शिल्पकार देवदेवतांच्या मूर्ती घडविताना ग्रीक-रोमन मूर्तिकाराप्रमाणे मानवी शरीर स्वरूपाच्या बंधनांनी जखडला न जाता त्याने आपल्या मूर्तिशिल्पांना देवत्वप्रदान केले आहे. परमेश्वराचे सगळे सगुण रूप त्यांनी आपल्या शिल्पात आणले आहे. त्यांनी ईश्वराचे अविचल व शाश्वतरूप आदर्श मानून पुढे ठेवले आणि त्यानुसार मूर्ती घडविल्या. बाह्य आकार कसाही ठेवा, पण त्यातून त्या देवतेचा विशिष्ट भावाविष्कार बिनचूक व्हावयास पाहिजे. भावनेच्या रसाच्या आविष्कारास सहाय्यभूत होईल, असा फरक शैलीत केला. तो भारतीय परंपरेस मान्य झाला. शिव हा एकमेव विश्वव्यापी परमात्मा असून हर्ष-शोकाच्या द्वंद्वाच्या अतीत आहे. तो नित्य आनंद आणि दया यांचा वर्षाव करीत असतो, ही मध्यवर्ती भावना लक्षात ठेवून त्याची अनेक शिल्पे वा रूपे निर्माण झाली आहेत. घारापुरीच्या लेण्यातील त्रिमूर्ती शिव किंवा नंदनलाल बोस यांची शिवप्रतिमा या विधानास बळकटी देतात. तांडव नृत्य ही शिवाच्या जीवनातील एक छटा आहे. ती व्यक्त करणारी अनेक धातुशिल्पे हा एक कुतुहलाचा विषय झाला आहे. काली ही सर्व विनाशक देवता आहे. ती आपल्या उग्र गुणांनी भयाला जिंकते. हा भाव व्यक्त करणारी तिची अनेक शिल्पे आहेत. भगवान बुद्धाला ज्ञानप्राप्ती झाल्यावर त्याच्या मुखावर समाधानाचा आनंद व्यक्त झाला; पण जगाच्या अज्ञानाबद्दल वाटणारी विषादभावना त्यात व्यतीत झालेली आहे. ही बुद्धाच्या स्वरूपाची कल्पना केल्यावर त्याची मूर्ती गांधार, मथुरा, श्रीलंका, अथवा बोरोबुदूर इथे घडविली गेलेली असली, तरी एकाच रसाचा साक्षात्कार घडणार. कदाचित प्रत्येक शिल्पाचे तंत्र भिन्न असू शकेल, शिल्पकार वेगळे असू शकतील आणि प्रदेशपरत्वे शिल्पशैली व तिचे आश्रयदाते यांतही फरक असू शकेल. भारतीय शिल्पकलेत या आन्तरिक भावाविष्कारास अत्यंत महत्त्व आहे. ती आध्यात्मिक कला या नावाने ओळखली जाते. बाह्यरूपात कालानुरूप बदल घडला, तरी आतील आत्म्याचे स्वरूप चिरंतन पण नित्यनूतन

असेच आढळेल. आध्यात्मिक वा राजकीय पुनरुज्जीवनाच्या काळात कला क्षेत्रातही पुनरुज्जीवन होऊन नवी तंत्रे अस्तित्वात आली. त्याचे दाखले कला इतिहासात अनेक आढळतात. भारतात ग्रेको-रोमन, इराणी (पर्शियन) आदी परकीय कलातंत्रांनी प्रवेश केल्याचे काही दाखले उत्तर हिंदुस्थानातील-विशेषतः गांधार-मथुरा शिल्पशैलीत आढळतात, निदर्शनास येतात; तथापि प्राचीन भारतीय कलेची प्रेरणा, तत्त्व, तंत्र व स्वरूप हे अन्य देशांच्या संसकृतीच्या अनुकरणाने निर्माण झालेले नाही; ती अगदी मौलिक व अन्यविलक्षण कला आहे. याचा अर्थ भारतेतर देशांतील प्राचीन संस्कृतींतील कलांचा अनुनय, कलावंतांचे साहाय्य व त्यांची ज्ञापके-प्रतिमाने यांचे अनुकरण भारतीयांनी केले नाही असे नाही, परंतु ते करताना ते स्वतःच्या विशिष्ट प्रज्ञेत पचवून घेतले आणि नवे कलाप्रवाह, ज्ञापके प्रतिमाने, संकल्पना आत्मसात केल्या. त्यामुळे त्यांचे आपाततः चपखल भारतीयकरणही झाले. अशोककालीन कलेने पश्चिम आशियातील स्तंभांच्या कलाकृतींचा आशय व आकृतिबंध आत्मसात करूनही त्या कलेला प्रगत असे भारतीय वैशिष्ट्य प्राप्त करून दिले. अशोकस्तंभ हे याचे उत्तम उदाहरण होय. थोडक्यात या काळात नवे संकेत, नवी प्रतीके, नवी प्रतिमाने निर्माण होऊन शिल्पकलेचे व्याकरण समृद्ध झाले, पण आशय तोच राहिला.

भारतीय कलेचे आणखी एक वैशिष्ट्य म्हणजे ती अलंकरण प्रधान किंवा सुशोभात्मक कला आहे. याचे दाखले शिल्पशास्त्रांवरील ग्रंथातून तसेच काही शिलालेखांतून मिळतात. ग्रीक अथवा रोमन कलावंतांप्रमाणे निसर्गाचे वास्तव-तंतोतंत अनुकरण तिला मान्य नाही. धार्मिक समजुतीमुळे व सौंदर्यविषयक जरुरीनुसार येथील कलाकारांनी आवश्यकतेप्रमाणे निसर्गालाच अभिनव रूप देऊन नवे अलंकार निर्माण केले. असे करत असताना त्यांनी प्राचीन संकेत व प्राप्त परिस्थिती यांचा मेळ घालण्यात यश मिळविले आहे. मानवाच्या शारीरिक अवयवांची सुद्धा एक रमणीयता त्यांनी सांभाळली आहे. लतावेली, कमलपुष्प, पशुपक्षी, स्त्री-पुरुष यांची मनोहर कलात्मक गुंफण त्यांनी आपल्या शिल्पात सर्वत्र केलेली आढळते. काव्यामधील वर्णनाप्रमाणे कोमलांगी स्त्रीची सर्व वैशिष्ट्ये स्त्री-सौंदर्याचे काही परंपरागत संकेत पाळूनच स्त्रियांच्या प्रतिमा खोदण्यात आल्या आहेत. प्रत्यक्ष व्यवहारात सिंहकटी, नितंबिनी, घटस्तनी, दीर्घमत्स्यलोचना स्त्री पाहिली, तर तिची गणना सुंदर स्त्रियांतच होते. हीच परंपरा सांभाळून भारतीय शिल्पांतील अप्सरा, सुरसुंदरी, शालभंजिका, वृक्षिका इत्यादींची शिल्पे खोदली आहेत. प्रत्येक स्त्री-मूर्ती यौवनाने टिच्चून भरलेली असून चेहऱ्यावर स्मितहास्य आहे. स्टेला क्रॅमरिश या पाश्चात्त्य कलासमीक्षक विदुषीने या संदर्भात अतिशय चपखल शब्दात भारतीय शिल्पकलेची मीमांसा केली आहे. ती म्हणते "भारतीय कलेची वास्तवता दोन गोष्टींवर अवलंबून असते. एक

दृश्य रूपात प्रकट होणारी लयबद्धता आणि दोन, कलावंताच्या अन्तर्मनात दडलेली कल्पना यांच्या जीवनाशी असणाऱ्या संबंधातून ही वास्तवता निर्माण होते. ही लयबद्धता भारतीय कलानिर्मितीत सर्वत्र कार्यरत असलेली दृष्टोत्पत्तीस येते. निसर्गात आढळणाऱ्या बाकदार आकारातून वनस्पतींचा जीवनरस प्रवाहित होऊन पानांपासून फुलांपर्यंतच्या विविध रूपांत अभिव्यक्त होतो. ही अभिव्यक्ती 'सहज' असते.'' भारतीय शिल्पकलेतील प्रत्येक मूर्तीला ही सहजता लाभलेली असून तिला अर्थ आणि आशय आहे. शिल्पकलेतील कमळ, नाग, वृषभ, स्वस्तिक इत्यादी सांस्कृतिक प्रतीके किंवा मकर कीर्तिमुख, कासव, शरभ, व्याल इत्यादी धार्मिक प्रतीके यांना त्यामुळे भारतीय सांस्कृतिक जीवनात महत्त्व प्राप्त झालेले आहे - वैशिष्ट्य लाभलेले आहे.

भारतीय शिल्पकलेतील कामशिल्पे ही वैश्विक आश्चर्याची आणखी एक वैशिष्ट्यपूर्ण बाब होय. भारतीय प्रतिमाविद्येचा सर्वांगीण आढावा घेतला असता, एक गोष्ट कटाक्षाने ध्यानी येते की, भारताइतकी विपुल आणि आलिंगन-चुंबन-संभोगक्रिया असे विभिन्न प्रकार दर्शविणारी कामशिल्पे जगातील कोणत्याही संस्कृतीत किंवा भूप्रदेशात आढळत नाहीत. प्राचीन काळापासून जगातील बहुतेक देशांत आणि कलासंप्रदायात स्त्री-पुरुष समागम दाखविणारी चित्रे वा शिल्पे निर्माण झाली आहेत; तथापि त्यापैकी बहुसंख्य एखाद्या विशिष्ट कथानकाचाच भाग म्हणून वा स्वतंत्र प्रासंगिक अभिव्यक्ती म्हणून खोदण्यात आली आहेत; पण खजुराहो, कोणार्क, मोढेरा, भुवनेश्वर इत्यादी स्थळी स्त्री-पुरुष समागम हाच केवळ वर्ण्यविषय घेऊन त्या विषयाची विविध रूपे दाखविणारी परंपरा वा संप्रदाय भारताखेरीज इतरत्र निर्माण झालेला आढळत नाही. कलात्मकता आणि सांप्रदायिक विचारकल्पनांची अभिव्यक्ती यांबाबतीत वरील ठिकाणची कामशिल्पे अद्वितीय आहेत. येथील मंदिरांच्या भिंतींवर, स्तंभांवर आलिंगन-चुंबनापासून संभोगक्रियेपर्यंतची विविध आसने व स्त्री-पुरुष मीलनाच्या अनेकविध अवस्था चित्रित केलेल्या आहेत. प्रत्येक शिल्प हे कोरीव कामाचा उत्कृष्ट नमुना आहे. कोरीव कामातील सफाई व कौशल्य जितके आश्चर्यकारक, तितकीच मूर्तींमधील प्रमाणबद्धता व निरनिराळ्या आकृत्यांची लयबद्ध गुंफण लक्षणीय आहे. प्रत्येक मूर्तीच्या चेहऱ्यावरील संभ्रम-विभ्रमादी मनोभाव अत्यंत विलोभनीय आहेत. अंगप्रत्यंगांच्या-सौंदर्यांच्या कलाकारांनी खुलविलेल्या छटा, हे कामशिल्पांचे वैशिष्ट्य आहे. सामान्यतः कामवासनेचा आविष्कार करणारी ही शिल्पे मंदिरासारख्या पवित्र ठिकाणी का खोदली गेली? हा महत्त्वाचा प्रश्न आहे. भारतीय संस्कृतीच्या एकूण जडणघडणीचा तो परिपाक असावा, असे सकृत्दर्शनी अनुमान निघते; तथापि या प्रश्नाला अद्यापि समाधानकारक उत्तर वा स्पष्टीकरण मिळालेले नाही; परंतु त्यासंबंधी अनेक तर्क-वितर्क-निष्कर्ष काढण्यात आलेले आहेत. कामशिल्प

हे मानवाच्या सर्जनशील शक्तीचाच एक कलापूर्ण आविष्कार आहे, म्हणून त्याकडे सौंदर्यवादी दृष्टिकोनातून पाहणे इष्ट ठरेल!

भारतीय शिल्पकलेच्या प्रदीर्घ व अव्याहत प्रवाहाची चर्चेच्या दृष्टिकोनातून विभागणी करावयाची असेल, तर त्यासाठी एकच एक निकष सोयीचा व सुटसुटीत असा डोळ्यासमोर दिसत नाही. अनेक वेळा या कला-प्रवाहांची विभागणी प्रागैतिहासिक, प्राचीन, मध्ययुगीन अशी कालक्रमानुसार खंडात्मक करतात. धार्मिकदृष्ट्या विचार केला असता तिची मांडणी बौद्ध, जैन, ब्राह्मणी वा हिंदू अशी करावी लागेल, तथापि या विभागणीने सुद्धा सर्वच धार्मिक कला-संप्रदायांचा ऊहापोह होईलच असे ठामपणे म्हणता येणार नाही; कारण अनेक वेळा घराण्यांच्या किंवा वंशांच्या नावांनीही जसे मौर्य, गुप्त, वाकाटक, राष्ट्रकूट, चालुक्य, यादव, होयसळ असा भारतीय कलेचा विचार केला जातो आणि मग विशिष्ट वंशातील कलेवर भर देण्यात येतो; तर काही वेळा प्रदेशपरत्वे कला संप्रदायांची विभागणी केली जाते; उदाहरणार्थ, गांधारशैली, मथुराशैली, वेंगीशैली इत्यादी; परंतु एकूण भारतीय शिल्पकलेच्या सर्वांगीण अभ्यासाच्या दृष्टीने यातील कोणतीच विभागणी तार्किकदृष्ट्या सुसूत्र व सुसंगत नाही. या सर्वांचा विषयानुरूप कालखंडानुसार सारासार विचार करून भारतीय शिल्पकलेची मांडणी केली असता, भारतीय शिल्पकलेतील वैशिष्ट्यपूर्ण कलासंप्रदायांचे आणि विभिन्न कलाशैलींचे यथास्थित विवेचन होईल, असे गृहीत धरून प्रस्तुत पुस्तकात वरील सर्व विभागणींचा सुवर्णमध्य साधण्याचा प्रयत्न केला आहे. त्याकरिता भारतीय शिल्पांतील काही निवडक स्थळे (खजुराहो, कोणार्क, अजिंठा, वेरूळ इत्यादी), शैली (यादव, होयसळ) यांचा आढावा घेतला आहे.

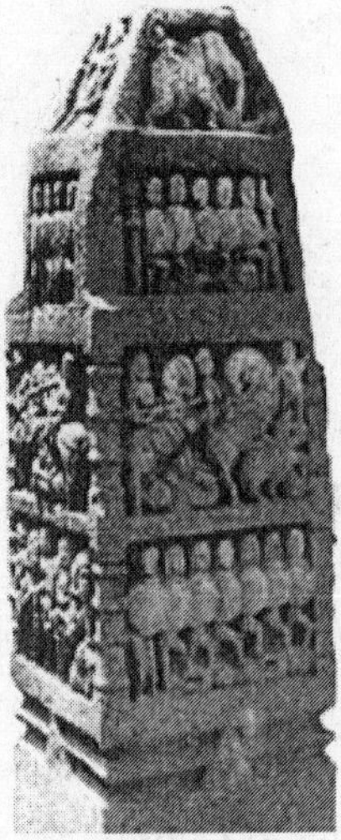

भारतीय शिल्पकलेचा उषःकाल

'बहुजन हिताय बहुजन सुखाय' ही प्रजाहित उक्ती प्रसृत करणाऱ्या बौद्ध धर्माचा नि तत्त्वज्ञानाचा प्रसार-प्रचार मौर्य काळातील श्रेष्ठ राजा सम्राट अशोक (कार.इ.स.पू. २६९-२३२) याने देशोदशी दूत पाठवून केला. बुद्धाचा संदेश जनमानसावर ठसावा म्हणून त्याने पत्थरलेख आणि शिलालेख खोदवून घेतले आणि धर्मप्रसारा-साठी प्रथमच शिल्पकलेचा वापर करावयाला सुरवात केली. बुद्धाची शिकवण, त्याचे आदर्श नेतृत्व, लोकभाषांचा स्वीकार, सर्वांभूती प्रेम व समानता ह्या तत्त्वांचा त्याने पुरस्कार केला. बौद्ध धर्म अल्पावधीतच लोकप्रिय राजधर्म बनला. या धर्माला भारतातच नव्हे तर भारताबाहेरही लोकप्रियता लाभली.

मौर्य राजवंशाच्या राजवटीत भारतीय कला इतिहासात काही वैशिष्ट्यपूर्ण व महत्त्वाच्या घटना

घडल्या आणि ती एतद्देशीय कलाकारांच्या परिश्रमाने वृद्धिंगत पावली. सम्राट अशोकाच्या वेळी बांधकामासाठी दगडांचा माध्यम म्हणून प्रथमच वापर होऊ लागला आणि लाकडी कोरीव कामाची-काष्ठशिल्पाची-जागा पाषाण शिल्पांनी घेतली. परिणामतः टिकाऊ इमारती आणि प्रतिमाने निर्माण झाली. अर्थात मौर्य शिल्पकला ही प्रामुख्याने बौद्धकला होती; कारण ती बौद्ध धर्माधिष्ठित होती. मौर्यपूर्व काळात पाषाणाचा कलादृष्ट्या वास्तू अथवा शिल्प यांसाठी फारसा उपयोग केल्याचे नमुने उपलब्ध नाहीत; मात्र मौर्य राजांनी पाषाण माध्यमाचा व्यवहारात सर्रास उपयोग केल्याचे अनेक भौतिक अवशेष आढळतात. अशोकाने आपल्या साम्राज्यात धर्मप्रसारार्थ ठिकठिकाणी स्तंभ उभे केले. त्यांवर धर्मशासने कोरविली, धर्माज्ञा कोरवून लोकांना त्या विदित केल्या. स्तंभ उभारण्याची प्रथा अशोकपूर्व काळातही प्रचारात असावी, असे प्राचीन वाङ्मयीन उल्लेखांवरून दिसते; मात्र हे स्तंभ लाकडी असावेत; कारण त्यांचे भौतिक अवशेष उपलब्ध झाले नाहीत. 'अशोक स्तंभ' हे मौर्य काळातील उल्लेखनीय शिल्प ! आतापर्यंत भारतात सुमारे तीस अशोक स्तंभांचे अवशेष विविध ठिकाणी उपलब्ध झाले असून ते टोपेरा, मेरठ, लौडिया-अरराज, लौडिया-नंदनगढ, रामपूर्वा, प्रयाग, सांची, सारनाथ, रुम्मिणीदेई, निग्लिवा, सागर, सांकिशा, बखीरा, कौशाम्बी, भुवनेश्वर इत्यादी स्थळी सापडले आहेत. त्यांपैकी दोन-चारच स्तंभ पूर्णावस्थेत अवशिष्ट आहेत. उर्वरित स्तंभांची एक तर मोडतोड झाली आहे किंवा ते जमिनीवर आडवे पडले असून त्यांतील काही भाग नष्ट झाले आहेत.

अशोकाने आपल्या राज्यात महत्त्वाच्या राजमार्गांवर अथवा गौतम बुद्धाच्या जीवनाशी निगडित असणाऱ्या पवित्र स्थानी हे सरासरी नऊ ते बारा मीटर उंचीचे स्तंभ उभे केले होते. काही ठिकाणी या स्तंभांची उंची बरीच आहे. अयोध्येत सापडलेला स्तंभ सर्वात उंच म्हणजे पंधरा मीटर असून त्याचे वजन जवळजवळ पन्नास टन आहे. हे सर्व स्तंभ अशोकानेच निर्माण केले असावेत, याबद्दल संदेह नाही; कारण या स्तंभांवरील मजकुरात त्याच्या नावाचा अनेक ठिकाणी उल्लेख आहे; काही ठिकाणी त्याने नेमलेल्या अधिकाऱ्यांचा स्पष्ट निर्देश आहे. शिवाय या सर्व अशोक स्तंभांची जडणघडण व रचना एकाच पद्धतीची आहे. रचनात्मकदृष्ट्या स्तंभाचे दोन प्रकार पडतात. एक, सरळसोट उभा स्तंभ. याला जोते व तळखडा नाही. दुसऱ्या प्रकारात जोते आहे, त्यामुळे त्याची उंची वाढली आहे. उपलब्ध स्तंभांवर शीर्षस्थानी जे प्राणी खोदलेले आहेत, ते सर्व गौतम बुद्ध अथवा त्याचा धर्म याच्याशी संबद्ध आहेत. हे प्राणी मुख्यतः सिंह, बैल, घोडा व हत्ती या चार प्रकारचे आहेत. बुद्ध मातेच्या-मायादेवीच्या-स्वप्नात एक शुभ्र हत्ती तिच्या गर्भात शिरला असा उल्लेख आहे. त्या कथेचा सूचक हत्ती आहे. बुद्धाचा जन्म वैशाख

पौर्णिमेस वृषभ राशीत झाला, हे सुचविणारा बैल आहे. सिंह हा बुद्धाचा राजकुलात जन्म झाला हे दर्शवितो; तर बुद्धाला नेहमी शाक्यसिंह म्हणून संबोधिलेले आढळते आणि बुद्धाला राजप्रासादातून कंथक घोड्याने बाहेर वाहून नेले होते. हे सर्व प्राणी पूर्व, दक्षिण, पश्चिम व उत्तर या दिशांचे रक्षक असल्याचा समज आहे. सारनाथच्या स्तंभफलकावर हत्ती, घोडा, बैल आणि सिंह यांच्या मूर्ती त्या त्या दिशांच्या बाजूला दर्शविलेल्या आहेत. तसेच स्तंभावर जे कमलासन दाखविलेले आहे, त्याचाही संबंध बुद्धजीवनाशी आहे. बुद्धाचा जन्म झाल्यानंतर तो सात पावले चालला, तेव्हा त्याच्या प्रत्येक पावलाखाली एकेक उमललेले कमल निर्माण झाले, त्याचे ते द्योतक आहे.

बहुतेक सर्व स्तंभ उत्तर प्रदेशातील चुनार येथील खाणीतून उपलब्ध झालेल्या वालुकाश्मात घडविलेले आहेत आणि नंतर ते विविध स्थळी नेण्यात आले असावेत. हा एकसंध वालुकाश्म विविधरंगी असून पाथरवटाने तो घासून अतिशय मृदुस्पर्शी व गुळगुळीत केला आहे. त्यामुळे त्याचा आरसपानी चमकदारपणा आणि बाह्य शोभा उठून दिसते. त्यांचा आकार गोल व शंक्वाकारवर निमुळता होत गेलेला आहे. हल्लीची रूढ उपमा द्यावयाची झाल्यास तो गिरणीच्या चिमणीसारखा दिसतो. वालुकाश्म विविधरंगी असल्यामुळे जांभळा, हिरवा, करडा, पिवळा इत्यादी रंगांतील छटा स्तंभांतून प्रदेशपरत्वे दिसून येतात. प्रत्येक स्तंभाचे दोन स्पष्ट भाग दिसतात– एक मुख्य दंड. हा गोलाकार असून वर निमुळता होत गेला आहे; आणि दोन, स्तंभशीर्ष. हे स्तंभशीर्ष पुन्हा तीन उपविभागांत विभागलेले असून स्तंभशीर्षाखाली - (अ) उमलेले पूर्ण कमळ असते. कमळाच्या पाकळ्या खाली आणून त्याला अलंकृत आकार दिला आहे. हे कमळ देवघरातील उपड्या ठेवलेल्या घंटेच्या आकारासारखे भासते. सर्व पाकळ्या एकाच आकाराच्या सारख्या असतात. (ब) कमळावर मध्यभागी साधारणतः वर्तुळाकार स्तंभशीर्ष फलक (मथळा) असतो. क्वचित तो चौकोनीसुद्धा आढळतो. फलकाच्या शिल्प-पट्टीवर फुलांची, पक्ष्यांची वा प्राण्यांची अपोत्थित शिल्पे कोरलेली आहेत. (क) मथळ्यावर सिंह, बैल, हत्ती, चक्र व अश्व यांपैकी कोणते तरी शिल्प खोदलेले आढळते. कुठेकुठे चार-चार सिंह एकदम एकाच ठिकाणी कोरलेले आहेत. कल्पकता आणि वास्तवता यांचा कलात्मक आविष्कार या स्तंभांत झालेला आढळतो.

हे सर्व स्तंभ अखंड स्थितीत नाहीत. बहुतेक तुटून पडलेले आहेत. लौडिया-नंदनगढ, प्रयाग, बखीरा वगैरे काही ठिकाणचे एक-दोन स्तंभ सुस्थितीत असून अद्यापि कालौघात कसेबसे उभे आहेत. इतरत्र कुठे शीर्ष नष्ट झाले आहे, तर काही ठिकाणी दण्डच तुटून पडला आहे. सारनाथ येथील कलात्मक स्तंभ पूर्णतः जमीनदोस्त झाला असला, तरी तेथील १९०५ च्या उत्खननात त्याचे स्तंभशीर्ष

उपलब्ध झाले. ते दोन मीटर उंचीचे असून सांप्रत सारनाथ वस्तुसंग्रहालयात ठेवले आहे. हे चार सिंहांचे एकमेकांकडे पाठ करून खेटून उभे असलेले स्तंभशीर्ष म्हणजे मौर्य शिल्पकलेचा उत्कृष्ट नमुना आहे. मथळ्यावर सिंहांच्या पायाखाली वर्तुळाकार शिल्पपट्टीत चार दिशांना धर्मचक्रे कोरलेली आहेत. आणि या चार धर्मचक्रांमध्ये अनुक्रमे अश्व, वृषभ, हत्ती व सिंह यांची वास्तव उत्थितशिल्पे अलंकरणासाठी खोदलेली आहेत. या प्रत्येक चक्रास चोवीस आरे आहेत. त्याखाली उपडे सुरेख कमळ कोरलेले आहे. हा स्तंभ अशोकाने मृगदाव येथे उभारला होता. या ठिकाणी गौतम बुद्धास ज्ञानप्राप्ती झाली व त्याने पहिले धर्मप्रवचनही येथेच केले, असे परंपरा सांगते. तो हरितमणी या अश्मविशेषाप्रमाणे गुळगुळीत व आरसपानी आहे. याच स्तंभशीर्षास स्वतंत्र भारताची राजमुद्रा होण्याचे भाग्य लाभले आहे. सिंह स्तंभशीर्षाप्रमाणेच रामपूर्वा येथील वृषभ स्तंभशीर्ष हादेखील मौर्य कलेचा उत्कृष्ट नमुना आहे. यांपैकी लौडिया-नंदनगढचा स्तंभ पूर्ण अवस्थेत असून या स्तंभाचा आकृतिबंध सामान्यतः बखिराच्या स्तंभासारखाच असून तो एकसंध वालुकाश्मात घडविला आहे; फक्त त्याचा व्यास, आकार व वजन बखिरा स्तंभापेक्षा कमी आहे. त्याची उंची बारा मीटर असून गुळगुळीत मध्यभाग सुमारे १० मीटर, पायथ्याचा व्यास सुमारे ८९ सेंमी. आणि घंटाकृती स्तंभशीर्षाचा व्यास सुमारे ५६ सेंमी. एवढा आहे. पायथ्याकडून माथ्याकडे तो पिरॅमिडप्रमाणे शंक्वाकार निमुळता होत गेला असून स्तंभशीर्षावरील लहानशा वेलीवर पूर्वाभिमुख सिंहाचे शिल्प आहे. स्तंभशीर्षातील मथळ्यावरील शिल्पफलकात हंसमालिकांचे सुरेख अलंकरण आहे. स्तंभशीर्षाची एकूण उंची २.१० मीटर आहे. स्तंभाचा दर्शनी भाग आकर्षक व सुबक असून त्यावर उपदेशपर चार लेख कोरले आहेत. औरंगजेबच्या वेळी (कार. १६५६-१७०७) त्याच्या सैन्यातील कुणी एका शिपायाने या स्तंभावर तोफेचा मारा केला; तेव्हा या सिंहाचे तोंड तुटून-फुटून गेले.

एकूण अशोक स्तंभांवरील त्रिमितीत खोदलेल्या प्राण्यांत सिंहाचे प्रमाण सर्वांत जास्त (एकूण दहा) आहे. उर्वरित प्राण्यांत वृषभाच्या दोन आणि हत्तीच्या दोन प्रतिमा आहेत. हे सर्व प्राणी अत्यंत वास्तव व जोशपूर्ण आहेत. घंटाकृती कमळाचे शिल्प तर अत्यंत मोहक आहे. त्यातील आलंकारिक नाजूक पाकळ्या आणि स्तंभदंडाशी कमळदळाचे असलेले साहचर्य यांनी त्या विशेष परिणामकारक झाल्या आहेत. स्तंभदंडाची मृदुलता, प्रमाणबद्धता, वक्रता आणि पाकळ्यांच्या बाह्यरेषांची लयबद्ध सुरूपता परस्परांचे सौंदर्य वाढवितात. कमळावरील स्तंभशीर्ष मथळ्यावर (Abacus) विविध प्रकारची प्राणिशिल्पे अपोत्थित उठावात खोदली आहेत. वर्तुळाकार मथळ्याच्या शिल्पपट्टीवर मध्यभागी काही अर्धशिल्पे आढळतात. प्रयाग व सांकिशां येथील मथळ्यांत मधुपानाचे अपोत्थित शिल्प आहे. हे प्रतिमान मूळचे

ग्रीक असून ते इराणद्वारे ग्रीकांश संस्कृतीमधून भारतात प्रविष्ट झाले असावे. पुढील काळात मथुराशैलीतही अशी काही शिल्पे आढळतात. रामपूर्वा येथील वृषभाची प्रतिमा मोहें-जो-दडो येथे उपलब्ध झालेल्या वृषभांसारखी वास्तव व जोशपूर्ण आहे. बैलाचे वशिंड, स्नायू, उभी राहण्याची ऐटबाज ढब आणि नैसर्गिक आवेश यांचे शिल्पांकन कलाकाराने अत्यंत कौशल्याने केले आहे. द्रुतगतीने धावणाऱ्या घोड्याचे आणि झेप घेणाऱ्या सिंहांची शिल्पेही अनुपम आहेत; मात्र अशोक स्तंभात आढळणारी गजराजाची मूर्ती डौलदार, स्थूल व गंभीर असली, तरी बाह्य रेषांतील लयबद्धता त्यात कुठे तरी कमी पडते असे वाटते. तसेच सारनाथ स्तंभावरील सिंहाचे नीट निरीक्षण केल्यास त्यातील काही विशेष प्रकर्षाने जाणवतात. सिंहाच्या मुखावर असणारा उपजत उग्रपणा आणि क्रूरता येथे स्पष्ट दिसते; परंतु एकूण रेखाटनात बांधीवपणा आढळतो. आयाळ तर झुबक्याची, कंगव्याने विंचरावी अशी कृत्रिम भासते. रामपूर्वा येथील वृषभमूर्तीतील स्वाभाविकता आणि सारनाथमधील सिंहशिल्पातील कृत्रिमता यातील विरोध तीव्रपणे जाणवतो. मौर्यकालातील अशोक स्तंभांनी भारतीय शिल्पकलेत मोलाची भर घातली आहे. या स्तंभांतून मौर्य अभिजात कलेचा आविष्कार जाणवतो; तद्वतच अभियांत्रिकीमधील तत्कालीन तज्ज्ञांचे कौशल्य आणि अचूकता दृष्टोत्पत्तीस येते. अशोक स्तंभांच्या मूलस्त्रोताविषयी विद्वानांत मतभिन्नता आहे. या स्तंभांच्या घडणीत विशेषतः कला-कल्पना आणि ज्ञापके-प्रतिमाने यांवर पश्चिम आशियातील संस्कृतीचा प्रभाव काही अंशी काही प्रमाणात जाणवतो. स्तंभांची रचना आणि मृदुस्पर्श, आरसपानी चकाकी यात इराणी कलापद्धतीचे अनुकरण दिसून येते; कारण अलेक्झांडरच्या इ.स.पू. ३२७ मधील स्वारीनंतर पश्चिम आशियात ग्रीकांश संस्कृती प्रसृत झाली आणि अलेक्झांडरने भारतावर स्वारी केल्यानंतर तेथील काही कलाकारांनी जवळपासच्या प्रदेशात आश्रय घेतला असावा. त्यामुळे पर्सिपोलिस पद्धतीची वास्तुकला वा शिल्पकला भारतात प्रविष्ट झाली. अर्थात याचा अर्थ भारतीय कला परभृत होती, असा मात्र नाही. अशोक स्तंभ आणि ॲकिमिनियन स्तंभ यात काही लक्षणीय फरक दिसतो. भारतीय स्तंभ एकसंध पाषाणात खोदला आहे तर ॲकिमिनियन स्तंभात अनेक सुटे भाग एकत्र करून जोडले आहेत. तद्वतच अशोक स्तंभावर दंड सरळ आहे, पण इराणी स्तंभाच्या दंडावर खाचणी पाडलेली आहे. भारतीय स्तंभावरील कलाकुसरीत काष्ठशिल्पाची कोमलता आहे, तर या इराणी स्तंभांवरील कलाकामात पाथरवटाचे कौशल्य दिसते. एकूण अशोक स्तंभांची जडणघडण अत्यंत सौंदर्यपूर्ण असून त्यातील प्रतिमानांत भारतीय छटा जाणवतात. त्यांवरील मूर्तिकाम विशेषतः अलंकरण मनाला चटका लावून जाते. प्रत्येक शिल्प आपापल्या जागी अगदी चपखल बसले आहे. म्हणूनच भारतीय शिल्पकलेत या स्तंभांना 'मानाचे पान' अशी संज्ञा प्राप्त झाली आहे.

अशोकानंतरच्या काळात अशी शिल्पाकृती पुढे पुन्हा केव्हाच घडली नाही आणि भारतीय कला-परंपरेवर या स्तंभांनी कायमची छटा व छाप पाडली नाही. अशोक स्तंभातून अभिव्यक्त झालेली शिल्पकला ही सम्राट अशोकाच्या व्यक्तिगत सौंदर्यदृष्टीचा आविष्कार होती, असेच अखेर म्हणावे लागते. ऐतिहासिकदृष्ट्या या स्तंभांचे महत्त्व अनन्यसाधारण आहे; कारण एक लिखित अस्सल पुरावा म्हणून त्यांचे स्थान चिरंतन आहे.

याच काळातील काही यक्ष-यक्षींच्या मूर्ती आणि काही स्वतंत्र शिल्पे बिहार, उत्तर प्रदेश, मध्यप्रदेश आदी प्रदेशांत उपलब्ध झाली आहेत; तथापि त्यांची संख्या हाताच्या बोटावर मोजता येईल इतकी अल्प आहे. तिसऱ्या सहस्रकापासून – म्हणजे सिंधू संस्कृती-पासून – मूर्तिकला प्रचारात आली होती; पण या मूर्तिंचे माध्यम प्रामुख्याने माती व स्टिअटाइट होते. त्यामुळे कालाच्या ओघात त्या फारशा टिकून राहिल्या नाहीत. पुढे अशोकाने पाषाण माध्यमाचा सर्रास उपयोग स्तंभांसाठी केला आणि हळूहळू या माध्यमात मूर्तिकला स्थिरावली; तथापि तिने पुढे गुप्तकालात अधिकतर मूळ धरले. यामुळे सुरुवातीच्या मूर्तींत पाषाणाचा वापर मर्यादित प्रमाणातच दृग्गोचर होतो. या काळातील अवशिष्ट शिल्पांत पाटणा वस्तुसंग्रहालयातील दिदारगंजची यक्षिणी, काही स्वतंत्र यक्षमूर्ती, लोहानीपूर येथे सापडलेले जैन तीर्थंकराचे विशीर्ष शिल्प, सारनाथ वस्तुसंग्रहालयातील मिशाधारी पुरुष-मुख, ओरिसातील भुवनेश्वरजवळच्या धौली येथील खडकावर खोदलेली गजराजाची भव्य प्रतिमा, बिहार राज्यातील गयेजवळच्या बराबर टेकड्यात लोमास ऋषी या नावाने प्रसिद्ध असलेल्या गुहेच्या दर्शनी भागावर खोदलेला हत्तींचा शिल्पपट्ट आणि उत्तर प्रदेशातील तोन्स आणि यमुना नद्यांच्या संगमावर काल्सी येथील खडकावर केलेले आरेखन या काही शिल्पाकृती उल्लेखनीय आहेत.

दिदारगंजच्या चौरीधारी यक्षिणीचे शिल्प बिहार राज्यात पाटण्याजवळ गंगेच्या काठी दिदारगंज येथे लहान मुले खेळत असताना इ.स. १९१९ मध्ये अचानक सापडले. म्हणून ही यक्षिणी दिदारगंज यक्षिणी या नावाने प्रसिद्धीस आली. विद्वानांच्या मते शैलीकरण आणि मूर्तीची घडण यांवरून ती इ.स.पू. तिसऱ्या शतकातील अशोक समकालीन असावी.

प्राचीन भारतीय शिल्पकलेचा सर्वोत्कृष्ट आणि सौंदर्यपूर्ण आविष्कार या दिदारगंजच्या यक्षिणीत दृष्टोत्पत्तीस येतो. ही मूर्ती धूसर वालुकाश्मात एकसंध दगडात घडविलेली असून ती पूर्ण त्रिमितीय शिल्प आहे. समभंग आसनातील या यक्षिणीची उंची सुमारे दीड मीटर (१.६१ मी.) असून डावा हात खांद्यातून तुटलेला आहे. तिच्या सुस्थितीत अवशिष्ट असलेल्या उजव्या हातात झुपकेदार चौरी आहे. म्हणूनच ती 'चामरधारिणी यक्षिणी' म्हणून भारतीय मूर्तिविज्ञानात प्रसिद्ध आहे. या हातात

कोपरापासून मनगटापर्यंत तेरा कंकणांचा पूर्ण चुडा आहे. त्यातील रत्नजडित दोन ताईत आकाराने थोडे मोठे आहेत. तिचे कमरेपर्यंतचे शरीर अनावृत आहे; मात्र तिने चुणीदार अधोवस्त्र परिधान केले असून ते कलाकुसरयुक्त पाचपदरी कमरबंधाने (मेखला) घट्ट बांधले आहे. खोल नाभीच्या खाली अधोवस्त्राच्या चुण्यांचा सोगा दोन्ही पायांमधून पादपीठावर लोळत आहे. पाठीवर वस्त्राचा एक सोगा खांद्यावरून किंचित घरंगळताना दिसतो. या जरतारी वस्त्राच्या चुण्या नितंबावर पाठीमागून स्पष्ट दिसतात. तिचा पोटाचा मुलायम भाग, नाभीची वास्तव घडण, वर निमुळत्या होत जाणाऱ्या कमरेच्या दोन्ही बाजूंच्या लयबद्ध वक्ररेषा आणि कटिरेषांची लयदार स्तनांच्या खाली निमुळती झालेली कमान, यामुळे तिला एक डौल प्राप्त झाला आहे. खोल नाभीखाली दोन वळ्या स्पष्ट दिसतात. चेहरा गोल डौलदार असून शरीर भरगच्च आहे. चेहऱ्यावर स्मित हास्य आहे व हनुवटी किंचित वर उचललेली दिसते. नाक तुटले आहे, गालावरील एक कपचा उडाला आहे; तथापि विशाल नितंब, घन, उन्नत उरोज आणि सिंहकटी ही सांकेतिक स्त्री-सौंदर्याची सारी सुलक्षणे तिच्या ठायी ठसठशीत दिसतात, अन् तरीही ती सांकेतिकतेच्या पलीकडे आहे. सुडौल पुष्ट वर्तुळाकार स्तनांच्या भाराने किंचित पुढे झुकलेल्या या यक्षिणीच्या शरीरावर वस्त्रे व दागिने यांची हाताळणी अतिशय नाजूकपणे कलाकाराने केली असून सर्व शिल्पच लोभस दिसते. गळ्याबरोबर तिने मण्यांची एका माळा घातली असून दुसरी दुपदरी मोत्यांची माळ तिच्या पुष्ट स्तनद्वयातून नाभीवर घरंगळत आहे. तिच्या नीटस केशकल्पावरही रत्नांच्या आणि मोत्यांच्या माळा गुंफलेल्या आहेत. कपाळाच्या मधोमध बिंदी हा अलंकार दिसतो. कानांतील उतरंडीसारखी कुंडले, पायातील घंटायुक्त तोडे हे अन्य अलंकार तिच्या अंगावर आहेत. अवयवांची प्रमाणबद्धता आणि लयबद्ध बाह्यरेषा यांमुळे या मूर्तीला प्राचीन भारतीय शिल्पात एक आगळे स्थान प्राप्त झाले आहे. ती जणूकाही सौंदर्य आणि मांगल्याची पूर्णघटच आहे.

सांप्रत ही यक्षिणी अनेक देशांचा प्रदशर्नाच्या निमित्ताने प्रवास करून आपल्या माहेरी पाटणा वस्तुसंग्रहालयात विराजमान झाली आहे. पाटणा संग्रहालाचे सन्माननीय अध्यक्ष न्यायमूर्ती बी.पी.सिन्हा यांच्या अध्यक्षतेखाली दिदारगंजच्या यक्षिणीच्या संदर्भात १९८९ मध्ये कार्यकारिणीची बैठक झाली आणि तीत असा निर्णय झाला की, ''यापुढे कोणत्याही परिस्थितीत व कोणत्याही राजकीय वा सांस्कृतिक दडपणाखाली मग ते भले राष्ट्रीय वा प्रतिष्ठेचे निमित्त असो, काही झाले तरी या यक्षिणीची मूर्ती प्रदर्शनार्थ या वस्तुसंग्रहालयातून बाहेर हलविण्यास परवानगी द्यावयाची नाही.'' कार्ल खंडालवाला या ज्येष्ठ व श्रेष्ठ कलासमीक्षकाने या यक्षिणीच्या अमेरिकेच्या दुर्दैवी यात्रेपूर्वीच असा इशारा दिला होता की, ''दिदारगंज यक्षिणसारखी प्राचीन व

अप्रतिम मूर्ती परदेशी पाठविणे हा जवळजवळ दखलपात्र गुन्हाच आहे; कारण भारतातील प्राचीन शिल्पप्रकारची ती एकमेव अद्वितीय मूर्ती आहे.''

पाटणा वस्तुसंग्रहालयातील यक्षमूर्ती भव्य असून तिची उंची अडीच मीटर आहे. यक्षाने कटिसूत्र, कंकणे आणि गळ्यात हार घातला असून त्याच्या उपरण्यावर (उपवित) कोरीव लेख आहे. ब्राह्मी लिपीत कोरलेल्या या लेखाचा उद्देश आणि आशय 'कुणालीचा शिष्य गोमितक याने हा घडविला असे' असा काही तरी आहे. त्यातील पुसट अक्षरवाटिकेवरून या शिल्पाची प्राचीनता लक्षात येते. शिशुनाग वंशातील एखाद्या राजपुरुषाची ती मूर्ती असावी असे काही विद्वानांचे मत आहे; परंतु सामान्यतः ती यक्षमूर्तीच आहे. उंचीप्रमाणे मूर्तीचा देह भरभक्कम आणि दांडगा आहे. मूर्ती घडविण्याचा सराव नसल्यामुळे वस्त्रप्रावरणे आणि अलंकार यातून काहीसा ठोकळेबाजपणा आढळतो. कमरेवरील सर्व उत्तर अंग अनावृत आहे. छातीभोवती आवळलेला पट्टा गळ्यातील– माळेप्रमाणे समोरच्या बाजूने गुंफला आहे. गळ्यात माळा आणि कमरेभोवती कमरबंध आहे. धोतराला चुण्या नाहीत; फक्त निऱ्यांचा सोगा दिसतो. कानातील वर्तुळाकार कर्णकुंडले मोठी असून बोजड आहेत. दुसरी एक यक्षाची मूर्ती या मूर्तीसारखीच असून ती पाटणा वस्तुसंग्रहालयात ठेवली आहे. हा यक्ष स्थूल आहे पण वस्त्रप्रावरणाच्या बाबतीत स्पष्ट फरक जाणवतो. धोतराऐवजी त्याने लुंगीसारखे वस्त्र गुंडाळले आहे. गळ्याभोवती उपरणे आणि यज्ञोपवितासारखा लपटलेला पट्टा आहे. मूर्तीवर नागबंधाखेरीज अन्य कोणतेच अलंकार नाहीत. समांतर रेषांनी वस्त्रांच्या चुण्या दाखविण्याची पद्धत इराणी परंपरेतील परकीय छटा दर्शविते.

पाटण्याजवळच्या लोहानिपूर येथे मिळालेली विशीर्ष जिनमूर्ती वरील यक्ष प्रतिमांहून अधिक सुबक आणि आकर्षक आहे. तीत प्रमाणबद्धता असून मूर्तीवर चकाकी आहे. याचीच प्रगत रूपे पुढे भारहूत व सांची येथे निर्माण झालेली दिसतात. धौली येथील गजराजाची अपोत्थित शिल्पातील प्रतिमा भव्य असून हत्तीचा या ठिकाणी फक्त मुखाकडील पुढचाच भाग खोदला आहे. हा गजराज नावाप्रमाणे एक अजस्त्र प्राणी असून तो आपल्या सोंडेने मोठा दगडगोटा मस्तवालपणे ढकलताना दर्शविला आहे. त्यात हत्तीची गती, भव्यता आणि सहजता जाणवते. प्राणिविज्ञानाच्या दृष्टीने ही मूर्ती अभ्यसनीय आहे; तर काल्सी येथील रेखाटनात केवळ चित्रकाराच्या रेषांची किमया पाहावयास मिळते; पण तिथे उठाव नसल्यामुळे हे रेषालालित्य पुसट झाले आहे. सारनाथ येथे याच काळातील सापडलेले एक मुखशिल्प आहे. या मुखवट्यातील भ्रतार मिशा तत्कालीन व्यक्तिशिल्पाचा विशेष सांगून जातात. दिदारगंज यक्षीसारखी पण साधारणतः लहान आकाराची आणि ओबडधोबड आणखी एक यक्षीची मूर्ती विसनगर येथे मिळाली. या काळातील आणखी काही मूर्ती

ग्वाल्हेरजवळ बडोदे, बिहारमध्ये पाटणा व पवया या स्थानी उपलब्ध झाल्या असून त्यांत कलात्मक विशेषगुण फारसे नसले, तरी मूर्तिकामाची परंपरा दिसून येते. पवया येथील यक्षाची मूर्ती मणिभद्र यक्ष या नावाने प्रसिद्ध असून या यक्षाचे डोके फुटले आहे. त्यामुळे ती विशीर्ष मूर्ती असूनसुद्धा तिच्या अंगावरील वस्त्रप्रावरणे व अलंकार स्पष्ट दिसतात. हा यक्ष समभंग आसनात एका चौकोनी दगडी पीठावर उभा आहे. त्याच्या गळ्यात हाराप्रमाणे जाड माळा असून कमरेवरील भाग अनावृत आहे. त्यावरील यज्ञोपवीत आणि डाव्या खांद्यावरील उपरणे स्पष्ट दिसते. त्याचा उजवा हात तुटला असून डाव्या अवशिष्ट हातातील मगनटात कंकणे आहेत. त्याने धोतर नेसले असून त्याचा सोगा दोन्ही पायांमधून पीठावर लोळत आहे. या पूर्ण शिल्पाच्या पाठीमागील भागात गळ्यातील माळेची सुरगाठ मानेमागे मधोमध स्पष्ट दिसते; तसेच उपरण्याचा एक लांब पदर मागील बाजूस लोळत असून हातातील दोन बाजूबंद आणि निऱ्या घातलेला धोतराचा कासोटा नितंबावरून खाली लोळताना दिसतो. मोजके अलंकार, अनावृत उत्तरभाग आणि धोतर नेसण्याची पद्धत यांवरून या प्रतिमेचे शैलीकरण झालेले दिसत नाही. या यक्ष-यक्षींची प्रगत रूपे पुढे स्तुपांवरील तोरणातून बौद्धकलेत दृग्गोचार होतात; तथापि या सर्व शिल्पांत नंतरच्या काळात आढळणारा एकजिनसीपणाचा अभाव कुठेतरी जाणवतो. काही अभ्यासक या मूर्तींचा काल शुंग-आंध्र काळात नेतात; परंतु शिल्पशैलीच्या प्राथमिक अवस्थेचा विचार केला असता, याला मौर्यकालीन समजणे अधिक सयुक्तिक ठरते. भारतीय शिल्पकलेचा तो उषःकालच आहे.

मौर्यकालात सम्राट अशोकाच्या कारकिर्दीत (इ.स.पू. २६९-२३२) बौद्ध लेणी खोदण्यास प्रारंभ झाला असावा, असे त्या लेण्यातील कोरीव लेखावरून ज्ञात झाले आहे. खुद्द अशोकाने प्राचीन मगध देशात (सांप्रत बिहार राज्य) बराबर टेकड्यात व त्याचा नातू दशरथ याने नागार्जुनी टेकड्यात आजीविक पंथांच्या भिक्षूंकरिता लेणी कोरविली होती. गया जिल्ह्यात या टेकड्या असून नागार्जुनी टेकड्यात आजीविक भिक्षूंसाठी खोदलेली सात लेणी आढळली. त्यांपैकी सुदामा आणि लोमशऋषी ही लेणी सुप्रसिद्ध आहेत. या गुहेचे मुखदर्शन हे तत्कालीन इमारतीच्या प्रवेशिकेची हुबेहूब प्रतिकृती आहे. या दोन्हींमध्ये तत्कालीन प्रथेनुसार कारागिरांनी लाकडी कोरीव काम केलेले दिसून येते. आतील भिंतींवर घासून घासून चकाकी आणली आहे. लोमशऋषी लेण्याचे विधान साधे असून त्यात एक चौकोनी व एक वर्तुळाकार खोली आहे. हे हीनयान पंथाचे सुरुवातीचे लेणे असल्यामुळे तेथे प्रतीकात्मक चिन्हे आढळतात. सुरुवातीच्या महायान पंथाचे प्रतिनिधित्व करणारी काही लेणी मध्य प्रदेश राज्यात आहेत; तथापि त्यातून फारसे शिल्प आढळत नाही. याच सुमारास सांची, सारनाथ आणि सोनारी या स्थळी स्तुपांचे बांधकाम सुरू झाले

होते. त्यातील चैत्य सभागृहाचे अवशेष उपलब्ध झाले आहेत. या स्तुपांवर नंतर पुढील काळात कठडे व तोरणे बांधून ते अलंकृत करण्यात आले. भारताच्या इतर भागात विशेषतः ओरिसात उदयगिरी आणि खंडगिरी या भुवनेश्वरजवळच्या (वायव्येस सहा कि.मी. वर असलेल्या जुळ्या टेकड्यात) टेकाडांत मौर्यकालीन काही गुंफा खोदलेल्या आहेत. हा जैन लेण्यांचा समूह असून ही लेणी बौद्ध लेण्यांपेक्षा तुलनात्मकदृष्ट्या अधिक कलात्मक आहेत. उदयगिरी येथे कलिंग देशातील पाचशे मुनी मोक्षाला गेले, असा जैन पुराणात उल्लेख आहे. त्यामुळे हे जैनांचे तीर्थस्थान (अतिशयक्षेत्र) म्हणून प्रसिद्ध आहे. महावीरानेही या स्थानाला भेट दिली होती, अशी वदंता आहे. या पर्वतश्रेणींच्या परिसरात साठांवर लेणी असून उदयगिरीवरच सुमारे पस्तीस लेणी आहेत. येथील काही लेणी दुमजली-तिमजली असून त्यांमध्ये विपुल शिल्पांकन आहे. लेण्यातील स्तंभ आणि तत्संलग्न शिल्पे अप्रतिम आहेत. अलगपुरी, जय-विजय, राणी, गणेश, स्वर्ग, मध्यपाताळ इ. लेणी या दृष्टीने महत्त्वाची आहेत. गणेश गुंफेच्या बाहेरील बाजूस दोन अजस्त्र हत्तींचे शिल्प आहे. यात हत्तीचा जोष आणि भव्यता जाणवते. येथील हाथीगुंफेत कलिंग राजा खारवेल (इ.स.पू. दुसरे शतक) याचा सुप्रसिद्ध शिलालेख छतावर खोदलेला असून तो खारवेलच्या राजकीय घडामोडींवर प्रकाश टाकतो. या सर्व लेण्यात मूर्ती खोदलेल्या आहेत. उदयगिरीजवळच खंडगिरी असून तिथे वर व खाली अशी पाच लेणी आहेत. शिखरावर जैन मंदिर आहे. त्याजवळच इंद्र केसरी नावाची गुंफा आहे. तिच्या मागील एका लेण्यात चोवीस तीर्थंकरांच्या प्रतिमा लांछनासह कोरल्या आहेत. शिलालेख, स्थापत्यशैली, रचनावैचित्र्य आणि शिल्पांतील वैविध्य यांमुळे ही लेणी वैशिष्ट्यपूर्ण ठरली आहेत. भाजे येथील (महाराष्ट्र, पुणे जिल्हा) बावीस लेण्यांचा समूह मौर्यकाळाच्या अखेरच्या काळात खोदला असून येथील शिल्पकाम अप्रतिम आहे. सूर्यगुंफा या नावाने प्रसिद्ध असलेल्या लेण्यात हत्तीवर आरूढ झालेला, हातात पुष्पमाला धारण करणारा एक पुरुष असून त्याच्या एका हातात अंकुश आहे व एक पताकाधारी सेवक त्याच्यामागे बसला आहे, दुसऱ्या बाजूला चार घोड्यांचा रथ, राजपुत्र व दोन सेविका यांच्या मूर्ती आहेत. तिच्यावरून जातकातील गांधाऱ्याची ही कथा असावी. गवाक्षापाशी एका धनुर्धरीचे शिल्प आहे. येथे बैल, उंट अशा काही प्राण्यांचीही शिल्पे आहेत. शिवाय या लेण्यात काही उत्कीर्ण दानलेख आहेत. याव्यतिरिक्त या काळातील काही मातृदेवतांच्या मृण्मूर्तीही आढळतात.

मौर्यकलेचे विशेषतः शिल्पकलेचे दोन अगदी स्वतंत्र भाग पडतात : एक, अशोक स्तंभ आणि दोन, यक्षयक्षींच्या मूर्ती. यांपैकी अशोक स्तंभांना कलासमीक्षक दरबारी शाहीकला अशी उपमा देतात; कारण या स्तंभांत शाही डामडौल, त्रिमितीय प्रगत दृष्टिकोन, भव्यता आणि पश्चिम आशियातील प्रतिमाने यांचा सुरेख संगम

आढळतो. तद्‌वतच नागरी संस्कृतीचा भपका व सुविकसितपणा हे गुणविशेष दिसतात. या कलाकृतींवर परकीयांची, विशेषतः इराणी छटा आहे आणि त्यांच्या कलेचेच काही अंशी अनुकरणही या कलेत आढळते; परंतु या कलेचा आशय आणि अभिव्यक्ती मात्र पूर्णतः भारतीय आहे. ही शिल्पकला सम्राट अशोकाच्या व्यक्तिगत इच्छेनुसार, दरबारच्या देखरेखीखाली आणि राजाश्रयाने विकसित झालेले एक उष्म काचगृह (हॉटहाऊस) किंवा आधुनिक पद्धतीचे हरितगृह होते. अशोकाच्या मृत्यूनंतर त्याच्या भिंती कोसळल्या आणि या शिल्पकलेचा मूलस्रोतच खंडित झाला. पुढील काळात अशा प्रकारचे स्तंभ उभे करण्याचा प्रयत्न पुढील राजांनी - खुद्द त्याच्या वारसांनीही केलेला दिसत नाही. परिणामतः ही दरबारी शाही शिल्पकला भारतीय कलेवर आपला चिरंतन ठसा उमटविण्यात पूर्णतः अपयशी ठरली. म्हणून तिला कलासमीक्षक भारतीय कलाइतिहासातील एक अवांतर कथा वा उपाख्यान म्हणतात. मात्र मौर्यकालीन शिल्पकलेतील यक्षयक्षींच्या प्रतिमा अल्पप्रमाणात उपलब्ध असल्या तरी त्यांची ओबडधोबड शैली, आणि त्यातून दृग्गोचर होणारी मोजकी वस्त्रप्रावरणे व अलंकार यांचा विचार केला असता, त्या तत्कालीन लोककलेचेच प्रतिनिधित्व करतात. हीच लोककला पुढे सुविकसित झाली. त्याचे परिणत स्वरूप भारहूत, सांची, बुद्धगया (बोधगया), अमरावती, नागार्जुनकोंडा येथील स्तूपांतून पाहावयास मिळते.

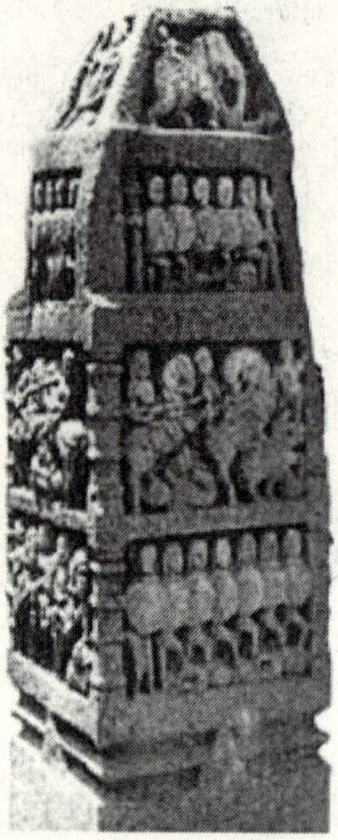

अजिंठा

महाराष्ट्रातील अजिंठ्याच्या गुंफा ह्या प्राचीन चित्रकलेसाठी जगप्रसिद्ध आहेत; किंबहुना भारताच्या प्राचीन कलावैभवाची आणि उच्च अभिरुचीची साक्ष पटविणारी जी मोजकी स्थळे आढळतात, त्यात अजिंठ्यास मानाचे स्थान आहे. या गुंफांच्या निश्चित कालाविषयी तज्ज्ञांत मतैक्य नाही; तथापि इ.स.पू. दुसरे शतक ते इसवीसनाचे सातवे-आठवे शतक या दीर्घ काळात अजिंठ्याची कला मोहोरली.

अजिंठा हा छोटा गाव औरंगाबाद जिल्ह्यात औरंगाबादच्या उत्तरेस सुमारे १०८ किमी. वर व फर्दापूर या गावापासून दक्षिणेस सुमारे पाच किमी. वर सह्याद्री पर्वताच्या सातमाळ रांगेतील इंध्याद्री पर्वतश्रेणीजवळ वसला आहे. त्याच्या वायव्येस अर्धचंद्राकृती जो गुंफासमूह आहे, त्यास अजिंठ्याची लेणी म्हणतात. स्थानिक लोक त्यास फर्दापूरची

लेणी, असेच संबोधितात. या डोंगराच्या पायथ्याजवळून वाघोऱ्याचा निर्झर सतत वाहत असतो. एकूण येथील पहाडाची स्वाभाविक नैसर्गिक रचना अशी आहे की, तेथील बसाल्ट जातीचा एकसंध पत्थर शिल्प खोदण्यास सर्वथा अनुकूल आहे. त्याचा फायदा घेऊन कलाकारांनी हे बहुरंगी आणि बहुरूपी कलाविश्व साकार केले. सर्व गुंफा आखीव नाहीत, काही खाली तर काही थोड्या वर अशा आहेत. एकूण हा तीस गुंफांचा समूह आहे आणि वेगवेगळ्या काळी त्यातील गुंफा खोदल्या आहेत. त्यांचेही पुन्हा दोन भाग आहेत. एक हीनयान पंथीय व दोन महायान पंथीय. कालक्रमाच्या दृष्टीने हीनयान पंथीय गुंफांचे खोदकाम इ.स.पू दुसरे शतक ते इ.स. पहिले शतक या दरम्यान झालेले आहे. त्यात गुंफा क्रमांक ८,९,१०,१२,१३ व १५ यांचा अंतर्भाव होतो. यातील दहा क्रमांकाची गुंफा सर्वात प्राचीन असून नऊ व दहा ही चैत्यगृहे व अन्य गुंफा विहार होत. महायान पंथीय गुंफा इ.स. चौथ्या शतकानंतरच्या आहेत. सुरुवातीचे सुमारे एक हजार वर्षे हे केंद्र दक्षिणपंथातील बौद्ध धर्माचे एक महत्त्वाचे केन्द्र असावे. त्यानंतर बौद्ध धर्माच्या अधोगतीबरोबर या गुंफा दुर्लक्षिल्या गेल्या असाव्यात. पुढे वनराजीने हा प्रदेश फुलून गेला.

या गुंफांचा उल्लेख प्रसिद्ध चिनी प्रवासी यूवान च्वांग (इ. स. ६०२-६६४) आपल्या दक्षिण हिंदुस्थानच्या प्रवास वृत्तांतात पुढील शब्दांत करतो. तो लिहितो, ''मोहालच (महाराष्ट्र) देशाच्या पूर्वबाजूस एक मोठी पर्वतश्रेणी आहे. एकावर एक उभ्या असलेल्या मजल्याप्रमाणे या पर्वताचे कडे दिसतात. येथील गिरिशिखरांची शोभा अवर्णनीय आहे. येथे एक मठ आहे; त्याचे तोंड अंधाऱ्या कपारीत आहे. उभ्या दरडीमध्ये भव्य असे मंडप व दालने कोरलेली आहेत. ही दालने डोंगरावर वसलेली असून आपल्या पाठीवर उंच पहाड व शिखरे तोलून धरीत आहेत, असाच भास होतो. सर्व कंदरगृहांची मुखे आत दरीकडेच वळलेली होती. या समूहातच एक प्रचंड संघाराम आहे. अचल ह्या पश्चिम भारतीय रहिवाशाने (भिक्षूने) तो खोदला असावा असे सांगतात. यातील मंदिर सुमारे तेहतीस मीटर उंचीचे असावे. त्यात सुमारे वीस मीटर उंचीची भव्य बुद्धमूर्ती आहे. या मूर्तीवर एकावर एक अशी पाषाणाची सात छत्रे आहेत आणि त्यातील एकालाही कशाचा आधार नाही किंवा ते कशालाच जोडलेले नाही. प्रत्येक छत्र सुमारे एक मीटर अंतरावर आहे. मंदिराच्या (भिंतीवर) बाजूस गौतम बुद्धाच्या बोधिसत्व अवतारातील विविध प्रसंग दाखविले आहेत. सगळ्या लहानमोठ्या घटनांना येथे स्थान आहे. बुद्धाच्या ज्ञानप्राप्तीचा क्षण येथे आहे तसेच महापरिनिर्वाणाचाही आहे. याच मठाच्या द्वाराजवळ दोन्ही बाजूंना दगडी हत्तीच्या प्रतिमा आहेत. येथील पुजारी यात्रिकाला सांगतात की या हत्तींच्या चित्काकाराने भूकंप घडतात.'' युवान च्वांगने प्रत्यक्ष अजिंठ्यास भेट दिल्याचा उल्लेख नाही; मात्र तो बादामी (विजापूर जिल्हा) येथे राहिला होता.

या लेण्यांकडे मध्ययुगात फारसे कुणाचे लक्ष गेले नाही. यादवांची राजधानी देवगिरी ह्या लेण्यांच्या जवळच होती. शिवकाळात वेरूळला मराठ्यांचे वास्तव्य होते; तथापि एकोणिसाव्या शतकापर्यंत ही लेणी अंधारातच राहिली. त्यांचा शोध आकस्मिकपणे इ.स. १८१८ मध्ये लागला असला, तरी निश्चितपणे इ.स. १८१९च्या एप्रिल महिन्यात स्मिथनामक ब्रिटिश अधिकाऱ्याने ती उजेडात आणली, याविषयीचा लेख दहा क्रमांकाच्या लेण्यात पाहावयास मिळतो. काल ओघात या लेण्यांतील बरीच चित्रे नष्ट झाली असून काही खराबही झाली आहेत; तथापि जी अवशिष्ट आहेत, त्यांतून अजिंठ्याची वैशिष्ट्यपूर्ण भित्तिचित्रकला पाहावयास मिळते.

लेणे क्रमांक एक - याचा आलेख (विधान) चतुष्कोनी असून गर्भगृहात बुद्धाची कोरलेली मूर्ती आहे. अजिंठ्यात चित्रकला आणि शिल्पशैली या दृष्टीने ज्या काही थोड्या गुंफा ख्यातनाम आहेत, त्यांत हिचा क्रमांक पहिलाच कदाचित लागेल! या गुंफेचा दर्शनी भाग साधा असून तुळईवर शिल्पपट्ट कोरले आहेत. हे लहान असून त्यात बुद्धजीवनातील कथात्मक प्रसंगांशिवाय हत्तींच्या झुंजी, शिकारीचे देखावे असे विविध विषय कोरले आहेत. या लेण्याचे काही स्तंभ अर्धस्तंभ असून सर्व स्तंभ वैविध्यपूर्ण कलाकुसरयुक्त आहेत. अर्धस्तंभांना अंध्री म्हणतात. त्यांच्या मधल्या चौकटीत बुद्धजीवनातील प्रसंग आणि अन्य भागावर आकाशगामी गंधर्वयुग्मे आहेत. ती जणू काही वरचा प्रस्तर तोलूनच धरीत आहेत, असा भास निर्माण केला आहे. अष्टकोनी, वर्तुळाकार, चौकोनी अशा या स्तंभांचा माथा (स्तंभशीर्ष) नक्षीदार चौकोनी आहे. त्यांच्या वरच्या बाजूस फुलाच्या पाकळ्या मिटाव्यात असा त्यांचा आकार निमुळता होत गेला आहे. त्यावर पूर्ण कलशाचे स्तंभशीर्ष खोदले असून त्यावर प्रजाल आहे. पूर्ण कलश हे अर्थपूर्ण रूपक भारतीय संस्कृतीत आहे. कुंभ हे समृद्धी-गर्भाचे प्रतीक म्हणून मंदिर शिल्पांतून डोकावते. ते अनेकविध प्रकारांनी दर्शविलेले प्रतिमान आहे. अजिंठा-वेरूळला याचे अनेक प्रकार दिसतात. या ठिकाणी पूर्ण कलश आणि त्यांना आधार देणारे यक्ष किंवा व्याली यांची कलात्मक रचना आढळते. स्तंभांच्या गोल भागावर सरळ, उभ्या किंवा तिरक्या प्रजालिका आहेत. या प्रजालिकांच्या भोवती अधूनमधून पट्टांची बंधने कोरलेली असून त्यांवर फुलांची नक्षी आहे. बहुतेक स्तंभ असेच आहेत. या लेण्यातील स्तंभ, तुळया यांवरील शिल्पालंकरणाव्यतिरिक्त गर्भगृहातील सुरेख बुद्धमूर्ती आणि चार स्वतंत्र शरीरे (धडे) व एकच मुख असलेले चौमृगाचे वैशिष्ट्यपूर्ण शिल्प आहे. यातील दोन हरिणे उभी व दोन बसलेली असून मुखाच्या गळ्यात अलंकार माला कोरली आहे.

या गुंफा– वास्तूच्या मुख्य वीथिकेत (व्हरांड्यात) दोन छोट्या खोल्या आहेत, त्यांतून मुख्य मंडपात तीन द्वारे आहेत.

मुख्य द्वाराच्या बाजूस दोन गवाक्षे आहेत. या द्वाराच्या द्वारशाखेवर वैविध्यपूर्ण

नक्षीकाम आहे. त्यात वेलपत्ती, त्यानंतर चौकटीत छोट्या कवाटात अनेक युग्मे खोदलेली असून तळाशी नाग-रक्षक आहेत. गणेशपट्टीवर पाच युगुले आढळतात. त्यांतील काहींच्या हातात वाद्ये आहेत. सगळ्यात बाहेरची चौकट म्हणजे अर्धस्तंभ असून त्यावर गणेशपट्टी तोलणाऱ्या गंगा-यमुनांच्या मूर्ती खोदल्या आहेत. गुप्तकालीन मंदिर शिल्पांच्या द्वारशाखेचे हे प्रमुख वैशिष्ट्य होय. यातून आत गेल्यावर मोठा चौक लागतो. त्याच्या सभोवती सोपे व सोपे व चौक यांमध्ये पुन्हा नक्षीदार स्तंभ असून त्यात विविध ढंग आढळतात. यातील पैलू पाडलेले तासलेले खांब अधिक आकर्षक आहेत.

हे शिल्पकाम सोडले तर ही गुंफा मुख्यत्वे आतील चित्रकामासाठी प्रसिद्ध आहे. या गुंफेच्या मुख्य गर्भगृहात एक अतिभव्य बुद्ध प्रतिमा सिंहासनावर धर्मचक्र मुद्रेत बसलेली आहे. डाव्या हातात वस्त्राचे टोक आहे. बाकी वस्त्र अंगाला लपटलेले आहे. बुद्धाच्या दोन्ही बाजूस रक्षक म्हणून तेवढ्याच मोठ्या बोधिसत्त्वांच्या मूर्ती आहेत. वरच्या बाजूंस गंधर्व युग्मे असून बुद्धाचा चेहरा शांत व ध्यानमग्न आहे. केवळ ओठांच्या रेखाटणावरच सौम्य हृदयस्पर्शी भाव साधले आहेत. या मूर्तीचे वैशिष्ट्य असे की, या मूर्तीच्या उजव्या बाजूने प्रकाश टाकला तर मुद्रा प्रसन्न दिसते - स्मितहास्य उमटल्याचा भास होतो. समोरून उजेड टाकला असता मूर्ती ध्यानमग्न मुद्रेचा आविष्कार करते आणि डावीकडून प्रकाश टाकला असता खिन्नतेचे भाव मुखावर दिसतात. पूर्वी ही मूर्ती रंगविलेली व लेपन केलेली होती, याच्या खुणा स्पष्ट दिसतात.

या गुंफेतील रंगकाम दोन प्रकारचे आहे. एक केवळ सुशोभनासाठी केलेले आणि दुसरे बोधप्रद-उपदेश करण्याच्या हेतूने केलेले. पहिल्या प्रकारात इमारतीचे भिन्न भाग शोभिवंत करण्यासाठी छताच्या बाजूच्या किनारी, स्तंभांचे विविध भाग तसेच द्वारशाखेच्या आजूबाजूचे भाग वापरले असून त्यांवर हरतऱ्हेच्या आकृती, फुले, पाने, वेलपत्त्या, भौमितिक रचनाबंध अशी चित्रे रेखाटली आहेत. यातच मकर, मत्स्य, व्याघ्र, हत्ती असे प्राणी आणि पोपट, मोर, बदके, हंस असे पक्षी अत्यंत कौशल्याने काढले आहेत. याशिवाय मानवी चेहऱ्यांचे मकर किंवा पंखधारी असे बुटके यक्ष यांच्या विचित्र चित्राकृती आढळतात. या सर्व चित्रांत कमळवेल आणि हत्ती यांचे प्रमाण अधिक असून तत्कालीन चित्रकाराचा तो जिव्हाळ्याचा विषय असावा. सुशोभनासाठी बोधप्रद चित्रकामही उपयुक्त ठरले आहे. भिंतींवर सर्वत्र विखुरलेली ही रंगमय मायापुरी गुंफांचे आकर्षण तर वाढवितेच; पण तत्कालीन कलेचा दर्जा दर्शविते. आज अवशिष्ट असलेल्या चित्रांवरून सबंध देखाव्याची कल्पना येत नाही, हे जे आहे ते विलोभनीय आहे.

बोधप्रद चित्रांत बौद्ध जातकातील, बुद्धाच्या जीवनातील आणि त्यापूर्वीच्या

विविध जन्मातील कथांचे रेखाटन आहे. बहुतेक कथा बौद्ध-वाङ्मयातील आहेत, परंतु काही कथा हिंदू वाङ्मयातीलही इथे डोकावतात. नव्या सांप्रदायिकांनी आवश्यक ते फेरफार प्राचीन कथात करून घेतलेले असले, तरी कथाविषय तोच आहे. अशा कथात शिबी जातक ही एक कथा आहे. मुख्य मंडपात गेल्यानंतर डाव्या बाजूने प्रारंभ केला असता हे चित्र गर्भगृहाकडे तोंड करून उभ्या असलेल्या भिंतीवर रेखाटले आहे. शिबी जातकाची कथा महाभारतातून सामान्यपणे ज्ञात झालेली असून शिबी राजाचे सत्त्व पाहण्यासाठी इंद्र आणि अग्नी हे दोन देव श्येन (ससाणा) आणि कपोत (कबूतर) यांची रूपे घेऊन येतात. ससाण्याच्या पाठलागाने भयभीत झालेला कपोत राजाच्या मांडीवर जाऊन बसतो आणि मानवी वाणीने 'मला आश्रय द्या' अशी विनंती करतो. शरणागताला अभय हे ब्रीद पाळून राजा शिबी त्यास अभय देतो. दरम्यान ससाणा त्या ठिकाणी येतो आणि माझे भक्ष्य मला दे, अशी मागणी करतो. त्याचे हे स्वाभाविक भक्ष्य असल्याने राजाने त्याला स्वाधीन करावे, अशी त्याची इच्छा आहे. एरवी ससाण्याला उपाशी मारण्याचे पातक आपल्या माथी येईल, म्हणून राजा या पेचातून एक मार्ग काढतो की त्यायोगे ससाणा उपाशी राहणार नाही व कबूतर जिवंत राहील. त्याने कपोताच्या वजनाचे मांस आपल्या शरीरातून काढून देण्याचे कबूल केले. तेव्हा त्याची कर्तव्यनिष्ठा पाहून इंद्र व अग्नी दोघेही प्रसन्न झाले. हा मूळ कथाभाग बौद्ध वाङ्मयाने महाभारतातून घेतला असावा. या गोष्टीचे चित्रण येथील रूढीला अनुसरून केले आहे; मात्र ते तीन स्वतंत्र चित्रांत गुंफले आहे. पहिल्या चित्रात शिबीचा राजदरबार, द्वारपाल, रक्षक, मानकरी व दासी यांच्या समूहात तो बसला आहे. त्याच्या मांडीवर कबूतर आहे. पांढऱ्या-निळ्या रंगछटात हे कबूतर सुरेख दिसते. राजाचे अलंकार विशेषतः मुकुट, गळ्यातील हार, बाहुभूषणे, कंकणे सगळे रत्नजडित सुवर्णाचे आहेत. मुकुटावर बारीक नक्षी आहे. अलंकारांचे सूक्ष्म रेखाटन ही इथल्या कलाकारांची खासियत होय. त्यामानाने वस्त्रप्रावरणे साधी आहेत. दुसऱ्या चित्रात अन्तःपुरातील शिबीराजा व राणी यांची चर्चा चाललेली दिसते. कपोतासाठी त्याग करण्याच्या कृतीला तिची संमती मिळविण्याचा राजा प्रयत्न करीत आहे. तिसऱ्या चित्रात पिंपळवृक्ष, त्याखाली तराजू असून पलीकडे शिबी राजा उभा आहे. हा प्रसंग म्हणजे कबुतराच्या बदल्यात भारंभार मांस काढून देण्याचा प्रसंग असावा.

या तीन चित्रमालिकेच्या खालील बाजूस एक चित्र आहे. त्यातील मध्यभागी चितारलेली व्यक्ती बहुधा शिबी राजाची असावी. त्याच्या समोर व बाजूला ऋषिमुनी असून ते बहुधा राजाला सत्त्वपरीक्षेत उत्तीर्ण झाल्याबद्दल आशीर्वाद देण्यास जमले असावेत. चित्रकारांनी ऋषिमुनींच्या भावछटा कल्पकतेने रेखाटल्या आहेत. अशीच रेखाटने राजदरबारातील स्तंभांना टेकून असलेल्या दोन स्त्रियांच्या बाबतीत दिसतात.

या सर्वांतून एक गोष्ट जाणवते, ती म्हणजे हातांच्या व पायांच्या बोटांचे रेखाटन! हे रेखाटन नाजूक, लालित्यपूर्ण व सजीव आहे. चामरधारिणीचा हातसुद्धा या कौशल्यात उठून दिसतो.

शिबी जातकाच्या चित्रमालिकेनंतर एक खिडकी दिसते. तिच्या वरच्या भिंतीवर एक पुसट सुकुमार नायिकेचे चित्र आहे. नायिका मंचकावर पहुडली आहे. तिच्या चेहऱ्यावरून ती दुःखी असावी. तिच्या बाजूला जलकुंभ धारण केलेल्या दासी आहेत. काही दासी चौरी ढाळीत आहेत, तर काही वारा घालीत आहेत. या नायिकेविषयी तज्ज्ञांत एकमत नाही. ही नायिका म्हणजे गौतमाने त्याग केलेली यशोधरा असावी किंवा महाजनक जातकातील राणी सिवाली असावी. तिच्या मुद्रेवरून वियोग मात्र निश्चित दिसतो.

दुसऱ्या एका चित्रात राजप्रासादाच्या द्वारात एक भिक्षू संन्याशी उभा आहे. हा भिक्षू म्हणजे आपल्या प्रिय पत्नीच्या ओढीने घरापाशी आलेला गौतम असावा, असे काही तज्ज्ञ मानतात. हा केवळ एक तर्क आहे. पण ह्या चित्रातील रेखाटन सहृदयतेने केले आहे. त्यामुळे या चित्रकामाचा बोलकेपणा दृग्गोचर होतो. सगळ्यात डाव्या बाजूला धवलवस्त्रधारी भिक्षू, त्याच्या समोर द्वाररक्षक आणि आतून तबकातून फलाहार आणणारी सेविका आहे. प्रासादाच्या अन्तःपुरात दोन स्त्रिया असून त्यांपैकी एक राजस्त्री असावी व दुसरी तिची सखी. भिक्षूच्या चेहऱ्यावरचे शांत-सात्त्विक भाव आणि राजस्त्रीच्या चेहऱ्यावरील औदासीन्य कौशल्याने रेखाटले आहे. रेषांचे लालित्य, रंगांतील वैविध्य आणि मुद्रांवरील भावुकता यांमुळे ही चित्रे मनाचा ठाव घेतात. अशाच प्रकारचे आणखी एक चित्र उजव्या बाजूच्या कोपऱ्यात आहे. त्यात मुख्य नायिका राजस्त्री असून तिच्या भोवती दासदासी व समोर एक पुरुष उभा आहे. हा प्रसंग महाजनक जातकातील असावा, असे तज्ज्ञ मानतात; कारण महाजनक राजाने संन्यास घेण्याचे ठरविले आणि अमात्यास ती गोष्ट सांगितली. तो अमात्य या चित्रात राजस्त्रियांना राजसंन्यासाचा बेत सांगत असल्याचा देखावा आहे.

दुसऱ्या येथील एका चित्रात राजप्रासादाच्या अन्तःपुरातील दृश्य असून मध्यभागी कलाकुसरयुक्त आसनावर एक राजपुरुष बसला असून त्याच्या शेजारी त्याची स्त्री आहे. राजाच्या माथ्यावर सात मुखांची एक नागफणी आहे. राणीच्या डोक्यावर एकमुखी नागफणी आहे. नाग-दम्पती हे रूपक शिल्पांतूनही आढळते. या दम्पतीच्या एकूण आविर्भावावरून ते प्रणयात मग्न असावेत. त्यांची करमणूक करण्यासाठी समोर नृत्यगायनाचा देखावा आहे.

शंखपाल जातकातील एक कथानक येथे चित्रित केलेले आहे. मगधच्या राजाच्या पोटी पुत्ररूपाने बोधिसत्त्वाचा जन्म झाला. पुत्र वयात आल्यावर राजाने त्यास अभिषेक केला आणि स्वतः संन्यस्त वृत्तीने आश्रमात प्रवचन करीत राहू

लागला. त्याचे प्रवचन ऐकण्यासाठी नागांचा अधिपती शंखपाल हा अत्यंत वैभवशाली व संपन्न राजा येत असे. त्याला श्रवणात आनंद वाटे, तथापि त्याचा डामडौल मोठा होता. एकदा शंखपाल आश्रमात आला असता राजपुत्ररूपी बोधिसत्त्व आपल्या पिताजींना भेटण्यासाठी आला. त्याने शंखपालाचे वैभव पाहून पुढील जन्मी नागरूपात जन्म घ्यावा असे ठरविले. त्याची इच्छा पूर्ण झाली आणि तो कालांतराने मरण पावल्यावर नागराज शंखपाल याच्याच रूपाने अवतरला. सुरुवातीस त्याला बरे वाटले, पण पुढे सुखासीनतेची उबग आली आणि देहत्याग करण्याचे ठरवून तो एका मुंग्यांच्या वारुळावर आडवा झाला. वाटसरूनी हा अजस्र नाग स्वस्थ पडलेला पाहून ते त्याच्या नाकात वेसण घालून त्याला फरफटत नेऊ लागले. शंखपालाला आपल्या जीविताचा अंत करावयाचा असल्याने त्याने प्रतिकार केला नाही; परंतु त्याच मार्गाने जाणाऱ्या अलार नावाच्या श्रेष्ठीला हे बघवेना. म्हणून त्याने शिकारी वाटसरूंना मोठी खंडणी दिली आणि नागराजाची मुक्तता केली. शंखपालरूप बोधिसत्त्व लगेचच अलारला घेऊन नाग-प्रासादात आला आणि त्याने अलारचा मानसन्मान केला. गर्भगृहाकडे मुख करून उभे राहिले असता डाव्या हाताच्या भिंतीवर वरच्या कोपऱ्यात हा प्रसंग चितारला आहे. त्यात नागराज शंखपाल मगधच्या संन्याशी राजाच्या समोर बसून प्रवचन ऐकत असल्याचे चित्र आहे. त्याच्या मागे एक राजस्त्री आहे. याच प्रवचन-दृश्यात अजिंठ्याच्या प्रसिद्ध चित्रांपैकी पाठमोऱ्या स्त्रीचे चित्र आहे. गुढगे मोडून एका हातावर भार देऊन बसलेली ही स्त्रीची आकृती मॉडेलिंगचा एक उत्तम नमुना आहे. या चित्राच्या उजव्या हाताला पारधी मंडळी सर्परूप शंखपालाला ओढून नेत असल्याचे चित्र आहे. सत्यचित्रणाचा हा सर्वोत्तम नमुना आहे. व्यक्तिचित्रणात सर्वांत खालच्या बाजूस अलाराचे स्वागत करणारा मानवरूपधारी शंखपाल दिसतो.

या शंखपाल जातकाच्या उजव्या हाताची सर्व भिंत महाजनक जातकाच्या कथानकाने व्यापलेली आहे. तिची पडझड झाली आहे; तथापि कथासूत्राची सुसंगती लागेल, एवढे चित्रकाम अवशिष्ट आहे. महाजनक जातकाची कथा अशी – मिथिल देशाच्या राजाचा भावाने लढाईत वध केला. विजयी भाऊ अर्थात राजा झाला. मूळ राजाची पत्नी आपल्या लहानग्याला घेऊन चंपानगरीत गेली. तिथे तिचा पुत्र महाजनक वाढतो आणि व्यापारउदीम करू लागतो. त्याच्या धंद्याची वाढ होऊन तो परदेशात व्यापार करतो. एकदा सुवर्णभूमीकडे त्याचे गलबत जात असता वाटेत वादळात ते सापडून बुडते. त्यावेळी कोणी जलदेवता महाजनकाला वाचविते आणि मिथिला नगरीत आणून सोडते. तिथे तो व्यापाराचा जम बसवितो आणि एक धनाढ्य कर्तबगार व्यापारी म्हणून प्रतिष्ठा मिळवितो. तेथील राजा आपली कन्या सिवालीबरोबर त्याचे लग्न लावतो. रूपवान पत्नी आणि सारे ऐश्वर्य असताना महाजनकाला

उपरती होते. तो सर्वसंगपरित्याग करून संन्यास घेण्याचे ठरवितो. सिवाली त्याला आपल्या मायाजालात गुरफटून ठेवण्याचा अयशस्वी प्रयत्न करते. अखेर तीच संन्यस्त वृत्ती धारण करते.

या कथेचा भाग सलग चितारलेला नाही. उजव्या बाजूला 'नौका डुबी' देखावा आहे; तर डाव्या बाजूला सिवालीची महाजनकाला गुंतवून ठेवण्याची धडपड आहे. या दृश्यात महाजनकाला अगदी बिलगून बसलेली सिवाली आहे व त्यांच्यासमोर नृत्यगायन चालू आहे. यातील नर्तिका विशेष लक्ष्य आहे. तिचे हावभाव आणि मुख्यत्त्वे वस्त्रप्रावरणे इतर स्त्रियांपेक्षा खूपच वेगळी आहेत. नर्तकी असूनसुद्धा तिचे सर्वांग कपड्यांनी लपेटलेले आहे. कदाचित ती गणिका आहे, हेच प्रमुख कारण असावे; कारण अजिंठा येथे राजकुलीन अथवा उच्चकुलीन स्त्रियांचे शरीर बहुधा अनावृतच आढळते आणि जी थोडी वस्त्रे अंगावर दिसतात, ती तलम असल्याने पारदर्शक भासतात. या नर्तिकेच्या बाजूला हत्तीवरून चाललेला राजा आहे. महाजनक बहुधा प्रवचन ऐकावयास जात असावा. यानंतर पुन्हा सिवाली-महाजनक भेट दाखविली आहे. तिथे तो आपला संन्यास घेण्याचा निश्चय करीत असावा; कारण शेवटी तो घोड्यावर बसून नगरद्वारातून बाहेर पडताना दाखविला आहे. त्याच्या पलीकडे दुःखी कष्टी सिवाली उभी असून हा सगळा भाग अस्पष्ट झाला आहे. या रेखाटनात भावदर्शनाबरोबरच अलंकार, वस्त्रे, मुकुट यांचे सूक्ष्म तपशील कौशल्याने चितारले आहेत. विशेषतः सिवालीचा शोक हृद्यरीत्या टिपला आहे. एकूण शिबीजातक, शंखपालजातक आणि महाजनकजातक यांच्या रेखाटनाने डावी भिंत व्यापली आहे. डाव्या कोपऱ्यातील महाजनक जातकातील कथा पुन्हा एकदा दरवाजाकडे तोंड करून असलेल्या भिंतीच्या अगदी डाव्या कोपऱ्यातील एका चित्रात आढळते. हे चित्र दोन भागांत आहे. त्यातून महाजनकाच्या संन्यास दीक्षाग्रहणाचे रेखाटन आहे. याच्या पलीकडे बुद्धाचे एक सुप्रसिद्ध चित्र आहे. अजिंठा चित्राकृतींपैकी पद्मपाणी बोधिसत्त्वाची कलाकृती उत्कृष्ट म्हणून ख्यातनाम आहे. नायकाची उभी राहण्याची ढब, त्याच्या अंगावरचे मोजके पण सुरेख अलंकार, नक्षीदार मुकुट आणि प्रसन्न मुद्रा लक्षणीय आहे. पद्मपाणीच्या शेजारची ती श्यामा लक्षवेधक आहे.

येथील माराचे मोहजाल या प्रसिद्ध चित्रात मार ह्या मायामोहाच्या अधिपतीने गौतमाला त्याच्या तपश्चर्येपासून परावृत्त करण्याचे हरेक प्रयत्न केले, त्याचे रेखाटन आहे. अर्थात गौतम त्याला बळी पडला नाही. यातील गौतमाची बैठी ध्यानमग्न मूर्ती मध्यभागी असून माराचे सैन्य सभोवती दिसते. त्यात विविध प्रकारचे आक्राळ-विक्राळ प्राणी, तलवारीधारक लढवय्ये गौतमावर धावून जात आहेत, असे दाखविले आहे. गौतमाच्या समोर माराच्या कन्या दिसतात. त्या गौतमाला आकृष्ट करण्यासाठी प्रयत्नशील आहेत. त्यांच्या चेहऱ्यावरील संभ्रमभाव फार वास्तवपूर्णरीत्या

चितारले आहेत. यातील काहीजणी पूर्णतः अनावृत असून एक मिथुनही येथे रेखाटले आहे. या चित्रांतून स्त्रीशरीराच्या अंगप्रत्यंगांचे तसेच शृंगाराचे स्वैर दर्शन घडते.

मुख्य मंडपातून गर्भगृहात जाताना अंतराळाच्या भिंतीवर 'श्रावस्तीचे विश्वरूप' या नावाने प्रसिद्ध असलेले चित्रकाम दिसते. श्रीकृष्णलिलातील विश्वरूप दर्शनाप्रमाणे हे कथानक असून यातून गौतम बुद्धाच्या चमत्काराचे दर्शन होते. एकदा गौतम बुद्ध प्रवचन करीत असताना राजगृह येथून आलेल्या काही विद्वानांनी चर्चेस सुरुवात केली. वादविवाद बराच वेळ चालू होता; परंतु त्या विद्वानांपैकी काही जण नाठाळ होते. त्यांचे समाधान होईना. अखेर गौतमाने हा वाद निरर्थक आहे, तेव्हा त्यांना दैवी सामर्थ्याचा प्रत्यय आणून द्यावा म्हणून त्याने सभेतून आकाशात उड्डाण केले. त्याच्या शरीरातून ज्वाला आणि पर्जन्य यांचा वर्षाव सुरू झाला. नंतर तो सभेत आला, तो कमळात बसलेला होता. काही क्षणातच त्याच्या शरीरातून असंख्य बुद्ध बाहेर पडले. त्यामुळे सर्व वातावरण बुद्धमय झाले. या विश्वरूपाचे दर्शन येथे घडते. अनेक बुद्धांच्या वस्त्रात, रंगात, अंगकांतीत फरक आहे, मात्र मुद्रा तीन-चार प्रकारच्या आहेत. त्यांपैकी धर्मचक्र किंवा धर्मचक्रपरिवर्तनमुद्रा अधिकतर आहेत. एकदोन प्रतिमा भूमिस्पर्श मुद्रेत आहेत.

यानंतर या भागात चाम्पेय जातकातील कथा दिसते. या कथेतील बोधिसत्त्व दरिद्री असून तो चंपा नदीवर चांपेय या नागराजाला सर्व लवाजम्यासह पाहतो. त्यावेळी त्याला नागराजा बनण्याची इच्छा होते आणि ती फलद्रूप होऊन तो सर्पयोनीत जन्माला येतो. काही काळ सुख भोगून त्याला कालांतराने त्या सुखाचा वीट येतो. या सुमारास सुमन नावाची नागकन्या त्यास आपलेसे करते. पुन्हा तो सुखविलासात रमू लागतो; पण अखेर सर्व त्याग करून एका वारुळावर तपश्चर्येस बसतो. तेथे त्याला एक मांत्रिक पकडतो. तो त्याला घेऊन वाराणशीच्या राजदरबारात जातो. राजा उग्रसेन आणि त्याच्या दरबारातील मंडळी नागाचा खेळ पाहात असताना एकाएकी तो नाग टोपलीत जाऊन बसतो. तत्पूर्वी ह्या गारुड्याने मांत्रिकाला निरनिराळे खेळ शिकविलेले असतात आणि खेळ करीत ते काशीत पोहोचतात. राजा आश्चर्यचकित होऊन इकडे तिकडे पाहू लागतो, तेव्हा त्याला अवकाशात (हवेत) तरंगणारी एक नागकन्या दिसते. ती पुढे येऊन राजाला वंदन करते आणि आपल्या पतीला मुक्त करण्याची प्रार्थना करते. त्या राजाने तिची प्रार्थना मान्य करून त्या गारुड्याला भरपूर द्रव्य देऊ केले. दरम्यान त्या मांत्रिकाला चाम्पेयाच्या दैवी स्वरूपाची कल्पना आलेली असते. तो मोठ्या आनंदाने त्यास मुक्त करतो. नंतर चाम्पेय व सुमन दोघे मानवी रूपे धारण करून उग्रसेन राजाला आपल्या नगरीत घेऊन जातात व त्याचा बहुमान करतात.

या कथेतील चित्रकामात कालक्रम सुसंगत नाही. डाव्या बाजूला खिन्न झालेला राजा व राजपत्नी दिसतात. दुसऱ्या देखाव्यात वाराणशीचा राजा उग्रसेन याचा दरबार, यात चाम्पेय आणि मांत्रिक राजासमोर उभे आहेत. याच चित्रात लहान मुलाला कडेवर घेतलेली स्त्री–बहुधा सुमन असावी. त्या चित्राखाली उग्रसेनाच्या स्वागताचा देखावा आहे. या देखाव्याच्या पुढच्या भिंतीसमोर इराणी वकिलातीचे दृष्य आहे. याबाबतीत विद्वानात मतभेद आहेत. या चित्रात मध्यभागी एका उच्चासनावर एक राजा बसला आहे. त्याच्यासमोर राजसभा आहे. त्यात अनेक मानकरी दिसतात. राजासमोर नेहमीपेक्षा वेगळा वेष परिधान केलेले आणि अ-भारतीय चेहरे असलेले तीन-चार लोक असून त्यांच्या माथ्यावर वासुदेवासारख्या कोणाकृती टोप्या आहेत व त्यांना दाढ्या आहेत. यातील पुढील तिघे आदबीने वाकून राजासमोर काही अहेर ठेवीत आहेत. चालुक्य राजा दुसरा पुलकेशी याच्या दरबारात आलेल्या इराणी वकिलातीचे हे दृश्य आहे, असे काही तज्ज्ञ समजतात.

या गुंफेतील छतावर लहान चौकटीत चित्रे आहेत. त्यातून हत्तीसारखे प्राणी, कमळे रेखाटली असून एक स्त्री व पुरुष मदिरापानात तल्लीन आहेत. या दोघांचेही पोषाख परकीय आहेत. याशिवाय छतावरील नक्षीत भौमितिक रचनाबंध आणि हंसांची तसेच पानाफुलांची नक्षी आढळते. इथली बैलांची झुंज प्रेक्षणीय आहे. तीत नैसर्गिक आवेश दृग्गोचर होतो. शिंगे एकमेकांत रोवून शेपट्या वर करून एकमेकांवर धावणारे हे बैल फारच छान आहेत.

गुंफा क्रमांक दोन पहिली प्रमाणेच असून तिच्या वास्तू आराखड्यात फरक नाही; मात्र स्तंभांच्या आकारात, घाटात आणि नक्षीत बदल आहे. येथील स्तंभपाद अधिक सुशोभित आहेत आणि स्तंभांवर आणखी पैलू पाडले आहेत. दरवाजा, खिडक्यांच्या चौकटी यांवर कोरीव काम आहे. या लेण्याच्या मध्यभागी गर्भगृह असून त्यात बुद्धमूर्ती आहे. गाभाऱ्याच्या दोन्ही बाजूंच्या दालनात उजव्या बाजूला हारिती व पाश्चिक यांच्या प्रतिमा असून ही यक्ष-दंपती बौद्धसाहित्यात ख्यातनाम आहे. हारिती ही यक्षिणी असून तिला मानवी रक्ताची चटक होती. ती राजगृह नगरातील लहान मुले फस्त करीत असे. पाञ्चिकाने आपल्या ह्या पत्नीस सुधारण्याचा प्रयत्न केला, पण तो व्यर्थ ठरला. अखेर बुद्धाने तिला वठणीवर आणण्यासाठी तिचाच एक मुलगा दडवून ठेवला. तेव्हा पुत्रशोकाने ती बैचेन झाली आणि बुद्धाच्या अंगावर धावून गेली; परंतु त्या धीरोदात्त शांत वृत्तीच्या व्यक्तीशी तिची नजरानजर होताच तिच्या हृदयात कालवाकालव झाली. बुद्धाने तिची ही सवय घालविली. डाव्या हाताच्या खोलीत दोन यक्षमूर्ती आहेत. हे धष्टपुष्ट असून त्यांचे येथे प्रयोजन कळत नाही. ही गुंफासुद्धा शिल्पकामापेक्षा चित्रकामासाठी प्रसिद्ध आहे. अर्थात येथील चित्रकाम खराब झाले असले, तरी छतावरील चित्रे सुस्थितीत आहेत.

डाव्या बाजूने पुढे सरकले असता पहिला चित्रपट बुद्धजन्माचा लागतो. तिथे मायादेवीचे शय्यागह असून देवी मंचकावर झोपलेली आहे. पलीकडे शुभ्र गजराजाची आकृती आहे. बुद्धाच्या जन्मापूर्वी माया देवीला शुभसूचक स्वप्न पडले. चार दैवी पुरुषांनी देवीला मंचकासह हिमालय पर्वतावर नेले. तिथे तिला न्हाऊ घालून पुढे एक सुवर्ण मंदिरात नेले. त्या ठिकाणी ती निद्रिस्त असता एक शुभ्र हत्ती आपल्या सोंडेत कमलपुष्प घेऊन आला आणि ते तिच्या चरणाजवळ ठेवून त्याने देवीला तीन प्रदक्षिणा घातल्या व नंतर तो तिच्या कुशीत शिरला. हा हत्ती म्हणजेच बोधिसत्त्व. वरील चित्र हे या प्रसंगाचे आहे. याच्या वरच्या बाजूस एक राजदंपतीचे चित्र आहे. ही बहुधा शुद्धोधन व मायादेवी असावीत. आपल्याला पडलेले स्वप्न मायादेवी आपल्या पतीला सांगत आहे, असा कथाभाग आहे. या ठिकाणी देवीचे सलज्जतेचे भाव फारच सुंदररित्या चितारले आहेत. याच्याजवळ मंचकाधिष्ठित राजपुरुषाचे एक चित्र आहे. हे चित्र स्वर्गातील बोधिसत्त्वाचे आहे. या चित्रपटाचे कथानक अन्य चित्रमालेतून पुढे सरकते. शुद्धोधन मायादेवीचे स्वप्न आपल्या पुरोहितांना सांगतो. ते शुद्धोधनाला अनुकूल निर्णय देतात. हे पुत्रप्राप्तीचे सुचिन्ह होते, शिवाय तो सुलक्षणी होणार यात शंकाच नाही; पण यात एक गोम होती, ती म्हणजे तो विख्यात राजा होईल किंवा तरुणपणी वैराग्य स्वीकारून गृहत्याग करील आणि महान संदेश देणारा महात्मा बनेल.

प्रसूतीसाठी मायादेवी माहेरी चालली. वाटेत एका उद्यानातील वृक्षराजी तिच्या सहवासाने बहरली. तेव्हा या देवीला क्रीडा करण्याची इच्छा झाली. ती एका शालवृक्षाजवळ आली. त्याची मोहोरलेली फांदी हाती धरून उभी असताना तिला प्रसववेदना जाणवू लागल्या. सेवकांनी आडोसा उभा केला आणि तिने बुद्धाला जन्म दिला. हे मूल जन्मतःच तेजस्वी होते. त्याने उत्तर दिशेने सात पावले टाकली. त्याच्या जन्माच्या वेळी अनेक शुभचमत्कार घडून आले. हे सर्व प्रसंग चित्रकाराने साकारले आहेत. यातील मायादेवीचे रेखाटन लक्षणीय आहे. नाजूक स्त्रीदेहाचे सालंकृत आगळे दर्शन इथे होते.

या कथानकाच्या उजव्या बाजूस सहस्त्रबुद्धांचे चित्रिकरण आढळते. या चित्राचे वर्ण्यविषय हंसजातकातील कथानक असून वाराणशीतील राणी खेमा हिने एकदा आपल्या स्वप्नात एक सुवर्ण हंस आपल्याला उपदेश करताना पाहिला आणि आपल्या पतीपाशी असा सुवर्ण हंस आपल्याला आणून द्यावा, असा हट्ट धरला. राजाने नगराजवळच एक तलाव बांधला व त्या ठिकाणी पारधी ठेवले. एकदा सुवर्ण हंसाचा थवा तिथून जाताना त्यांना हा तलाव दिसला आणि हंसांच्या राजाने तिथे उतरण्याची इच्छाही व्यक्त केली; परंतु त्याचा प्रधान सुमुख याला शंका आली; तथापि राजाच्या मोहापायी ते तिथे उतरले आणि पारध्यांनी त्यांना पकडून राजापुढे

उभे केले. राजाने त्यांचा आदरसत्कार करून आपल्याला उपदेश करावा, अशी विनंती केली; कारण हे हंसरूपधारी बोधिसत्त्व होते. येथील चित्रणात हे प्रसंग रेखाटले आहेत.

याच भिंतीवर विदुर पंडित जातकातील कथेचे चित्रण आहे. इंद्रप्रस्थचा राजा धनंजय याच्या पदरी विदुरनामक एक पंडित होता. त्याला नागलोकात पाचारण करून त्याच्याकडून उपदेश घेण्याची तळमळ नागराणी विमला हिला लागली होती. नागराज वरुण याने आपली सुस्वरूप कन्या इरंदती (अरुंधती) हिला ही गोष्ट सांगितली. आपल्या पित्याच्या आज्ञेनुसार ती कार्यरत झाली. यासाठी तिने आपले तारुण्य आणि रूप ही अस्त्रे वापरण्याचे ठरविले. सर्व साजशृंगार करून तिने आपल्या प्रांगणात नृत्यगायनास प्रारंभ केला. या वेळी आकाशातून पूर्णक नावाचा यक्ष जात होता. इरंदतीचे लावण्य पाहून तो मोहित झाला आणि प्रेमयाचना करू लागला. इरंदतीचा एक पण होता, जो पुरुष विदुराला नागलोकात घेऊन येईल, त्या पुरुषाशी ती विवाहबद्ध होणार होती. पूर्णकाने हा पण जिंकला. धनंजय राजाचा द्यूतात पराभव करून विदुर पंडितास जिंकले आणि त्याला वरुणाच्या स्वाधीन केले. तिथे विदुराने त्याला आणि राणी विमलादेवी यांना उपदेश केला. अर्थात पूर्णक आणि इरंदती यांचा विवाह झाला. या सर्व कथेचे चित्रीकरण इतके विस्कळीतरित्या केले आहे की, वरुण, राजसभा, पूर्णक, इरंदती, नागलोक यांचे धागेदोरे जुळविणे कठीण जाते; तथापि कलात्मकदृष्ट्या मिरवणुकीतील घोडेस्वार कमालीच्या कौशल्याने चितारले आहेत. मध्यभागी रेखाटलेले एका हत्तीवर बसून विदुर पंडित पूर्णक यक्षाबरोबर राजा वरुण याजकडे जात आहे, हा प्रसंग लक्षवेधक आहे. सगळ्यात उजवीकडील देखाव्यात विमला-वरुण संवाद, अरुंधतीची हिंदोळ्यावरील क्रीडा, पूर्णक-अरुंधती विवाह हे प्रसंग उत्तमरीत्या चितारले आहेत. या सगळ्या प्रसंगांतील मानवी प्रतिमा प्रमाणशीर आहेत.

अरुंधतीच्या हिंदोळ्यावरील चित्राखाली पूर्ण-अवदान ही कथा चितारली आहे. यातील नायक पूर्ण आपल्या भावाच्या कारवाईमुळे वडिलार्जित संपत्तीला मुकतो आणि स्वतःच्या कर्तबगारीवर मोठा व्यापारी बनतो. कालांतराने या संपत्तीचा वीट येऊन तो बुद्धचरणांचा आश्रय घेतो. पूर्णाचा ज्येष्ठ भ्राता भाविल हा मात्र व्यापारात गुंतून राहतो. एकदा भाविल व त्याचे सहकारी महेश्वर यक्षाच्या वनातील चंदन तोडतात. त्यामुळे महेश्वर चिडून जाऊन समुद्रावर मोठे वादळ उत्पन्न करतो. आपल्या भावाची ही दशा पूर्णाला अंतर्ज्ञानाने समजते. तो स्वसामर्थ्याने वादळ शमवितो. हे प्रसंग या चित्रकामात रंगविलेले असून त्यात अखेरीस पूर्णाने बांधलेल्या चंदनी आश्रमात गौतमाचे प्रवचन दर्शविले आहे. पूर्णावदानाच्या शेजारी हंसजातकासम कथा असलेल्या रूरू जातकाचे चित्र रेखाटले आहे. यात मृगरूपातील बोधिसत्त्वाचे

दर्शन होते. यानंतरच्या एका चित्रात क्षांतिवाद जातक कथेचे चित्रांकन आहे. त्यातील बोधिसत्त्व एकदा तपस्वीरूपात क्षांतिवाद हे नाव धारण करून वनात राहतो. ह्या देशाचा राजा राणीवशासह त्याच वनात मृगयेसाठी येतो. शिकारीनंतर श्रमलेला राजा निद्रिस्त झाल्यावर त्याच्या राण्या रानात इकडे तिकडे भटकू लागतात आणि भटकत क्षांतिवादाच्या आश्रमापाशी येतात आणि तेथील प्रवचन ऐकत बसतात. राजाला जेव्हा जाग येते, तेव्हा सगळ्या स्त्रिया कुठेतरी गायब झाल्याचे लक्षात येते. तो शोधाशोध करतो, तेव्हा त्याच्या सर्व पत्न्या एका तपस्वीसमोर बसलेल्या दिसतात. तो त्या तपस्वीचे हातपाय तोडतो आणि आता शिरच्छेद करणार तोच तपस्वी राजाला आपल्या धर्मानुसार आशीर्वाद देतो. पृथ्वीदेवीला हा अमानुष अत्याचार असह्य होऊन ती राजाला गिळून टाकते. ही सर्व कथा इथे चितारली आहे. यातील राजाच्या चरणी प्रणिपात करणाऱ्या नर्तिकेची कलाकृती अप्रतिम आहे. अजिंठ्याच्या कलाकाराने ज्या स्त्री-सौंदर्याच्या विविध छटा कुशलतेने रेखाटल्या आहेत, त्यांतील ही एक सुंदरी आहे. तिचे समोर जोडलेले हात, माथ्यावरचा भाग, पाठीची कमान आणि नर्तिकेचा एकूण आविर्भाव सगळे कुंचल्याच्या एकाच फटकाऱ्यात पण इतक्या सफाईने काढले आहेत की, क्षणभर डोळे स्तिमित होतात.

या गुंफेतील छतेही रंगकामाने आच्छादलेली आहेत. यात मध्यभागी एका वर्तुळात कमलाकृती, त्या भोवती चौकोन आणि उरलेल्या जागेत ठिकठिकाणी पक्ष्यांची चित्रे व छोटी कवाटे दिसतात. वर्तुळ आणि सभोवतीचे चौकोन यांमधील जे कोपरे सुटलेले आहेत, त्यात आकाशगामी गंधर्वयुग्मे रेखाटली आहेत. सोप्यातील छतावरही नक्षीकाम आहे. क्वचित काही ठिकाणी लहान फुले आणि वेलपत्त्या दिसतात. त्यांचेही रेखाटन कौशल्यपूर्ण आहे.

तीन ते पाच या गुंफा चित्रशैलीच्या दृष्टीने विशेष महत्त्वाच्या नाहीत. चौथी गुंफा आकाराने भव्य असून येथील विहार मोठा आहे. तेथील द्वारशाखा, चौकट, स्तंभ यांवर शिल्पालंकरण आहे. त्यात त्रिभंगावस्थेतील कमनीय द्वारपालिका, विविध ढंगांतील युग्मे, आकाशगामी युग्मे, शालभंजिका या इतरत्र आढळणाऱ्या मूर्ती असून गणेशपट्टीवर बुद्धमूर्ती, चैत्यचिन्हे व शार्दूल रूपके दिसतात. दरवाजाच्या उजव्या बाजूस अवलोकितेश्वराची प्रतिमा आहे. याशिवाय बुद्धाची बैठी मूर्ती, भव्य बुद्ध मूर्ती कोरलेल्या आहेत. काही ठिकाणी रंगकामाचे अवशेष आढळतात, विशेषतः मूर्तींवरही त्याच्या छटा दिसतात. हे लेणे सहाव्या शतकाच्या सुरवातीचे असावे. पाचवी गुंफा अर्धवटच खोदलेली आहे.

सहा ते आठ या तीन गुंफा वास्तुशास्त्रदृष्ट्या इतर लेण्यांहून थोड्या भिन्न आहेत. येथे दोन मजले आहेत. बाकी विहारांचीच योजना असून लेण्यात चौक ठेवलेला नाही. स्तंभांवर छताचा डोलारा बांधीव मंदिराप्रमाणे आहे. तुळयांवर

नक्षीकाम आहे. नेहमीच्या द्वारशाखेऐवजी येथे अर्धवर्तुळाकृती तोरण आहे. दोन्ही बाजूंच्या मकराकृतींच्या मुखातून ते उद्‌भवले आहे; अंतराळाच्या डाव्या-उजव्या बाजूंना अनुक्रमे 'श्रावस्तीचे विश्वरूप' आणि 'माराचे मोहजाल' हे प्रसंग रंगविले आहेत. गर्भगृहात बुद्धमूर्ती असून आजूबाजूस बुद्धाच्या अनेक प्रतिमा रंगविल्या आहेत. दुसऱ्या मजल्यावर गर्भगृहात आणि दोन्ही बाजूंना असलेल्या देवळ्यांत बुद्धमूर्ती खोदल्या आहेत. याशिवाय भिंतींवर बुद्धरूपके कोरली आहेत. सर्वत्र तोचतोचपणा जाणवतो. सात क्रमांकाचे लेणे मंडपविरहित असून सोपा, अंतराळ व गर्भगृह एवढेच भाग आहेत. इथेही श्रावस्तीच्या विश्वरूपाचे शिल्पबद्ध रेखाटन आहे. शिवाय गर्भगृहात मुख्य पूजामूर्तीशिवाय दोन्ही बाजूंच्या भिंतींवर तीन तीन अशा सहा बुद्धमूर्ती वरदमुद्रेत उभ्या आहेत. आठवी गुंफा केवळ नामरूपात असून तिची बरीच पडझड झाली आहे.

नऊ क्रमांकाची गुंफा ही एक हीनयान पंथीय गुंफा असून ती इ.स.पूर्व पहिल्या शतकात खोदली असावी. दर्शनी भागात विशाल चैत्य तोरण आहे. यातील कशावरही बुद्धमूर्ती नाही; मात्र नंतरच्या काळात गृहमुखाच्या आजूबाजूच्या भिंतींवर बुद्धमूर्ती खोदल्या आहेत. यात अजानबाहू अशा उभ्या मूर्ती अधिक आहेत. ही मूळ गुंफा हीनयान पंथीय असली, तरी शिल्पकाम व चित्रकाम यांवरून महायान पंथीयांनी ती वापरण्यास सुरुवात केली आणि तीत आवश्यक ते फेरफार करून सुशोभन केले असावे, हे विद्यमान गुंफेतील कलाकामावरून स्पष्ट दिसते.

दहा क्रमांकाची गुंफा हे सर्वांत प्राचीन चैत्यगृह असून त्याचे विधान नऊ क्रमांकाप्रमाणे आहे; मात्र आकार मोठा आहे. यात षडदंत जातक आणि सामजातक यांचे कथानक चितारलेले आहे. षडदंत जातकातील कथानक एकापुढे एक प्रसंग असे आहे. ह्या कथेत बोधिसत्त्व हा हत्तीच्या योनीत जन्माला आलेला असून त्याला सहा दात आहेत, म्हणून तो षडदंत हत्ती! हिमालयाच्या वन्य परिसरात हा गजराज आपल्या दोन राण्यांसह सुखाने कालक्रमण करीत होता. त्याची एक राणी महासुभद्रा व दुसरी चुलसुभद्रा. चुलसुभद्रा हिची अशी समजूत होते की, गजराज आपल्या सवतीवरच अधिक प्रेम करतो आणि आपल्यावरील त्याचे प्रेम हे केवळ नाटक आहे. अखेर ती झुरून मरण पावते; पण मरताना ती आपल्या अपमानाचा बदला घेण्याचा निश्चय करते. हा बदला घेण्याचा तिचा भावी उपक्रमही ठरलेला असतो. वाराणशीच्या राजाशी लग्न करून त्याची प्रीती संपादन करावयाची आणि नंतर त्याच्याकडे षडदंताच्या दातासाठी हट्ट करावयाचा. या योजनेनुसार पुढील जन्मी ती वाराणशीच्या राजाची राणी झाली आणि तिने षडदंताच्या दातासाठी आग्रह धरला. राजाने तत्काळ काही फासेपारध्यांकडे हे काम सोपविले. त्यांनी हा हत्ती पकडून वाराणशीच्या राजसभेत नेला. राजाच्या आज्ञेनुसार त्याचे दात तासण्यात येऊ

लागले; तेव्हा आपल्या पूर्वजन्मीच्या पतीस होणाऱ्या वेदना पाहून राणीने प्राण सोडला. या कथानकाच्या चित्रातील इतस्ततः विहरणारे हत्तींचे कळप जिवंत आणि वास्तव भासतात, तर दुसरा देखावा मूर्च्छित झालेल्या राणीचा. हे रेखांकन भावना हेलावणारे आहे.

सामजातकाचे कथानक उजव्या हाताच्या भिंतिवर स्तूपाच्या दिशेला रेखाटले आहे. कोणा एका गावात साम नावाचा एक मातृपितृ भक्त तरुण राहात असे. त्याचे मातापिता अंध होते. त्यांची सेवा तो पुत्रकर्तव्याला जागून करीत असे. एका संध्याकाळी आईवडिलांना तहान लागली, म्हणून तो पाणी नेण्यासाठी नदीवर आला. पाणी भरण्यासाठी जेव्हा त्याने घागर बुडविली तेव्हा मृगयेसाठी आलेल्या राजाचे लक्ष वेधले. सावज सापडले असे समजून राजाने बाण सोडला; कारण राजा शब्दवेधी होता. त्यामुळे साम मरण पावला. राजाला पुढे आपली चूक उमजली. थोड्या वेळाने त्या अंध दंपतीची व त्याची गाठ पडली. राजाने आपला प्रमाद निवेदन केला. तेव्हा पुत्रशोकाने ती दोघे धरणीवर कोसळली; परंतु त्यांच्या दुःखामुळे एका देवतेला करुणा येऊन तिने सामाला जिवंत केले. हा साम म्हणजेच बोधिसत्त्वाचा अवतार. या चित्रपट्टात सामाचा वेध घेणारा नृपती, ह्यानंतर पश्चातापदग्ध राजा आणि नंतर सामाच्या मातापित्यांचा शोक व अखेर सामाचे पुनरुज्जीवन असा क्रम रेखाटला आहे. या दोन जातकांशिवाय येथे छतावर, भिंतींवर हरतऱ्हेच्या अन्य चित्राकृती रंगविलेल्या होत्या; पण कालौघात त्या नष्ट झाल्या आहेत, मात्र काही बुद्ध प्रतिमा, बोधिसत्त्वांच्या प्रतिमा, कमळ, हंस, वेल, वगैरेंचे रेखांकन दिसते. 'एकाच तोंडाचे चारमृग' हे प्रतिमानही येथे पुन्हा रंगविले आहे.

बारा ते पंधरा क्रमांकाच्या गुंफांमध्ये लेणे क्रमांक बारा हे अजिंठ्याच्या गुंफांतील एक प्राचीन लेणे असून तेथील शिलालेखात याचा काल इ.स.पू. पहिले शतक असा नोंदविला आहे. लेखात धनामदड याच्या दानाचा उल्लेख आहे. संघारामाचे मुख तुटले आहे; पण मुख्य मंडप शिल्लक आहे. या मंडपाला बारा खोल्या आहेत. त्यांच्या दारांवर चैत्यतोरणे कोरली आहेत, शिवाय यज्ञकुंड सदृश आकृत्या आहेत. काष्ठशिल्पाची ही सजावट पद्धत जशीच्या तशी उचलून घेतली आहे. ही सगळी विहार लेणी आहेत. त्यात फरक नाही आणि सजावटही नाही; मात्र चौदा क्रमांकातील शालभञ्जिका किंवा पंधराव्या लेण्यातील गणेशपट्टीवरची चैत्यस्तूप-शिखर योजना लक्षवेधक आहे.

सोळा क्रमांकाची गुंफा प्रेक्षणीय असून वाकाटक नृपती हरिषेण (इ. स. ४७५-५००) याचा सचिव वराहदेव याने ती आपल्या मातापित्यांच्या स्मरणार्थ भिक्षुसंघाला दान केली आहे. या लेण्याची रचना संमिश्र विहार-चैत्य अशी आहे. शिल्प फारसे नाही. पडझडीमुळे चित्रकामही मोजकेच अवशिष्ट आहे; मात्र महायान कलेच्या

ऐनभरातील काही निवडक नमुने इथे आढळतात. यात बुद्धजन्मकथा किंवा श्रावस्तीचे विश्वरूप दर्शन यांसारखे एकदोन प्रसंग सोडले तर महाडमग्ग जातक, हस्तिजातक वगैरे काही जातक कथा दिसतात. मुख्य मंडपाच्या भिंतींवर गौतमाच्या जीवनातील विविध प्रसंग रेखाटले आहेत. त्यांतील नंदपत्नी सुंदरी हिचे चित्र लक्षणीय आहे. आपला पती गौतमाच्या उपदेशामुळे संन्यास दीक्षा घेत आहे, हे ऐकताच ती मूर्च्छित पडते. मनोविनोदात सखींसह रममाण असताना अचानक ही वार्ता तिच्या कानावर पडते. बसल्या जागीच मंचकावर ती कोसळते. ह्या करुण प्रसंगाचे चित्रण कलाकाराने सर्व कसब पणाला लावून केलेले दिसते. याच चित्राच्या पलीकडे मानुषी बुद्ध, श्रावस्तीचा चमत्कार ही चित्रे रेखाटली आहेत. याशिवाय मायादेवीचा देखावा हे चित्र असून पुढे गौतमाची शैशव अवस्था, बाल्य, यौवन यांच्या छटा दर्शविणारे प्रसंग रेखाटले आहेत.

सतराव्या क्रमांकाची गुंफा हरिषेण राजाच्या एका मांडलिकानेच करविली आहे. यातील चित्रकाम सुस्थितीत आहे. या गुंफेत विविध विषय हाताळले आहेत. त्यात पूर्वीच्या गुंफातील कथानकाची पुनरावृत्ती आहे. एक-दोन चित्रे वेस्सान्तर किंवा विश्वान्तर जातकातील आहेत. त्यातील प्रणयी युग्माचे चित्र सुप्रसिद्ध आहे. आपल्या प्रियेस मद्यचषक देणारा प्रियकर आणि त्याच्या खांद्यावर विसावलेली ती यौवना, केवळ मुखावरील भावमुद्रांमुळे डोळ्यात भरते. या चित्राची गतिमानता विशेषतः दोघांच्या हालचालींचे, शरीरांचे रेखाटन अभिप्रेत प्रणय-भाव प्रकट करतात. तिसऱ्या चित्रातील आकाशगामी इन्द्र, अप्सरा व गण यांचेही रेखाटन वैशिष्ट्यपूर्ण आहे. यातील गतिमानता प्रत्ययास येते. याशिवाय इथे दरवाजाच्या वरील बाजूस मानुषी बुद्धांचे विपश्यिन, शिखिन, विश्वभू, क्रकुच्छंद, कनकमुनी, काश्यप आणि शाक्यमुनी अशा सात बुद्धांची प्रतिमा आहे. बौद्ध पुराणांतर्गत यांची नोंद आहे. यांच्या जोडीला यामुळे होऊ घातलेला बुद्ध म्हणजे मैत्रेय. ह्याचीही आकृती रेखाटली आहे. पुढच्या एका चित्रात बुद्धाला वंदन करणारा गंधर्व-अप्सरा यांचा गण आहे. याशिवाय नलगिरी हत्ती, बुद्धाचा चुलतभाऊ देवदत्त, राजगृहाच्या रस्त्यावरील प्रसंग वगैरे चित्रीकरण आहे.

मुख्य सोप्यातून आत गेल्यावर डाव्या बाजूने पुढे गेल्यास पहिला पट षडदन्त जातकाचा आहे. दुसऱ्यात महाकपी जातक कथा आहे. यात बोधिसत्त्व मर्कट रूपाने अवतरला आहे. या पटामध्ये नदीत विहार करणारा ब्रह्मदत्त व बाणांनी वेधणारे त्याचे सेवक आणि सगळ्यात वरच्या बाजूला शरीराचा पूल केलेला महाकवी ही चित्रे सुस्पष्ट आहेत. त्या चित्राजवळच हस्ती जातकाचे रेखाटन आहे. अंतराळात भिंतीवर काही चित्रे आहेत. त्यांत बुद्ध-राहूल भेटीचे प्रसिद्ध चित्र असून नगरात आलेल्या बुद्धाच्या समोर यशोधरा बाल राहूलला घेऊन जाते. या चित्रात बाल राहूल

हातात भिक्षापात्र घेऊन आपल्या पित्याच्या आशीर्वादाची याचना करतो, हा चित्राशय आहे. यातील भावदर्शन अविस्मरणीय आहे. अंतराळाच्या उजव्या बाजूच्या भिंतीवर सलग शरभमृग, मातिपोस्सक आणि मच्छ या जातकांतील कथानक चित्रित केले आहे. यांतील मातिपोस्सक जातक-कथेचे चित्रण प्रेक्षणीय आहे. सबंध जातक एका हत्तीच्या जीवनावरचे आहे. यानंतर सामजातकाची कथा दिसते.

बौद्ध वाङ्मयातील दिव्यावदन या ग्रंथातील एका सुरस कथेचे रेखाटन उजव्या हाताच्या भिंतीवर आढळते. यात गलबत फुटल्यामुळे श्रीलंकेच्या किनाऱ्याला लागलेला सिंहल व त्याच्या बरोबरचे व्यापारी दिसतात. या व्यापाऱ्यांना आपल्या जाळ्यात पकडणाऱ्या राक्षसी त्यांना गिळंकृत करतात:परंतु सिंहल हा सद्‌गुणी असल्याने अश्वरूप बोधिसत्त्व तेथे येऊन त्या सर्वांना मुक्त करतो. चित्रात या अश्वाला वंदन करणारा सिंहल दिसतो. सिंहलाचे प्रयाण एका राक्षसीच्या लक्षात येते. तेव्हा ती रूप पालटून सुंदरीच्या रूपात हातात मूल घेऊन त्याच्याकडे येते आणि म्हणते, "नाथ, मी तुमची पत्नी नाही का? मला विसरलात. हा तुमचा मुलगा!" अशा मायावी वक्तव्याने त्यास पकडण्याचा प्रयत्न करते; मात्र सिंहल तिला दाद देत नाही, म्हणून ती राजाकडे जाते. तिथे राजाला तिचा मोह होतो. तो तिला मंत्रिगणाच्या उपदेशाला धुडकावून पट्टराणी करतो. पुढे ती राक्षसी राजालाच खाऊन टाकते. हे सर्व भीषण प्रसंग चित्रकाराने खुबीने रंगविले आहेत. या कथेत अखेरीस सिंहलच त्या राक्षसीणीचा वध करतो आणि स्वाभाविकच सिंहलला सर्व प्रजा राजा म्हणून निवडते. त्याचा राज्याभिषेक आणि त्यावेळच्या दरबारात अश्वरूप बोधिसत्त्वाला हजर करण्याचे औचित्य येथील कलाकाराने दाखविले आहे.

याशिवाय एकाच साचेबंद कथानकात महिष, शिबी, मृग, ऋक्ष, न्यग्रोधमृग अशा जातकांचे रेखाटन आहे. मात्र या पट्टात एक दर्पणधारी शृंगारिकेचे चित्र सर्वांचे लक्ष वेधून घेते. आरशात पाहून नट्टापट्टा करणाऱ्या यौवनेचे हे चित्र भाव आणि हालचाली या दृष्टीने खचित प्रेक्षणीय आहे. तिच्या गळ्यातील मोत्यांचा हार इतक्या कौशल्याने रंगविला आहे की, ते मोती प्रकाशझोत टाकताच खरे वाटतात.

अठराव्या गुंफेत उल्लेखनीय काहीच नाही; मात्र एकोणिसावी गुंफा हा बौद्ध चैत्यगृहाचा एक उत्कृष्ट नमुना आहे. हे महायान काळातील इ.स. पाचव्या-सहाव्या शतकातील लेणे असून त्याचा आराखडा प्राचीन परंपरेला धरून आहे. चैत्यात बुद्धमूर्ती विराजमान आहे. चैत्याचे तीन प्रमुख भाग प्रवेशद्वारासमोरचे भद्र, त्यावर भव्य गवाक्ष, दोन्हीच्या आजूबाजूस निर्गमांवर, कठड्यावर आणि भिंतीवर शिल्प कोरलेले आहे. भद्राचे स्तंभ कलाकुसरयुक्त भरदार वाटतात. गवाक्षाचे वर्तुळाकार तोरण देखणे आहे. यक्षमूर्ती आणि बुद्धप्रतिमा यांचे अलंकरण भिंतींवर आहे.

याशिवाय येथील नागदंपतीचे शिल्प सुरेख आहे. एका शिलासनावर नागराजा आणि त्याची सहचारिणी बसलेली असून पाठीमागे एक सेविका चवरी ढाळीत आहे. त्यांचे मुकुट आणि अंगावरील यज्ञोपवीत, मौक्तिकमाला, बाहुभूषणे, कंकणे इत्यादी मोजके अलंकार व सव्य ललितासन सारेच नजरेत भरते. या गुंफेत चित्रकाम भिंतींवर आढळते, पण ते कमी आहे. बुद्ध-राहूल-यशोधरा भेटीचे चित्र लक्षणीय आहे.

या पुढच्या वीस ते पंचवीस ह्या सहा गुंफा हे लहानमोठे विहार आहेत. त्यातील काही चैत्य-विहार आहेत. यांपैकी एकही लेणे शिल्प, चित्रकला वा वास्तू या दृष्टीने विशेष उल्लेखनीय नाही; मात्र क्वचित एखादे छत कलात्मक आढळते. शिवाय चित्रणात सात मानुषी बुद्ध (गुंफा २२) चितारलेले आहेत. दरवाजाच्या गणेशपट्टीवर आकाशगामी युग्मांची गर्दी आहे, तर प्रणालावर मध्यभागी एक प्रणयी जोडपे आहे. सव्वीस क्रमांकाचे लेणे पूर्णतः चैत्यगृह आहे. इथे मूर्ती, अन्य प्रतिमाने, नक्षी यांचा अतिरेक आढळतो. त्यामुळे वास्तुरूपाचा विसर पडतो; परंतु येथील महानिर्वाणाचा बुद्धाचा देखावा प्रेक्षणीय आहे. इथला घुमटाकार स्तूप लहान आहे आणि त्याचा चौथरा मोठा आहे. त्यावर लहान देवळ्या खोदल्या असून त्यात बुद्धमूर्ती बसविल्या आहेत. त्यांतील गौतमाची शयनासनातील एक मूर्ती शांत भावदर्शनामुळे लक्षवेधक ठरते. निद्रिस्त मूर्ती प्रचंड असून तिची लांबी जवळजवळ सात मीटर आहे. या ठिकाणी लहानमोठ्या सुमारे चोवीस मूर्ती आढळतात.

या शिवाय या समूहात आणखी चार लेणी आहेत; पण त्यांत विशेष काहीच नाही. तीस क्रमांकाची गुंफा सर्वांत प्राचीन म्हणजे इ.स.पू. दुसऱ्या शतकातील आहे, तिचे विधान क्रमांक बारा गुंफेसदृश आहे.

या जगविख्यात चित्रकलेचे मूल्यमापन विद्यमान कसोट्या लावून करावयाचे ठरले, तर सगळी चित्रे काहीना काहीशी रसहीन वाटतील; कारण यांतील काही स्त्री-पुरुषांच्या प्रतिमा चक्क मरगळलेल्या, सत्त्वहीन वाटतात. सफाईदार रेखा व सुदीर्घ नेत्र, डौलदार आकृतीची कल्पना याचा अनेकदा इतका अतिरेक झाला आहे की, त्यातून निर्जीव, निःसत्त्व स्त्री-पुरुष तयार झाले आहेत. तसे पाहता एकूण अजिंठ्याच्या चित्रकलेत लालित्याचा अतिरेक जाणवतोच. त्यामुळे जिवंतपणाचा जोम, टवटवीतपणा आणि खोली यांचा इथे क्वचितच प्रत्यय येतो. क्षमा, शांती, औदार्य यांनी बद्ध अशा वातावरणाला ही शैली कदाचित अनुकूल ठरली असेल! किंवा तत्कालीन परिस्थितीला ती सुयोग्य मिळती-जुळती असेल! मध्ययुगीन बौद्ध चित्रकलेचा हा अखेरचा आविष्कार! यानंतर जी काही चित्रकला निर्माण झाली, तीत तिचा बहर ओसरलेला दिसतो.

अजिंठ्याची शैलगृहे मुख्यत्त्वे चित्रकलेकरिता प्रसिद्ध आहेत. शिल्पाच्या जोडीला

चित्रकलेचा वापर करण्यात आला आहे. या चित्रकामाची पद्धती म्हणजे तंत्र आणि शैली उल्लेखनीय आहे. चित्रे काढण्यासाठी प्रथम भिंतीवर माती, शेण, भाताचा भुस्सा किंवा ताग आणि तूस ह्यांच्या वस्त्रगाळ मिश्रणाचा गिलावा चढवीत आणि त्यावर चुन्याचा एक हलका हात मारून किंवा संदलाचा चकचकीत पातळ थर चढवून त्यावर गेरूने प्रथम चित्रांची बाह्यरेषा रेखाटून त्यात क्रमाक्रमाने रंग भरीत. तत्पूर्वी हा लेप घोटून घोटून सपाट केलेला असे. चित्रांमध्ये बाह्याकृती स्पष्ट व ठळक राखण्याचा संकेत असे. चित्रात रंग भरताना छाया-प्रकाशाचा थोडाफार वापर करण्यात येत असे; पण आधुनिक चित्रकलेत जितक्या प्रमाणात आणि ज्या हेतूने छाया-प्रकाश योजना करतात, त्यापेक्षा अजिंठ्याची पद्धत भिन्न होती. सध्या एकाच चित्रातील विविध वस्तू व व्यक्ती एकमेकांपासून वेगवेगळी दाखविण्यासाठी रंगकामाबरोबरच छाया-प्रकाशाचा उपयोग होतो. अजिंठ्याच्या चित्रकाराने हे भिन्नत्व दाखविण्यासाठी स्पष्ट रेखाकृतीचा उपयोग केला असल्याने अशा योजनेची त्यांना आवश्यकता वाटली नाही. ही सर्व चित्रे जलरंगात रंगविलेली असल्याने त्यांना टिकाऊपणा आणण्याची गरज होती. म्हणून या रंगात कसला तरी डिंक किंवा सरसाचा रंगबंधक म्हणून वापर बहुधा केलेला असावा, असे आता रासायनिक विश्लेषणावरून सिद्ध झाले आहे. तसेच भिंतीवरचे उपलेपन ओलसर असतानाच त्यावर रंगकाम केले, तर लेपन आणि रंग एकजीव होऊन रंग पुष्कळ दिवस टिकतो, हेही तंत्र तेथील कलाकारांनी आत्मसात केले असावे, असे तज्ज्ञांचे मत आहे. अशा कामासाठी रेखाटन व रंगकाम फार द्रूतगतीने व्हावे लागते, तेही तंत्र या कलावंतांनी हस्तगत केले असावे. अजिंठ्याच्या चित्रकारांनी मुख्यतः पांढरा, काळा, पिवळा, हिरवा, तांबडा आणि निळा हे रंग आपल्या चित्रकलेत वापरले आहेत. यांपैकी पुष्कळसे रंग नैसर्गिक पदार्थांपासून केलेले आहेत व अशी मूलरंगद्रव्ये अजिंठ्याजवळच सापडतात. लाखेपासून केलेल्या कार्बनी तांबड्या रंगासारखे काही उडणारे रंगही येथील कलाकारांनी वापरले असावेत; कारण काही चित्रातील मानवी आकृतींच्या ओठांवरील लाल रंग नाहीसा झालेला दिसतो. फक्त निळा रंग (लाजवर्दी) बाहेरून आयात केलेला असावा. येथील भित्तिचित्रांशिवाय मूर्तिकामही रंगविलेले होते. अशा कामाचे अवशेष आजही अनेक ठिकाणी आढळतात.

भारताच्या पुरातत्व खात्याच्या अखत्यारीत वेरूळ अजिंठ्याची शिल्पे आणि चित्रकला असून त्यांच्या सुरक्षिततेचा मोठा प्रश्न उभा आहे. वातावरणातील प्रदूषण आणि शेवाळ, बुरशी, वटवाघूळ अणि अन्य पक्ष्यांची विष्ठा यांमुळे ही लेणी-कला दिवसेंदिवस खराब होत असून काही शिल्पे व चित्रे पूर्णतः नष्ट होण्याच्या मार्गावर आहेत. त्रुटित स्तंभांची पुन्हा डागडुजी करणे, निखळलेले भाग पुन्हा जसेच्या तसे उभे करणे, पावसामुळे झिरपणारे पाणी खडकांच्या चिरांतून सिमेंट भरून अडविणे,

ठिसूळ झालेला खडकाचा भाग दूर करणे किंवा त्यास बळकटी देणे इत्यादी गोष्टी वारंवार व अचूकपणे पुरातत्व खात्यास कराव्या लागतात. याशिवाय भित्तिचित्रांचे जतन हा एक नाजूक व जबाबदारीचा प्रश्न आहे. त्यांचे जतन व्हावे म्हणून काही वर्षांपूर्वी व्हार्निशचा एक जाड थर देण्यात आला होता; परंतु ही चित्रे कालांतराने अंधूक दिसू लागली. म्हणून पुरातत्व खात्याने तज्ज्ञांच्या सल्ल्यानुसार रासायनिक प्रक्रिया करून भित्तिचित्रे सुस्पष्ट करण्यात यश मिळविले. अलीकडे सर्वच लेण्यांमधील कच्चे दुवे शोधून रासायनिक प्रक्रियेस २६ जुलै २००१ मध्ये प्रारंभ केला आहे. औरंगाबाद पुरातत्व विभागाचे प्रमुख व्ही.आर.मंत्रिराज यांच्या मार्गदर्शनाखाली हे काम चालू असून एस. डी. व्यास हे तज्ज्ञ जपानच्या 'आईसी एफ' प्रकल्पांतर्गत हे काम करीत असून रासायनिक प्रक्रिया करताना शिल्प अथवा चित्र यांचे मूळ सौंदर्य नष्ट होणार नाही, याकडे कटाक्षाने लक्ष देत आहेत. महाराष्ट्रात लोणार, त्र्यंबकेश्वर, रायगड वगैरे ठिकाणीही अशाच प्रकारचे काम सुरू करण्यात येणार आहे.

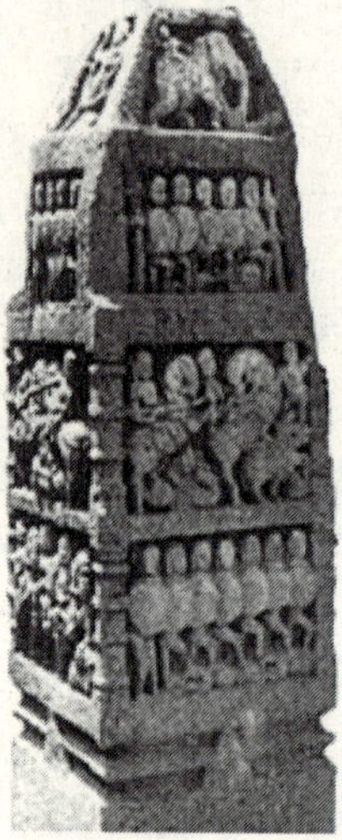

मथुरा शिल्पशैली

इसवी सनाच्या पहिल्या-दुसऱ्या शतकात बौद्ध धर्मामध्ये तात्त्विक मतभेद उत्पन्न होऊन हीनयान व महायान असे दोन स्वतंत्र पंथ निर्माण झाले. या पंथभेदांचा परिणाम तत्कालीन कलाकृतींवर अपरिहार्यपणेच झाला. इसवीसनाच्या पहिल्या शतकापासून ते इसवीसनाच्या सातव्या शतकापर्यंत आणि काही प्रदेशात आठव्या शतकापर्यंतही बौद्ध धर्माशी निगडित वास्तू उभ्या राहिल्या आणि तद्अनुषंगिक मूर्तिकाम व चित्रकाम निर्माण होत गेले. या काळात गांधारदेश आणि मध्यदेश या दोन प्रादेशिक विभागांत दोन भिन्न कलाशैलींची निर्मिती झाली. मध्यदेशात 'मथुरा' हे स्थळ सर्वांत प्रमुख कलाकेंद्र होते. मध्यदेशीय वा मथुरा कलेचे कालदृष्ट्या कुशाण आणि गुप्त असे दोन प्रमुख भाग पडतात. यांपैकी गुप्तकाल हा मथुरा कलाशैलीचा

परमोत्कर्ष काल होय; परंतु या काळात हिंदू व जैन हे दोन कलासंप्रदायही भरभराटीस आल्याने प्रस्तुत ग्रंथात धार्मिक आशयाला अनुसरून कलापरंपरांची चर्चा व मांडणी केली आहे.

मथुरेविषयी प्राचीन वाङ्मयातून तसेच शिलालेखांतून आणि परदेशी प्रवाशांच्या प्रवासवृत्तांतातून – विशेषतः फाहियान, यूआनच्वांग, टॉलेमी, अल बीरूनी अनेक उल्लेख आढळतात. मथुरेचा पुरातन परंपरागत इतिहास पौराणिक दंतकथा, आख्यायिका, वदंता यांनी भरला आहे. शुंग काळापासून (इ.स.पू. १८५-इ.स.७५) मथुरेचा सुसूत्र इतिहास उपलब्ध आहे. या काळात मथुरेवर परकीय आक्रमणे झाली. त्यानंतर मथुरा शक-कुशाणांच्या अंमलाखाली गेली. त्यावेळेपासून मथुरेचा विश्वसनीय वृत्तांत कुशाणांचे अभिलेख व मुद्रा यांमुळे ज्ञात झाला आहे. त्यात राजुळ, शोडस इत्यादी राजांची नावे मुद्रांवर आढळतात. याशिवाय त्यावेळचा एक सिंहशीर्ष स्तंभ उपलब्ध झाला असून त्यावरील लेखात स्तूप व संघराम या वास्तू राजकुळांच्या कारकिर्दीत बांधल्याचा स्पष्ट उल्लेख आहे. शोडसाच्या कोरीव लेखात त्याच्या कोशाध्यक्षाने पुष्करणी, कूप व आराम निर्माण केल्याचे लिहिले आहे. त्यानंतर मथुरा नागवंशी राजांच्या सत्तेखाली आली. मथुरेतील कित्येक नागराजे आपल्या नावापुढे 'दत्त' हा शब्द लावीत. नागांच्या काळात शैव संप्रदायाचा येथे प्रसार होऊन श्वेतांबर जैनांनीही स्कंदिल नावाच्या आचार्यांच्या अध्यक्षतेखाली एक सभा भरविली होती. यावेळी फाहियान या चिनी प्रवाशाने इथे बौद्ध धर्माचा प्रभाव असल्याचे नमूद केले आहे. बहुतेक परकीय प्रवाशांच्या वृत्तांतांत मथुरेला देवता नगर म्हटले असून वासुदेव कृष्णाची पूजा प्रचलित असल्याचा उल्लेख मिळतो. इ.सनाच्या पाचव्या शतकात मथुरेवर हूणांनी आक्रमण केले आणि बौद्ध स्तूप, जिनालये, हिंदू मंदिरे यांची नासधूस केली.

मथुरा ही नगरी गंगा-यमुना यांच्या दुवेदीच्या साधारणतः मध्यावर वसली आहे. त्यामुळे पश्चिम किनाऱ्यावरून तसेच वायव्य भागातून व दक्षिणपथातून तत्कालीन राजकीय व आर्थिक जीवनाच्या केंद्रस्थानी असणाऱ्या मगध देशाकडे जाणारे व्यापारी मार्ग व राजमार्ग मथुरेस एकत्र येत. स्वाभाविकच या ठिकाणी मोठ्या प्रमाणावर व्यापारउदीम चालत असे. त्यातून केवळ समृद्धीत किंवा धनसंचयात वाढ होई, असे नव्हते. तर त्यानिमित्ताने हरतऱ्हेच्या विभिन्न संस्कृतींत वाढलेले देशोदशींचे लोक येथे एकत्र जमत असत. त्यांच्या मालाबरोबर विचारांची व कल्पनांचीही देवाणघेवाण होई. नवे विचार सुचत. नवनवीन कल्पनांची स्फुरणे उत्पन्न होत. मथुरेला भारहूत-सांची समकालीन अवशेष थोडे मिळत असले, तरी ते मुख्यत्वे जैन धर्मीय आहेत. त्यातही मुख्यतः तोरणांचे अवशेष आणि काही यक्ष-यक्षींचे ढोबळ शिल्पखंड सापडतात. हे स्पष्टपणे अनुकरण भारहूत शिल्पशैलीचे आहे. ज्यांना

पूर्णतः मथुराशैली म्हणता येईल, अशी परंपरा कुशाण काळात (इ. स. पहिले ते तिसरे शतक) सुरू झाली.

कुशाण काळात इतर कलांबरोबर मूर्तिकला अधिक विकसित झाली. वर्ण्यविषयाचे सामान्य रूप धार्मिकच राहिले. इ.सनाच्या सातव्या शतकापर्यंत बौद्ध, जैन व हिंदू हे तिन्ही धर्म लोकप्रिय होते. त्यांचे कलावशेष बहुविध उत्खननांत मोठ्या प्रमाणावर उपलब्ध झाले आहेत. अव्वल इंग्रजी अंमलात मथुरेचे पुरातत्त्वीय दृष्ट्या अलेक्झांडर कनिंगहॅम याने प्रथम सर्वेक्षण केले. त्यानंतर या ठिकाणी विविध विद्यापीठांनी तसेच भारत सरकारच्या पुरातत्वीय खात्याने (आर्किऑलॉजिकल सर्व्हे ऑफ इंडिया) अनेक उत्खनने केली. या उत्खननांत उपलब्ध झालेले बहुतेक अवशेष मथुरेच्या पुरातत्त्वीय संग्रहालयात तसेच कर्झन वस्तुसंग्रहालयात जतन करण्यात आले असून काही दिल्लीच्या राष्ट्रीय वस्तुसंग्रहालयात आणि लखनौच्या वस्तुसंग्रहालयात ठेवलेले आहेत. हूण व मुसलमानांच्या स्वाऱ्यांत येथील अनेक वास्तूंची नासधूस झाली. त्यामुळे अवशिष्ट वास्तूंत अवशेषांत फारच थोड्या वास्तू व अवशेष सुस्थितीत आहेत; तथापि उपलब्ध अवशेषांत कुशाणकालीन वास्तुशिल्पांचे नमुने तुलनात्मक दृष्ट्या अधिक असून येथे पूर्वी सहा स्तूप होते. त्यांच्या खुणा उत्खननात स्पष्ट झाल्या. त्यांपैकी कंकाली टिला (तिला) या भागात दोन जैन वस्त्या (स्तूप) व जमालपूर (हुविष्क विहार), भूतेश्वर कमा केशवदेव (यशविहार) आणि यमुनेच्या काठी गुहाविहार असे चार बौद्ध स्तूप होते. बौद्ध स्तूपांच्या बांधणीत वीट व दगड या दोन्ही माध्यमांचा उपयोग केलेला आहे. मथुराशैलीतील अगदी ढोबळ विशेष म्हणजे येथील मूर्तिकामासाठी वापरलेला दगड. हा मुख्यत्त्वे सिक्रीच्या खाणीत उपलब्ध होणारा तांबड्या-करड्या रंगाचा सिकता वालुकाश्म असून तो मूर्ती घडविण्यासाठी वापरला आहे. या पाषाणात बदामी रंगाचे ठिपके व पांढऱ्या रेषा असे अंगभूत दोष आढळतात. त्यामुळे अशा दगडातील मूर्ती स्वाभाविकपणे आकर्षित होऊ शकत नाहीत. म्हणून येथे घडविण्यात आलेल्या मूर्तींवर लेपन करून त्या रंगवीत असत, असे काही अभ्यासकांचे म्हणणे आहे; तथापि एकूण सुबक मूर्तिकाम पाहिल्यावर असे वाटते की, खरोखरीच हा दगड एवढा खराब आहे का? याविषयी मतभेद आहेत; कारण मथुराशैलीतील काही मूर्ती अद्यापि सुस्थितीत आहेत आणि भारतीय मूर्तिसंभारातील उत्कृष्ट नमुने म्हणून त्यांचा आजही निर्देश केला जातो. म्हणजे या मूर्ती मुद्दाम निवडलेल्या स्वच्छ पाषाणात घडविल्या असाव्यात असे दिसते आणि दगडाची निवड करताना कलाकारांनी दक्षता घेतली असेल, तर तो दगड मूळ स्वरूपातच पाहणाऱ्याला दिसणार नाही, हे त्यांना माहीत असावे, याविषयी शंका राहात नाही.

येथील स्तूपांना सुरुवातीच्या बांधकामात खाली चौथरा आहे. स्तूपाचे विधान

अंडाकृती लंबगोल आहे. शिखरावर छत्र आणि प्रदक्षिणेसाठी वेदिका असे. स्तूपाचा बाह्यभाग, वेदिकांचे कठडे आणि प्रवेशद्वारे कोरीव नक्षीकाम व मूर्तींनी अलंकृत केलेली असत. प्रवेशासाठी असलेल्या चारही बाजूंना अलंकृत तोरणद्वारे असत. या अलंकरणामध्ये लहान स्तूप, बोधिवृक्ष, बुद्धाच्या प्रतिमा, बोधिसत्त्वांच्या मूर्ती, बुद्धजीवनाशी निगडित कथांचे व विशेषतः जातकातील कथांचे शिल्पांकन आढळते. बहुतेक सर्व मूर्तिकाम बौद्ध स्तूपांच्या सुशोभनासाठी केलेले असल्यामुळे बुद्ध-बोधिसत्त्वादिकांच्या मूर्तींबरोबरच यक्ष, यक्षी, शालभंजिका यांच्या सुबकमूर्ती घडविण्याकडे कलाकाराने लक्ष दिले आहे. त्यामुळे बुद्धाच्या जीवनाशी निगडित प्रसंग दाखवून अप्रत्यक्षपणे त्याचे अस्तित्व भासमान करण्यासाठी जे प्रतीकात्मक शिल्पांकन करीत असत, ते जवळजवळ या ठिकाणी संपुष्टात आले होते. त्याऐवजी मथुरा कलाकारांनी त्याचे प्रत्यक्ष शारीरदर्शन घडविण्याची सोय केली; कारण या सुमारास महायान पंथाच्या प्रसार-प्रचारामुळे बुद्धमूर्तीची पूजा आणि उपासना यांना मान्यता मिळाली होती.

बुद्धाच्या भूमिस्पर्श, अभय, व्याख्यान, धर्मचक्र-परिवर्तन इत्यादी मुद्रा असून या मूर्तींना जास्तीत जास्त देवरूप देण्याचा प्रयत्न मथुरा कलाकारांनी केला आहे. बुद्धाला देवरूप देण्याच्या प्रयत्नात एका मूर्तीद्वारे महत्त्वाच्या प्रसंगांचे दर्शन घडविण्याची किमया येथील कलाकारांनी साधली आहे. ज्ञानप्राप्ती झाल्यावर बुद्धाने जे पहिलेच प्रवचन केले ते सारनाथच्या मृगवनात, हे सर्वश्रुत आहे. या प्रवचनाद्वारे त्याने धर्मचक्राला गती दिली म्हणजे धर्मचक्रपरिवर्तन केले. बुद्धाच्या जीवनातील हा सर्वोच्च क्षण असल्याने तो शिल्परूप करण्याची धडपड इथे आढळते. ही धडपड करताना अनावश्यक भाग वगळीत जावयाचे आणि अत्यंत त्रुटित अशा काही प्रतीकांद्वारे ती घटना सूचित करावयाची, हा मार्ग कलाकारानी पत्करला आहे. सांची स्तूपावर या प्रसंगाचे चित्रण करणारे जे रूपक आहे, त्यात मध्यभागी एका स्तंभावर धर्मचक्र, त्याच्या दोन्ही बाजूंना तीन-तीन माणसे आणि खालच्या पट्ट्यात काही झाडे व त्यांच्या भोवती पाच-सहा हरिणे वावरताना दिसतात. म्हणजे यात मृग, वन, श्रोते चक्रपरिवर्तन असा सगळा तपशील आला आहे. डाव्या हाताची बोटे छातीवर टेकलेली, उजव्या हाताचा तळवा पाहणाऱ्याकडे व त्याची तर्जनी व अंगठा यांची टोके एकमेकांवर टेकलेली अशा अभिव्यक्तीला धर्मचक्रपरिवर्तन किंवा व्याख्यान मुद्रा म्हणतात. ही प्रक्रिया सोपी नव्हती. त्याचप्रमाणे विशिष्ट कालखंडात होणारीही नव्हती. प्रयोग व विचार यांच्या मंथनातून ती हळूहळू मथुराशैलीत परिणत होत गेली. मथुराशिल्पशैलीने एक आदर्श घालून दिला; मात्र या कालखंडात कथनशिल्प जवळजवळ लयास गेले होते. त्यामुळे गांधार शिल्पात आढळणारी परकीय छटा व सुडौल या व्यक्तिचित्रणात दिसत नाही; तद्वतच भारहूत, सांची

वा अमरावती या स्तूपांतून आढळणारे कथात्मक शिल्प पट्ट मथुराशैलीत क्वचित आढळतात. दिसतात त्या सर्व देवमूर्ती आणि काही धर्मातीत शिल्पे. अर्थात यक्ष-यक्षींच्या पूजा प्राचीन भारतात प्रचलित असल्याचे काही दाखले इथे आढळतात. मथुरेजवळच्या परखाम खेड्यात सापडलेली भव्य यक्षाची दगडीमूर्ती ही चौथ्या शतकातील आहे, असे बहुतेक विद्वान मानतात. मथुरेच्या परिसरात सापडलेल्या एका अभिलेखावरून यक्ष राजा मणिभद्र याची पूजा त्यावेळी सर्वत्र रूढ असल्याचे दाखले मिळतात. मथुरा व त्याच परंपरेत निर्माण झालेले सारनाथचे शिल्प यांनी निर्मिलेल्या बोधिसत्त्व वा बुद्धमूर्ती म्हणजे अशा यक्षमूर्तींच्या सुधारलेल्या आवृत्तीच होत.

बौद्ध वास्तुशिल्पकामाच्या खालोखाल जैन धर्माशी निगडित मूर्तिकाम येथे आढळते. येथील जैनमूर्तींत विशेषत्वाने तीर्थंकरांच्या मूर्ती आहेत आणि त्याही मुख्यतः कंकाली टिला या भागात आढळतात. जैन मूर्तिकामात आयगपट्टांचा अधिक भरणा आहे. आयगपट्ट म्हणजे अर्हतांच्या व तीर्थंकरांच्या स्मारकासाठी बसविलेली कोरीव शिळा होय. लोणशोभिका हिचा आयगपट्ट त्या दृष्टीने वैशिष्ट्यपूर्ण असून त्याच्या मध्यभागी उंच असा दुमजली स्तूप आहे. तो वेदिका, हर्मिका, छत्रे, तोरणे इत्यादींनी युक्त आहे. त्याच्या डाव्या भागावर एका स्तंभावर धर्मचक्र आहे; तर उजवीकडे गोल वा अष्टकोनी स्तंभ असून त्याखाली कळसाच्या आकाराचा तळखडा, वर घंटाकार आणि त्यावर एकमेकांकडे पाठ करून बसलेले सिंह आहेत. यातील अलंकरण विलक्षण सुंदर असून स्तंभ व स्तूप यांमधील रिकाम्या जागेत दोन्ही बाजूला भिन्न ढंगांतील त्रिभंगावस्थेतील स्त्रीमूर्ती तसेच स्तूपाला वंदन करून पुष्पमाला घालणारे गंधर्व-किन्नर, अंबिका, चक्रेश्वरी इत्यादी जैन देवता, देव, यक्ष-यक्षी, कुबेर व त्याची स्त्री यांना विशेष महत्त्व प्राप्त झालेले दिसते. संगीत, नृत्य व सुरापान या गोष्टी कुबेर आणि यक्ष यांना प्रिय असल्याचेही शिल्पांकन येथे आढळते. त्यांच्या आनंदी जीवनाचा आविष्कार येथील काही शिल्पांतून स्पष्ट जाणवतो. यातील स्त्रीमूर्ती म्हणजे भारहूतच्या शालभंजिकांची छोटी आवृत्ती होय. लोणशोभिका आयगपट्टाशिवाय अधिक प्रसिद्ध असा एक आयगपट्ट त्यावरील मूर्तिकामाच्या मांडणीसाठी लक्षवेधक आहे. सरळ रेषांनी त्याचे नऊ भाग पाडले आहेत. मधला चौरस भाग सगळ्यात मोठा असून त्याच्या चारही बाजूंस समोर आयत वर्तुळाच्या चारी बाजूंना त्रिरत्न चिन्हे असून उरलेल्या जागेत पाने व फुले आहेत. डाव्या बाजूच्या आयतात चक्रधारी स्तंभ व उजव्या बाजूला गजध्वज स्तंभ आहे. वरच्या पट्टात मीन, त्रिरत्न, सिंहासन, कलश आणि खालच्या बाजूच्या पट्टात त्रिरत्न, कमलपुष्प, आसन व पूर्णकलश या आकृत्या आहेत. कोपऱ्यावरच्या चौरसात भौमितिक रूपके आणि पुष्पाकृती आहेत. रचनेच्या या वैविध्याशिवाय यात

वापरलेली भिन्न रूपके व धार्मिक चिन्हे महत्त्वाची असून ती कोणा एका पंथाची नसून भारतीय सांस्कृतिक परंपरेतील अनेक पंथोपपंथांची आहेत. येथील नागमूर्तीत पुरुषाकार व सर्पाकार दोन्ही प्रकार असून नागकन्यांचीही काही शिल्पे आहेत. आयगपट्टात इतर मूर्तिकामाव्यतिरिक्त भौमितिक रूपके आणि जैनधर्माशी संबद्ध असलेली पाने, फुले, पूर्णकलश, गजध्वज, कमलपुष्पे यांचेही रेखाटन आढळते. मथुरा संग्रहालयातील पार्श्वनाथाची कुशाणकालीन मूर्ती जैन कलेचा उत्कृष्ट नमुना आहे. या मूर्तीचे कत्रा व सारनाथ येथील बुद्धमूर्तीशी शारीरिकदृष्ट्या साम्य असून मुद्रेवरील भावही तसाच आहे, मात्र मूर्तिलक्षणे भिन्न आहेत. मूर्तिविज्ञानाच्या तंत्रात प्रगती झाली असली, तरी कलामूल्ये तीच होती.

कंकाली टिला येथील उत्खननात उपलब्ध झालेल्या अवशेषांत एक कुशाणकालीन अभिलिखित सरस्वतीची मूर्ती सापडली. ही देवीची मूर्ती कबंध (मानेपासून वरचा भाग तुटलेला) असून देवी आयताकार पादपीठावर उकिडवा उत्कुटिक आसनात बसलेली, दोन्ही गुडघे फाकलेली, डावा हात कमरेवरपण त्यात पोथी, उजवा हात खांद्यापर्यंत उंचावलेला; पण तळहात तुटलेला (हाताच्या मनगटावर अक्षमालेतील काही मणी स्पष्ट दिसतात), त्यात अक्षमाला असावी. तिच्या पादपीठाच्या दोन्ही बाजूस सेवक असून तिच्या उजवीकडील सेवकाने उजव्या हाताच्या तळव्यावर पूर्णकलश (ज्ञानभाण्ड) धरला आहे आणि डाव्या हाताने त्यास आधार दिला आहे. त्याने पोलिसासारखा घट्ट अंगरखा घातला आहे. डावीकडील सेवक नमस्काराच्या (अंजली मुद्रेत) पावित्र्यात उभा आहे. देवीने अंगाबरोबर वस्त्र परिधान केले आहे. पादपीठावर ब्राह्मी लिपीत सहा ओळींचा लेख असून त्यात सरस्वतीच्या मूर्तीची स्थापना सिंह लोहाराचा मुलगा गोव याने आर्य्यदेव या गुरूच्या उपदेशानुसार दिलेल्या दानातून ५४ या वर्षी (शके) करण्यात आली. त्यामुळे ही मूर्ती इ.स. दुसऱ्या शतकातील म्हणजे इ.स. १३२ मधील आहे. या मूर्तीतील तिचे उत्तान स्तन आणि बसण्याची ढब-आसन – लक्षात घेता, तिचे हे शिल्पांकन मातृदेवता म्हणूनच केले असावे. तिच्या अंगावरील कमरपट्टा व पायातील पैंजण हे मोजके अलंकार आणि शारीरिक ठेवण (न्यग्रोधपरिमण्डला) यावरून ही मूर्ती लोकघटक (फोक एलेमेन्टस्) दर्शविते. ती जैन धर्माशी संबद्ध असावी, असे एक मत तिच्या उपलब्धतेवरून (स्थान) काहींनी व्यक्त केले आहे.

वरील दोन धर्मांच्या तुलनेत हिंदू धर्माशी निगडित मूर्तिकाम थोडे आहे. दुसरा चंद्रगुप्त (कार. ३७६-४१४) याच्या कारकिर्दीत मथुरेत खोदलेल्या एका शिलालेखात एका शैव आचार्याने शिवलिंगाची प्रतिष्ठापना केल्याचा उल्लेख आहे. त्याने बांधलेले कत्रा केशवदेव या ठिकाणचे विष्णुमंदिर प्रसिद्ध आहे. गुप्तकालीन शिल्पकलेचे काही उत्कृष्ट नमुने मथुरा येथे सापडले असून त्यांतील मथुरा संग्रहालयातील उभ्या

बुद्धाची मूर्ती लक्षणीय आहे. ही मूर्ती बनविताना गुप्तकालीन शिल्पकारांनी पूर्वीच्या काही कल्पनात बदल केला. पूर्वीच्या बुद्धमूर्तीत शिर मुंडण केलेले दाखवीत. गुप्तकालीन शिल्पकारांनी त्याऐवजी कुरळे केस दाखविण्याची पद्धत पाडली. या सर्व बुद्धमूर्तींचे वस्त्र अत्यंत तलम दाखविलेले असून त्यातून बुद्धाचे अंगसौष्ठव उत्तम रीतीने व्यक्त होते. दुसरा फरक असा की, पूर्वी बुद्धमूर्तीची प्रभावळ साधी, केवळ हस्तिनखांनीयुक्त अशी दाखवीत. गुप्तकाळात तिला विविध प्रकारच्या नक्षीने सुशोभित केले आहे. मथुरेतील उभ्या विष्णुमूर्तीच्या मुखावर बुद्धमूर्तीप्रमाणेच आध्यात्मिक तेज, गांभीर्य आणि ध्यानमग्नता आढळतात. बुद्धमूर्तीचा आदर्श ठेवून अनेक हिंदू देवतांच्या मूर्ती घडविण्यात आल्या. एकूण हिंदू मूर्तिसंभारात ब्रह्मा, विष्णू, शिव, कृष्ण, बलराम, गणेश, कार्तिकेय इत्यादिकांच्या मूर्ती असून पार्वती, महिषासुरमर्दिनी, सरस्वती, सिंहवाहिनी, गंगा, यमुना आणि सप्तमातृका इत्यादी देवतांबरोबर इंद्र, सूर्य, अग्नी इत्यादी अष्टदिक्पालांच्याही मूर्ती आढळतात. यातील बहुतेक मूर्ती उठावदार शिल्पात असून काही मूर्ती विशेषतः वृक्षिका, कमलपुष्पा, अशोकपुष्पा-प्रचायिका, शुकधारी, पुत्रवल्लभा, मधुपान (बकनिलियन दृष्य) या पूर्णतः धर्मातीत अशा सुरसुंदरी आहेत. श्रीलक्ष्मी, सरस्वती इत्यादी काही निवडक देवतांच्या मूर्ती नाजुकपणा, सौष्ठव, घाट व प्रमाणबद्धता या दृष्टीनी कलात्मक व लक्षणीय आहेत. यांतील श्रीलक्ष्मीची मूर्ती तर अत्यंत मोहक असून लक्ष्मी कमलकलिकांनी तुडूंब भरलेल्या पूर्णघटावर उभी आहे. तिचा डावा हात उजव्या स्तनावर आहे आणि उजवा हात बेंबीखाली कमरपट्ट्यावर ठेवला आहे. तिच्या गळ्यात गळ्याबरोबर एक अर्धचंद्राकृती अलंकार असून दुसरी त्रिकोणी माला तिच्या उरोभागावर मध्यभागी आहे. तिच्या हातात भरपूर कंकणे असून बाहुभूषणातील गरुडाची कोरीव नक्षी स्पष्ट दिसते. तलम पारदर्शक साडीप्रमाणे वस्त्र तिने नेसले असून पायातील वाळे आणि कमरपट्टा वैशिष्ट्यपूर्ण आहे. श्रीलक्ष्मीच्या दुग्धधारिणी मुद्रेतून मातृत्व आणि सुफलता यांचा आविष्कार स्पष्ट जाणवतो.

मथुरा शिल्पसंभारातील पूजामूर्ती वगळता येथील अवशेषांत व उत्खननांत काही कुशाणकालीन व्यक्तींचे पुतळे सापडले. या पुतळ्यांत विम कॅडफेसिस, कनिष्क आणि चष्टन या राजांचे पुतळे रूबाबदार असून कनिष्काचा शिररहित कबंध पुतळा आहे. या तिन्ही राजांनी परिधान केलेल्या वस्त्रात परकीय-सिथियन छटा असून अंगात ओव्हरकोटसारखे लांबलचक वस्त्र आणि पायात घोळदार अशी सरवार आहे. कनिष्काने मोठे चढाव-बुट घातले असून हातात तलवार घेतली आहे. विम कॅडफेसिस सिंहासनाधिष्ठित असून कनिष्काची उभी स्थिती आहे. त्यावरील एका लेखामुळे ही कनिष्काची आहे, यात संदेह नाही. अशा प्रकारचे पुतळे यापूर्वी घडविले नव्हते व पुढेही ही परंपरा फारकाळ टिकली नाही.

मथुराशिल्पशैलीत पूर्णतः कोणत्याही धर्माशी संबंध नसणारी धर्मातीत अशी काही ज्ञापके किंवा प्रतिमाने आढळली असून अशा मूर्ती वास्तुशोभनासाठी व अलंकरणासाठी घडविलेल्या असाव्यात. त्यात यक्षिणी वा यक्षी, वृक्षी, शालभंजिका, पुष्पभंजिका, वृक्षदेवता, पुत्रवल्लभा, मधुपान करणारी दृश्ये, शुकधारी, कमलपुष्पा, अशोकपुष्पा-प्रचायिका इत्यादी मूर्तींचा अंतर्भाव होतो. यातील बहुतेक मूर्ती उठावदार शिल्पात खोदलेल्या असून त्या विलक्षण वेधक आहेत. त्यांच्या त्रिभंगावस्थेतील संभ्रम-विभ्रम हावभाव विशेषतः डावा किंवा उजवा हात वर करून झाडाची फांदी पकडणारी शालभंजिका, मकर किंवा गज यावर उभी राहून वृक्षाशी झोंबणारी वृक्षी, शुकाशी हितगुज करणारी सुरसुंदरी किंवा मद्यपानात धुंद झालेली-स्वतःचा तोल न सांभाळणारी मद्यपि स्त्री इत्यादी शिल्पे लक्षणीय आहेत. या सर्वच अप्सरा किंवा सुरसुंदरी यांच्या मूर्ती समृद्धी किंवा सुफलता या नावाने परिचित असलेल्या मूर्तिसंभारात मोडतात. अशा प्रकारच्या मूर्ती यापूर्वी भारहूत वा सांची या स्तूपांवरील बांधकामात आढळतात. त्यांच्या शिल्पातून स्त्रीची पुष्ट वक्षस्थळे आणि विशाल कटिप्रदेश दाखविण्याची पद्धत होती; परंतु मथुरेच्या या मूर्तींत ही स्त्रीसौंदर्याची पारंपरिक लक्षणे सांभाळून त्यांना गतिमानता दिली आहे. हालचाली, अंगविक्षेप, गतिमानता आणि विशेषतः मुद्रा यांवर शृंगारिकच नव्हे तर मादक व उत्तान भाव येथे स्पष्टपणे उमटलेला दिसतो. भुतेश्वर येथील स्तंभमूर्ती याच्या खास प्रतिनिधी होत. विशेषतः तेथील त्रिभंग अवस्थेत केस मोकळे सोडलेली व उजव्या हातात सारिकेचा पिंजरा धारण केलेली यक्षी शृंगारविलासाला जणू काही आवाहनच करीत आहे, असे भासते. याच स्तंभावर काही प्रणयचेष्टा करणारी नवविवाहित दम्पती शिल्पे आहेत. या सर्व स्त्री प्रतिमांत छाया प्रकाशाचा समतोल साधण्यासाठी तसेच स्त्रियांच्या सौंदर्यविषयक पुष्ट स्तन, विशाल नितंब आणि सिंहकटी या गोष्टींवर भर देण्यासाठी शिल्पकाराने त्यांचे रेखाटन भिन्नभंगांत आणि विपुल हालचालींत केले आहे.

या अनेक मूर्तींबरोबरच मथुरा उत्खननात काही मृतशिल्पे किंवा मृण्मूर्ती सापडल्या आहेत. त्यातील बहुसंख्य देव-देवतांच्या आहेत; तथापि लोकजीवनाशी-लोक-घटकांशी (फोक एलेमेन्टस) संबद्ध व लौकिक समजुतींची परंपरा पुढे चालू ठेवणाऱ्या अशा काही आहेत. त्या लोककला या सदरात मोडतात. त्यांच्यामुळे तत्कालीन नागरी व ग्रामीण जीवनावर प्रकाश पडतो. यांतील काही मूर्ती लक्षवेधक असून त्यातील पंखा धारण करणारी स्त्री, रथयात्रेला निघालेला राजकुमार, अवकाशात भ्रमण करणाऱ्या किन्नर-किन्नरी, मुलाला मांडीवर घेऊन बसलेली माता, शुकक्रीडा अशा काही मृण्मूर्ती उल्लेखनीय आहेत.

भारतीय कला इतिहासात मथुरा कलासंप्रदायाला शिल्पशैली आणि रूपके या

दोन्ही दृष्टींनी अनन्यसाधारण महत्त्व प्राप्त झाले आहे. मथुरा हे शैव, वैष्णव तसेच बौद्ध, जैन इत्यादी विविध धर्मसंप्रदायांची भूमी होती आणि हे सर्व संप्रदाय एकाच वेळी गुण्यागोविंदाने समधर्मभावाने तिथे प्रचारात– अस्तित्वात होते. मथुरा शिल्प संप्रदायाच्या परमोत्कर्षाचा काळ म्हणजे गुप्तकालखंडाच्या आरंभीची काही शतके किंवा स्थूलमानाने कुशाण कालखंड म्हणता येईल; तथापि गुप्तकालातील शिल्पकला ही परिणत अवस्थेस पोहोचली होती. त्या पूर्वीच्या कुशाण कलेत शिल्पीचा कल देवमूर्तींना पूर्णपणे विकास पावलेल्या निरोगी पिळदार मानवी शरीराचा आकार देण्याकडे होता. मथुरेतील कलाकारही स्तूपांच्या कठड्यावरील स्त्रीप्रतिमा आणि शालभंजिका निर्माण करताना त्या आपल्या शरीरसौष्ठवाने आणि मोहक कटाक्षांनी प्रेक्षकांचे चित्त आकृष्ट करीत आहेत, असे दाखवीत. गुप्तकलाकारांनी प्रेक्षकांचे लक्ष बाह्य सौंदर्याकडून आध्यात्मिक शुचितेकडे वळविण्यात यश संपादन केले. गुप्तकालीन शिल्पकार आपले कसब चैत्यांच्या किंवा मंदिरांच्या बाह्य भागांवर खर्च न करता, आतील मूर्तींचे शांत, गंभीर आणि ज्ञानमय पण करुणायुक्त शिल्प निर्माण करण्याकडे त्याचा उपयोग करीत. खुद्द मथुरा आणि सारनाथ-श्रावस्ती यांच्या परिसरात या काळात विपुल शिल्पांकन झाले आणि समकालीन कलाप्रवाहांचे त्यात अनुकरण घडले; परंतु हे अनुकरण तंत्र व शैली यांबाबतीत आढळत नाही. मथुरेच्या शिल्पकारांनी काही परकीय प्रतिमाने जवळजवळ जशीच्या तशी उचलली. त्यात नेमिअन सिंहाशी झुंज करणारा 'हेरॅक्लीज' आणि मधुपान करणारी दृष्ये किंवा मद्यपि स्त्रीपुरुषांचे समूह ही ग्रीको-रोमन संकल्पना प्रमुख होती. त्याचप्रमाणे कनिष्क, विम कॅडफेसिस यांची वस्त्रप्रावरणे यात इराणी किंवा सिथियन प्रभाव स्पष्ट जाणवतो; तथापि ही रूपके अल्पकाळातच कालबाह्य ठरली आणि पुढे त्यांचे अनुकरण जवळजवळ घडलेच नाही. दुसरी गोष्ट गांधार शिल्पशैली आणि मथुरा शिल्पशैली या एकाच काळात (इ.स.पू १०० ते इ.स.५००) विकसित झाल्या; परंतु गांधारशैलीचा फारच थोडा प्रभाव मथुराशैलीवर पडलेला दिसतो; मात्र भारहूत, बोधगया, सांची येथील अनेक प्रतिमाने मथुराशैलीने आहेत तशीच आत्मसात केली. किंबहुना एतद्देशीय कलापरंपरा पुढे नेण्याचे तंत्र पण प्रगतावस्थेत अंगीकारले. याचे नमुने स्तूपांचे स्तंभ आणि स्तंभपाद यांवरील उठावदार शिल्पांकनात पाहावयास मिळतात. तसेच एकीकडे धार्मिक, तांत्रिक क्षेत्रात प्रगती होत असताना विशुद्ध कलेच्या क्षेत्रात पुढचे पाऊल येथे पडत होते. अवघडलेल्या यक्ष-यक्षिणींच्या किंवा वृक्षदेवतांच्या मूर्ती सौंदर्यपूर्ण, उत्तान, रेखीव व प्रमाणबद्ध बनत होत्या. पूर्वीचा उत्तानपणा आणि स्थूल गोलाकार घाट यांना डोळस कलाकारांच्या प्रतिभाविलासात मुद्रा, हावभाव आणि अंगविक्षेप यांमुळे शृंगाराची झलक लाभली आणि देवत्वावर कलाकाराने सर्व बाजूंनी भर दिला असला, तरी यातील स्त्रीमूर्ती सौंदर्याचा आविष्कार करणाऱ्या

वास्तव व अभिजात कलाकृती ठरल्या. या स्त्रीमूर्तींची अंगकाठी, शरीराचा घाट, ठेवण, चेहरा व त्यावरील भाव या प्रत्येक बाबतीत काही विशिष्ट कल्पना आणि मूल्ये यांचा जाणीवपूर्वक स्वीकार कलाकाराने केलेला दिसतो. त्रिमितिदर्शन पूर्णत्वास पोहोचल्याची जाण मथुराशैलीत जाणवते.

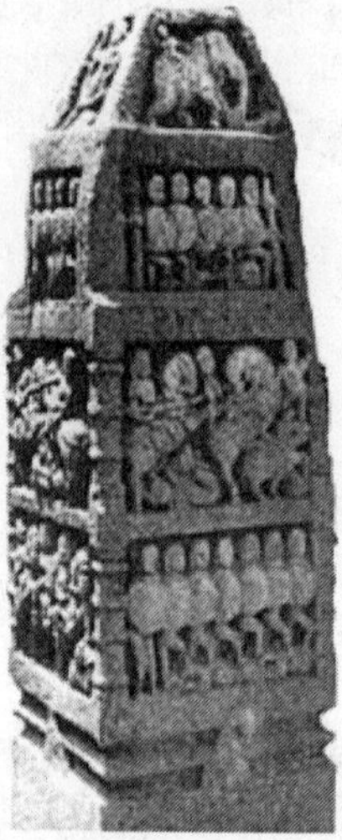

गांधार शिल्पशैली

भारतातील बौद्ध कला इतिहासात, नव्हे एकूण भारतीय मूर्तिकलेच्या इतिहासात गांधार शिल्पशैलीस एक वेगळे आणि वैशिष्ट्यपूर्ण स्थान आहे. तत्संबंधी काही कलासमीक्षक असे म्हणतात की, "भारतीय मूर्तिशिल्पाच्या उद्‌विकासाचा गांधारशैली ही एक परिणत असा टप्पा असून त्यातच पुढे वृद्धी होत गेली." कसेही असो गांधार शिल्पशैलीने मूर्तिशिल्प इतिहासात एक नवीन दालन उघडले आणि कला इतिहासाला वेगळे वळण लावले हे खरे!

गांधार या भूप्रदेशाच्या नावावरून गांधारशैली ही संज्ञा रूढ झाली आहे. हा प्रदेश म्हणजे स्थूलमानाने भारताच्या वायव्येकडील सध्याच्या पाकिस्तानचा वायव्य भाग आणि अफगाणिस्तानचा कंदाहार हा प्रदेश होय. ऋग्वेद, महाभारत व बौद्ध वाङ्मयात याचे उल्लेख सापडतात. तीत याचा

गांधार देश असा उल्लेख असून अलेक्झांडार द ग्रेट याने इ.स.पू चौथ्या शतकात हा भाग काबीज केला होता. पुढे कित्येक वर्षे तो त्याच्या ग्रीक क्षत्रपांच्या आधिपत्याखाली होता. त्याच्या अगोदरही भूमध्य सामुद्रिक, युरोपीय व पश्चिम आशियातील असे वेगवेगळे लोक व्यापाराच्या निमित्ताने येथे स्थायिक झाले होते. खुद्द ग्रीकांचे येथे काही काळ वर्चस्व होते तसेच इराणी सम्राटांचेही होते. त्यानंतर पुढे शक, पहलव (पार्थियन), सीथियन, कुशाण, हूण वगैरेंनी यांवर आक्रमण करून काही काळ आपला अंमल प्रस्थापित केला होता. कुशाणांच्या वेळी (इ.स. पहिले ते तिसरे शतक) येथील कलाक्षेत्रात आमूलाग्र भरभराट झाली आणि महायान बौद्ध संप्रदायास कनिष्कासारख्या थोर राजाचा आश्रय लाभला. त्यामुळे हीनयान पंथात मूर्तिघडणीस असलेले बंधन संपुष्टात येऊन बुद्ध-बोधिसत्त्वादिकांच्या मूर्तींची झपाट्याने निर्मिती होऊ लागली. भारतीय मूर्तिकलेच्या विकासाच्या अभिवृद्धीस येथूनच सुरुवात झाली. तक्षशिला, कपिशा, पेशावर, बामियान, हड्डा, बेग्रॅम, उद्यान, तख्त-इ-बेहिस्तून, बलाहिस्सा, चार्सद, पलतुरठेरी, शाह-की-ढेरी वगैरे तत्कालीन नगरे कलाकौशल्याची केंद्रस्थाने बनली होती. यांपैकी बहुतेक सर्वांची पश्चिम आशिया व भूमध्य समुद्राभोवतीचा प्रदेश या भागात प्रचलित असणाऱ्या 'ग्रीकांश' व 'रोमन' कला संप्रदायांशी परिचय झाला होता. साहजिकच त्यांनी आपल्या दरबारात या भागातील कलाकार आणि कलासंप्रदाय यांना राजाश्रय दिला. या कलाकारांनी कलाविषयक तंत्र आणि कल्पना आपल्या बरोबर आणल्या. त्या गांधारशैलीत प्रतिबिंबित झालेल्या दिसतात. गांधारशैलीची मूळ प्रेरणा ही बौद्ध धर्म होती; कारण परदेशातून आलेल्या लोकांनी भारतात आल्यानंतर बौद्ध धर्माचा स्वीकार केला. त्यामुळे अभिव्यक्तीची शैली ग्रीकांश व रोमन असूनही मूर्तिकामाचा आशय पूर्णतः भारतीय आढळतो.

या शैलीच्या कालासंबंधी तज्ज्ञात मतभेद आहेत; तथापि ही शैली इसवीसनाच्या प्रारंभी, बहुतेक पहिल्या शतकात सुरू झाली असावी आणि ती पुढे पाचव्या-सहाव्या शतकापर्यंत त्या प्रदेशात विकास पावली. हूणांनी येथील कलेची मोडतोड केली. गांधारशैलीच्या कालक्रमाविषयी सर जॉन मार्शल या पुरातत्ववेत्त्याचे मत अधिक तर्कशुद्ध असून आधुनिक संशोधक ते ग्राह्य मानतात. त्यांनी उत्खनित अवशेष आणि त्यांत सापडलेल्या विविध मूर्ती यांच्या शैलीकरणावरून तुलना करून तसेच तक्षशिला येथील उत्खनित कलात्मक अवशेषांचा साक्षेपाने उपयोग करून गांधारशेलीचे दोन कालखंड पाडले. पहिला कालखंड सुमारे इ.स.पू.५० ते इ.सन २५० असा तीनशे वर्षांचा आहे. त्याचा पूर्वार्ध शकःक्षत्रप राज्यकर्त्यांचा होय; तर उत्तरार्ध पहलव व कुशाण राज्यकर्त्यांचा होता. दुसरा कालखंड कुशाण व इराणी राज्यकर्त्यांचा सुमारे इ.स. २५१ - ५०० असा होता. पहिल्या कालखंडात शिल्पकाम मुख्यत्वे सुभाजा (शिस्ट) व स्लेट जातीच्या पाषाणात कोरलेले आहे.

सुभाजा हा पाषाण मऊ असल्याने बारीक कोरीव कामास सुलभ होता. दुसऱ्या कालखंडातील मूर्तिकाम प्रामुख्याने माती आणि चुनेगच्ची (स्टको) या माध्यमात केलेले आहे. पहिल्या कालखंडातील मूर्तिकाम पेशावर खोरे आणि त्याभोवतीचा प्रदेश यांपुरतेच मर्यादित होते; मात्र दुसऱ्या प्रकारचे मूर्तिकाम गांधारदेशभर प्रचारात होते. तख्त-इ-बहाई, जमालगढी, पुष्कलावती, तक्षशिला, चार्सद, हड्डा वगैरे तत्कालीन नगरांच्या उत्खननात चुनेगच्चीतील अनेक अवशेष उपलब्ध झाले तसेच लहान मोठ्या वस्तू, राजप्रासाद, स्तंभ, तटबंदी वगैरे अवशेष मिळाले. त्यात 'गण्डभेरूड' अथवा द्विमुखी गरुडाचे एक मंदिरही आढळले.

या प्रदेशातील कलेवर बहुविध राजवंशांनी अधिसत्ता गाजविल्यामुळे येथील कलेत वैविध्यपूर्ण फेरफार झाले; तसेच या काळात गांधारदेशाशी रोमनांची व्यापारी देवाणघेवाण होती. साहजिकच या भिन्न संबंधांमुळे तत्कालीन एतद्देशीय भारतीय कलेवर त्या त्या संबंधित राजवंशीय आणि रोमन ज्ञापकांचा (मोटिफ) प्रभाव पडला. आणि त्यातूनच एक संमिश्र वास्तुशिल्पशैली उदयास आली. गांधारशैलीची विशेषतः कलाशैलीची पूर्वपीठिका पाहिली असता, इथे अनेक लहानमोठ्या कलाकृती उपलब्ध झाल्या आहेत. यातील परकीय छटा असलेल्या 'हर्पोक्रेटस' या मिसरदेशीय 'बालकृष्णाची' मूर्ती वैशिष्ट्यपूर्ण आहे. इसस व ॲसिरिस या देवतांच्या पुत्राची ही मूर्ती ब्राँझ धातूची बनविलेली आहे. पूर्ण उठावातील या मूर्तीचा आशय व अभिव्यक्ती दोन्ही परकीय आहेत. अर्ध उठावातील डायोनिससची मूर्ती ही चांदीच्या पत्र्यावर उठविली आहे. वास्तूंच्या बांधकामात वापरलेल्या नागदंतावरील मूर्ती, स्तंभांचे आकार आणि काही स्त्रीमूर्ती या पूर्णत्वे ग्रीकशैलीतील आहेत. तक्षशिला येथील उत्खननात शिस्ट दगडाची पस्तीस तबके मिळाली. इतरत्रही अशीच कमी-अधिक तबके उपलब्ध झाली आहेत. त्यांना 'प्रसाधन तबके' म्हणतात. सगळीच वर्तुळाकार असून त्यांवर हरतऱ्हेचे मूर्तिकाम केलेले आहे. यातील एका तबकात मद्यपि स्त्रीपुरुषांचा मेळावा आहे. त्यात वरच्या अर्धकात मंचकावर एक दांपत्य बसले असून त्यांच्या हातात मद्य चषक आहेत. दुसऱ्या हातांनी त्यांनी एकमेकांना आलिंगन दिले आहे. यातील स्त्रीच्या पाठीवरील वस्त्र पूर्णतः खाली घरंगळलेले असून तिची सबंध पाठ व नितंब अनावृतच आहेत. दोघांच्या भोवती वादक व नर्तक दिसत असून समोरच्या बाजूला मद्य तयार करण्याचे काम चालू आहे. तबकातील सर्व आकृती वरच्या बाजूला असून तबकाचा खालचा एक तृतीयांश भाग जवळजवळ सपाट आहे. सर्वच मूर्ती पूर्ण उठावातील असल्यामुळे येथे छायाप्रकाशाचा विरोध जाणवतो. दुसऱ्या एका तबकातील नक्षीकाम सुरेख असून यात मंचकावर बसलेली एक स्त्री असून तिच्या भोवती 'इरोटेज' नामक मदनदूत आहेत. त्यातील एकाची मानगूट पकडून ती स्त्री त्याला ताडन करीत आहे. येथेही तिची पाठ व नितंब

अनावृतच दिसतात. याशिवाय काही उत्खनित नाण्यांवर ग्रीक देवता आढळतात. पेले, भांडी, दागिन्यांचे हर एक प्रकार हेही ग्रीकांश शैलीचे आहेत. सुरुवातीच्या या ग्रीकांश प्रभावामुळे काही कलासमीक्षक या शिल्पशैलीस ग्रीक-बौद्ध शिल्पशैली या नावानेही संबोधितात. या पद्धतीत-शिल्पशैलीत नव्या कल्पनांचा, नव्या प्रतिमानांचा, नव्या आकृतिबंधांचा उदय झाला.

कुशाण काळात (इ.स. १०० ते ३००) गांधारमधील बौद्ध कला खरी बहरली. विशेषतः मूर्तिकामात या शैलीची सर्व वैशिष्ट्ये स्पष्टपणे दृग्गोचर होतात. येथे मूर्तिपट्टांचा आणि स्वतंत्र मूर्तींचा असे दोन्ही प्रकार आढळतात. मूर्तिपट्ट वास्तूच्या सुशोभनाकरिता खोदले असून स्वतंत्र मूर्ती उपयोजनासाठी आहेत. पहिल्या प्रकारात विविध जातककथा व गौतम बुद्धाच्या जीवनातील वेगवेगळ्या प्रसंगांचे चित्रण आहे. दुसऱ्या प्रकारात बुद्धाच्या व बोधिसत्त्वांच्या मूर्ती यांचा अंतर्भाव होतो. या दुसऱ्या प्रकारातील मूर्तींनी भारतीय प्रतिमाविद्येत गांधारशैलीस एक आगळे स्थान मिळवून दिले आणि भव्यतेच्या बाबतीत उच्चांक गाठला. कनिष्काची अवशेषमंजूषा शाह-की-ढेरी येथे मिळाली. तसेच बीमरन येथे एक अवशेषमंजूषा मिळाली ती अवशिष्ट अवशेषांत सर्वांत प्राचीन म्हणजे इ.स.पू ५० मधील आहे. त्यानंतर इसवीसन पहिल्या शतकातील उभ्या बुद्धाच्या दोन विशीर्ष मूर्ती अनुक्रमे लौडिया टांगाई (इ. स. ६) आणि हस्तनगर (इ. स. ७२) या स्थळी उपलब्ध झाल्या; परंतु या पूर्वीचीही बलनामक भिक्षूने दान केलेली शिल्पपट्टातील एक मूर्ती बोधिसत्त्वाची नसून प्रत्यक्ष बुद्धाची आहे, असे आधुनिक संशोधनाने अलीकडे सिद्ध केले आहे. त्या मूर्तीचा काल तज्ज्ञांच्या मते इ.स. ७ च्या आसपासचा आहे. एकूण गांधार शैलीने मानवरूपधारी बुद्धाची मूर्ती प्रथम येथेच साकार केली. संन्यस्त योग्याच्या स्वरूपातील भगवान बुद्धाच्या प्रतिमा नव्या प्रकाराने बनविण्यात आल्या. बुद्धाचे दर्शन अनेकविध योगमुद्रा धारण केलेल्या अवस्थेत घडविण्यात आले. त्याचप्रमाणे बोधिसत्त्वांच्या मूर्ती बनविल्या गेल्या. या वेळेपर्यंत देवदेवतांचे स्वरूप ठराविक प्रतीकांच्या द्वारेच व्यक्त करण्यात येत असे. मनुष्यदेहधारी मूर्ती घडविण्यास निश्चितपणे केव्हा सुरुवात झाली हे ठाऊक नाही; तथापि इसवीसनाच्या पहिल्या शतकात बुद्धाच्या मूर्तीस इथेच प्रारंभ झाला असावा, असे उपलब्ध अवशेषांवरून बहुतेक तज्ज्ञांचे मत बनले आहे. ग्रीकांच्या अमदानीत ही शैली जन्मास आली आणि पुढे कुशाण राजांच्या आश्रयाने वृद्धिंगत झाली. संन्यस्त योग्याच्या रूपातील भगवान बुद्धाच्या प्रतिमा नव्या प्रकाराने बनविण्यात आल्या. बुद्धाचे दर्शन अनेकविध योगमुद्रा धारण केलेल्या अवस्थेत घडविण्यात आले. भगवान बुद्धाप्रमाणेच धर्माचा उपदेश आणि प्रसार करण्यासाठी व शांतिप्रस्थापनेसाठी बोधिसत्त्व अवनीतलावर अवतरले, अशी बौद्ध पुराणात कल्पना आहे. त्यांपैकीच मैत्रेय, शाक्यमुनी, वज्रपाणि वगैरे होत; तथापि

बुद्धाच्या आणि बोधिसत्त्वांच्या या मूर्ती राजपुरुषांना शोभणारा पोशाख, पेहराव आणि अलंकार धारण केलेल्या बनविण्यात आल्या. मूर्तींवर देवत्वाचे प्रतीक मानले गेलेले ऊर्णा चिन्ह आहे, क्वचित मंदीलही (उष्णिश) दिसतो. मैत्रेयाला भरदार मिशा दाखवण्यात आल्या आहेत आणि विशिष्ट नक्षी कोरलेल्या कडीचा एक जाड हार त्याच्या गळ्यात आहे. बहुतेक बुद्धमूर्तींचे शिर अॅपोलो ह्या ग्रीक देवतेच्या मूर्तीप्रमाणे मृदू, मांसल आणि यौवनपूर्ण घडविलेले आढळते. तसेच यक्ष, कुबेरादी मूर्तींचे झ्यूसशी साम्य असून ग्रीक देवतांच्या मूर्तींचे साम्य बुद्धसंत व भिक्षूंच्या विविध मूर्तींत आढळते. वस्त्रांची पारदर्शकता व ठेवण, केशरचना, शरीरसौष्ठव हा ग्रीक प्रभाव मानला, तरी हस्तमुद्रा, ध्यानस्थ भाव या गोष्टी भारतीय परंपरेतील आहेत. एकूण मूर्तिकलेचा कल लालित्यापेक्षा वास्तवतेकडे झुकला आहे, असे दिसते. डौलदार, प्रमाणबद्ध शरीर म्हणजेच परमेश्वर किंवा सुंदरता म्हणजेच देवत्व ही ग्रीक कल्पना या शिल्पसंभारात भासमान होते.

गांधारशैलीतील बहुतेक वा बहुसंख्य मूर्ती पाषाणात घडविलेल्या आहेत आणि त्यांमधून भव्यता दृष्टोत्पत्तीस येते; परंतु त्याबरोबरच बुद्धाच्या आणि बोधिसत्त्वांच्या शिस्ट दगडातील कोरीव काम केलेल्या या भव्यमूर्ती जवळजवळ त्रिमितियुक्त उठावातील आहेत. यांतील एक मूर्ती तर पंचावन्न मीटर उंचीची असून दुसरी बुद्धमूर्ती सदतीस मीटर उंचीची आहे. पहिली मूर्ती जगातील सर्वांत उंच बुद्धमूर्ती असून ती बामियनच्या पर्वतश्रेणीत एकसंध दगडात कोरली आहे. या मूर्तींव्यतिरिक्त काही मृच्छिल्पे, चुनेगच्चीतील मूर्ती व धातूंच्याही मूर्ती विपुल प्रमाणात उत्खननात आढळल्या आहेत. बेग्रॅम (कपिशा) येथील लहान मृद् शिल्पे (मृण्मूर्ती) व हस्तिदंती मूर्ती नाजूक, कलात्मक व अप्रतिम आहेत. माती व चुन्याच्या (चुनेगच्चीतील) मूर्तींचे क्षेत्र सिंधू नदीच्या पश्चिम काठापासून थेट अमुदर्या नदीच्या किनाऱ्यापर्यंतच्या विस्तृत प्रदेशात पसरले होते. त्यातही तक्षशिला आणि हड्डा या दोन ठिकाणी चुनेगच्चीतील मूर्तींचे सर्वाधिक अवशेष मिळाले आहेत. स्तूप व चैत्य यांच्या सजावटीसाठीच हा शिल्पप्रकार वापरण्यात आला; पण या शिल्पात जातककथा व तदनुषंगिक येणारे बुद्धचरित्र जवळजवळ नाही; मात्र बोधिसत्त्वांच्या व बुद्धाच्या मूर्ती आढळतात. या तंत्रात प्रथम एखादा सेंटीमीटर जाडीचा चुन्याचा थर भिंतीवर देत. त्यावर लाकडी किंवा विणलेल्या गवताचे सांगाडे उभे करून चुना लिंपून मूर्तीला आकार देत. चेहरा, डोकी व कधीकधी हात साच्यात दाबून काढीत व अशाप्रकारे तयार केलेल्या धडावर ते बसवीत. डोक्यावर चुना थापून त्यावर केषभूषा करीत. अशाच प्रकारे वस्त्रांच्या चुण्याही ओला चुना थापून बनवीत असत. क्वचित चुन्याऐवजी माती वापरीत व ती भाजून काढीत. साधारणतः सर्व मूर्ती नैसर्गिक रंगाने रंगवीत असत. ही चुनेगच्ची किंवा मृण्मय शिरे बहुधा साच्यातून काढलेली

असावीत, असे बहुसंख्य उपलब्ध शीर्षशिल्पांवरून दिसते. पुष्कळशी उपलब्ध शीर्ष-शिल्पे व्यक्तिचित्रणाचे कलात्मक उत्कृष्ट नमुने आहेत, यात संदेह नाही. चुनेगच्चीतील वा चुन्याच्या मूर्ती घडविणे हे पाषाण कोरीव मूर्तींपेक्षा थोडे सोपे होते. शिवाय त्यांना आकारही सहजतेने देता येई आणि चेहऱ्यावरचे भावही स्पष्ट दाखविता येत. या मूर्तिसंभारातील बुद्धाच्या शीर्ष-शिल्पांत लयपूर्ण व प्रवाही केशकलाप आणि चेहऱ्यांच्या विविध छटांची सुडौल व हृद्य घडण यांवर असलेला ग्रीको-रोमन कलेचा प्रभाव स्पष्टपणे प्रतीत होतो. चुन्याच्या मूर्ती घडविण्याची कला अलेक्झांड्रियात प्रगत झाली होती. तिथून ती इराणमध्ये गेली. गांधारवर इराणच्या ससानियन वंशातील सम्राटांनी काही वर्षे आधिपत्य गाजविले. स्वाभाविकच त्यांनी ही कला गांधारदेशात आणली असावी किंवा त्यांच्या अमदानीत ती येथील कलापरंपरेत प्रविष्ट झाली असावी.

गांधारशैलीतील बुद्ध, मैत्रेय, शाक्यमुनी, वज्रपाणी, यक्ष, कुबेर इत्यादी पुरुषांकृतींचे केसांचे कुरळे गोल झुपके, पीळदार व प्रमाणबद्ध शरीरयष्टी व अंगावर खूप चुण्या असलेली तलम वस्त्रे ही मूळ ग्रीक असावीत. भरदार मिशा हे गांधारशैलीचे आणखी एक वैशिष्ट्य! या पुरुषांकृतींतून दृग्गोचर होते. पुरुषांप्रमाणेच येथील स्त्रियांच्याही प्रतिमा वैशिष्ट्यपूर्ण आहेत. मायादेवी, हरिती, मदिरा देवता इत्यादी स्त्रियांच्या मूर्तीत त्यांचा पोशाख, अलंकार यांमध्ये भारतीय छटा आढळते, तर त्यांची अंगकाठी, आविर्भाव, मुद्रा ह्यांवर पाश्चात्त्य परकीय छटेचा प्रभाव जाणवतो. एवढेच नव्हे तर गांधारशैलीतील भग्न झालेले भक्तगण, पुरुषाकृती स्तंभ, मालाधारी स्त्री-पुरुषाकृती तसेच कॉरिंथियन पद्धतीचे स्तंभशीर्ष, काही भौमितिक रचनाबंध परकीय ज्ञापकांनी विभूषित झालेले दिसतात. ही सर्व शिल्पे भारतीय शिल्पकारांनी ग्रीकांकडून शिकून घेऊन एकतर आपण खोदविली असावीत किंवा इथे आलेल्या ग्रीक शिल्पकारांनी ती घडविली असावीत, ह्याविषयी निश्चित माहिती अद्यापि उपलब्ध झालेली नाही.

गांधारशैलीतील काही वैशिष्ट्यपूर्ण नमुने आजही त्या भूप्रदेशातील विविध अवशेषांत पाहावयास सापडतात. तक्षशिलेजवळचा कनिष्काचा स्तूप अद्यापिही त्या कलेच्या भव्यतेची साक्ष देत आहे. ह्याशिवाय भारतातील विविध पुरातत्त्वविषयक वस्तुसंग्रहालयातून तसेच तक्षशिला, पेशावर, काबूल, लाहोर, बोस्टन, लंडन वगैरे काही ख्यातनाम वस्तुसंग्रहालयांतून गांधारशैलीचे विविध नमुने आढळतात. यातील त्रिरत्न-बुद्ध, यज्ञ-चेतना, कमळात बसलेली माया, स्तूपपूजा, बोधिवृक्ष, शुद्धोदनाची यात्रा, कुभंड, प्रवासी युगुलांचे शिल्पांकन असलेले प्रसाधन तबक, मदिरा प्राशन, सागर देवता, ॲफ्रोडाईट व पंखाकृती देवमूर्ती, स्त्री-पुरुषाकृती तीर-शिल्पे, सूर्य, गौतम, डायोनिसर्स, हर्पोक्रेटस् आणि बुद्ध व बोधिसत्त्वांच्या अनेकविध ठेवणीच्या,

बहुविध आविर्भावातील असंख्य मूर्ती गांधार शिल्पकलेची विविधता व आगळेपणा विशद करतात.

येथे उपलब्ध झालेल्या मूर्तिपट्टात 'जेतवनाचे दान' चित्रित करणारा पट्ट वैशिष्ट्यपूर्ण मानला जातो. अनाथपिंडद हा एक व्यापारी असून तो गौतमाला 'जेतवनाचे दान करीत आहे' हा कथाभाग आहे. या पट्टात ओळीने शिष्य, गौतम, अनाथपिंडद आणि त्याचे दोन सेवक उभे आहेत. अनाथपिंडद हा गौतमाच्या हातावर दानाचे उदक सोडण्यासाठी कलश घेऊन उभा आहे. गौतम व व्यापारी एकमेकांकडे पाहात आहेत. इतर मूर्तींच्या अंगावर मोठा थोरला घोळ असणारी धोतरे व उपरणी आहेत. गौतमाच्या अंगावर असेच वस्त्र आहे; पण त्याच्या डोक्यावर केसांची गाठ (उष्णीप) मारली आहे. दुसऱ्या एका शिल्पपट्टात गौतम जन्माची कहाणी चित्रित केलेली आहे. इथेही ओळीने आठ-दहा माणसे उभी असलेली दाखविली आहेत. मध्यभागी मायादेवी उभी आहे. तिच्या कुशीतून एक बालक बाहेर येत आहे. स्तूप, पूजा, गौतमाची पहिली सात पावले इत्यादी सगळी शिल्पे याच धर्तीची आहेत. एकूण ह्या शिल्पपट्टांकडे नजर टाकली असता, ही त्या त्या प्रसंगांची चित्रणे नसून रंगभूमीवर घडणाऱ्या एखाद्या प्रसंगाची चित्रणे असावीत असे वाटते. सुरुवातीच्या शिल्पपट्टात वृक्ष-वृक्षी यांना स्थान नाही, पण पुढेपुढे उठावातील खोदकामात माणसांची संख्या वाढली आणि क्वचित एखादे झाड दिसावयास लागले. वरील कथाविषयाशिवाय उलूक जातक, दीपंकर जातक, छंददत्त जातक, छंदकिन्नर जातक, कच्छप जातक, श्याम जातक, विश्वंतर जातक इत्यादी अनेक जातकांतील कथांतून तसेच बौद्ध धर्मग्रंथांतून वर्णिलेल्या बुद्ध जीवनातील तथाकथित अनेक प्रसंगांचे शिल्पांकन येथे केलेले आढळते. एवढेच नव्हे तर देवदेवता, यक्ष, यक्षी, अप्सरा ह्यांच्याही मूर्ती त्यात आढळतात. गांधारशैलीतील काही प्रसंग, मूर्ती आणि इतर अलंकृत रचनाबंध इतरत्र आढळत नाहीत. उदा. मायादेवीच्या जवळून प्रकट होणारा अर्भकरूपी सिद्धार्थ किंवा नांगरटीच्या समारंभ प्रसंगी उत्पन्न झालेले वृक्षाखालील मायाजलही शिल्पे यथार्थाने वेगळी असून अप्रतिम आहेत. तसेच मारविजय व बुद्धनिर्वाण ही गांधार शिल्पे उदात्त कलेची साक्ष पटवितात. एकूण गांधार येथील शिल्पकला या भूप्रदेशात रुजली, वाढली आणि वृद्धिंगत झाली आणि ती तिथेच विराम पावली. तिथल्या परकीय पाश्चात्त्य प्रतिमानांची– ज्ञापकांची पुढे भारतीय कलेत पुनरुक्ती झाली नाही किंवा अनुकरणही घडले नाही; तथापि या शैलीने शिल्पकलेच्या इतिहासात एक आमूलाग्र क्रांतिकारक बदल घडवून आणला आणि मूर्तिकलेतील नवीनच एक संप्रदाय उदयाला आला. या शैलीतील मूर्तींची भव्यता, वैविध्य आणि त्यांवरील परकीय छटा ह्यांमुळे कला इतिहासात त्यास एक वेगळे व वैशिष्ट्यपूर्ण स्थान प्राप्त झाले; परंतु या कलेत ग्रीक कलेची अभिजातता किंवा

मौलिकता आढळत नाही वा गुप्तकाळातील सौष्ठव आणि सफाईदारपणा दिसत नाही; तरीही शिंगाच्या रंगाचा निळसर करडा शिस्ट जातीचा दगड, चुनेगच्ची वा चुना किंवा चिकणमाती यांसारखी सर्वसामान्य माध्यमे व ग्रीक-रोमन ज्ञापके यांमुळे गांधारशैलीचा आगळेपणा स्पष्ट दिसतो.

विशेषतः अफगाणिस्तानातील हा बहुमोल व लक्षणीय खजिना इ.स. २००० सालच्या मार्च महिन्यात अल् कायदाच्या राजवटीत इस्लाम विरोधी रानटी मोहिमेत नष्ट करण्यात आला. काबूलच्या पश्चिमेस बामियन येथील पर्वतश्रेणीत इ.स. दुसऱ्या शतकात खोदलेली बुद्धमूर्ती मुल्ला मुहम्मद ओमरच्या आज्ञेवरून तोफगोळे, रॉकेटस् व बॉम्ब ह्यांच्या साहाय्याने उडवून देण्यात आली. एवढेच नव्हे तर अनेक बौद्ध स्तूप, लहानमोठ्या मूर्ती आणि काबूलच्या राष्ट्रीय संग्रहालयातील बौद्धकलेशी निगडित असंख्य प्राचीन अवशेष नष्ट करण्यात आले. त्यामुळे अफगाणिस्तानातील गांधार शिल्पशैलीचा हा प्राचीन सांस्कृतिक खजिना जवळजवळ नष्ट झाला आहे. अमेरिकेने ओमरची राजवट नष्ट केल्यानंतर आता पुन्हा तेथील कलावशेष पूर्ववत करण्याचे प्रयत्न सुरू झाले आहेत.

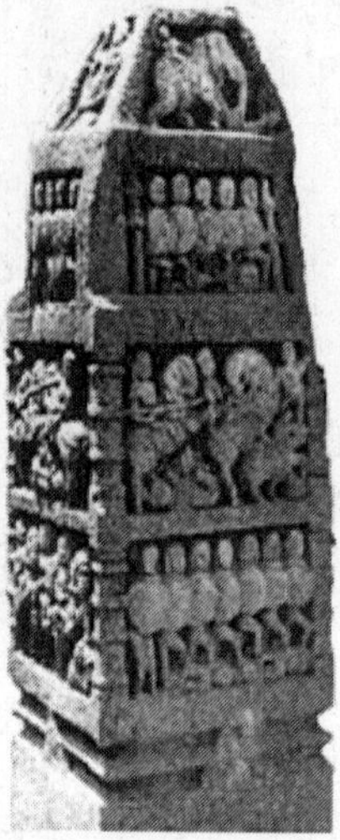

बौद्धकलेचा पहिला सुसूत्र आविष्कार : भारहूत

भारतात बौद्ध धर्माचा प्रसार सम्राट अशोकाच्या कारकिर्दीत (इ.स.पू.२६९-२३२) झपाट्याने झाला आणि त्यानंतर बौद्धकलेला गती मिळाली. त्याची परिणत अवस्था प्रथम भारहूत व नंतर सांची, बोधगया, अमरावती, नागार्जुनकोंडा वगैरे स्तूपांवरील शिल्पशैलीतून पाहावयास मिळते. भारहूत हे कालदृष्ट्या ह्या केलेचे या संदर्भातील पहिले स्थान होय. ते मध्य प्रदेश राज्यात सटणा रेल्वे स्थानकाच्या दक्षिणेस सुमारे अकरा किलोमीटरवर वसले आहे. बाघेलखंडातील पूर्वीच्या नागोद संस्थानात या प्राचीन स्थळाचा समावेश होई. या ठिकाणी मौर्यकाळात विशेषतः अशोकाच्या वेळी एक स्तूप बांधण्यात आला होता. नंतर शुंग काळात (इ.स.पू.

१८५-१००) या स्तूपाचा यथावकाश विस्तार करण्यात आला आणि त्याभोवती प्राकार, कठडे व तोरणयुक्त द्वारे बांधण्यात झाली. एका तोरणावर ब्राह्मी लिपीत कोरलेला एक लेख उपलब्ध झाला असून त्यात हे तोरण शुंग (शृंग) वंशातील धनभूती नावाच्या राजाने बांधल्याचा उल्लेख आहे. शुंगराजे हे हिंदू धर्मीय होते आणि पुष्यमित्र शुंगाने मौर्य सत्ता काबीज केली होती; तरीसुद्धा शुंगराजांनी बौद्धकलेला उत्तेजन दिले आणि त्या धर्माविषयी आदर व्यक्त केला. येथील कठडे, तोरणे इत्यादी शुंग राजांनी अलंकृत केली होती, पण सद्यःस्थितीत तिथे फारसे अवशेष आढळत नाहीत; कारण स्तूप केव्हाच जमिनदोस्त झाला असून फक्त काही तुरळक गोष्टी अवशेष रूपात इतस्ततः विखुरलेल्या दिसतात.

येथील मूळ स्तूपाचे अवशेष अलेक्झांडर कनिंगहॅम या ब्रिटिश संशोधकाच्या दृष्टीस प्रथम १८७३ साली पडले. त्यावेळी घरांच्या बांधकामासाठी येथील दगड-विटा नागरिकांनी वापरल्याचे त्याच्या नजरेस आले. तेव्हा त्याने येथील काही महत्त्वाचे शिल्प-अवशेष जमा करून ते कलकत्ता येथील राष्ट्रीय वस्तुसंग्रहालयात सुरक्षित राहण्यासाठी पाठवून दिले. त्यानंतर त्याने १८७४ व १८७५ या सालांत येथील परिसरात विस्तृत उत्खनने करून आणखी काही अवशेषांचा शोध घेतला आणि तत्संबंधीचा तपशिलवार अहवाल भारतीय पुरातत्त्व खात्याकडे पाठविला. परिणामतः भारतीय पुरातत्त्व खात्याने सर्वेक्षण करून उर्वरित अवशेष जमा करून अलाहाबाद, मुंबई व नंतर दिल्ली येथील वस्तुसंग्रहालयात हलविले. त्यामुळे भारहूत येथे आता फारसे काही नाही; परंतु हे सर्व कला अवशेष या भिन्न वस्तुसंग्रहालयांतून व्यवस्थितपणे चित्रवर्णनांसह ठेवलेले आहेत.

भारहूतचा मूळ स्तूप विटात बांधला होता. त्याचे कठडे (वेदिका) व तोरणे यांचे बांधकाम वालुकाश्मात केले होते. अंडाकृती आकाराच्या या महास्तूपाचा व्यास सुमारे २१ मीटर होता आणि त्याच्या चारी बाजूस भव्य प्रवेशद्वारे होती. अवशिष्ट अवशेषांत तोरणांचे स्तंभ आणि वेदिकांचे स्तंभ व सर्वांत वरची तुला यांवरच प्रामुख्याने शिल्पकाम आहे. चार चार अष्टकोनी स्तंभ एकत्र बांधून तोरणांचे स्तंभ घडविले आहेत. या प्रत्येक उप-स्तंभावर घंटाकृती स्तंभशीर्ष असून त्यावरील फलकावर एकमेकांकडे पाठ करून बसलेले चार प्राणी कोरण्यात आले आहेत. द्वारांच्या बाजूंच्या भव्य स्तंभात अपोत्थित (कमी उठावाच्या) शिल्पात रक्षक म्हणून १.३३ मीटर उंचीच्या यक्ष-यक्षिणी आणि नागराज यांच्या मूर्ती खोदल्या आहेत. प्रत्येक वेदिकेला २.२१ मीटर उंचीचे सोळा स्तंभ असून या एकूण ६४ स्तंभांवर तसेच तोरणांवर आणि वेदिकांवर विपुल शिल्पांकन आहे. या वेळी बौद्ध धर्मात हीनयान पंथाचेच वर्चस्व असल्यामुळे बुद्धजीवनातील प्रसंग व जातककथा - विशेषतः हंस जातक, कच्छदंत जातक, कुरुंग-मृगजातक, दशरथ जातक, अशद्रिश

जातक, किन्नर जातक आदी विविध जातकांतील दृश्ये प्रतीकात्मकरीत्या चित्रांकित केली असून बुद्धाची मूर्ती न घडविता त्याचे प्रामुख्याने प्रतीकरूप दर्शन घडवावे, या हेतूने हत्ती, घोडा, वृषभ आणि कमल ही गौतमाच्या जन्माशी संबद्ध अशी प्रतीके खोदली आहेत. येथे सम्यक् सम्बुद्धाचे पदोपदी दर्शन होते. धर्मचक्र, त्रिरत्न, स्तूप, बोधिवृक्ष, पद्‌मयुग या प्रतीकांची पूजा भक्तगण करीत असून बुद्धपूर्व अवतार व त्यांची लांच्छने असलेले वृक्ष दाखविले आहेत. बोधिवृक्ष हे ज्ञानप्राप्तीचे, धर्मचक्र हे पहिल्या उपदेशाचे आणि स्तूप हे महानिर्वाणाचे प्रतीक होय. या प्रतीकांबरोबर इतर पशुपक्षी, फळे, फुले, पाने, लतावेली, वेलबुट्ट्या, झाडे, वृक्ष यांचेही शिल्पांकन आहे. तुलेच्या मधोमध असणाऱ्या रुंद पट्टीत लतावेलींची रूपके खोदली आहेत. त्यात लीलीसारखे फुल आहे, लोलक आहे, कमळे आणि पूर्णकुंभ आहेत. यांतील प्रत्येक प्रतीकाला भारतीय संस्कृतीत एक विशिष्ट अर्थ आहे आणि महत्त्वही आहे.

येथील जातककथांतील प्रसंग चित्रणाबरोबरच तीर शिल्पात (ब्रॅकेट फिगर्स) व स्तंभांवर यक्ष, यक्षी, नागराज, वृक्षी, शालभंजिका, पूजा करणारे भक्तगण इत्यादी प्रतिमाने खोदलेली आढळतात. शिवाय काही शिल्पांतून तत्कालीन राजांची विशेषतः अजातशत्रू प्रसेनजित यांची-बुद्धाबरोबर भेट, बोधिवृक्षाची पूजा, कुरूंग मृग व सरूजातक, धर्मचक्रपूजा, कुलकोका, सुदर्शना, चन्द्रा, सिरिमा आदी यक्षी देवतांच्या मूर्ती, सुभगा तसेच अलंबुशा, गिस्त्रकेशी यांसारख्या अप्सरा वा सुरसुंदरी, काही राण्या यांचे अर्धपुतळे, मयुरपदक, फेटाधारी पुरुषाचे पदक अशी काही विशिष्ट पदके (मेडिलिअन्स) शिल्पबद्ध केलेली असून ती तत्कालीन संस्कृतीवर प्रकाश टाकतात. याशिवाय वेदिकेच्या स्तंभांवर काही प्रणयी दम्पतिशिल्पे आणि युगुले खोदली आहेत. या सर्व मानवी मूर्तींमधून तत्कालीन स्त्रियांचे अलंकार, वस्त्रप्रावरणे आणि अन्य गोष्टींचे दर्शन घडते. यांतील काही स्त्रियांनी गोंदवून घेतलेले नमुनेही विलक्षण वेधक आहेत.

भारहूतच्या एकूण अलंकरणात यक्षिणी, शालभंजिका, वृक्षिका या सुरसुंदरींचे प्रमाण लक्षवेधक आहे आणि 'दोहद संकेत' हा भारहूत स्तूपापासून मध्ययुगाच्या अखेरीपर्यंतच्या (सोळावे शतकापर्यंत) मंदिर शिल्पांवरील यक्षिणींच्या, विशेषतः वृक्षिका किंवा शालभंजिका यांच्या मूर्तींतून पाहावयास मिळतो. 'दोहद' हा शब्द 'द्वौहृद' या संस्कृत शब्दापासून आला असून मोनिअर विल्यम्स यांच्या संस्कृत-इंग्रजी शब्दकोशाप्रमाणे त्याचे अनेक अर्थ दिले आहेत. त्यांपैकी गर्भधारणा, गर्भलक्षण, डोहाळे, उत्कट इच्छा इत्यादी महत्त्वाचे व वैशिष्ट्यपूर्ण होत. या सर्व भिन्न अर्थछटातून 'अवस्थांतर होण्याचे चिन्ह' हा गर्भित अर्थ निष्पन्न होतो. भारतीय वनसृष्टीत काही वृक्षवल्लींचे महत्त्व त्यांना जनमानसात मिळालेल्या आचार-उपचारांमुळे किंवा त्यांच्या विशेष पुष्प-वैशिष्ट्यांमुळे प्राप्त झाले आहे. अशा वृक्षवल्लीत प्रियंगू

वेली, अशोक वृक्ष, बकुल, तिरक व करबुक यांचा अंतर्भाव होतो. त्याचप्रमाणे चंपक, चूट आणि कर्णिकर यांचाही अंतर्भाव होतो. त्यांना अनुक्रमे सुरसुंदरींच्या किंवा तरुण यक्षिणींच्या नुसत्या स्पर्शाने, पदस्पर्शाने, मदिरा सिंचनाने, आलिंगन वा दृष्टिक्षेपाने, संभाषणाने, स्मितहास्याने, श्वासोच्छ्वासाने, नृत्याने वा संगीताने बहर येतो. याविषयीचा संस्कृत श्लोक प्रसिद्ध आहे

"स्त्रीणां स्पर्शात् प्रियेङ्गुर्विकसति बकुलः सीधुगण्डूषसेकात् पादाघातात्
अशोकः तिलककुरबकौ विक्षणालिङ्गनाभ्याम् । मन्दारो नर्मवाक्यात पटुमृदुहसनात्
चम्पको वक्त्रवातात् । चूतो गीतान्नमेरूः विकसतिः च पुरो नर्तनात्कर्णिकारः ॥

(मेघदूतम्-मल्लिनाथ टीका उत्तरमेध : श्लोक १५)

ही संकल्पना यक्षिणी किंवा वृक्षिका या मातृदेवता म्हणजे प्रजनन, वंशवृद्धी आणि समृद्धी किंवा सुफलतेच्या देवता आहेत, यातून उत्पन्न झाली असावी. त्यामुळे स्त्रीपुरुष संयोगातून किंवा दोन आत्म्यांच्या किंवा पुरुषप्रकृतीच्या मीलनातून हा सुफलतेचा बहर आला असावा. दोहद संकल्पनेत यक्षिणी ही वृक्षराजाची वधू कल्पिली असून, ती त्याच्या जीवनप्रवाहात एकरूप होऊन उभी राहते. वृक्षांची लग्ने ही संकल्पना आजही सर्वत्र प्रचलित आहे; कारण दिवाळीनंतर काही दिवसांनी विशेषतः कार्तिकी पौर्णिमेला श्रीकृष्ण-तुलसी विवाह हा समारंभ उत्साहात साजरा होतो.

अशा प्रकारची काही शिल्पे प्रथमतः भारहूत स्तूपावरील मूर्तिसंभारात कुलकोक किंवा चंदा (चन्द्रा) यक्षींच्या शिल्पातून पाहावयास सापडतात. कुलकोक यक्षीच्या जडणघडणीत अर्धनग्नता, वर्तुलन आणि तिने घातलेले विविध अलंकार स्पष्ट दिसतात. ही मूर्ती कमनीय असून तिचे उन्नत स्तन आणि विशाल नितंब यांतून मातृत्वदर्शक विशेष प्रकट होतात. घाटदार शरीर आणि त्रिभंग अवस्था व वृक्षाचे सानिध्य यांमुळे या मूर्तीला एक वेगळेच सौष्ठव प्राप्त झाले आहे. उजव्या हाताने तिने वृक्षाची फांदी पकडली असून डाव्या हाताने ती खोडाला कवटाळीत आहे. सांची येथील पूर्वद्वारावरील यक्षी प्रमाणेच तिची सर्व सौंदर्यविषयक लक्षणे स्पष्ट दिसतात; मात्र तिच्यात सांचीच्या वृक्षीची गतिमानता नाही. तिचे हे आलिंगन दोहदचे लतावेष्टितक शिल्पप्रकारांपैकी एक होय. याच स्तूपावरील एका स्तंभक पदावर दोन यक्षी कमल कलिकांवर उभ्या आहेत. त्यातून आलिंगन दोहद हा प्रकार दृग्गोचर होतो. स्त्री आणि वृक्ष यांच्या सानिध्याचे हे प्रतिमान नंतरच्या बहुतेक शिल्पांतून पाहावयास मिळते.

या सुरसुंदरी वा यक्षिणी यांची अनेक शिल्पे भारहूत येथे आढळतात. या शिल्पांच्या खाली त्या त्या यक्षीचे नावही ब्राह्मी लिपीत कोरलेले आहे. त्यांचे

शिल्पांकन शिल्पशास्त्रीय ग्रंथातील वर्णनानुसार केलेले आढळते; कारण यक्ष-यक्षींच्या मूर्ती कशा तयार कराव्यात याविषयींची माहिती अग्निपुराण, परमार भोजाचे समरांगणसूत्रधार, भुवनदेवाचे अपराजितपृच्छा, रूपमण्डन इत्यादी उत्तरकालीन ग्रंथांतून मिळते. ही माहिती पडताळून पाहण्यास या मूर्ती उपयुक्त ठरल्या आहेत. दोहद शिल्पांचा विचार केला असता, ह्या वृक्षदेवता किंवा शालभंजिका ऐहिक जीवन सुखी आणि समृद्ध कसे होईल, या सामान्यांच्या समजुतीवरच पुजल्या जात असाव्यात. ऐहिक जीवन धर्मप्राप्तीच्या आड तर येत नाही ना, असा विश्वास त्यामुळे समाजात दृढतर होऊ लागला होता. धर्म आणि काम हे दोन पुरुषार्थ परस्परांचे विरोधक नसून ते पूरक आहेत, ही एक नवीन विचारधारा अशा शिल्पांच्या आविष्कारातून प्रकट झाली.

या वरील शिल्पांशिवाय भारहूत येथे काही हिंदू देवदेवतांची शिल्पे आढळली. त्यांपैकी भारहूत स्तूपाच्या कठड्यावरील एका स्तंभावर सरस्वतीची मूर्ती खोदली आहे. एकूण सरस्वतीची मंदिरे व मूर्ती मर्यादित असून ही मूर्ती कदाचित शिल्पशास्त्रीय दृष्ट्या सुरुवातीच्या काळातील वाग्देवीचा आविष्कार असावी! मूळात हे शिल्प खूपच खराब झालेले आहे; तथापि त्याच्या अवशिष्ट भागावरून सरस्वतीच्या मूळ प्राचीन स्वरूपाची कल्पना येते. या ठिकाणी देवी अत्यंत ऐटबाज ढंगात एका उत्फुल्ल कमळावर उभी असून दोन्ही हातांनी वीणेतून धून छेडीत आहे. तिच्या सर्वांगावर निवडक अलंकार घातलेले आहेत. तिचा उजवा पाय किंचित दुमडला आहे. तिच्या चेहऱ्यावर सात्त्विक भाव दिसतो. एकूण या मूर्तीतील सर्व भाग वैशिष्ट्यपूर्ण असून लोकघटक किंवा लोकघाटी (फोक एलेमेन्टस) गुणविशेष ही मूर्ती दर्शविते. बी. एम. बरुआ या प्रसिद्ध कलासमीक्षकास या मूर्तीत हिंदू देवता सरस्वतीचा पहिला आविष्कार जाणवतो. *(भारहूत-खंड-३, पृ.७५ बी.एम.बरुआ).* भारहूत स्तूपाचा काळ तज्ज्ञांच्या मते इ.स.पू १८५ ते ७५ असा निश्चित करण्यात आला असल्यामुळे ही उपलब्ध सरस्वतीच्या पाषाण मूर्तींत सर्वांत प्राचीन मूर्ती होय. तोरण व कठड्याचे बांधकाम शुंगराजा धनभूती याने केल्याचा उल्लेख वरती आला आहे. त्यामुळे या मूर्तीवरून हे उघड होते की, शुंगकाळात सरस्वती ही संगीत नृत्यादी कलांची आराध्य देवता होती.

भारहूतच्या स्तूपावरील एकूण बुद्धजीवनाचे कथानक सुसंगत– एखाद्या चित्रपटाप्रमाणे ते सलग दर्शविले आहे. यात बुद्धाचे गमन त्याच्या पावलांच्या प्रतीकातून उमटले आहे, तर कंथक घोड्याच्या एकसारख्या प्रतिमांतून त्याच्या पुढील भरारीची प्रगती दृष्टोत्पत्तीस येते. याच प्रसंगाच्या कथानकाखाली ब्राह्मी लिपीत छोटे शिलालेख असून त्यांत त्या त्या प्रसंगांची चित्रवर्णने दिली आहेत. आणि ते शिल्प दान देणाऱ्याचे नावही तिथे स्पष्टपणे खोदले आहे. बौद्ध साहित्यातील, विशेषतः

जातककथांतील प्रसंगांच्या चित्रवर्णनाचे शिल्पांकन असलेले भारहूत स्तूप हे भारतीय वास्तुशिल्पशैलीच्या इतिहासातील एकमेव उदाहरण आहे. अशी विषयानुरूप वर्णनात्मक लेख असलेली किमान शंभर शिल्पे आतापर्यंतच्या येथील उत्खननात उपलब्ध झाली आहेत. या सर्व शिलालेखांचे वाचन झाले असून त्या त्या शिल्पांची नावेही निश्चित करण्यात आली आहेत.

भारहूतची शिल्पशैली बौद्धकलेच्या इतिहासातील संक्रमण अवस्था दर्शविते. मौर्यकाळापासून शुंगकाळाच्या अखेरीपर्यंत (इ.स.पू पहिले शतक) याचे बांधकाम चालू हाते. त्यावरून भारहूत शिल्पशैलीचा काळ सर्वसाधारणतः इ.स.पू २५० ते १०० दरम्यानचा मानण्यात येतो. येथे आर्षशैलीतील शिल्पापर्यंतच्या सर्व अवस्थातील विकासाची स्थित्यंतरे पाहावयास मिळतात. शुंगकाळातील शिल्पे रेखीव, घाटदार आणि काहीशी उठावदार-उत्थित अशी आहेत. सिरिमा देवता, सुदर्शना, चन्द्रा व चुलकोका या यक्षिणी ही याची उत्कृष्टे उदाहरणे होत. सिरिमा व चुलकोका या दोन मूर्तींच्या घडणीत वर्तुलन म्हणजे वाटोळेपणा असला, तरी पहिली मूर्ती उदास, संथ व रूक्ष वाटते. इथे पुष्ट स्तन आणि विशाल नितंब या स्त्रीद्योतक अवयवांवर अवास्तव भर दिला आहे. मूर्तीची लय साधणारी वक्ररेषा कुठेच दिसत नाही; मात्र चुलकोका यक्षीची मूर्ती गतिमान आहे. घाटदार शरीर, रेखीवपणा आणि वक्ररेषांमुळे आलेली गतिमानता यांमुळे ती आकर्षक व नीटस वाटते. त्यामुळे भारहूतची एकूण शिल्पकला ही पूर्णतः एतद्देशीय व अभिजात वाटते.

भारहूत स्तूपाच्या वेदिका आणि तोरणे यांवर जितक्या मोठ्या प्रमाणावर मूर्तिकाम-शिल्पकाम केलेले आहे, एवढे यापूर्वी भारतात कुठेच केलेले आढळत नाही. येथील कलाकाराची परंपरा पूर्वीच्या मौर्य कलासंप्रदायापेक्षा पूर्णपणे भिन्न आहे. भारहूतचे सर्व शिल्पकाम पाषाणात असले, तरी त्याचे लाकडी कोरीव कामाशी अधिक साम्य आहे. बहुतेक शिल्पांकन अपोत्थित (वरवरचे-कमी उठावाचे) असून मौर्यशुंगकाळातील ओबडधोबडपणाची छटा त्यात अधूनमधून स्पष्टपणे जाणवते. विशेषतः इथे त्रिमितीचा अभाव प्रकर्षाने जाणवतो. तो काष्ठशिल्पाचाच प्रभाव व निदर्शक आहे. मात्र या पुढील काळातील स्तूपांतून विशेषतः सांची, अमरावती, नागार्जुनकोंडा– मानवी प्रतिमा अधिक उठावदार, गतिमान, मोहक व सुंदर घडविण्यात आल्याचे प्रत्ययास येते; तथापि प्रारंभीचा आविष्कार म्हणून भारहूतचे महत्त्व कला इतिहासात निर्विवाद आहे.

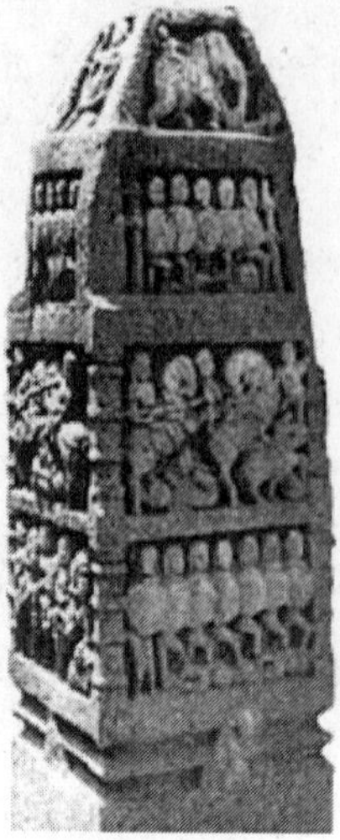

बौद्धकलेची परिणत अवस्था : सांची

भारहूतची शिल्पपरंपरा तेथील शिल्पप्रतिमानांसह पुढे नेण्याचे काम सांची येथील कलाकारांनी केले. मानव, पशुपक्षी आणि वनस्पती यांच्यातील गूढ व मधुर सामंजस्यामुळे भारतीय कला-इतिहासात सांचीच्या अवशेषांना एक आगळेवेगळे आणि वैशिष्ट्यपूर्ण स्थान प्राप्त झाले आहे.

बौद्ध स्तूपासाठी प्रसिद्ध असलेले सांची हे गाव मध्य प्रदेश राज्यात भिलसा-भोपाळ रेल्वेमार्गावर विद्यमान विदिशा शहराच्या नैर्ऋत्येस सुमारे दहा किमी. वर विंध्याचल टेकडीवरील पठारावर वसले आहे. जनरल टेलर याने या स्तूपाचा शोध इ.स. १८१८ मध्ये लावला. त्यानंतर अलेक्झांडर कनिंगहॅम या पुरातत्त्ववेत्त्याने तिथे उत्खनन करून अनेक अवशेष प्रकाशात आणले. त्यामळे तेराव्या शतकापासून एकोणिसाव्या शतकापर्यंत लुप्त झालेले

सांचीचे नाव पुन्हा एकदा चर्चेत आले. आणि सांचीच्या स्तूपाविषयी लिखित माहिती शोधण्याकडे संशोधकांचा मोहरा वळला.

सांची स्तूप असलेली विंध्याचल टेकडी १०२ मीटर उंच असून प्राचीन काळी टेकडीभोवती दगडी तटबंदी होती, असे अवशिष्ट तटबंदीच्या अवशेषांवरून निदर्शनास आले. टेकडीच्या माथ्यावर प्राचीन बौद्ध स्तूप, विहार व मंदिरे यांचे अवशेष इतस्ततः विखरून पडलेले कनिंगहॅम यांच्या नजरेस आले. टेकडीवर उपलब्ध झालेल्या एका कोरीव लेखात या टेकडीच्या विविध नावांचा उल्लेख आढळला. त्यानुसार या टेकडीला काकनाद, काकनादबोर व श्रीपर्वत अशी भिन्न नामांतरे दिलेली आढळली. येथील स्तूप 'भिल्सा टोप' या नावानेही प्रसिद्ध होता. 'महावंस' या बौद्ध ग्रंथात या टेकडीला 'चेतियगिरी' असे म्हटले असले, तरी प्राचीन बौद्ध साहित्यात तसेच इतर कोरीव लेखांत सांचीचा उल्लेख क्वचित आढळतो. गौतम बुद्धाच्या प्रत्यक्ष जीवनाशी सांचीचा कुठेही संबंध नाही. प्राचीन काळी सांची हे गाव विदिशेला जवळचे असल्यामुळे त्याचे महत्त्व वाढले असावे; कारण विदिशा हे उत्तर हिंदुस्थानातील एक प्रसिद्ध व्यापारी नगर म्हणून त्यावेळी ख्यातनाम होते.

सांचीचा मौर्यकाळापासून प्राचीन इतिहास ज्ञात आहे. 'महावंसा'तील उल्लेखानुसार सम्राट अशोक (कार. इ.स.पू. २६९ ते २३२) या प्रदेशावर प्रांताधिकारी (गव्हर्नर) असताना त्याचे वास्तव्य उज्जयिनी येथे असे. त्याने विदिशेच्या धनाढ्य व्यापाऱ्याच्या कन्येशी विवाह केला होता. तिच्यापासून त्यास उज्जेनिय व महेंद्र असे दोन पुत्र आणि संघमित्रा ही मुलगी झाली. संघमित्रा पुढे बौद्ध धर्माच्या प्रसार-प्रचारार्थ श्रीलंकेला गेली, अशी पारंपरिक माहिती मिळते. सम्राट अशोकाच्या वेळी सांचीच्या अभिवृद्धीस प्रारंभ झाला असावा आणि त्या सुमारास तिथे स्तूपाचे प्राथमिक बांधकाम झाले असावे, असा काही पुरातत्त्ववेत्त्यांचा अंदाज आहे. अशोकानंतर बाराव्या शतकापर्यंत विविध राजवंशांतील राजांनी उत्तर हिंदुस्थानात सत्ता गाजविली आणि येथे काही वास्तू बांधल्या व स्तूपांचा विस्तार केला. येथील महास्तूपाच्या चार तोरणांच्या उभारणीस पन्नास ते पाऊणशे वर्षांचा काळ लोटला असावा; परंतु त्याचे मूळ स्वरूप या काळात फारसे बदलले नाही, असे तज्ज्ञांचे मत आहे. तोरणांपैकी दक्षिणेकडील तोरण सर्वांत प्रथम बांधण्यात आले. ते इ.स.पू पहिल्या शतकाच्या तिसऱ्या चतुर्थकात उभारण्यात आले. सातवाहन राजा सातकर्णी याच्या पदरी असलेल्या आनंद नावाच्या कलाकाराने ह्याचे दान केले आहे. यानंतर लगेचच उत्तरेकडील आणि पुढे तीस-चाळीस वर्षांनंतर पूर्व व पश्चिम बाजूंची तोरणे बांधण्यात आली. पूर्वेकडील तोरणात ब्राह्मी लिपीत एक कोरीव लेख आहे. त्यात म्हटले आहे की, ''विदिशेच्या हस्तिदंतावरील कोरीव काम करणाऱ्या कलाकारांनी या तोरणावर कलाकुसरयुक्त नक्षीकाम केले आहे.'' म्हणजे शुंगकाळात (इ.स.पू.

१८७-७५) येथील स्तूपांच्या तोरण-द्वारांचे बांधकाम पूर्ण झाले असावे.

टेकडीवर एकूण तीन बौद्ध स्तूप असून त्यांपैकी एक फार मोठा-महास्तूप- आहे. त्याची उंची २३ मीटर असून त्यात गौतम बुद्धाच्या अस्थींचे अवशेष ठेवले असावेत अशी एक वंदता होती; मात्र ती फोल ठरली. सुरुवातीचा स्तूप विटांचा असून अर्धवर्तुळाकार होता; पुढे शुंगकाळात लाल रंगाच्या वालुकाश्माने व विटांची उभारणी करून त्याचा आकार ३७ मीटर इतका करण्यात आला. त्यानंतरच्या राजांनी वेदिकांची बांधणी केली आणि प्रदक्षिणा मार्ग व वर जाण्यासाठी जिना अशा दुहेरी पायऱ्या बांधल्या. एवढेच नव्हे तर स्तूपाच्या माथ्यावर वेदिका आणि तीन छत्र्या बांधून या बांधकामाची सांगता केली. दुसऱ्या एका लहान स्तूपात बुद्धाचे दोन शिष्य-सारिपुत्र आणि मोग्गलायन यांच्या अस्थी एका अश्ममंजूषेत घालून ठेवलेल्या जनरल अलेक्झांडर कनिंगहॅम यांना आढळून आल्या (१८३१). त्यांनी त्या अस्थी लंडनमधील ब्रिटिश वस्तुसंग्रहालयात पाठवून दिल्या. पुढे स्वातंत्र्योत्तर काळात भारत सरकारने त्या पुन्हा भारतात आणून जवाहरलाल नेहरू, ऊनू वगैरे मान्यवर नेत्यांच्या समवेत समारंभपूर्वक दुसऱ्या एका नवीन विहारात पुनःस्थापित केल्या. तिसऱ्या लहान स्तूपात एक धातूपात्र मिळाले (१८५१). त्या पात्रात आणखी चार छोट्या पेट्या होत्या.

भारहूतप्रमाणे येथील वेदिकांवर शिल्पकाम नाही; पण द्वारतोरणांवरील कोरीव काम भारहूतपेक्षाही अधिक उठावदार, कलात्मक आणि कदाचित संख्यात्मकदृष्ट्या अधिक भरेल. महास्तूपाच्या तोरणावरील मूर्तिकाम जसे उद्बोधक, धर्मसंबद्ध तसेच मनोरंजन करणारे आहे. महास्तूपाला चारही बाजूला दहा मीटर उंचीची भव्य तोरणे असून ती अंतर्वक्र नाहीत; तर चौकोनी आहेत. त्यांचे स्तंभ मुळाशी चौकोनी असून त्याच्या मथळ्यावर (स्तंभशीर्षावर) सिंह, ठेंगू यक्ष आणि गज यांच्या प्रतिमा अशा प्रकारे खोदलेल्या आहेत की जणू हे सर्व वास्तूचा भार आपल्या मस्तकावर घेत आहेत, असा आभास निर्माण करतात. प्रत्येक तोरणावर एकावर एक असे तीन शिळापट्ट एकमेकांपासून विलग असे बसविले आहेत. दोन शिळापट्टांमध्ये दगडी खुंट्या बसवून त्यांचा अलगपणा कायम ठेवला आहे. ही सर्व तोरणे सकृतदर्शनी सारखी वाटत असली, तरी त्यांवरील शिल्पाकृतींत विविधता आहे.

पूर्वेकडील तोरणद्वार त्यावरील नक्षीकामामुळे व मूर्तींमुळे आकर्षक झाले आहे. तेथील शिल्पाकृतींत बुद्ध जीवनाशी संबद्ध अशी अनेकविध प्रतिमाने कोरलेली आहेत. त्यांपैकी बोधिवृक्ष, सम्राट अशोक आणि त्याची राणी, राजपुत्र इत्यादी बोधिवृक्षाखाली बुद्धाच्या पादुकांची पूजा करीत आहेत, असे दृश्य खोदले आहे. दुसऱ्या एका शिल्पपट्टात बुद्धाचे महाभिनिष्क्रमण, कश्यपऋषींची कथा - इत्यादी विषय हाताळले आहेत. तोरणाच्या तीर शिल्पांत (ब्रॅकेट फिगर्स) आम्रवृक्षाच्या

फांदीला लोंबकळणाऱ्या, झोके घेणाऱ्या वृक्षी-वृक्षिका आहेत. यांतील सुप्रसिद्ध यक्षी-वृक्षी किंवा शालभंजिका स्त्री-सौंदर्याचा अनुपम नमुना असून या मूर्तीच्या घडणीत कलाकाराने आपले सर्व निर्मितीकौशल्य ओतलेले प्रत्ययास येते. या यक्षीने माफक निवडक अलंकार ल्यालेले असून तिने अत्यंत झिरझिरीत तलम वस्त्र परिधान केले आहे. त्या पारदर्शक वस्त्रातून तिची नग्नता स्पष्ट होते आणि कांती उठून दिसते. तिची प्रस्फुटित पुष्ट वक्षस्थळे आणि विशाल नितंब तिच्या यौवनाबरोबरच तिचे घाटदार शरीरसौष्ठव दर्शवितात. गतिमानता आणि सचेतन व्यक्तिमत्त्व ही या वृक्षीची वैशिष्ट्यपूर्ण अंगे प्रेक्षकाला स्तिमित करतात. या वृक्षीला पाहून बुद्धचरित्राचा कर्ता प्रसिद्ध विद्वान अश्वघोष (पहिले शतक) स्तिमित झाला आणि त्याने या मूर्तीची तुलना राजप्रासादाच्या खिडकीतून डोकावणाऱ्या परिसम सुंदर युवतींबरोबर केली आहे.

दक्षिणेकडील तोरणद्वारावरही बुद्ध जीवनाशी निगडित शिल्पांकन आहे. यात मुख्यत्वे कमलवनातील लक्ष्मी, अशोकाची रामग्रामाची यात्रा, च्छदंत जातकातील कथानक इत्यादींचे प्रासंगिक शिल्पांकन आहे. चौकटीतून बौद्ध प्रतीकांची पूजा दृश्ये असून एका ठिकाणी नृत्याचे मनोहर दृश्य खोदले आहे. उत्तरेकडील तोरणावर वेस्संतर जातकातील काही कथा-प्रसंग चितारलेले असून माराचे आक्रमण, जेतवन दान इत्यादी कथा अलंकृत केलेल्या दिसतात. तोरणाच्या माथ्यावर मध्यभागी एक चक्र खोदले आहे. दोन्ही बाजूंना त्रिशूलाकृती शिल्पे आहेत. त्या शिल्पांमधेही एक अशोकचक्र आणि त्यावर त्रिशूल आहे. याशिवाय लहान स्तूपांवर काही ठिकाणी शिल्पाकृती आढळतात.

सांचीचे मूर्ती संभारातील वर्ण्यविषय एकूण शिल्पांकनाचा विचार करता, भारहूत स्तूपापेक्षा फारसे वेगळे नाहीत. गौतम बुद्धाच्या पूर्वजन्माच्या कथा ज्या जातकातून निर्दिष्ट केल्या आहेत, त्यांतील विविध प्रसंगांचे चित्रण येथे आढळते. त्याचबरोबर चार सिंह किंवा हत्तीचे त्रिरत्न चिन्ह यांसारख्या पूर्णतः धार्मिक-बौद्ध धर्माचा आशय व्यक्त करणाऱ्या प्रतीकांचे शिल्पांकन आढळते. तसेच या धार्मिक विषयांबरोबर यक्ष, यक्षी, वृक्षी, शालभंजिका अशी वास्तू सुशोभनासाठी मुद्दाम निवडलेली प्रतिमाने-ज्ञापके (मॉटिफ) आणि नैसर्गिक प्रतिमाने जसे पशुपक्षी, लतावेली, विविध प्राणी यांचेही रेखाटन आहे. याशिवाय भौमितिक रचनाबंध सुशोभनासाठी अधूनमधून खोदलेले दिसतात. एक एक कथा किंवा कथाप्रसंग कोरत असताना त्या अनुरोधाने प्राकार, चैत्य, राजप्रासाद यांसारख्या वास्तूंचेही शिल्पांकन आढळते; त्याच बरोबर त्या वास्तूतील मंचक, आसने, छत्रचामरे, मिरवणुकीचे देखावे आणि त्यातील सजविलेले हत्तीघोडे हे पाळीव प्राणी आणि विविध पोशाखातील मानवी आकृत्या-व्यक्तिमत्त्वे इत्यादी तपशील तोरणांवर कोरलेले

आहेत. मानवी आकृत्यात यौवनाने प्रस्फुटित झालेल्या यक्षी-शालभंजिकांबरोबरच अन्य काही मानवी आकृत्या आढळतात. त्यात काही उभी दम्पती तसेच बैठी युगुले असून काही नृत्यात मग्न असलेल्या युवती आहे. स्तूपापुढे नतमस्तक झालेली मधुपानाने धुंद झालेली आणि प्रणयालापात मग्न असलेली जोडपी दिसतात. तसेच काही कारणावरून वितंडवाद करून झुंझणारी व्यक्तिमत्त्वे आढळतात. यामुळे सांचीच्या शिल्पांकनात तत्कालीन जीवनविषयक बहुतेक सर्व विषय कमी-अधिक प्रमाणात खोदलेले आहेत. ते त्यावेळच्या सामाजिक-आर्थिक परिस्थितीवर प्रकाश टाकतात. त्यामुळे इतिहासाच्या अभ्यासकाला या वैविध्यपूर्ण मूर्तींतून तत्कालीन समाजाचे जीवन कसे होते, याची कल्पना येते.

सांचीपूर्व भारहूतच्या मूर्तिकामात मानवाकृती एकसंध करण्याचा प्रयत्न झाला, पण त्यातील तुटकपणा जाणवतो. येथे त्याचे परिणत एकात्मरूप पाहावयास सापडते. सांचीच्या कलाकारांनी एकात्मरूपात जिवंतपणा आणि स्वाभाविक नैसर्गिक हालचालींची गतिमानता व लालित्य आणण्याचा यशस्वी प्रयत्न केला आहे. त्यामुळे मूर्तिकामात सुबद्धता प्रतीत होते. तसेच छायाप्रकाशाचा समतोल साधल्यामुळे त्रिमितीचा परिणाम दृग्गोचर होतो. रोजच्या जीवनातील संघर्ष-प्रेमालाप यांसारखे हरतऱ्हेचे प्रसंग चित्रित करून सांची कलाकारांनी तत्कालीन जीवनाच्या अनेकविध छटांचे सुस्पष्ट दर्शन घडविले आहे.

सम्राट अशोकाने बौद्धधर्माच्या प्रचारार्थ इथे एक शिलास्तंभ उभा केला होता. तो इतर अशोक स्तंभांप्रमाणेच चार सिंहाकृतींनी अलंकृत होता. त्यावरील लेखात ''लोकांनी (प्रजेने) आपापसांतील भेदभाव वाढवू नये.'' अशी ब्राह्मी लिपीत कोरलेली आज्ञा आहे. या लेखाचे व इतर अनेक अवशेष येथील वस्तुसंग्रहालयात ठेवले आहेत. सांचीने दिलेला बौद्धकलेचा वसा अधिक विकसित रूपात वेंगी या दक्षिणेकडील शैलीत विशेषतः अमरावती व नागार्जुनकोंडा येथील स्तूपांतून खोदलेल्या शिल्पशैलीत पाहावयास मिळतो.

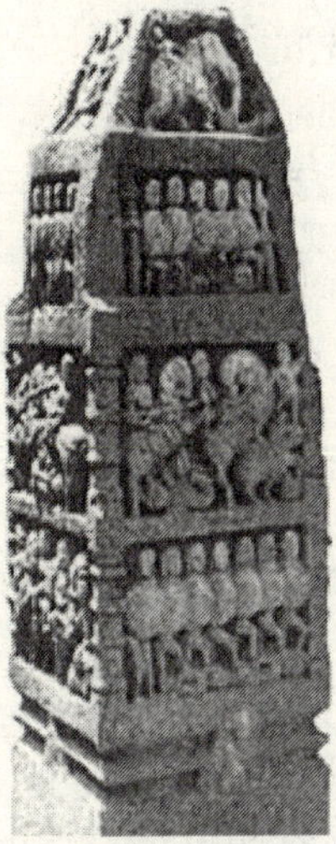

अमरावती – लोभस शिल्पपुष्प

प्राचीन बौद्ध अवशेषांचे हे प्रसिद्ध स्थल आंध्र प्रदेशात गुंतूरपासून सुमारे अठ्ठावन किमी. वर कृष्णेच्या दक्षिणकाठी वसलेले आहे. प्राचीन काळी त्याला धरणीकोट किंवा धन्याकोट असे म्हणत. पूर्वेकडील कृष्णेच्या खोऱ्यातील ही सातवाहनांची राजधानी एका प्रचंड बौद्ध स्तूपासाठी प्रसिद्ध असली, तरी तो संपूर्ण स्तूप आज अस्तित्वात नाही.

१७९७ साली येथील एका स्थानिक जमीनदाराने घराच्या बांधकामासाठी स्तूपावरील अनेक संगमरवरी शिल्पपट्ट चुनखडी करण्याकरिता भस्मसात केल्यामुळे सध्या तेथे केवळ स्तूपाचा आलेख आणि काही शिल्पे पहावयास सापडतात. १७९८ व १८०७ ह्यावर्षी श्री. मॅकेंझी ह्यांनी आणि १८४० साली सर वॉल्टर इलियट ह्यांनी ह्या स्थानाची प्रत्यक्ष पाहणी केली आणि त्यांच्या शिफारशीनुसार १८८०

साली ब्रिटिश सरकारने तेथे उत्खननास प्रारंभ केला. त्यात सापडलेले सर्व उत्कृष्ट शिल्पपट्ट, मूर्ती व इतर अवशेष त्यांनी ब्रिटिश वस्तुसंग्रहालयात हलविले. त्याच वेळी ब्राह्मी लिपीत खोदलेले काही शिलालेखही सापडले. त्यांचे वाचन व इंग्रजी भाषांतर डॉ. बर्जेस ह्यांनी केलेले आहे. त्यानंतर अगदी अलीकडे भारतीय पुरातत्त्व खात्यातर्फे तेथे पुन्हा विस्तृत उत्खनन करण्यात आले. त्यात सापडलेले सर्व अवशेष नागार्जुनकोंडा येथील वस्तुसंग्रहालयात ठेवण्यात आले आहेत.

चार कालखंडांचे दर्शन

येथील शिल्पाकृतींत मुख्यत्वे चार भिन्न कालखंड आढळतात. पहिला कालखंड भारहूतच्या समकालीन असून त्यात बुद्धजीवनातील तीन प्रसंग दाखविलेले आहेत. दुसरा कालखंड स्थूलमानाने पहिल्या शतकातील असून त्यात मोठ्या दगडांच्या चिपांवर नाग व पूर्णघट ह्यांच्या आकृत्या आहेत. ह्याशिवाय सर्वत्र सांकेतिक चिन्हे आढळतात. तिसरा कालखंड दुसऱ्या शतकातील असून तेथून बुद्ध प्रतिमेस सुरुवात झालेली आढळते. चौथ्या आणि शेवटच्या कालखंडात अनेक जोत्यांचे दगड असून त्यांवर मानवी आकृत्या आणि थोड्या बुद्धाच्या मूर्ती आहेत.

येथील मुख्य स्तूप संगमरवरी दगडांच्या चिपांनी आच्छादलेला असून त्याभोवती दोन कठडे आहेत. बाहेरचा कठडा प्राचीन असून त्याची उंची जमिनीपासून ३-४ मीटर आहे. स्तूपाचा व्यास सु. ४५ मीटर आतील कठड्याचा परीघ १७ मीटर व बाहेरील कठड्याचा परिघ २६७ मीटर होता. बाहेरच्या कठड्यावर व आतील बाजूस हजारो सुंदर आकृत्या असल्या पाहिजेत, असा पुरातत्त्वेत्त्यांचा अंदाज आहे. मधल्या भागावर व आकृत्यांच्या वरच्या बाजूस काही सांकेतिक आकृत्या असून जोत्यावर प्राण्यांची व मुलांची चित्रे आहेत.

कलात्मक शिल्पित बुद्धजीवन

येथील महत्त्वाचा सर्व भाग जरी नष्ट झाला असला, तरी जे थोडे अस्तित्वात आहे, त्यावरूनही तत्कालीन आंध्रकलाकारांच्या कौशल्याची कल्पना करता येते. येथील शिल्पाकृतींत काही वेळा बुद्ध एखाद्या पक्ष्याच्या वा प्राण्याच्या स्वरूपात दाखविलेला आढळतो, तर काही ठिकाणी तो केवळ चिन्हांनी चित्रित केलेला दिसतो, बहुतेक शिल्पातून बुद्धाच्या जीवनातील प्रसंग, जातकादी कथा आणि स्तूपांच्या प्रतिकृती प्रामुख्याने दाखविलेल्या आहेत. स्तूपाच्या कठड्यावरील अनेक सुंदर शिल्पाकृतीत जी जातकादिकथातील शिल्पे आहेत, ती इतरत्र सापडत नाहीत. ती बहुतकरून जुन्या बुद्धपीठातून घेतलेली असावीत; पण पुढे ती नाहीशी झालेली दिसतात. तसेच शिबीजातकाची कथा येथे जी शिल्पित केलेली आहे, तीही जुन्या

बुद्धपीठातूनच घेतलेली असावी; कारण नंतर अजिंठा येथे जी शिबीजातकातील शिल्पे रेखाटली गेली आहेत, ती वेगळी वाटतात.

ह्याशिवाय पद्मकुमाराची कथा, षडदंत, हंस, शांपेय, विधुरपंडित इत्यादी जातककथा येथे दिसतात. बुद्धाच्या जीवनातील काही वैशिष्ट्यपूर्ण प्रसंगही आढळतात. त्यात अंगुलीमाला व सुमन, अजातशत्रू बुद्धाकडे जाण्यापूर्वी जीवकाचा विचार घेत आहे, कपिलवस्तू येथे बुद्धाचे शाक्य स्वागत करीत आहेत वगैरे शिल्पाकृती आहेत. त्या सर्वच भावस्पर्शी आहेत. ह्याशिवाय दुष्ट देवदत्ताने बुद्धाच्या अंगावर हेतुपुरस्सर सोडलेला राजगृहाच्या मार्गावरील उन्मत्त हत्ती, त्याकडे पहाणारा शांत बुद्ध आणि आपापल्या गृहातील गच्च्या व खिडकींमधून हा प्रसंग पाहणारे स्त्री-पुरुष, एकूण सारे दृश्यच इतके वास्तववादी व भावपूर्ण खोदले आहे की, त्यातील करुण रस सुस्पष्टपणे दृग्गोचर होतो. तसेच दुसऱ्या एका शिल्पात चार विवस्त्र यौवना बुद्धपादुकांची भक्तिभावाने पूजा करीत असून आपल्या विवस्त्रतेमुळे संकोचलेल्या व घाबरलेल्या आहेत, असे दर्शविले आहे. त्या शिल्पातील हावभाव भावस्पर्शी, उठावदार व अकृत्रिम वाटतात; तर स्त्रियांच्या आकृत्या सडपातळ, आकर्षक व जिवंत भासतात. सांचीप्रमाणे बुद्धाची अनेक प्रतीके असली, तरी सर्व शिल्पांत बुद्धाच्या काही निवडकच वैशिष्ट्यपूर्ण प्रतिमा आहेत. मानवी आकृत्यांतील अवयव, त्यांची प्रमाणबद्धता आणि शिल्पांची रचना असे दर्शविते की, अमरावतीच्या शिल्पकारांच्या स्वतःच्या म्हणून काही खास विशिष्ट कल्पना होत्या. त्यांचे काहीतरी वेगळे तंत्र होते. सर्वच शिल्पे अत्यंत परिणामकारक आणि उठावदार आहेत; तथापि येथील शिल्पाकृतींत रंगेलपणा वा उच्छृंखलपणा आढळत नाही. मात्र कलाकार अतिउत्साह आणि उधळपट्टीने उत्स्फूर्त झालेला दिसतो. येथील अवशिष्ट शिलालेखांवरून हे स्पष्ट होते की, येथील कलाकारांचा मूळ उद्देश धार्मिक कल्पनांना शक्य तेवढा जास्त उठाव देणे हा आहे.

अमरावतीच्या पाषाणशिल्पांच्या कालाविषयी कलातज्ज्ञांत मतैक्य नाही; तथापि तो गांधारशैली व सांचीशैली यांच्या मधला असावा असे काही कलातज्ज्ञांच्या दृष्टीने पाहता म्हणता येईल. काहींचे मत ती मथुराशैली व गांधारशैलीच्या सुमारास भरभराटीत असावी असे आहे. अलीकडे येथील शैलीविषयी इ.स.पू. २०० ते इ.स.२०० ही सर्वसाधारण कालमर्यादा ठरविण्यात आली आहे. स्तूपाचा कठडा इ.स.पू. पहिल्या शतकाच्या अखेरीस बांधला असावा असे पुलुमावी व यज्ञश्री ह्या सातवाहन राजांच्या अर्पण लेखांवरून उघड होते. येथील शिल्पकलेस इ.स. पूर्व कालात सुरुवात झाली असावी व पुढे ती कित्येक वर्षे वृद्धिंगत होत होती; तथापि अमरावती शैलीवर इतर शैलींप्रमाणे परकीय शिल्पकलेची छाप किंवा प्रभाव दिसत नाही. मात्र नंतरच्या काही कल्पना [Motifs] ग्रीक-रोमन वाटतात. तथापि

एतद्देशीय शैलीचा उत्कृष्ट नमुना म्हणून अमरावती शैलीचा आवर्जून उल्लेख करणे आवश्यक आहे. नंतरच्या दक्षिण भारतातील जवळजवळ सर्व शिल्पाकृतींवर अमरावती शैलीची छाप प्रामुख्याने पडलेली आढळते, एवढेच नव्हे तर अजिंठा चित्रशैलीवर, तसेच इंडोचायना येथील शिल्पावरही ती पडली आहे. पुष्पमाला धारण करणाऱ्या व्यक्तींची कल्पना अमरावती शैलीत पूर्णत्वास गेलेली आढळते व ती पुढे पल्लवांच्या कलेत आणि तशीच पुढे बृहद्भारतात पसरली. ''सर्व भारतीय शिल्पात अमरावती इतके नाजूक व विलासमय शिल्पपुष्प दुसरे नाही.'' हे आनंद कुमारस्वामींचे मत त्यामुळे यथार्थ वाटते.

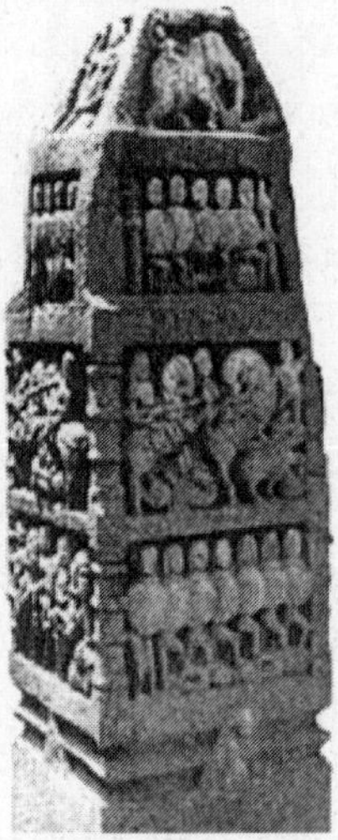

नागार्जुनकोंडा

इसवीसन दुसऱ्या तिसऱ्या शतकात आंध्र प्रदेशात कृष्णानदीच्या खोऱ्यात नागार्जुनकोंडा येथे एक वैभवशाली संस्कृती ईक्ष्वाकू राजांच्या आश्रयाने उदयाला आली. ईक्ष्वाकू राजे हे सातवाहनांचे प्रथम मांडलिक होते व पुढे ते स्वतंत्रपणे राज्य करू लागले. हे राजे वैदिक धर्मीय असून त्यांच्या राण्यांचा ओढा बौद्ध धर्माकडे होता. त्यामुळे ईक्ष्वाकूंनी हिंदू वास्तु-शिल्पाबरोबरच बौद्धवास्तू बांधण्यासाठी प्रयत्न केले आणि त्यांच्या राण्यांनी त्यांना या बाबतीत प्रोत्साहितही केले. परिणामतः या सहिष्णू वृत्तीतून एक प्रगत-विकसित वास्तू-शिल्पशैली जन्माला आली आणि वृद्धिंगत पावली. बोधगया, भारहूत, अमरावती, सांची इत्यादी शिल्पशैलींना तिने काही घटकांच्या बाबतीत मागे टाकले.

ईक्ष्वाकू राजांची पहिली राजधानी विजयपुरी

होती. विजयपुरीच्या पूर्वेला श्रीपर्वत डोंगर आहे. त्या डोंगरावर बौद्ध आचार्य नागार्जुन हे एका विहारात राहत असत, असे बहुतेक विद्वान मानतात. तिथेच त्यांनी समाधी घेतली आणि जीवनाची इतिश्री केली, अशी कथा तिबेटी साहित्यात आढळते. या आचार्यांच्या नावावरूनच या प्रदेशास नागार्जुन हे नाव मिळाले असावे. पुढे संरक्षणाच्या दृष्टीने सोयीचे व्हावे म्हणून ईक्ष्वाकूंनी नागार्जुनकोंड्याची बांधणी करून तिथे आपली राजधानी हलविली. हे प्राचीन स्थळ आंध्र प्रदेशाच्या विद्यमान गुंतूर जिल्ह्यात पलनाडू तालुक्यात माचेर्ला या खेड्याच्या वायव्येस सुमारे २४ किमी. वर कृष्णानदीच्या दक्षिणकाठी वसले आहे. हा भाग स्थानिक लोकात नल्लमलई या नावाने परिचित आहे. प्रसिद्ध पुरातत्त्वज्ञ लाँगहर्स्ट यांना इथे उत्खननात अनेक अवशेष उपलब्ध झाले. ते प्रामुख्याने विजयपुरी, श्रीपर्वत व नागार्जुनकोंडा अशा तीन ठिकाणी मिळाले. यापैकी नागार्जुनकोंडा येथील अवशेष संख्येने जास्त असून लक्षणीय आहेत.

या परिसरातील सुरपुरजा वेंकटरमय्या नावाच्या एका शिक्षकाने येथील अवशेषांचा इ.स. १९२६ मध्ये प्रथम शोध लावला. त्यानंतर रंगस्वामी सरस्वती या लिपिवेत्त्याने (एपिग्राफिस्ट) तेथील अवशिष्ट कोरीव लेखांची पाहणी केली. लाँगहर्स्ट यांच्या मार्गदर्शनाखाली ब्रिटिश शासनाने त्या ठिकाणी इ.स.१९२७-३१ या साली व पुढे १९५४-६१ दरम्यान भारत सरकारच्या पुरातत्व सर्व्हेक्षण विभागाने तिथे शास्त्रशुद्ध पद्धतीने उत्खनने केली. या उत्खननांतून काही महत्त्वाचे अवशेष उपलब्ध झाले. त्यात नागार्जुनकोंडा ही तटबंदियुक्त पद्धतशीर नगररचना असलेली प्राचीन नगरी ज्ञात झाली. तिच्या तिन्ही बाजूंना टेकड्या आणि चौथ्या बाजूला कृष्णेचे पात्र असल्याचे आढळले. त्यामुळे निसर्गतः संरक्षित असलेली ही नगरी पाहताच पुरातत्त्वज्ञांना तत्कालीन राजांच्या भूराजनीतीचे कौतुक वाटले. याशिवाय ईक्ष्वाकू राजांनी या नगरीची अंतर्गत रचना भुईकोट किल्ल्याप्रमाणे केलेली आढळली. या नगराभोवती प्राकार बांधलेला असून सुरुवातीचा प्राकार मातीचा व नंतर तो विटांनी मजबूत करण्यात आला होता. तटाच्या पूर्वेस व पश्चिमेस अशी दोन प्रवेशद्वारे होती आणि प्राकाराभोवती तीन मीटर खोल व तेवीस मीटर रुंद खंदक होता. एका मोठ्या हमरस्त्याच्या दोन्ही बाजूंना शहराची मांडणी असून याच रस्त्यावर मुख्य बाजारपेठ होती. इतर वास्तूंची जोती व पाये इथे सापडले असून एक मोठे प्रेक्षागृह, स्नानकुंड आणि विहार व स्तूपांचे अनेक अवशेष उपलब्ध झाले आहेत. उत्खननात नवाश्मयुगापासून ते इसवी सनाच्या तिसऱ्या शतकापर्यंतच्या विविध कालखंडातील वास्तू आणि वस्तू आढळल्या. त्यात नवाश्मयुगीन हत्यारे, मृत्पात्रे, दफने व रोमन बनावटीची नाणी आहेत. इसवीसनातील अवशेष मुख्यत्वे ईक्ष्वाकू वंशीय राजांच्या कारकिर्दीतील असून त्यात हीनयान व महायान या दोन्ही बौद्ध पंथांतील संबद्ध मूर्तिकाम व

स्थापत्य आहे. याशिवाय हिंदू धर्माशी निगडित अग्निकुंडे, यज्ञवेदी व मंदिरे यांचे बहुविध अवशेष आढळतात. त्यांचा काल शैलीकरण आणि कोरीव लेख यांच्या आधारे सुमारे इ.स. सु. दुसरे-तिसरे शतक ठरतो. कोरीव लेख तत्कालीन राजकीय-सामाजिक स्थितीवरही प्रकाश टाकतात.

येथील मंदिरांच्या अवशेषांत पुष्पभद्रस्वामिन (शिव), नाडेगिस्वरस्वामिन, अष्टभुजाविष्णू, कार्तिकेय, हारिती, इत्यादी मंदिरांचे जीर्णशीर्ण अवशेष उपलब्ध झाले असून त्यांच्या मंडपांचे स्तंभ इतस्ततः विखुरलेले दिसतात. काही स्वतंत्र मंडपांचेही अवशेष आहेत. आज फक्त त्यांच्या स्तंभांचे तळखडे सापडतात. त्यांवरून या वास्तूंच्या पदविन्यासाची कल्पना येते. सर्वांत वैशिष्ट्यपूर्ण येथील स्नानकुंड आणि प्रेक्षागृह असून चैत्य-विहारात महाचैत्य या नावाने प्रसिद्ध असणारा चैत्य आहे. स्नानकुंड चौरस असून त्याचे क्षेत्रफळ सात चौरसमीटर आहे आणि त्याची खोली अडीच मीटर आहे. त्यात उतरण्यासाठी चहूबाजूंनी समांतर पायऱ्या आहेत. अशा प्रकारची रचना क्वचित इतरत्र आढळते. प्रेक्षागृह आयताकार असून त्याचे क्षेत्रफळ ९२ × ७७ चौ. मीटर असे प्रशस्त आहे. त्याच्या तिन्ही बाजूंना प्रेक्षकांना बसण्यासाठी पायऱ्या असून रंगमंच २१×१० चौरस मीटरचा प्रशस्त आहे. प्रेक्षागृहात प्रवेशासाठी सहा जिने आहेत. प्रेक्षागृहात नाटके, कुस्त्या वा साठमारी चालली असताना राजा व राज कुटुम्बीय मंडळी यांना बसता यावे म्हणून ही खास व्यवस्था असावी. भोवतालच्या टेकड्यांच्या उतरणीचा इथे उत्तम उपयोग करून घेण्यात आला आहे. त्यामुळे निसर्गतःच त्याची खोली वाढली आहे. अशा प्रकारची प्रेक्षागृहे तत्कालीन भारतवर्षात इतरत्र कुठेही आढळली नाहीत; किंबहुना त्यांचे अवशेषही ज्ञात नाहीत आणि वाङ्मयीन वर्णनेही आढळत नाहीत; मात्र अशा ॲम्फीथिअटर सदृश इमारती प्राचीन ग्रीस देशात किंवा रोमन संस्कृतीत प्रचलित असल्याचे पुरावे आढळतात. याशिवाय कृष्णानदीला बांधलेले प्रशस्त घाटही वैशिष्ट्यपूर्ण आहेत.

इतर वास्तुशास्त्रीय अवशेषात लहानमोठे स्तूप, चैत्य, विहार, मंडप, यज्ञकुंडे वगैरे विविध प्रकारच्या वास्तू असून त्यांच्या सुशोभनासाठी स्तंभ व वेदींवर शिल्पपट्टात विस्तृत मूर्तिकाम केले आहे. या बौद्ध-हिंदू शिल्पाकृतींशिवाय काही थोड्या मृण्मूर्ती व धातूच्या मूर्तीही उपलब्ध झाल्या आहेत. येथील वास्तुविशेष आणि संपूर्ण नगररचनेचा उलगडा करणारा आराखडा वास्तुशास्त्राच्या आधुनिक अभ्यासकास खचितच मोलाचा ठरेल यात शंका नाही. स्तूपांच्या अवशेषांत मोठ्या स्तूपाचा उल्लेख शिलालेखात 'महाचैत्य' असा केला आहे. त्याच्या अंतर्भागात चांदीचा एक लहान स्तूप असून त्यात सुवर्णमंजूषेत बुद्धाच्या अस्थींचा एक तुकडा ठेवला होता. त्यामुळे त्यास धातुगर्भ मानतात. हा बुद्धधातू पुढे सारनाथ (बनारस-

उत्तरप्रदेश) येथील मूलगंध कुट विहारात ठेवण्यात आला, अशी माहिती मिळते. या महास्तूपाच्या पूर्वेस अपरमहाविनसेलिय नावाचा एक विहार होता. त्यात मंडप, चैत्यगृहे व चैत्याभोवती प्रांगण, त्याभोवती विटांचा प्राकार असे बांधकाम केलेले होते. संघराम विहार, सिंहल विहार, शांतिश्री चैत्यगृह, बोधिश्री चैत्यगृह, स्वस्तिक स्तूप वगैरे बौद्ध वास्तूंतून स्तंभ, कठडे व इतरत्र मूर्तिकाम केलेले आहे. यातील बहुतेक शिल्पाकृती श्रीपर्वत डोंगरावरील वस्तुसंग्रहालयात ठेवल्या आहेत. वास्तूंची तसेच शिल्पांची कालौघात बरीच मोडतोड व हानी झाली असून नागार्जुन सागर या भव्य प्रकल्पामुळे अनेक वास्तू व शिल्पे आहेत तशाच स्थितीत हलविण्याचा प्रयत्न झाला; तथापि ज्या वास्तू हलविणे शक्य नव्हते वा जी शिल्पे अशा वास्तूत एकरूप झालेली आहेत, अशांच्या प्रतिकृती करून त्या संग्रहालयात तसेच बाहेरच्या पटांगणात मांडण्यात आल्या आहेत.

नागार्जुनकोंडा येथील मूर्तिकामात प्रामुख्याने बुद्ध आणि त्याच्या जीवनाशी निगडित प्रसंगांचे शिल्पांकन आढळते; तसेच भिन्न रूपात बोधिसत्त्वादिकांत बुद्धाचे दर्शन घडते; मात्र काही स्तंभांवर रणांगणातील युद्ध प्रसंगांची दृश्ये खोदलेली आहेत. त्यातून सैनिकांचा जोष आणि लढाऊबाणा यांचे वास्तव दर्शन होते. तत्कालीन शस्त्रास्त्रे आणि लष्करी पोशाख यांचीही कल्पना येते. या स्तंभांपैकी काही स्तंभ धारातीर्थी पडलेल्या शूर योद्ध्यांच्या स्मरणार्थ उभारलेले वीरगळ आहेत. त्यांतून त्यांच्या विजयाच्या पताका दिसतात. बुद्ध जीवनाशी निगडित शिल्पात काही प्रतीकात्मक व काही बुद्धाच्या मानवी रूपापैकी आहेत. बोधिसत्त्वादिकांच्या मूर्तीं फारच थोड्या मूर्ती सुस्थितीत आहेत. त्यांपैकी नेहमी आढळणारी एक अभय मुद्रेतील शांत उभी मूर्ती असून दुसरी बैठी मूर्ती आहे. पहिल्या उभ्या मूर्तीत उत्तरकालीन यक्ष मूर्तीचे प्रतिबिम्ब स्पष्टपणे जाणवते. तिची शरीरयष्टी शुंगकालीन यक्षमूर्तीप्रमाणेच आहे. या प्रतिमेत अंगावर उपरण्यासारखे वस्त्र परिधान केले आहे, पण खांद्यावरून पायापर्यंत पोहोचणारे आणखी एक उपवस्त्र आहे. त्याच्या चुण्या समांतर रेषांनी दाखविल्या आहेत. दुसरी बुद्धाची मूर्ती प्रलंबपात आसनातील आहे. तिचे दोन्ही पाय आधारासाठी लोंबकळत आहेत, असे दाखविले आहे. उजवा हात अभय मुद्रेत असून आठ उपदेवता (काही उभ्या व काही बसलेल्या) त्याच्या सभोवती खोदलेल्या आहेत. त्यांच्या माथ्यावर मुकुट आहेत आणि त्यांनी अलंकार ल्यालेले आहेत. पाषाणाच्या वरच्या बाजूस तीन रांगा असून त्यांमध्ये अनुक्रमे कमलमाला व्याघ्रपंक्ती आणि त्रिरत्नपंक्ती यांचे कोरीव काम आहे. या मूर्तीव्यतिरिक्त शिबी, च्छदंत, चुल्लधम्मपाल, विदुर पंडित, दूत, मतंग, लोसक, सस इत्यादी जातककथांतील प्रसंगांचे चित्रण महाचैत्याच्या स्तंभांवर, आयक-पीठांवर आणि स्तूप-शिल्पपट्टांतून खोदलेले आहे. याशिवाय महाचैत्याच्या पाच स्तंभांवर बुद्धाच्या

जीवनातील पाच प्रमुख प्रसंग कोरलेले आहेत. ते जवळजवळ अमरावती शिल्पशैलीतील प्रसंगानुरूप असून त्यांची इथे पुनरावृत्ती आढळते. त्यात बुद्धाचा जन्म, मायादेवीचे स्वप्न, महाभिनिष्क्रमण, सम्यकसंबोधी, ज्ञानप्राप्ती, धर्मचक्र परिवर्तन इत्यादींचा समावेश आहे. त्यांतील काही प्रसंग अत्यंत भावोत्कट आहेत. भगवान बुद्धाची उजव्या कुशीवर चिरनिद्रेत विलीन झालेली भव्य शिल्पाकृती (महानिर्वाण) छायाप्रकाशांच्या समतोलपणामुळे उठून दिसते. त्या मूर्तीच्या चेहऱ्यावरील शांत भाव प्रेक्षकाच्या अन्तःकरणात विस्तीर्ण अवकाश निर्माण करतात. नलगिरीचे दमन, मारावरील विनय इत्यादी काही शिल्पेही हृदयस्पर्शी आहेत. तसेच नंद आणि जनपदकल्याणी या अतिशय लोकप्रिय कथानकाचे प्रभावी अलंकरण येथे पाहावयास मिळते. गौतम बुद्धाची राहूल (मुलगा) आणि यशोधरा (पत्नी) यांच्याशी झालेली भेट, शक्राची इंद्रशैलगुहेस भेट, अजातशत्रूची भेट, सिद्धार्थाची ज्ञानप्राप्तीपूर्वीची करुण कहाणी (अभिनिष्क्रमण), मायादेवीचे स्वप्न इत्यादी इतरत्र आढळणारी बौद्ध शिल्पातील प्रतिमाने इथे डोकावतात. त्यातील काही प्रतिमाने विलक्षण लक्षवेधक आहेत.

अभिनिष्क्रमण प्रसंगाच्या शिल्पाच्या चौकटीचा डावीकडील भाग अस्पष्ट झाला आहे, तरीसुद्धा उर्वरित भागातील प्रतिमा अद्यापि उठावदार असून जिवंत वाटतात. या ठिकाणी गौतमबुद्ध ऐहिक सुखाचा त्याग करून आपल्या मुलाचा - राहूल - अखेरचा निरोप घेत आहे. त्यानंतर तो निबिड अंधकारात चन्न (चन्द) नावाच्या सेवकाला घेऊन अरण्यात निर्जन ठिकाणी जाण्यासाठी कंथक नावाच्या अश्वावर आरूढ होऊन राजप्रासादाच्या प्रांगणातून बाहेर पडतो. गौतमाला निरोप देऊन कंथक घोड्यासह विषण्ण मनःस्थितीत पहाटेच्या वेळी चन्न राजवाड्यात परत येतो आणि ही दुःखद वार्ता गौतमाच्या पित्याला (शुद्धोधन) सांगतो. हा सर्व प्रसंग एका चौकटीत कलाकाराने सचित्र केला आहे. या ठिकाणी चन्न हा सेवक शुद्धोधनाच्या पायाजवळ गुढग्यांवर रेलून बसला आहे. तो वियोगाने नतमस्तक झाला आहे. ही वार्ता कशी प्रकट करावी, या विवंचनेत तो आहे. वार्ता कळताच शुद्धोधन दुःखावेगाने व्याकूळ झाला आहे. त्याने कपाळावर हात मारला आहे. त्याच्या पाठीमागे निष्पाप प्राणी कंथक (घोडा) त्यानेही मान खाली टाकली आहे. कलाकाराने त्याचेही भाव अत्यंत कौशल्यपूर्णरीत्या रेखाटले आहेत. ही बातमी ऐकून सिद्धार्थाची पत्नी यशोधरा मूर्च्छित पडते. तिचा ढळलेला तोल तिच्या दासी सांभाळण्याचा प्रयत्न करीत आहेत. हे सर्व कथानक उजवीकडच्या शिल्पपट्टात असून त्याखाली आणखी दोन सेविका विलाप करताना दिसतात. एकूण या चौकटीत नऊ-दहा व्यक्तींचे सुसूत्र चित्रण रेखाटले असूनही प्रत्येकाचा स्वतंत्र भाव व व्यक्तिमत्त्व स्पष्टपणे जाणवते. या शिल्पातील वास्तव व जिवंत रेखाटन मनाला चटका लावते. हे शिल्प एका युगाचे चिरस्मारक आहे. छायाप्रकाशाच्या समतोल योजनेमुळे आणि

उत्थित उठावामुळे ते प्रेक्षकांचे लक्ष वेधून घेते.

दुसऱ्या मायादेवीच्या स्वप्नकथन शिल्पात अत्यानंदाचा क्षण कलाकाराने सूक्ष्मपणे तपशिलात कोरला आहे. शुद्धोधन मायादेवीचे स्वप्न ऐकून ज्योतिषाला पाचारण करतो आणि त्याचा अर्थ विचारतो. चक्रवर्ती राजा किंवा महासंत हिच्या पोटी जन्माला येईल, असे तो भाकित करतो. डावीकडील चौकटीत राजा शुद्धोधन आणि राणी मायादेवी आपापल्या सिंहासनावर बसलेली असून शेजारी दासी आहेत. उजवीकडे गरोदरपणात संरक्षण देण्यासाठी चार देव बसलेले असून त्यांच्या खालच्या बाजूला ऋषिमुनी आहेत. मधोमध इंद्र आहे. यानंतरच्या बुद्धजन्म या शिल्पात मायादेवी, चौरीधारी सेविका, शालवृक्ष आणि आनंदाने बेहोष झालेले देवगण इत्यादी कपिलवस्तूच्या राजवाड्यात दाखविले आहेत.

स्तूप व चैत्यांच्या शिल्पपट्टातून अधूनमधून प्रणयचेष्टेत मग्न असलेली मिथुन शिल्पे, दंपतिशिल्पे, युगुले, यक्षी, वृक्षिका, दर्पणधारी सुरसुंदरी इत्यादींची लोभस-बहारदार शिल्पे आढळतात. मिथुन-शृंगारिक शिल्पात खजुराहो-कोणार्कचे वैविध्य नसले, तरी युवतींची त्रिभंग अवस्था, अभिनिवेश आणि संभ्रम-विभ्रम अवस्था या छटांमुळे या मूर्ती आकर्षक वाटतात. त्यांच्या स्वाभाविक हालचाली आणि सडपातळ अंगयष्टी यांतून कलाक्षेत्रातील सौंदर्यविषयक वास्तववादी दृष्टीचा प्रभाव जाणवतो. भारतीय कामशिल्पांच्या परंपरेतील ही प्रारंभीच्या काळातील शिल्पकला असल्यामुळे ती एका अर्थाने वैशिष्ट्यपूर्ण ठरली आहे; कारण या शिल्पपरंपरेपासूनच भारतीय कामशिल्पांना वेगळे वळण मिळाले आणि अनावृत तरुणींच्या अंगप्रत्यंगाचे बारकावे पुढील शिल्पकार ठळकपणे दाखवू लागले. किंबहुना भारतीय शिल्पांकनात भरदार नितंब आणि पुष्ट स्तनभार ही पुढच्या काळात सुनिश्चित घाट घेणारी स्त्रीत्वाची लक्षणे प्रकाशझोतात आलेली दिसतात. अर्थात अशा प्रकारची शिल्पे खोदण्यामागे कलाकाराचा काय उद्देश असावा किंवा त्याला प्रोत्साहन देणाऱ्या राजाचा वा धनिकाचा काय हेतू असावा, याविषयी निश्चित अनुमान काढणे शक्य नाही. कदाचित तो एकूण भारतीय संस्कृतीच्या जडणघडणीचा आविष्कार असावा!

मिथुन शिल्पात प्रणयाबरोबरच काही मधुपानाची दृश्ये आहेत. यातील एका दृश्यात मद्यपान करणाऱ्या तरुणीने भुवया उंचावून जणू प्रियकराच्या अनुपस्थितीचा खेद व्यक्त केला आहे. अशा अवस्थेत तिला मद्यपानाचा तिटकारा तर वाटू लागला नसेल? या शिल्पातील संभ्रम-विभ्रम हावभाव नैसर्गिक आहेत; पण प्रियकराच्या अनुपस्थितीतील विरह अवस्था कलाकाराने सूचित केली आहे. या प्रसंगातून महाकवी कालिदास याच्या पुढील काव्य पंक्तीचे स्मरण होते -'प्रत्यादेशात् अपिच मधुनो विस्मृतभ्रूविलासाम।' दुसऱ्या एका मिथुन शिल्पात आपल्या प्रियकराच्या सानिध्यात प्रणयालाप करीत असलेल्या प्रेयसीला एक पोपट वारंवार वटवट करून

उपद्रव देत आहे. ह्याप्रसंगी त्याला अवाक् करण्यासाठी ती आपल्या कानातील माणिकांनी मढविलेली कर्णफुले पुढे करून डाळिंबाच्या दाण्यांचे आमिष दाखवीत आहे. या शिल्पातील तिची किंचित वळलेली मान आणि पोपटाची चोच यांचे वास्तवदर्शन इथे घडते. याशिवाय या ठिकाणी काही दर्पणधारी युवतींची मनोवेधक अशी शिल्पे आहेत. या प्रतिमानात आपलेच सौंदर्य आरशात न्याहाळणाऱ्या स्त्रियांची शिल्पे समाविष्ट होतात. अशाच एका शिल्पात यौवनात नुकतेच पदार्पण केलेली षोडिशी बाला डाव्या हातातील आरशात आपली छबी पाहून आपल्या केशभारातील अलंकार नीटनेटका करताना दिसते आहे. तिची सडपातळ अंगकाठी, घन स्तनभार आणि पृथुल नितंब तिच्या तारुण्याची साक्ष देतात. तिच्या सुव्यवस्थित केशसंभारावरून तत्कालीन केशभूषेची कल्पना येते.

अशा प्रकारच्या मूर्तींच्या आजूबाजूला कधी समूहात किंवा सुट्या अशा यक्षी-वृक्षिका-शालभंजिका यांच्या मूर्ती खोदलेल्या आहेत. वृक्षी वा वृक्षिका ही संकल्पना प्राचीन असून तिचे शिल्पांकन वास्तूच्या सुशोभनासाठी भारतीय प्रतिमातून सर्वत्र आढळते. त्यात दोहद-संकल्पनेची शिल्पे अधिक असून त्यामधून स्त्री-सौंदर्याचे अनुपम दर्शन घडते. दोहद संकल्पनेत प्रेयसीच्या केवळ पदस्पर्शाने, उच्छ्वासाने किंवा मधुर संभाषणाने वा स्मितहास्याने वृक्षाला बहर येतो, ही पारंपरिक कल्पना सर्व ललितकला नि प्राचीन वाङ्मयातून आढळते. यातील काही युवती पूर्णतः अनावृत आहेत; तर काही अर्धनग्न अवस्थेत असून काहींच्या अंगावर फक्त अंतरीय-म्हणजे कमरबंधच दर्शविला आहे. या शिल्पांत स्पर्श-दोहद यक्षीचे एक शिल्प असून दुसरे पादाघात दोहद यक्षीचे आहे. पहिल्या प्रकारातील यक्षी मकरावर उजवा पाय ठेवून त्रिभंगात उभी आहे. तिचा डावा पाय गुडघ्यामध्ये किंचित दुमडलेला असून तो मकर मुखावर स्थिरावला आहे. तिने डाव्या हाताने शालवृक्षाची फांदी पकडली असून उजवा हात कमरेवर ठेवला आहे. तिच्या उभे राहण्याच्या विशिष्ट ढंगामुळे तिच्या उन्नत उरोजांना उठाव मिळाला आहे. तिच्या केवळ स्पर्शाने वृक्ष बहरला आहे. कंकणे, वाळे, माला व कमरबंध हे निवडक अलंकार तिने घातलेले आहेत. कमरबंधाचा एक पदर तिच्या पृथुल नितंबांवरून खाली घरंगळत आहे. तिचे पुष्ट स्तनद्वय, विशाल नितंब आणि उभी राहण्याची ढब यांतून तिचे यौवन नि छचोरपणा व्यक्त होतो.

दुसऱ्या दोहद प्रकारातील यक्षी-वृक्षिका उजवा पाय रोवून मकरावरच उभी आहे. तिचा डावा पाय गुडघ्यात पूर्णपणे दुमडलेला आहे. त्याची बोटे हळुवारपणे झाडाच्या खोडाला पाठीमागून स्पर्श करीत आहेत. त्या पदस्पर्शाने वृक्ष बहरला आहे. तिने डाव्या हाताने फांदीला पकडले असून उजवा हात डाव्या बाहूवर ठेवला आहे. पहिली वृक्षी-यक्षी पूर्णतः नग्न आहे; मात्र दुसऱ्या वृक्षीच्या कमरबंधाबरोबरच

अंतरीय आहे. हिच्या अंगावर मोजके अलंकार असून त्यात बाजूबंद हा आणखी एक अलंकार दिसतो. तिची उभी राहण्याची ढब, कुचभारवती व नितंबिनी यौवनावस्था यांमुळे ती मोहक दिसते. दोन्ही मूर्तींतील घाटदार शरीर, त्रिभंग अवस्था आणि प्रमाणबद्धता यांमुळे एकूण येथील स्त्री-प्रतिमांना सौष्ठव प्राप्त झाले आहे. त्यामुळे नागार्जुनकोंडा येथील शिल्पशैली भारहूत, बोधगया वा अमरावती येथील यापूर्वीच्या कलाशैलीपेक्षा अधिक विकसित भासते. तसेच स्त्री आणि वृक्ष यांच्या सान्निध्याचे या ठिकाणी दिसणारे प्रतिमान नंतरच्या बहुतेक मंदिरशिल्पांतून पाहावयास मिळते. स्त्री-स्पर्शाने वृक्षाला बहर येतो किंवा नायक-नायिकेचा संयोग ही कल्पना डॉ.जे.पी. फोगेल यांनी या विषयावरील ग्रंथात विस्तृतपणे मांडली असून या प्रतिमानासाठी त्यांनी 'शालभंजिका' हा अत्यंत समर्पक शब्द योजिला आहे.

नागार्जुनकोंडा येथे पाषाण शिल्पांबरोबरच एक-दोन धातूच्या मूर्ती सापडल्या. त्यातील एक धनुर्धारी पुरुषाची मूर्ती असून तिला कला समीक्षकांनी 'राममूर्ती' असे नाव दिले आहे. या मूर्तीची उंची साडेआठ सेंमी. असून ती तिसऱ्या शतकातील असावी, असे तज्ज्ञांचे मत आहे. पुरुष भारदस्त, डौलदार असून स्थूल नाही. डोक्यावर फेटा व त्याला तुरा आहे. कमरेखाली गुडघ्यापर्यंत धोतर नेसलेले आहे आणि त्यावर दुपट्ट्यासारखे वस्त्र गुंडाळलेले आहे. हातात मात्र दोन-दोन कड्यांशिवाय अन्य अलंकार नाहीत. ही मूर्ती मृण्मूर्तीची हुबेहुब प्रतिकृती वाटते.

याशिवाय येथील अवशेषांत काही मृण्मूर्ती सापडल्या. त्यांपैकी एक मातृदेवतेची असून या मूर्तीजवळ ब्राह्मी लिपीत एक लेख कोरला आहे. त्या लेखानुसार ती मूर्ती ईक्ष्वाकुवंशीय राजा एहवल शंतमूल याची पत्नी खुंदुकला या 'जीवत् पुत्रा आणि अविधवा' स्त्रीने करविली, असा अर्थ आहे. 'जीवत्पुत्रा' आणि 'अविधवा' ही त्या राणीची विशेषणे संतती आणि सौभाग्य यांच्या सुरक्षिततेशी संबद्ध आहेत, हे उघड आहे. यावरून मातृदेवता ही संतती देणारी व राखणारी देवता आहे. म्हणून त्याकाळीही तिची पूजाअर्चा केली जात असावी.

ईक्ष्वाकू काळातील नागार्जुनकोंडा येथील वास्तुशिल्पकला वैविध्याने नटलेली व अभिजात कला विशेष धारण केलेली बौद्धकलेची दाक्षिणात्य अभिव्यक्ती होय. येथील बहुतेक मूर्ती अपोत्थित शिल्पात खोदलेल्या असून क्वचित काही मूर्ती पूर्ण उठावात आहेत. वास्तुशिल्पशैलीतील आशय, कथानक व व्यक्ती पूर्णतः भारतीय असल्या, तरी क्वचित काही ठिकाणी काही प्रतिमानांतून - ज्ञापकांतून परकीय छटा डोकावते. काही मूर्तींवर सिथियन आणि ग्रीक प्रभाव आहे. ग्रीक प्रभावामध्ये गांधार शिल्पशैलीची छटा स्पष्टपणे जाणवते. उदाहरणार्थ स्तंभशिल्पातील एका सैनिकाच्या माथ्यावर टोपी असून त्याने कोट परिधान केला आहे; तर वज्रपाणीच्या मूर्तीत वज्रपाणीने गांधार शिल्पशैलीतील अवलोकितेश्वराप्रमाणे अस्थिसदृश वज्र धारण

केलेले आहे. उपलब्ध शिलालेखानुसार श्रीलंकेचाही प्रभाव येथे जाणवतो. तो मुख्यत्वे प्राण्यांच्या रांगांबरोबर खोदलेल्या चन्द्रमण्यांच्या आकृतिबंधात दिसतो. उत्तर भारतातील बौद्ध वास्तुशिल्पांकन आणि येथील शिल्पांकन यांत फरक आहे. दक्षिणेतील स्तुपांवर मूर्तिपट्ट बसविलेले आहेत; मात्र वर्ण्यविषय व शोभन रूपके उत्तर पंथातील बौद्धकला-परंपरेत बसणारी आहेत. भारहूतला दिसणारी वृक्षराजी, पशुपक्षी, पल्लवी इत्यादींची निसर्गरम्य पार्श्वभूमी नागार्जुनकोंडाला जवळजवळ लुप्त झाली आहे; पण व्यक्तिरेखाटनात वृद्धी झाली असून ते प्रभावी झाले आहे. बुद्ध-बोधिसत्त्वादिकांचे प्रमाणही यक्षी, वृक्षिका, शालभंजिका यांच्या बरोबर आहे. या मूर्तींचे कलात्मक मूल्य उत्तरेकडील मूर्तींपेक्षा निश्चितच वेगळे आहे. त्यात धातुमूर्तींत मुख्यत्वे ब्राँझमूर्तींत आढळणारे बारकावे विशेषतः कारागिरी व रेषा लालित्य येथे दिसते.

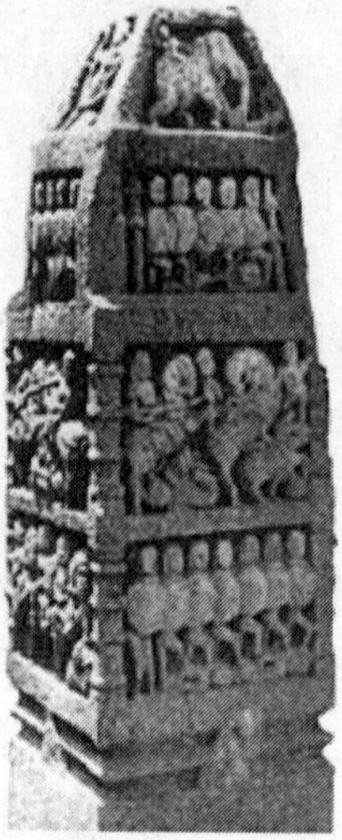

वेरूळ

'आधी कळस मग पाया' ही उक्ती सार्थ ठरविणारे जगप्रसिद्ध कैलासमंदिर ज्या गुंफा समूहात वसले आहे, ते वेरूळ औरंगाबाद शहराच्या वायव्येस सुमारे २९ किमी.वर वसले आहे. या गावाजवळून इला नदी वाहते. तिच्या तीरावर बारा ज्योतिर्लिंगापैकी एक घृष्णेश्वर मंदिर आहे. ते अहिल्यादेवी होळकर यांनी बांधले असून बाईंनी कैलास लेण्याचा (माणकेश्वर) जीर्णोद्धार करून तेथील पूजा-अर्चा व धूपदीपासाठी वर्षासन बांधून दिले होते. महानुभव पंथाचे संस्थापक श्रीचक्रधरस्वामी तेराव्या शतकात वेरूळच्या गुंफात वास्तव्य करून होते, असा उल्लेख स्थानपोथीमध्ये आढळतो. वेरूळ हे दीर्घकाल तांत्रिक योगाचाराचे केन्द्र होते, असेही काही उल्लेख मिळतात.

वेरूळचे मूळ नाव एलापूर असून त्याचा

उल्लेख राष्ट्रकूट राजांच्या ताम्रपटात आढळतो. एलापूरचा अपभ्रंश होऊन वेरूळ झाले असावे, असा तज्ज्ञांचा कयास आहे. छत्रपती शिवाजींचे आजोबा मालोजीराव भोसले हे वेरूळचे पाटील वतनदार होते. या गावाच्या पश्चिमेला बालाघाटाच्या पर्वतश्रेणीत चौतीस गुंफा औरंगाबाद-वेरूळ रस्त्यावर खोदलेल्या आहेत. ही लेणी डोंगराच्या उतारावर चंद्रकोरीप्रमाणे दक्षिणोत्तर खोदलेली असून त्यांतील दक्षिणेकडील बारा गुंफा महायान बौद्ध पंथाच्या, उत्तरेकडील पाच गुंफा जैन पंथाच्या आणि दोहोंमधील सतरा गुंफा हिंदू किंवा ब्राह्मणी धर्माच्या आहेत.

या लेण्यांचा काळ तज्ज्ञांनी काही कोरीव लेख आणि शैलीकरण यांवरून अनुमानित केला आहे. वाकाटकांच्या ऱ्हासानंतर चालुक्य आणि कलचुरी या दोन राजवंशांच्या संघर्ष काळात ही लेणी खोदली गेली असावीत. लेण्यांचे भौगोलिक स्थान आणि तत्कालीन राजकीय स्थिती यांतून वेरूळच्या लेण्यांतील व्यामिश्र कलाशैली आणि प्रादेशिक परंपरांचे वैशिष्ट्य यांचा उलगडा होतो. कालदृष्ट्या याचे दोन भाग पडतात:पहिल्या कालखंडातील विधाने (आराखडे) प्रायः बौद्धचैत्य मंदिरासारखी व विहारांसारख्या आराखड्यांची आहेत. दुसऱ्या भागातील लेणी मंदिर या संकल्पनेच्या विविध पायऱ्या साकार करतात. यातील बहुतेक सर्वच लेणी शैवपंथीय आहेत. पहिला कालखंड इ.स. पाचशेच्या मागेपुढे सुरू झाला. त्यातील रामेश्वर लेणे सर्वांत प्राचीन असून त्याच्या शेजारी असणारी क्र. २०, २२, २३ आणि २४ ही त्या पाठोपाठ खोदलेली लेणी आहेत. सगळ्यात शेवटी क्र. १५ म्हणजे दशावतार हे लेणे खोदले. हा सातव्या शतकाचा उत्तरार्ध असावा. हा वेरूळच्या चालुक्य परंपरेचा शेवटचा आविष्कार! दुसऱ्या कालखंडाचा प्रारंभ १८ व २७ या क्रमांकाच्या गुंफांनी झाला. क्र. २६ हे त्यानंतरचे व क्र. २९ म्हणजे धुमार लेणे हे सर्वात शेवटचे होय. क्र. ३० ते ३४ ही जैन लेणी यानंतरची म्हणजे नवव्या शतकाच्या प्रारंभीची होत. या लेण्यांच्या समूहाकडे तोंड करून उभे राहिले असता, उजव्या हाताला सर्वांत शेवटचे लेणे आहे. तिथून क्रमांक देण्यात आले आहेत.

बौद्ध लेण्यांत एकच चैत्यगृह असून उर्वरित लेणी बुद्ध प्रतिमायुक्त विहारगृहे आहेत. लेणी क्र. १ व २ साधी असून त्यात बौद्ध भिक्षूंसाठी आठ खोल्या आहेत. हा सर्वांत प्राचीन विहार असावा. दुसरे लेणे म्हणजे चैत्यगृहच असावे. त्याचे स्तंभ व छत पडले आहे. त्याच्या बाजूच्या खोल्यांत काही मूर्तिकाम आहे. त्यातील एक जंभलाची तुंदिलतनू मूर्ती आहे. त्याच्या एका हातात कमलपुष्प, दुसऱ्यात घट्ट धरलेली पैशांची पिशवी, डोक्यावर रत्नजडित मुकुट, गळ्यात मोत्यांचे यज्ञोपवित, शिवाय माला व हातांत कंकणे आहेत. तो बुद्धांचा कुबेर होय. या गुंफेच्या तोंडाशी दोन द्वारपालांच्या भव्य मूर्ती आहेत. स्तंभाच्या दोन्ही बाजूंना बुद्धाच्या प्रचंड मूर्ती आहेत. या सर्व मंडपात नाजूक अलंकरण आहे. मंडपाच्या भिंतीत तारादेवी व

बोधिसत्त्वांच्या मूर्ती कोरलेल्या आहेत. मंडपातील गर्भगृहाच्या द्वारावरही द्वारपाल असून त्या मूर्तीतसुद्धा कमलपुष्पे धरणारे अवलोकितेश्वर, वज्रपाणी हे बोधिसत्त्व आहेत. गर्भगृहात धर्मचक्रप्रवर्तन मुद्रेतील सिंहासनाधिष्ठित बुद्धाची भव्य मूर्ती असून तिच्या बाजूस चामरधारी सेवक आणि पुष्पमाला धारण केलेले विद्याधर आहेत.

लेणे क्र. ३ व ४ यांतील तिसरी गुंफा संघारामाची आहे. त्यात अवलोकितेश्वराचे चमत्कार चित्रित केले आहेत. मुख्य मंडपात पद्मपाणी बोधिसत्त्वाची बैठी मूर्ती आहे. मात्र तिचे सर्व भाव उभ्या बोधिसत्त्वासारखेच आहेत. तिच्या दोन्ही बाजूंस चौरीधारी स्त्री-सेविका आहेत. गाभाऱ्यात बोधिवृक्षाखाली बसलेल्या बुद्धाची मूर्ती आहे. वरील चार लेण्यांना धेडवाडा असे म्हणत. पाच क्रमांकाचे लेणे हे महाविहाराचे विकृतरूप झालेले महारवाडा लेणे होय. त्यात बुद्धमूर्तियुक्त गर्भगृह असून तेथील बुद्धाची मूर्ती प्रचंड आहे. तिच्या दोन्ही बाजूंस दोन भव्य द्वारपालांच्या मूर्ती आहेत. त्या पूर्णतः अलंकृत आहेत. पुढचे लेणे क्र.६ प्रशस्त आहे. त्यातील स्तंभ घटपल्लवयुक्त नक्षींनी सुशोभित केलेले आहेत. उजव्या भिंतीत माहामायूरीची प्रतिमा कोरली आहे. तिच्या हातातील मयूरपिच्छावरून तिची ओळख पटते. डाव्या भिंतीत तारादेवीची मूर्ती असून तिचा एक हात तुटला आहे व दुसऱ्यात कमल आहे. स्कंधावरील मृगाजीन आणि मुकुटातील चैत्य स्पष्ट दिसतात. चौकट आणि द्वारपाल यांमध्ये गणेशपट्टीला डोके देऊन आणि शाखेवर भार देऊन गंगा आणि यमुना यांच्या मूर्ती खोदल्या आहेत. गर्भगृहात बैठी बुद्धमूर्ती आणि तेथील भिंतीवर बुद्ध यांच्या मूर्ती लक्षणीय आहेत. गर्भगृहाच्या द्वारशाखेवर उजव्या बाजूस वज्रपाणी व डाव्या बाजूस अवलोकितेश्वर यांच्या मूर्ती आहेत. या सर्व मूर्ती आकाराने मोठ्या असल्या, तरी त्यांत अंगप्रत्यंगातील लालित्य कौशल्याने टिपले आहे आणि वस्त्रप्रावरणे त्रोटक असल्यामुळे या प्रतिमांच्या शरीरसौंदर्याचे दर्शन घडविण्यात कलाकार यशस्वी झाला आहे.

सात क्रमांकाचे लेणे साधे असून अपूर्ण आहे. लेणे क्रमांक आठमध्ये यातूनच जावे लागते. यातील गर्भगृहात बुद्धाची बैठी मूर्ती असून त्यास प्रदक्षिणापथ आहे. ही सोय प्रथमच येथे केलेली आढळते. बुद्धाच्या बाजूस दोन बोधिसत्त्व आणि अंतराळाच्या उजव्या भिंतीत महामायूरीची मूर्ती आहे. दक्षिणेकडील दरडीवर हारिती व पांचिक या दांपत्याची प्रतिमा आहे. लेणे क्र. ९ मध्ये बोधिसत्त्वासहित बुद्ध प्रतिमांची एक रांग असून वर चैत्यगवाक्षांच्या रांगा आहेत. त्यामधूनही बुद्धप्रतिमा असून तारादेवीची अभयदान मुद्रेतील प्रतिमा सुरेख आहे. मधल्या खणात धर्मचक्रप्रवर्तन मुद्रेतील बुद्धाची मूर्ती असून तिच्या वरच्या बाजूस चार गंधर्वांच्या मूर्ती कोरल्या आहेत. डाव्या बाजूच्या खणात पद्मपाणी व उजव्या बाजूच्या खणात बोधिसत्त्व आहे.

दहा क्रमांकाचे लेणे विश्वकर्मा गुंफा या नावाने प्रसिद्ध असून वास्तुशास्त्र-दृष्ट्या ते लक्षणीय आहे. या लेण्यात प्राचीन काष्ठशिल्पाचे अनुकरण दृष्टोत्पत्तीस येते, म्हणून ह्याला सुतार लेणे असेही म्हणतात. दरवाजातून आत जाताच एक प्रशस्त प्रांगण लागते. त्याच्या दोन्ही बाजूंना पटपल्लवयुक्त स्तंभांवर आधारलेले सोपे आहेत. दर्शनी भागावर भव्य बुद्धमूर्ती सिंहासनावर विराजमान झालेली दिसते. स्तूपाच्या वरच्या भागात बोधिवृक्षाचे तोरण व गंधर्वांच्या प्रतिमा आहेत. दोन्ही बाजूंना बोधिसत्त्व कोरले आहेत. स्तंभाच्या वरच्या भागात बुद्ध व बोधिसत्त्वादिकांच्या मूर्ती खोदल्या आहेत. त्या खाली यक्षमूर्ती असून कोनाड्यावर नाग व नागदेवतांच्या मूर्ती आहेत. गवाक्षांच्या दोन्ही बाजूंस अंतरिक्षात भ्रमण करणारे गंधर्व आपल्या भार्यांसह बुद्धाला वंदन करीत असलेले दाखविले आहेत. त्यावरील भागात कोनाड्यात प्रणयी युगुले खोदली आहेत. गवाक्षाच्या खाली प्रवेशद्वार, प्रवेशद्वार व गवाक्ष यांच्यावर एक त्रिदली महिरप वा बिल्वतोरण, तोरणाच्या दोन्ही बाजूंना शिखरे असून त्या खालील कोनाड्यांत अवलोकितेश्वर, वज्रपाणी आणि तारादेवी यांच्या मूर्ती आहेत. डाव्या बाजूला इथे एक शिलालेख आहे.

दोनताल (दोथाल) या नावाने अकरावे लेणे परिचित आहे. त्याचा खालचा मजला १८७६ पर्यंत मातीने भरला होता. यात अवलोकितेश्वराची अलंकारयुक्त मूर्ती व त्याच्या दोन्ही बाजूंना तारादेवी व भ्रुकटी यांच्या मूर्ती आहेत. वरच्या बाजूस गंधर्व प्रतिमा व लहान बुद्धमूर्ती आहेत. पाठीमागील भिंतीत मध्यभागी गाभाऱ्यात ध्यानस्थ बुद्ध, बाजूला पद्मपाणी व वज्रपाणी यांच्या मूर्ती आहेत. तसेच भूमिस्पर्श मुद्रेतील ध्यानस्थ बुद्धाची भव्यमूर्ती आहे. या मूर्तीच्या बाजूला बोधिसत्त्व आणि समोर दोन सेविका आहेत. गर्भगृहाच्या भिंतीवर बुद्ध, बोधिसत्व, जंभाल, तारा आदी मूर्ती खोदल्या आहेत. तिसऱ्या द्वारातून आत गेल्यावर एक सभामंडप लागतो. त्यातील गाभाऱ्यात पुन्हा एक ध्यानस्थ बुद्धाची भव्य मूर्ती दृष्टीस पडते. येथेही वरीलप्रमाणेच अनेक मूर्ती खोदल्या आहेत. येथे धर्मचक्रप्रवर्तन मुद्रेतील बुद्धाची आणखी एक भव्य मूर्ती तिसऱ्या मजल्यावर आहे. तिच्या दोन्ही बाजूंना सेवकांच्या मूर्ती खोदल्या आहेत. मुख्य मंडपाच्या डाव्या बाजूस एक छोटे गर्भगृह असून त्यातही बुद्धमूर्ती आहे. मंडपाच्या भिंतीवर बुद्ध, पद्मपाणी, गणेश, महिषासुरमर्दिनी इत्यादी देवतांच्या मूर्ती कोरलेल्या आहेत.

लेणे क्रमांक १२ हे तीन मजल्यांचे असल्याने ते तीनताला या नावाने प्रसिद्ध आहे. हे चैत्यगृह व विहार असे संमिश्र स्वरूपाचे बौद्ध लेण्यांतील सर्वांत मोठ्या क्षेत्रफळाचे (३५ × १२.५ चौ. मी.) असून तिन्ही मजल्यांवर दर्शनी सोप्यात आठ आठ स्तंभांच्या रांगा आहेत. तळमजल्यावरील दोन स्तंभ पूर्णघटयुक्त असून नक्षीने सुशोभित केले आहेत. याला गर्भगृह, अंतराळ व सभामंडप असून अंतराळातील

भिंतींवर नक्षीकाम आहे. मधल्या चौकोनात बुद्ध, चौरीधारक, डाव्या व उजव्या बाजूस पद्मपाणी, वज्रपाणी आणि खाली व वर चौकोनात विविध मूर्ती कोरलेल्या दिसतात. येथील एका भिंतीत अवलोकितेश्वर व मंजुश्री यांच्यासह बुद्धाच्या बैठ्या मूर्ती आहेत. गर्भगृहात नेहमीप्रमाणे ध्यानस्थ बुद्धाची मूर्ती, बाजूला आणखी तशाच पाच मूर्ती, सेवक-सेविका, बोधिसत्त्वादिकांच्या मूर्ती व भिंतीत तारा व चंडिका यांच्या मूर्ती आहेत. दुसऱ्या मजल्यावर थोडे वर गेल्यावर एक खोली लागते. तीत मागच्या भिंतीवर सिंहासनारूढ बुद्ध, त्याच्या बाजूस बोधिसत्त्व आणि उजव्या बाजूच्या भिंतीवर जंभाल, अवलोकितेश्वर, तारा यांच्या प्रतिमा असून डाव्या भिंतीत चौकोनात काही मूर्तिपट आहेत. सर्वांत वरचा मजला शिल्पकला व वास्तुकला या दृष्टींनी अन्य बौद्ध लेण्यांहून सरस ठरेल. त्याच्या उत्तरेकडील कोपऱ्यात धर्मचक्रप्रवर्तन मुद्रेत बुद्धाची मूर्ती आहे. मुख्य मंडपात गर्भगृह, अंतराळ आणि सभामंडप असून दक्षिण व उत्तर बाजूंच्या भिंतीत प्रत्येक खणात चार भव्य बुद्धप्रतिमा आहेत. पाठीमागच्या भिंतीत प्रवेशद्वाराच्या दोन्ही बाजूंना सात सात मानुषी बुद्धांची मालिका आहे. मानुषी बुद्ध म्हणजे बौद्धमतानुसार जी सात कल्पे कल्पिली त्यांचे विपश्यी, शिखी, विष्वभू, क्रकुच्छंद, कनकमुनी, कश्यप व शाक्यमुनी हे प्रमुख प्रतिनिधी होत. शाक्यमुनी म्हणजे गौतमबुद्ध. हा अखेरचा होय. त्याच्या डोक्यावरच्या वृक्षावरून त्यातील मूर्तींचा भेद दिसतो. हे सर्व मर्त्य बुद्ध होत. अंतराळाच्या दोन्ही बाजूस भिंतीत कमलासनावर बसलेल्या व मस्तकी मुकुट धारण केलेल्या तीन-तीन स्त्रीमूर्ती आहेत. येथील छतांवर रंगीत चित्रे आहेत. ती कालौघात अस्पष्ट झाली आहेत. हे लेणे महायान पंथाचे असून कैलास समकालीन असावे, असा काही तज्ज्ञांचा कयास आहे. वेरूळच्या बौद्धपंथीय लेण्यांची परंपरा येथे संपुष्टात येते आणि पुढे हिंदू लेण्यांची मालिका सुरू होते.

हिंदू लेण्यांतील क्र. १३ हे लेणे दालनवजा असून लेणे क्र. १४ हे लेणे 'रावण की खाई' या नावाने प्रसिद्ध आहे; कारण त्यात कैलासपर्वत हलविणाऱ्या रावणाचे प्रसिद्ध शिल्प खोदले आहे. याची वास्तुरचना लंबचौकोनी असून तिचा पदविन्यास बांधीव मंदिरासारखा आहे. दर्शनी भागात पूर्णकलशयुक्त व स्तंभशीर्षावर यक्षमूर्ती असलेले चार स्तंभ आहेत. याशिवाय भिंतीत असणाऱ्या अर्धस्तंभांवर कोरीव काम आहे. त्यातून कथाशिल्पे असून उत्तरेकडील भिंतीत पहिल्या खणात सिंहावर पाय ठेवलेली आणि त्रिशूल धारण केलेली दुर्गादेवीची मूर्ती आहे. दुसऱ्या खणात चौकटीत उत्फुल्ल कमळावर बसलेली गजलक्ष्मी आहे. हे रूपक अत्यंत प्राचीन आहे. हिंदू मूर्तिसंभारात ही विष्णूची स्त्री म्हणजे लक्ष्मी झाली. या चौकटीचा खालचा एक तृतीयांश भाग पाण्याचा आहे. उर्वरित भागात लक्ष्मी व गज यांच्या मूर्ती पाण्यात कमलपुष्पे, कमलवेलीची पाने, कासवे, मत्स्य आदी जलचर देवता

यांची गर्दी आहे. 'जीवनाचा' हा सगळा खेळ पाहता, एका प्रचंड कमळावर लक्ष्मीदेवी बसलेली आहे. तिने एक पाय खाली सोडलेला आहे. डावा हात गुडघ्यावर टेकलेला तर उजवा अभय मुद्रेत आहे. शारीरिक ठेवण अशी आहे की, मूर्ती बैठी असली, तरी पूर्णतः विसावलेली नाही. दोन्ही बाजूंस त्रिभंगावस्थेतील कुंभ व शंखचक्रधारी चतुर्भूज सेवक, त्यांच्या मागे आकाराने थोडे लहान असे गंधर्व आणि सर्वात वर आपल्या सोंडेतील कुंभांनी लक्ष्मीला स्नान घालणारे गजराज, त्यांच्या शेजारी एकएक लहान हत्तीसुद्धा कोरलेला आहे. सबंध मूर्तीकडे नजर टाकली असता अचल पण सजीव असे काही तरी डोळ्यासमोर असल्याचा भास होतो.

तिसऱ्या खणात स्त्रीरूपी पृथ्वीला सागरातून अलगद उचललेल्या वराहरूपी विष्णूची प्रतिमा असून त्या पुढच्या खणात श्रीदेवी व भूदेवीसहित विष्णूची मूर्ती आहे. शेवटच्या खणात मकरतोरणात विष्णु-लक्ष्मी दांपत्य शिल्प आहे. त्याखाली वादकांच्या प्रतिमा आहेत. गर्भगृहाच्या प्रवेशद्वाराजवळ द्वारपाल आणि त्यांच्या शेजारी मकरावर गंगा व कूर्मावर यमुना उभी आहे. या स्त्री–प्रतिमात पुष्ट स्तन व विशाल नितंब यामुळे ठशठशीतपणा आला आहे. गाभाऱ्यात महिषासूर मर्दिनीची चबुतऱ्यावर मूर्ती आहे. गर्भगृहाला प्रदक्षिणापथ असून उत्तरेस वीरभद्र, ब्राह्मी, माहेश्वरी, कौमारी, वैष्णवी, वाराही, इंद्राणी, चामुंडा या सप्तमातृका आपापल्या वाहनांवर आरूढ झालेल्या दर्शविल्या आहेत. त्यांचे विविध अलंकार आणि प्रत्येकी जवळचे बालक यांचे शिल्पांकन कलापूर्ण व रेखीव आहे. या मूर्तीनंतर गणेश व शेवटी अस्थिपंजर देहाच्या, बटबटीत डोळ्यांच्या, बाहेर दात आलेल्या व भयानक रूप प्रकट करणाऱ्या काली आणि काल ह्यांच्या मूर्ती आहेत. गर्भगृहाबाहेरील दक्षिणेकडील भिंतीत पहिल्या खणात अंधकासुरवधाचा प्रसंग चित्रित केला असून दुसऱ्यात रावणानुग्रहाचा प्रसंग आहे. यात कैलास पर्वतावरील शिवपार्वती आणि कैलास पर्वत उचलण्याचा प्रयत्न करणारा रावण, त्याच्या कृतीने भयभीत झालेली पार्वती, शांत शिव इत्यादींचे भाव स्पष्ट दिसतात. या शिल्पातील गतिमानता, रावणाचा निश्चय आणि शंकरपार्वतीचे परस्परविरोधी रेखाटन यांमुळे त्यातून दृग्गोचर होणारी वास्तवता प्रत्ययास येते. तिसऱ्या दालनात तांडवनृत्य करणाऱ्या शिवाची सुरेख मूर्ती आहे. या मूर्तीच्या पाठीमागे गणांसह पार्वती असून उजव्या बाजूला डमरूधारी गण व भृंगी आहे. वरच्या बाजूला एका कोपऱ्यात ब्रह्मा व विष्णू आणि दुसऱ्या कोपऱ्यात इंद्र व अग्नी यांच्या मूर्ती आहेत. पुढच्या खणात शिवपार्वती सोंगट्या खेळताना दर्शविली असून या लेण्यातील विषयांची विविधता व मूर्तीचे सौष्ठव डोळ्यांना भूरळ पाडते. या लेण्यातील शांत शिव पत्नीचा अनुनय करताना दिसतो. बाजूला गणपती, भृंगी, सेवक, सेविका असून खालच्या बाजूस

नंदी व क्रीडामग्न शिवगणांच्या प्रतिमा आहेत. अखेरच्या दालनात महिषासुरमर्दिनीचे तिचा उग्रभाव दर्शविणारे सर्व अलंकार ल्यालेले सुंदर शिल्प आहे. या गुहेत शिव आणि वैष्णव अशा दोन्ही पंथांची पण स्वतंत्र अस्तित्व दर्शविणारी शिल्पे खोदली आहेत.

'दशावतार गुंफा' या नावाने ख्यातनाम असलेले लेणे क्र. १५ रचनात्मकदृष्ट्या प्रशस्त प्रांगण, त्याच्या मध्यभागी चौथऱ्यावर लहानसा मंडप अशा आकाराचे असून याचे स्तंभ सुबक आहेत. राष्ट्रकूट राजा दंतिदूर्ग याचा आठव्या शतकातील एक शिलालेख येथे खोदला आहे. याच्या मंडपाच्या भिंतीत गवाक्षे असून त्याच्या बाजूला अनेक देवता-गंगायमुना, मंदिराच्या प्रतिकृती, मिथुन शिल्पे इत्यादी कोरली आहेत. मंडपाच्या कोपऱ्यावर ऐटबाज सिंह प्रतिमा व त्यामध्ये पक्ष्याच्या प्रतिमा आहेत. पश्चिम द्वाराच्या दोन्ही बाजूंना गंगा व यमुना या नदीदेवतांच्या मूर्ती असून पायऱ्यांच्या बाजूंना बसलेले हत्ती आहेत. या मंडपाच्या मागे दुमजली मुख्य लेणे आहे. या लेण्याच्या दुसऱ्या मजल्यावरील कोनाड्यात अनुक्रमे लहान पण सुबक अशा गणेश, शिवपार्वती आलिंगन मूर्ती, सूर्य, शिवपार्वती-गजानन-गण, महिषासुरमर्दिनी अर्धनारीनटेश्वर, भवानी, गणेश, उमा, अर्धनारी व काली इत्यादी मूर्ती खोदल्या आहेत. या मूर्तींकडे पाठ फिरवून वर जाऊ लागले की सुरुवातीस हिरण्यकश्यपू-वधाचे भग्न शिल्प दृष्टीस पडते. हिंदू शिल्पकलेचा हा एक वैशिष्ट्यपूर्ण खजिना आहे. हिरण्यकश्यपूवर चवताळून झेप टाकणारा नृसिंह हे ह्या शिल्पातील नाट्यपूर्ण दृष्य. त्याच्या शरीरातून, नसानसातून आवेश आणि त्वेष ओसंडताना दिसतो. त्याचे शरीर मानवी व मुख सिंहाचे दाखविण्याची परंपरा असली, तरी या परंपरागत शिल्पात कलाकाराने खराखुरा नरसिंह आपणापुढे उभा केला आहे. यातील हिरण्यकश्यपूच्या चेहऱ्यावरील भय, निराशा हे भाव स्पष्ट दिसतात. याचे डोके जरी माणसाचे असले तरीही बघणाऱ्याच्या तोंडून 'हा साक्षात नरसिंहच आहे' असे उद्‌गार बाहेर पडतील यात शंका नाही. जितक्या कौशल्याने क्रोध व आवेश उभे केले आहेत, तितक्याच सफाईने त्याचे विसंवादी भाव विशेषतः भय व निराशा समोरच्या हिरण्यकश्यपूच्या मूर्तीतून व्यक्त केले आहेत.

या लेण्याच्या डाव्या हाताच्या दालनात अंधार आहे, पण त्यातही काही शिल्पे आहेत. गर्भगृहाच्या डाव्या-उजव्या भिंतीवर कोनाडे असून त्यात कथा-प्रसंग चित्रण आहे. डावीकडून प्रथम अंधकासुरवध हे दृष्य दिसते. रौद्रभीषण रसाचा हा आविष्कार आहे. त्यानंतर शिवाचे ललितनृत्य नटराजाच्या मूर्तीत दृग्गोचर होते. हावभाव, हस्तमुद्रा आणि गतिमानता यांतून नृत्याचा परिणाम दिसतो. वाद्यवृंदही इथे मोठ्या कुशलतेने चित्रित केलेला आहे. गाभाऱ्यात शिवाची पिंड आहे. तीन गर्भगृहांची योजना ही पुढे बिल्वपत्र विधान किंवा त्रिकुटक या नावाने प्रचारात आली. पुढच्या

कोनाड्यात कल्याणसुंदरमूर्ती आहे. शिवपार्वतींच्या विवाहाचे हे मनोरम चित्रण असून यात पार्वतीच्या मुखावरील नववधूची स्त्री-सुलभ लज्जा, विनय, संभ्रम, विभ्रम कलाकाराने फारच कौशल्याने व मार्मिकपणे रेखाटले आहेत. शिवाय पार्वतीचे उन्नत उरोज, सिंहकटी आणि विशाल नितंब ही भारतीय स्त्री-सौंदर्याची लक्षणे कटाक्षाने दर्शविली आहेत. त्यानंतरचे येथील रावणानुग्रह हे शिल्प मात्र विशेष आकर्षक नाही. गर्भगृहाच्या अगदी पाठीमागे आणखी काही कथात्मक शिल्पे आहेत. त्यात मार्कंडेयऋषींना वाचविण्यासाठी शिव-यम युद्धाच्या प्रसंगाचा देखावा, तसेच फुटलेले गंगावतरण शिल्प अशी काही लक्षणीय शिल्पे आहेत. गंगावतरण प्रसंग पाहण्यासाठी जमा झालेले किंबहुना स्वर्गातून खाली आलेले गंधर्व, अप्सरा, शिवगण यांची गर्दी दिसते. येथील बरीच शिल्पे खराब झाली आहेत. अंतराळाच्या डाव्या भिंतीवर गणपतीची भव्य मूर्ती आहे. गर्भगृहाच्या द्वारशाखेच्या उजव्या बाजूस गजलक्ष्मी व डाव्या बाजूस सरस्वती कोरली आहे. द्वारपाल उमदे, भव्य व कमलासनावर उभे आहेत. अंतराळाच्या उजव्या बाजूस भिंतीवर मयूरासनाधिष्ठित कार्तिकेय आहे. येथील स्तंभांवर मिथुन शिल्पे आहेत. अंतराळातून बाहेर आल्यावर पाठीमागच्या भिंतीवर एका खणात लिंगोद्भवमूर्ती व दुसऱ्या खणात त्रिपुरांतक शिवाची रथारूढ मूर्ती आहे. स्वतः ब्रह्मदेव रथाचे सारथ्य करीत आहे आणि विष्णू इत्यादी देव त्यास मदत करीत आहेत. यापुढची सर्व शिल्पकला विष्णू आणि त्याचे विविध अवतार यांभोवती केंद्रित झालेली दिसते. त्यामुळेच या लेण्यास दशावतार हे नाव मिळाले असावे.

या लेण्याच्या उजव्या हाताच्या भिंतीवर पहिल्या दालनात विष्णूशी संबद्ध शिल्पे असून त्यात श्रीकृष्णाने गोवर्धनोद्धार केलेला प्रसंग चित्रित केला आहे. दुसऱ्या दालनात शेषशायी विष्णूचे एक सुंदर शिल्प आहे. सुखासनात पहुडलेल्या विष्णूचे पाय लक्ष्मी चुरत आहे. त्याच्या नाभिकमलातून ब्रह्मा निघाला असून सर्वांच्या मुखावर शांत, सुखद भाव दिसतात. तिसरी मूर्ती गरुडाधिष्ठित विष्णूची आहे. येथे गतीचा आभास अपेक्षित असूनही स्थितीचीच अनुभूती येते. चौथ्या दालनात शिवलिंग असलेले गर्भगृह आहे. पाचव्या दालनात वराहरूपी विष्णू पृथ्वीचा उद्धार करीत आहे. सहाव्यात वामन अवताराचे शिल्प असून बळीला पाताळात दाबण्यासाठी त्याने घेतलेले त्रिविक्रमाचे रूप दर्शविले आहे. या शिल्पपट्टाची रचना अत्यंत समतोल आणि विषयानुरूप बनविली आहे. दर्शनी सोप्याच्या बाजूच्या दालनात वर वर्णन केलेल्या हिरण्यकश्यपुवधाचे अत्यंत मनोरम शिल्प आहे. मंडपाच्या मध्यभागी गर्भगृहासमोर नंदीची सुटी मूर्ती आहे. दर्शनी स्तंभाच्या बाहेरच्या बाजूस दोन्ही बाजूंना द्वारपालांच्या भव्य मूर्ती आहेत. उत्तरेकडील भिंतीजवळील एका लेण्यात गर्भगृहात शिवलिंग आणि त्यामागे त्रिमुख महेशमूर्ती उठावात खोदली आहे.

'कैलास' हे सोळा क्रमांकाचे लेणे अप्रतिम शिल्पशैलीने नटलेले असल्यामुळे ते जगप्रसिद्ध झाले आहे. याचे मूळ नाव कैलासनाथ. राष्ट्रकूटांचा राजा दंतिदुर्ग याच्या कारकिर्दीत (कार. ७१३-७५८) याच्या खोदकामास प्रारंभ झाला आणि राष्ट्रकूट राजा पहिला कृष्ण (कार. ७५८-७७३) याने ते पूर्ण केले. त्यानंतरही पुढे तीन-चार राजांच्या वेळी मंदिराभोवती ओवऱ्या, सरिता मंदिर, लंकेश्वर लेणे, मातृकामंदिर इत्यादी वास्तूंचे खोदकाम चालू होते. राष्ट्रकूटांच्या चार पिढ्यांची धर्मभावना आणि दातृत्व ह्यांच्या योगाने सांप्रत शैलमंदिर साकार झाले आहे. शैलमंदिर या शिल्पप्रकाराचे कैलासनाथ लेणे ही सर्वांत परिणत अवस्था होय. गिरिशिल्पात ते अद्वितीय आहे. भक्ती, श्रद्धा, दिव्यत्व आणि भव्यत्व या सर्वांचे ते प्रतीक आहे. पट्टदकल (विजापूर जिल्हा, कर्नाटक) येथील विरूपाक्ष मंदिर आणि कांचीपुरम (तमिळनाडू) येथील कैलासनाथ या दोन मंदिर-वास्तूंचा आदर्श या शैलमंदिरात दिसून येतो आणि अलंकारणात पल्लव व चालुक्य यांची शिल्पशैली संमिश्र स्वरूपात जाणवते. स्तंभ, कोनाडे, छप्पर, विधान, शिखर आदी वास्तुविशेषांतून या शैलमंदिराची द्राविडशैली दृष्टोत्पत्तीस येते. हे मंदिर पूर्वी आंतरबाह्य रंगविलेले असावे, असे काही अवशिष्ट पुसट रंगकामावरून वाटते. हे आश्चर्यकारक लेणे खोदून पूर्ण झाल्यावर ते अशक्य कार्य आपल्या हातून पार पडले, त्याबद्दल त्याच्या शिल्पीलाच आश्चर्य वाटले. तो एका कोरीव लेखात म्हणतो, "एतन्मया कथमहो कृतमित्यकस्यात कर्तापि यस्य खलु, विस्मयमापशिल्पी।"

हे संपूर्ण मंदिर एकाच खडकात खोदले असले, तरी ते डोंगरापासून वेगळे केले आहे. त्याच्या भोवती ८३ × ४६ चौ.मीटर क्षेत्रफळाचा प्राकार आहे. त्याभोवती नैसर्गिक पाषाण भिंत असून दर्शनी भिंतीत अर्धस्तंभांनी विभागलेली देवकोष्टे आहेत. त्यात थोडेसे धुऊन गेलेले दिक्पाल, त्रिपुरान्तक लिंगोद्भव शिव, गरुडारूढ विष्णू, अग्नी, अर्जुन-सुभद्राविवाह, महिषासुरमर्दिनी, इंद्र-इंद्राणी, नृसिंह, वराह, त्रिविक्रम, ब्रह्मा इत्यादी शिल्पे आहेत. पुढे मध्यभागी उरलेल्या ६० × ३० चौ. मीटर पहाडातून कैलासनाथ मंदिराची वास्तू व त्यापासून ३० मीटर अंतरावर ठेवण्यात आलेल्या ठोकळ्यापासून प्रवेशद्वार व गोपूर खोदण्यात आले आहे. मंदिराचे विधान चौकोनी गाभारा व त्याच्या भोवती थोड्या अंतरावर पाच लहान मंदिरे, समोर चौरस मंडप व मंडपासमोर थोड्या अंतरावर नंदीमंडप असे सुटसुटीत आहे. स्तंभ, कोनाडे, छपरे, विमान व शिखर द्रविड शैलीची आहेत. नंदीमंडप व मुख्य मंदिर ही पहाडाच्याच पुलाने जोडली आहेत. सबंध मंदिर उंचच्या उंच जोत्यावर उभे आहे. कमरेइतक्या जोत्यावर पहाडातच प्रचंड आकाराचे हत्ती, व्याल व सिंह कोरलेले आहेत. लांबून पाहताना जणू हे मंदिर या अजस्र प्राण्यांच्या पाठीवरच उभे आहे, असे वाटते. हत्तीच्या, सिंहांच्या शरीराची ढब अशी आहे की, ते हा भार प्रत्यक्ष

पेलत आहेत, असे वाटते.

मंदिराच्या प्रवेशद्वारात जाताच समोर गजलक्ष्मीची प्रसन्न मूर्ती दिसते. वैभवाची, संपन्नतेची ही निशाणी ! येथे डाव्या हाताने प्राकारात जाऊन उभे राहिले असता प्रदक्षिणापथ दिसतो. आवारातील भव्य ऐरावत आणि सुशोभित असा ध्वजस्तंभ चटकन दृष्टीस पडतात; तद्‌वतच मंदिराच्या विस्तीर्ण प्रदक्षिणापथावरील मंदिर-पंचायनातील उत्तरेकडील पहिलेच मंदिर कामदेवाचे असावे, असा तज्ज्ञांचा अंदाज आहे. त्याच्या दोन्ही बाजूस सुंदर मिथुन शिल्पे आहेत. याशिवाय कैलास लेण्याच्या उत्तर प्रांगणात मदन-रतीचे एक स्वतंत्र शिल्प आहे. या लेण्यातील प्रमुख शिल्पांच्या व प्रवेशद्वारांच्या चौकटीवर नंदी मंडपाच्या अधिष्ठानावर आणि लंकेश्वर मंदिरातील सभामंडपाच्या भोवतालच्या वखंडीवर (अनेक मिथुन शिल्पे आहेत. त्यांच्याकडे नजर टाकताना सरिता मंदिराकडे लक्ष जाते. हे मंदिर अगदी साधे आहे. स्तंभांच्या मदतीने त्याचे भाग पाडले आहेत. त्यातील प्रत्येक भागात सरिता देवीची एक भव्य मूर्ती आहे. मध्यभागी गंगादेवी, तिच्या उजव्या हाताला सरस्वती आणि तिच्या डाव्या हाताला यमुना देवी. यांपैकी गंगादेवीची मूर्ती समभंग आसनात असून सरस्वती व यमुना त्रिभंगावस्थेत उभ्या आहेत. गंगादेवीला समभंगामुळे लालित्य नाही; मात्र कमरेत वाकलेल्या आणि उजव्या डाव्या बाजूला झुकलेल्या सरस्वती-यमुना यांच्या मूर्ती कलापूर्ण व गतिमान आहेत. किंबहुना या ठिकाणची यमुनादेवीची मूर्ती ही भारतीय शिल्पकलेचा एक अत्यंत विलोभनीय आविष्कार होय. भग्न असली तरी तिच्या सिंहकटीचा बाक आणि मानेचा मोड यांनी तिच्या अंगकाठीला डौल प्राप्त झाला आहे. रमणींना तिचा हेवा वाटावा, अशी तिची उभी राहण्याची ढब आहे. या मूर्तीच्या सभोवतीचे स्तंभ, त्याचे तोरण, पायाखाली मकरादी चिन्हे, पाठीमागील फुले-पाने इत्यादी कलेचा उत्कर्ष दर्शवितात. गजलक्ष्मीप्रमाणेच या सरितादेवी फलश्रुती आणि संपन्नता यांच्या द्योतक होत.

डाव्या बाजूने सरिता मंदिराच्या थोडे पुढे गेले की, डाव्या कड्याच्या पोटात एक स्तंभयुक्त मार्ग आहे. तो लंकेश्वर मंदिराचा मार्ग होय. यात रावणानुग्रह हा शिल्पपट्ट असल्याने त्यास लंकेश्वर नाव मिळाले. कैलासोद्धारणाचा नाट्यमय प्रसंग यातून दृग्गोचर होतो. कैलासमंदिराच्या पीठाच्या दक्षिणेकडील बाजूवर चौकटीच्या साधारण मध्यभागी कैलास पर्वत आहे. त्यावर शिव व पार्वती बसलेली आहेत. कैलासाखाली आपल्या वीस बाहूंनी तो उचलण्याचा प्रयत्न करणारा दशानन एक पाय जमिनीवर रोवून दुसऱ्या पायाच्या गुडघ्याने जोर लावून तो कैलासाचा भार उचलण्याची शिकस्त करीत आहे. शिव व पार्वती दोघांचेही चेहरे आता विद्रूप झाले आहेत. तरीसुद्धा त्यांच्या बसण्याच्या अवस्थेवरून त्यांच्या मनातील भावनांची कल्पना येते. शंकराची बसण्याची ऐटच अशी आहे की, काही घडते आहे, कैलास

पर्वत डळमळतो आहे, याची त्याला जणू दखलच नाही. तो शांत, निश्चल व स्वस्थ बसला आहे. स्वतःच्या सामर्थ्याविषयी त्याला खात्री आहे. उलट पार्वती भिऊन गेली आहे आणि आधारासाठी आपल्या पतीला बिलगली आहे ! याच प्रसंगाची वेरूळला आणखी चार-पाच शिल्पे आहेत; मात्र हे सर्वांत उजवे ठरेल! घटयुक्त व गिरदीयुक्त सोळा स्तंभांवर येथील सभामंडप आधारलेला असून स्तंभांवर स्तंभशीर्षात शालभंजिकांची शिल्पे आहेत. छतावर नटराजाची मूर्ती खोदली आहे. सभामंडपाच्या दक्षिण सोप्यात शिवाची तांडवनृत्यातील अप्रतिम मूर्ती आहे. शिव प्रत्यालीद पद्धतीने त्रिभंगात उभा असून नृत्यात तल्लीन आहे. त्याच्या हातात डमरू, नाग, त्रिशूळ इत्यादी आयुधे असून मूर्तीचे सर्व अवयव अलंकारयुक्त आहेत. यज्ञोपवितही सालंकृत आहे. हे नृत्य पाहण्यात पार्वती, यक्षगंधर्व आणि इतर गण तल्लीन आहेत. याशिवाय या लेण्यातील मूर्तींत हिंदू धर्माशी संबद्ध सर्व देवतांना म्हणजे ब्रह्मा, विष्णू, महेश या प्रमुखदेवतांसह सूर्य, इंद्र आदी अष्टदिक्पालांनाही स्थान आहे. या शिवाय रामेश्वर, दशावतार इथल्या लेण्यांप्रमाणेच कथा-प्रसंगचित्रण आहे. उदा. अंधकासुरवध, हिरण्यकशिपुहनन इत्यादी. पहाडातील मंदिरावर अष्टमातृकांच्या प्रतिमा आहेत. या गुंफेच्या जिन्यावरून येताना समोरच कैलासनाथ मंदिराच्या जोत्यावरचे कैलासोद्धारण व रावणानुग्रह ही दृश्ये दिसतात. एका अमानुशी प्रसंगाचे अतिशय नाट्यमयरीत्या केलेले हे चित्रण असून ही सुरुवातीच्या चार-पाच शिल्पांचीच पुनरावृत्ती आहे, याची कल्पना येते; परंतु येथील रूपक अधिक भव्य व जिवंत वाटते. याच्या डाव्या हाताला जोत्यावर ओळीने बऱ्याच मानवाकृती दिसतात. त्यांत रामायणातील युद्धप्रसंग आहेत. दुसऱ्या बाजूला महाभारतातील देखावे आहेत.

सतरापासून वीसपर्यंत गुंफात विशेष उल्लेखनीय शिल्पांकन आढळत नाही; तथापि लेणे क्र. १९ मधील सभामंडपाच्या तुळईवर मध्यभागी असलेली लकुलीश शिवाची मूर्ती लक्ष वेधून घेते. याशिवाय आत स्तंभरहित मंडप असून लेण्याच्या दर्शनी भागात जंभालसदृश कुबेराची मूर्ती आहे.

रामेश्वरनामक एकविसाव्या लेण्यात शिल्पाचे काही लक्षणीय नमुने आढळतात. उत्तरेकडे गणेश व दक्षिणेकडे कार्तिकेय यांच्या सुबक मूर्ती आहेत. मुख्य लेण्याच्या दर्शनी भागात शालभंजिकायुक्त तसेच पूर्णघटयुक्त चार स्तंभ असून दोन्ही बाजूंना अर्धस्तंभ आहेत. प्रवेशद्वार सोडून बाजूच्या स्तंभांना जोडणारा सुंदर कठडा आहे. या कठड्यावर हत्तींची रांग असून त्यावर प्रत्येक बाजूला सात याप्रमाणे सुंदर मिथुने कोरली आहेत. प्रवेशद्वारावर लकुलीश शिवाची मूर्ती आहे. दरवाजातून आत गेल्यावर डाव्या हाताच्या सोप्यात ओळीने मूर्ती आहेत. त्यात कार्तिकेय व त्याचे गण, समोरच्या भिंतीवर शिव-पार्वती विवाहाचे दृश्य आहे. ब्रह्मा हिमालयाकडे जाऊन शंकरासाठी पार्वतीला मागणी घालत असल्याच्या प्रसंगाचे उत्तम चित्रण येथे

आढळते. यानंतर पार्वतीची तपश्चर्या, विवाह असे देखावे आहेत. उजवीकडे महिषासुरमर्दिनी आहे. मुख्य सोप्यात रावणानुग्रह मूर्ती दिसते. गर्भगृहाच्या प्रवेशद्वारावर पुन्हा अजस्त्र द्वारपाल भेटतात, पण इथे चौरीधारी द्वारपालिका त्यांच्या कमनीय बांध्यामुळे आपले लक्ष वेधून घेतात. गर्भगृहात शिवलिंगाशिवाय भिंतीवर सारीपटाचा खेळ हे दृश्य आहे. यातील पार्वतीची मूर्ती आणि तिची आश्चर्यकारक मुद्रा लक्षणीय आहे. उजव्या हाताला पुन्हा एक ओवरी आहे. यात डाव्या भिंतीवर शिवनृत्य असून समोरच्या भिंतीवर सप्तमातृकांचा पट्ट, गणेश आणि उजव्या हाताला काल-काली यांच्या प्रतिमा आहेत. या सर्व मूर्तिसंभारात गंगादेवी, शिवनृत्य आणि काल-काली यांच्या प्रतिमा उठावदार व आकर्षक आहेत. कोमल मुद्रा, उभे राहण्याची ढंगदार ढब यांमुळे मूर्तीचा भव्य आकार आणि त्यातील बोजडपणा जाणवत नाही. देवीच्या पायाखाली असलेल्या मकराचे लहरीदार पुच्छ, ज्याच्या शिरावर हात देऊन ती उभी आहे, त्या यक्षाचे भाव-ओझ्याखाली दबल्यासारखेच! या शिल्पातील बारीक तपशीलसुद्धा कलाकाराने अत्यंत हळुवारपणे टिपलेले आहेत. शिवनृत्यातील शिवमूर्ती नेहमीप्रमाणे त्रिभंगावस्थेत आहे. तिचे काही भाग भग्न झाले असले, तरी उर्वरित अवशिष्ट हातांतील आयुधे स्पष्ट दिसतात. हे नृत्य नटराजाचे आहे. ह्यात पौरुषयुक्त लालित्य आहे. काल-काली व त्यांचे गणगोत यांचे शिल्पांकन म्हणजे केवळ हाडांचे सापळे ! डोळे क्रूर आणि सारा आविर्भावच भयानक नि बीभत्स असा परिणामकारक आविष्कार अन्यत्र क्वचित दिसतो.

बाविसावे लेणे नीलकंठ या नावाने ओळखले जाते. तेथील प्रांगणाच्या मध्यभागी उंच चबुतऱ्यावर नंदीमंडप असून प्रांगणाच्या उजव्या बाजूस एक मंडप आहे. त्यात वीरभद्र, सप्तमातृका, गणेश व काल यांची शिल्पे आहेत. त्यातील ब्राह्मणी त्रिमुख आणि वाराही वराहमुखी आहे. अंतरालयात बाजूच्या भिंतीत गणेश व कार्तिकेय यांच्या मूर्ती समोरासमोर असून मागच्या भिंतीत गजलक्ष्मी व दुसरी एक देवी आहे. अन्यथा या लेण्यात विशेष शिल्पे नाहीत. तद्वतच २३, २४, २५ व २६ ही लेणी अगदी साधी आहेत.

सत्ताविसाव्या गौळण गुंफा नामक लेण्याचे पुढचे बहुतेक स्तंभ जमीनदोस्त झाले असून मूळ द्वाराच्या उजव्या बाजूस बलराम, सुभद्रा व श्रीकृष्ण यांच्या मूर्ती आहेत. बाजूच्या भिंतीत शेषशायी विष्णूची मूर्ती असून दरवाजाच्या डाव्या बाजूस ब्रह्मा, विष्णू व महेश यांच्या प्रतिमा आहेत. याशिवाय पृथ्वीचा उद्धार करणारा वराह आहे आणि खिडक्यांमध्ये एक महिषासुरमर्दिनीचे शिल्प आहे. ही सर्व शिल्पे खराब झालेली आहेत.

सीता की नहानीनामक एकोणतिसाव्या गुंफेस धुमार लेणे असेही म्हणतात. रामेश्वर ते धुमार ही एक अर्धवर्तुळाकार दरी आहे. या लेण्यात अंधार असून याच्या

अग्रमंडपाच्या चौथऱ्यावर दोन भव्य सिंह आहेत. मंडपाच्या उजव्या भिंतीवर पश्चिम बाजूच्या भद्रावर अंधकासुरवधाचा शिल्पपट्ट असून पुढे विस्तीर्ण सभामंडप लागतो. आठ हातांच्या या मूर्तीत दशावतारांतील नरसिंहाच्या आवेशाची जाण होते. याच्या समोरच रावणाने कैलास उचलेल्या प्रसंगाचे शिल्पांकन आहे. त्यातील शिव-पार्वतीच्या मूर्ती अनुपम आहेत.

उत्तर भद्रात एका बाजूस शिवाची मूर्ती, दुसऱ्या बाजूस महायोगी शिव असून नृत्यमूर्तीला आठ हात आणि त्या प्रत्येकात स्वतंत्र आयुध आहे. महायोगी शिव शांत गंभीर असून शिव लकुलीश या नावाने ज्ञात आहे. या ठिकाणी व्याख्यान मुद्रेत शिव आहे. या सोप्याच्या समोरच्या ओवरीत दक्षिण भद्रास शिव-पार्वती-कल्याण सुंदरमूर्ती आहे. यातील सर्व मूर्ती अगदी निरस असून हे शिल्प थोडे गर्दीचे वाटते. खुद्द गर्भगृहाकडे वळल्यानंतर प्रत्येक द्वाराच्या बाजूला अवाढव्य द्वारपाल उभे आहेत. त्यांच्या एका हातात चौरी आणि दुसऱ्यात निऱ्यांचा सोगा आहे. त्यांच्या पायापाशी त्यांच्या सखींच्या मूर्ती आहेत. वरच्या बाजूस गंधर्वयुग्मे माला घेऊन उडताना दिसतात. ही युग्मे, त्यांची अंगकाठी आणि ढब या दृष्टींनी लक्षणीय आहेत. उत्तर व दक्षिण दरवाजांबाहेरच्या बाजूस प्रथम कासवाच्या पाठीवर उभी असलेली यमुनादेवीची मूर्ती दृष्टीस पडते, तर दक्षिण दरवाजाच्या बाहेर पाणलोटाचे निसर्गरम्य दर्शन होते; पण त्या दरवाजाजवळ सुरेख घाटाची थोडी जीर्ण झालेली गंगादेवीची मूर्ती आहे. गर्भगृहात एका चबुतऱ्यावर शिवलिंग आहे. या लेण्यात प्रकाशासाठी गवाक्षे खोदली आहेत. रामेश्वर, दशावतार, कैलास ही जरी शैवलेणी असली, तरी त्यांत वैष्णव शिल्पे अधूनमधून डोकावतात. या हिंदू लेण्यांत शैव वा वैष्णव असा भेदभाव सुरुवातीस कुठेच आढळत नाही; परंतु या अखेरच्या लेण्यात शैव पंथाचा प्रभाव स्पष्टपणे जाणवतो.

या पुढील ३० ते ३५ क्रमांकाची लेणी ही जैन धर्मीय आहेत. जैन शिला-शिल्पाला इ.स.च्या आठव्या शतकात प्रारंभ झाला असला, तरी ही शैली पुढे चालू राहिली. अकराव्या-बाराव्या शतकापर्यंत जैन कलाकार डोंगर पोखरून शिल्प घडवीत असल्याचे अनेक दाखले मिळतात, मात्र हिंदू गिरिशिल्प परंपरा तत्पूर्वीच अंतर्धान पावली.

तीस क्रमांकाचे लेणे छोटा कैलास म्हणून प्रसिद्ध आहे; कारण तीत कैलासमंदिराप्रमाणेच अल्प प्रमाणात प्रतिकृती रूपात शिल्पमंदिर आहे. सभामंडपात कैलासप्रमाणेच सोळा स्तंभ असून त्यांच्या तिन्ही बाजूंना छोटे मंडप आहेत. सभामंडपाच्या छतावर रंगीत चित्रकामाचे अवशेष अद्यापि दिसतात. गोपूरातून आत गेल्यावर मुख्य मंदिर लागते. गोपूराच्या आतल्या भिंतीवर ऋषभनाथाची चक्रेश्वरी ही यक्षिणी आहे. तिला बारा हात असून त्यांपैकी काही तुटलेले आहेत, उजव्या

भिंतीवर तीर्थंकरांच्या तीन मूर्ती आहेत. या मूर्तींच्या आजूबाजूला गणांच्या गंधर्व-युग्मांच्या मूर्तींवर अलंकारांची रेलचेल आहे. मंदिरातील भिंतींवर आणि स्तंभांवर नर्तक-नर्तिकांच्या सुबक मूर्ती असून त्यातून त्यांच्या विविध मुद्रांचे हावभावांचे दर्शन होते. येथील द्वारपालांच्या हातात गदा आहेत. गदेचा माथा जमिनीवर टेकलेला असून त्यावर रेलून रक्षक उभे आहेत. मंडपात बावीस तीर्थंकरांच्या मूर्तिंशिवाय गोम्मटेश्वर व पार्श्वनाथ यांच्या उभ्या प्रतिमा आहेत. मुख्य गर्भगृहात महावीराची पद्मासनातील मूर्ती असून वरच्या बाजूस उपदेवालयात महावीर व अन्य तीर्थंकर यांच्या मूर्ती आहेत. उत्तरेकडील भिंतीत एकमात्र अष्टभुजा देवी आहे.

या लेण्याजवळ एक अपूर्ण लेणे असून त्याचा सभामंडप बारा स्तंभांवर आधारित छताचा आहे; तर अग्रमंडपात चार स्तंभ आहेत. सभामंडपात मध्यभागी चतुर्भुज तीर्थंकराची मूर्ती असून छतावर मध्यभागी कमळ कोरले आहे. जोत्यात पुढे आलेले हत्ती दिसतात, मात्र यात गर्भगृह नाही. क्रमांक ३१ चे लेणेही लहान असून त्यात चार स्तंभ आहेत. सभामंडपात उजव्या बाजूला गोम्मटेश्वराची कायोत्सर्ग आसनातील मूर्ती आहे. तिच्या समोर तशीच एक पार्श्वनाथाची मूर्ती आहे. गर्भगृहात ध्यानमुद्रेतील महावीराची मूर्ती असून वर त्रिछत्र व बाजूला चामरधारी सेवक आहेत. गर्भगृहाच्या बाहेर डाव्या बाजूला हत्ती व मातंगाची वटवृक्षाखाली बसलेली मूर्ती आहे. उजव्या बाजूला आम्रवृक्षाखाली सिंहारूढ सिद्धायिकेची प्रतिमा आहे. या सर्व मूर्ती सुबक, बांधेसूद व प्रमाणबद्ध आहेत.

इंद्रसभा हे ३२ क्रमांकाचे लेणे हा एक लेण्यांचा समूह आहे. त्यात दोन दुमजली लेणी व एक एक मजली लेणे आहे. या शिवाय काही उपासना मंदिरे आहेत. त्यांतील मुख्य इंद्रसभा हे लेणे असून त्याच्या आवारात शिरताच नंदीमंडप दिसतो. कैलासप्रमाणेच ध्वजस्तंभ व दगडी हत्ती येथे आढळतात. मात्र ते आकाराने लहान आहेत. या लेण्याचे विधान दशावतार लेण्यांप्रमाणे आहे. प्रमुख गर्भगृहात महावीर आणि अन्य सोप्यांतून इतर तीर्थंकरांच्या मूर्ती असून त्यांचे सेवक व अनुयायी यांचेही शिल्पांकन आहे. वीथिकेच्या मागील स्तंभांवर शांतिनाथांच्या दोन प्रचंड नग्नमूर्ती आहेत. एका मूर्तीखाली कोरीव लेख आहे. तो दहाव्या शतकातील असून गाभाऱ्यात महावीराची मूर्ती आहे. वरच्या मजल्यावर विस्तीर्ण मंडप आहे. जिन्याच्या मध्यभागी एक उपासनामंदिर असून त्यात सिंहासनावर महावीर, बाजूला पार्श्वनाथ व गोम्मटेश्वर, मागे इंद्र व इंद्राणी यांच्या मूर्ती आहेत. बाहेरच्या सोप्यांना दोन्ही टोकांना मातंगी-सिद्धीकी किंवा इंद्र-इंद्राणी म्हणतात. मातंगी हत्तीवर, सिद्धिकी सिंहावर असून तिचे तोंड फुटले आहे, पण मुख्य मूर्ती शाबूत आहे. आत गेल्यावर भिंतीच्या कवटांवर जिनमूर्ती आहेत. मधल्या कोनाड्यात इतरांपेक्षा बरीच मोठी अशी महावीराची प्रतिमा असून गर्भगृहात महावीराचीच मूर्ती आहे. या ठिकाणच्या सर्व

प्रतिमा उभ्या अगर बैठ्या ध्यानमग्न स्थितीत असल्याने हालचालींचा प्रश्न उद्भवत नाही. सर्व शांत-संथ-निश्चल आहेत. त्यामुळे या गुंफा कलात्मक वाटत नाहीत. मधोमध छतावर एक सुरेख कमळ आहे.

या लेण्याच्या जवळच जगन्नाथसभा हे तेहतिसावे लेणे आहे. यात शिल्पांची रेलचेल असून एकाच ढाच्याच्या मूर्ती आढळतात. हे लेणे दुमजली असून तळमजल्यात दोन्ही बाजूंना इंद्र व इंद्राणी यांच्या उत्कृष्ट मूर्ती असून त्यांच्या बाजूला पाने, फळे, पक्षी यांची नक्षी आहे. दुसऱ्या मजल्यावर बाजूच्या भिंतीत तीर्थंकरांच्या प्रतिमा आहेत. गाभाऱ्यात महावीर असून यालाच जगन्नाथ समजून ते नाव पडले असावे. यात काही ठिकाणी भित्तिचित्रांचे अवशेष आढळतात यातील फक्त मातंगी-सिद्धिकी व गंगा-यमुना यांच्या मूर्ती लक्षणीय आहेत.

चौतीस क्रमांकाचे लेणे ही वेरूळची अखेरची गुंफा, यात अग्रमंडप, सभामंडप, अंतराळ व गर्भगृह असून गर्भगृहात महावीराची मूर्ती आहे. सभामंडपात गोम्मटेश्वर व पार्श्वनाथ यांच्या मूर्ती आहेत. यातील स्तंभ अलंकृत आहेत. या लेण्याव्यतिरिक्त या समूह सान्निध्यात आणखी काही लेणी आहेत. त्यांपैकी गणेश व योगेश्वरी ही प्रसिद्ध असून याशिवाय धुमार लेण्याजवळच्या धबधब्याच्या वरच्या बाजूस दरीच्या दोन्ही बाजूंना अनेक छोट्या लेण्यांचा समूह आहे. त्याला गणेश लेणे म्हणतात. यातील एका लेण्याच्या छतावर चित्रकाम आहे. त्यात लिंगोद्भव शिव आणि समुद्रमंथन हे प्रसंग दिसतात. एकात गणेशमूर्ती आहे. जलप्रवाहाच्या काठाने आणखी पुढे गेल्यास योगेश्वरी लेणी समूह दिसतो. त्यातील काही लेण्यांत शिवाच्या प्रतिमा आहेत. गणेश लेण्याकडून तेली का घाना नावाच्या लेण्याकडे जाताना वाटेत आणखी एक-दोन लेणी आढळतात. त्यात महेश, गणेश, उमा यांच्या मूर्ती व शिवलिंग आहे. अलीकडे उत्खननात एक स्वतंत्र मंदिर ज्ञात झाले. त्यात महानुभव पंथाच्या प्रमुख आचार्यांची -चक्रधर-पद्मासनातील मूर्ती असून ती जीर्ण झाली आहे.

वेरूळच्या सर्व लेण्यांचा परामर्ष घेतल्यानंतर भारतीय वास्तुशिल्पशैलीची काही ठळक वैशिष्ट्ये दृग्गोचर होतात. हिंदू गिरिशिल्पांचा बौद्ध लेण्यांशी असणारा निकटचा संबंध वेरूळप्रमाणे अन्यत्र क्वचित अनुभवास येतो. त्याबरोबरच वेरूळ येथे बौद्ध वास्तुरचनेत होत गेलेले बदल आणि त्यात हिंदू शिल्पकारांनी केलेले बदल, असे दोन्ही स्पष्ट दिसतात. चैत्यगृह ही चापाकार विधानाची वास्तू हिंदू मंदिराला निरुपयोगी वाटल्याने वेरूळला ती कुठेही दृष्टिपथात येत नाही. तिचा जवळजवळ वापर संपुष्टात आल्याचे दिसते. किंबहुना मूर्तिपूजक बनलेल्या महायान बौद्धांनासुद्धा चापाकार मंदिर ही संकल्पना गैरसोयीची ठरली, असे दिसते. सर्वात बाहेर एक ओवरी, आत मंडप, मंडपाच्या तिन्ही बाजूंना चौरस दालनांच्या ओळी व

मागच्या भिंतीतील मधल्या दालनाच्या जागी गर्भगृह अशी प्रारंभीच्या हिंदू मंदिराची रचना येथे दिसते. नंतरच्या काळात सभोवतालच्या दालनांची जागा मोठ्या आकाराच्या चौकटींनी घेतली व त्यात मोठे शिल्पपट्ट खोदण्यात आले. या आराखड्यातही गर्भगृहाभोवती प्रदक्षिणापथ काढलेला दिसतो. पुढे चौफुलीसारखा आराखडा करून गाभारा सुटा करण्यात आला. अशा रीतीने धुमार लेणे किंवा घारापुरी यांसारखी लेणी तयार झाली. याच्या पुढे मात्र अंतर्गत विकास थांबला आणि हळूहळू ही शैलमंदिराची संकल्पना अंतर्धान पावली, इ.स.११-१२ शतकात काही लेण्यांचे खोदकाम झाल्यानंतर ती जवळजवळ संपुष्टात आली.

वेरूळच्या लेण्यातील शिल्पात भव्यता आहे, तद्वतच तोचतोचपणा व पुनरुक्ती आढळते. तीच प्रतिमाने, ज्ञापके व रूपके आणि कथाप्रसंग यांची पुनरावृत्ती दिसते. कैलासनाथनंतर शिल्पशैलीतील जोमही कमी झालेला दिसतो. आंतरिक शक्तीचा अभाव जाणवतो आणि ही उणीव भरून काढण्यासाठी स्तंभ व इतरत्र बारीक कारागिरी व नक्षीकाम केलेले आढळून येते. त्यामुळे मुख्य मूर्तीवर लक्ष केंद्रित होण्याऐवजी तिच्या परिसराकडे नजर जाते. हे सर्व असले, तरीसुद्धा वेरूळच्या लेण्यातील काही निवडक प्रतिमानांनी व प्रतिमांनी शिल्पकलेच्या संभारात मोलाची भर घातली आहे. चौदा क्रमांकाच्या गुंफेतील गजलक्ष्मी, दशावतार लेण्यातील नृसिंह, कैलास लेण्यातील कैलासोद्धरण, तसेच रामचरित व कृष्णलीला यांची भिंतीवरील तपशीलवार कथानके, धुमार लेण्यातील शिवपार्वती विवाह (कल्याण सुंदरमूर्ती), सरिता मंदिरातील यमुनादेवी, सारीपाट खेळणारी पार्वती, रावणानुग्रह, इत्यादी काही शिल्पे अप्रतिम असून लक्षवेधक आहेत. सारीपाटातील पार्वती आणि त्रिभंगातील यमुनादेवी या मूर्ती भारतीय प्रतिमाविद्येतील अत्यंत विलोभनीय आविष्कार होत. यातील स्त्री-मूर्तींना दिलेला मोड, त्रिभंगावस्था आणि त्यांच्या मानेची मोडणी यांमुळे या मूर्ती विशेष डौलदार, आकर्षक व गतिमान झाल्या आहेत.

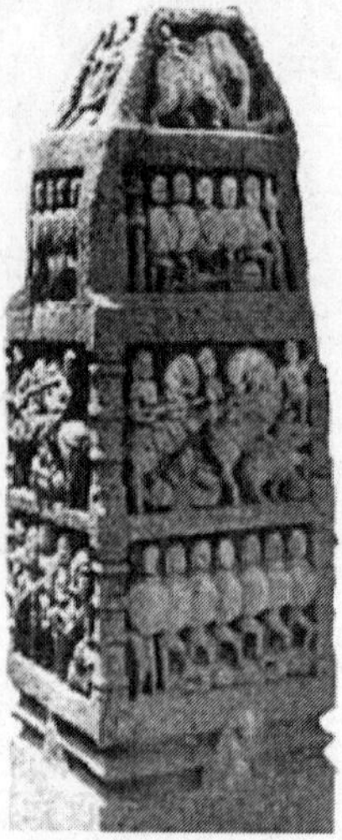

घारापुरी

मुंबईच्या पूर्वेस सुमारे अकरा कि.मी. अंतरावरा घारापुरी बेटावर शैव संप्रदायी लेणी आहेत. यातील सर्वांत मोठ्या लेण्यात शिवाशी संबद्ध अनेक मूर्ती असून या लेण्याचे दालन सुमारे एकोणचाळीस मीटर लांबीरुंदीचे आहे. या व्यतिरिक्त आणखी लहान चार लेणी आहेत, पण त्यात विशेष मूर्तिकाम नाही. या बेटास पूर्वी अग्रहरपुरी म्हणत. ह्यावरूनच घारापुरी हे नाव रूढ झाले असावे, असे तज्ज्ञांचे मत आहे. याचे प्राचीन नाव श्रीहरी होते. बेटावरील अवाढव्य हत्तीमुळे त्यास पाश्चात्त्यांनी 'एलेफंटा' हे नाव दिले. सध्या हा पाषण हत्ती मुंबईच्या जिजामाता उद्यानातील वस्तुसंग्रहालयाजवळ विसावला आहे. त्यामुळे ह्या गुंफा एलेफंटा व घारापुरी या दोन्ही नावांनी प्रसिद्ध आहेत.

ही लेणी कोणी खादेली याविषयी निश्चित

माहिती ज्ञात नाही. शिल्पाकृती, दागदागिने, पेहराव आणि शैलीकरण यांवरून जेम्स बर्जेस, जेम्स फर्ग्युसन, वा. वि. मिराशी वगैरे संशोधकांनी ही लेणी आठव्या-नवव्या शतकातील असावीत आणि ती राष्ट्रकूट राजांनी खोदून घेतली असावीत असे अनुमान काढले आहे; तर काही संशोधक मौर्य-शिलाहार राजांची मंगळपुरी राजधानी म्हणजेच घारापुरी असे मत व्यक्त करतात. पोर्तुगीजांनी हे बेट इ.स. १५३४ मध्ये हस्तगत केले. तेव्हापासून ते प्रकाशात आले. या लेण्याचा आकार वेरूळच्या धुमार लेण्यासारखा चौफुलीचा आहे. मुख्य लेण्यात चौरस गाभारा, त्या भोवती प्रदक्षिणा मार्ग असून गुंफेत चोवीस स्तंभ आहेत. गाभाऱ्यात भव्य त्रिमूर्ती आहे. त्या पाऊण मीटर उंचीच्या आसनावर असून तिचे स्कंध व शिरे एवढाच भाग घडविण्यात आला आहे. शिरस्त्राणासह मूर्तीची उंची ५.२३ मीटर आहे. ती विधाता, त्राता आणि संहारक अशी तिन्ही अंगे कोरली आहेत. या त्रिमूर्तीविषयी संशोधकांत दोन भिन्न मते आहेत. ह्यांपैकी एका मतानुसार या मूर्तीत ब्रह्मा, विष्णु व महेश यांचा समन्वय आहे आणि दुसऱ्या मतानुसार ही तिन्ही रूपे शंकराचीच आहेत.

ब्राह्मा, रुद्र व विष्णू यांचे अनुक्रमे शांत, रौद्र व उदात्त भाव मूर्तीच्या चेहऱ्यावर दिसतात. गळ्यात मोत्यांचा हार, रत्नांचा जडावाचा हार व पेंडे धातलेल्या ब्रह्मदेवाची मुद्रा शांत आहे. त्याच्या डाव्या हातात महाळूंग असून उजवा हात तुटला आहे. मस्तकावर उंच मुकुट, उजव्या कानात व्याघ्र कुंडल आणि डाव्यात मकरकुंडल आहे. रुद्राची मुद्रा उन्मत्त असून कपाळावर मधोमध उंचवटा आहे. ओठावर मिशा आणि मस्तकावर मुकुट आहे. जागोजागी सर्पांची वेटोळी व फणा काढलेला एक नाग वर आहे. त्याची एकूण ठेवण रुद्र स्वभावानुसार आहे; या उलट विष्णूची मुद्रा प्रसन्न असून मुकुटाखालील कुरळ्या केसांनी त्याचे कान झाकून गेलेले आहेत. मुकुटाला मोत्यांच्या माळा व घोस आहेत. त्यावर उत्फुल्ल कमळ आहे. शिवाय उजव्या हातात एक कमळ आहे, वरील दोन्ही मतांचा विचार करून संशोधकांनी ही त्रिमूर्ती महादेवाचीच आहे असे मत व्यक्त केले आहे. तत्संबंधी प्रसिद्ध विदुषी स्टेला क्रॅमरिश यांना या त्रिमूर्तीत शंकराची तीन रूपे दिसतात. त्यांच्या मते तत्पुरुष महादेवामध्ये डावीकडे अघोर-भैरव आणि उजवीकडे वामदेव-उमा ही रूपे दाखविली आहेत. शिवाय ही मूर्ती जेव्हा खोदली त्यावेळी त्रिमूर्ती दत्तात्रेयाची कथा व संकल्पना कोणत्याच रूपात प्रचारात नव्हती. बघणाऱ्याच्या डाव्या हाताचा चेहरा 'अघोर भैरवाचा, समोरचा 'महादेवा'च्या आणि उजव्या हाताचा 'वामदेव-उमा' यांचा 'वामदेव-उमा' (अर्धनारीश्वराचा) आहे. महेश मूर्तीच्या तीनही चेहऱ्याचे नाकडोळे रेखीव आहेत. ओठ अत्यंत भावपूर्ण आहेत आणि मुख्य म्हणजे चेहऱ्यावर समाधानाची, आत्मसंतोषाची भावना नांदत आहे. ही मूर्ती दीर्घकाळ स्मरणात राहील अशी तिची घडण आहे. शिवाय या मूर्तीचे सौंदर्य असे की अमूक एक भाग वा तो

कोरण्याची पद्धत ही वेगळी काढून दाखविता येत नाही. तिचे सौंदर्य बुद्धीपेक्षा मनाने समजून घ्यावयाचे, चाखावयाचे आहे. पूर्वकालीन हिंदू मूर्तिकलेचा हा एक उत्कृष्ट आविष्कार समजला जातो.

या महेश त्रिमूर्तीच्या पूर्वेस अर्धनारीश्वराची एक पाच मीटर उंचीची मूर्ती आहे. त्याचे उजवे अंग शिवाचे व डावे उमेचे. शंकराचा जटाभार व पार्वतीचा केशसंभार यांना जरतारी वस्त्रात आच्छादून त्यावर जडावाचा उंच मुकुट चढविलेला आहे, असे भासते. शंकराच्या जटात चंद्रकला असून कानाची पाळी लांब व तीत एकच बाळी आहे; तर पार्वतीच्या कानात कर्णफुलांची जोडी दिसते. शंकराचा एक हात नंदीला आवरीत आहे, तर पार्वतीच्या हातात दर्पण आहे. मूर्ती एक असूनही दोन्ही बाजूंनी भिन्न भाव दिसतात, तसेच साजेशी शारीरिक ठेवण आहे. पार्वतीचे नितंब नि स्तन तिच्या बांधेसूद स्त्रीत्वाची साक्ष देतात, तर भरदार वक्षस्थळ आणि सडपातळ कटिप्रदेश शंकराच्या पुरुषत्वाचा दाखला देतात. या मूर्तीच्या आजूबाजूला गरुडारूढ चतुर्हस्त विष्णू, दोन दासी, मकरवाहन वरुण, ब्रह्मदेव, इंद्र वगैरेंच्या मूर्ती आहेत.

त्रिमूर्तीच्या पश्चिमेला गंगावतरणाची (गंगाधर) मूर्ती आहे. ती एका भव्य चौकटीत खोदली असून शिवाची उंची पाच मीटर, तर पार्वती पावणेचार मीटर उंचीची आहे. शंकराचे दोन हात तुटले आहेत, उरलेल्या दोनपैकी एक बुटक्या गणाच्या मस्तकावर व दुसऱ्याची तर्जनी पार्वतीच्या हनुवटीवर आहे. त्याच्या जटाभारावर त्रिधारी मुकुटाचे आच्छादन असून त्याच्या शिखरातून त्रिमुख स्त्रीची अर्धमूर्ती दाखविली आहे. ही मुखे अनुक्रमे गंगा, यमुना व सरस्वती या पवित्र नद्यांची रूपके असावीत. यात शंकर पार्वतीला बिलगण्याचा प्रयत्न करीत असल्याचा आविर्भाव असून पार्वती लज्जेने दूर सरकण्याचा यत्न करीत असावी असा भास होतो. पार्वतीचा कलापूर्ण अंबाडा, कुंडलापासून नूपुरापर्यंतचे अलंकार आणि झुळझुळीत वस्त्रप्रावरण हे तपशील कलाकुसरयुक्त आहेत. तिच्या शेजारी प्रसाधन साहित्याची मंजुषा धारण करणारी दासी उभी आहे. एकूण या शिल्पातील पार्वतीची त्रिभंगातील मूर्ती विलक्षण सुंदर आहे. शिव-पार्वती विवाह किंवा कल्याणसुंदर मूर्ती वेरूळमधील रामेश्वर लेण्यातील प्रसंगाची आठवण करून देते. यातील लज्जावतमुखी पार्वती, पुरोहित ब्रह्मदेव आणि मेघमंडलातील देव यांच्या प्रतिमा उल्लेखनीय आहेत.

याशिवाय या गुंफांमध्ये शैव संप्रदायाशी निगडित अनेक शिल्पे आहेत. ह्यांपैकी अंधकासुरवधमूर्ती, योगीश्वर शिव, रावणानुग्रह कथा, कार्तिकेय वगैरे सुबक मूर्ती आहेत. अधकासुरवधमूर्तीचा, खालचा भाग तुटला आहे, तरी शिवाचे विक्राळ रूप येथे स्पष्ट दिसते. तद्वतच रावणानुग्रह कथेतील दशमुखी रावण, कैलास पर्वत आणि भयभीत झालेली पार्वती यांचे भाव कथानकाला साजेसे शिल्पकाराने दाखविले आहेत. वरील सुप्रसिद्ध शिल्पाकृती व्यतिरिक्त चतुर्भुज द्वारपाल, वीजाधारी युवती,

अवकाशगामी गंधर्व -किन्नर, गणेश, ब्रह्मा, विष्णू वगैरेंच्या मूर्तीही नजरेत भरण्यासारख्या आहेत. मुख्य लेण्यांव्यतिरिक्त अन्य लेण्यात काही मूर्ती आहेत. पण त्या विशेष उल्लेखनीय नाहीत.

घारापुरीतील काही शिल्पाकृती मुंबईच्या प्रिन्स ऑफ वेल्स वस्तुसंग्रहालयात ठेवण्यात आल्या आहेत. त्यांपैकी चतुर्भुज ब्रह्मदेवाची मूर्ती शांत, मुद्रा व प्रमाणबद्धता या दृष्टीने उल्लेखन्नीय आहे. तसेच शिवाची एक फक्त कटिभागच असलेली भग्नमूर्ती असून तीत शिवासह पार्वती व एक सेवक आहे. त्याच्या पायांची घडण विशेषतः गुळगुळीत फुगीर पोटऱ्या आणि किंचित फुगलेली पावले यांमुळे वास्तवतेचे – जिवंतपणाचे दर्शन घडवितात. शिवाय या संग्रहालयात एक घारापुरीतील नटराजाची कबंधमूर्ती असून महिषासुर मर्दिनीची एक मूर्ती आहे. घारापुरी गुफांत मूर्ती व्यतिरिक्त काही प्राचीन अवशेष उपलब्ध झाले. त्यात इ.स. तिसऱ्या शतकातील विटांच्या स्तूपाचे अवशेष असून तत्कालीन काही शिवलिंगे, शिवमूर्ती यांचे भग्न अवशेष आहेत.

घारापुरीतील शिल्पांची कालओघात नैसर्गिक वातावरणामुळे आणि पोर्तुगीजांच्या हलगर्जीपणामुळे फार मोठ्या प्रमाणात मोडतोड झाली आहे. पोर्तुगीज लष्करातील काही सैनिकांनी नेमबाजीचा सराव करण्यासाठी, प्रतिध्वनींची गमंत ऐकण्यासाठी अनेक शिल्पे तोफा-बंदुकीने छिन्नविच्छिन्न केली आहेत. स्वातंत्र्यापूर्वी सुमारे १९३९ मध्ये येथे पाणी झिरपून त्रिमूर्तीचा एक ढलपा पडला. त्यामुळे मानवी व नैसर्गिक आपत्तींना तोंड देत ह्या मूर्ती आज तग धरून आहेत. त्यांच्या जतनाचा जटिल प्रश्न पुरातत्व खात्यासमोर आहे. अलीकडे या खात्याने चिरात दाबाने सिमेंट भरून पाण्याचा निचरा होण्याकरिता काही कृत्रिम पन्हाळ्या तयार केल्या आहेत. तसेच पडझड होणारे वरचे छत तोलून धरण्याकरिता दगडी स्तंभाची योजना कार्यवाहीत आणली आहे. शिवाय त्रिमूर्ती महेश्वराच्या मूर्तीमध्ये कागदाचा ओला लगदा क्षार टिपण्यासाठी घातला असून मूर्तीवर एक रक्षक लेप दिला आहे.

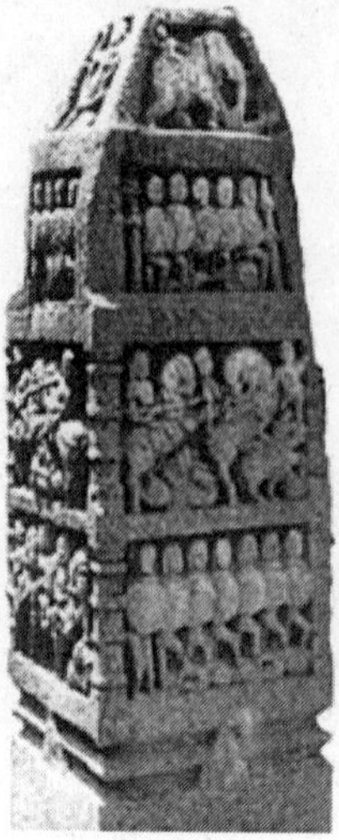

गोम्मटेश्वर – एक उपास्य शिल्प

भारतीय मूर्तिसंभारात उदयगिरीची वराहमूर्ती, दीदारगंजची यक्षिणी, महाबलीपूरमचे गंगावतरण शिल्प, खजुराहोचा नृत्यगणेश, हळेबीडची मदनिका अशा काही सौंदर्यपूर्ण शिल्पांना त्या त्या शिल्पातील प्रमाणबद्धता, रेषांचे लालित्य, वर्तुलन, भव्यता आणि मुद्रेवरील विभिन्न भाव यांमुळे कला इतिहासात विशेष स्थान प्राप्त झाले आहे. या विशेष मूर्तिशिल्पांत श्रवणबेळगोळच्या गोम्मटेश्वराचा भव्य पुतळा रेखीवपणा, आरसपानी चकाकी, प्रमाणबद्धता आणि मुद्रेवरील धीरगंभीर भाव नि स्मित यांनी एक अनुपम शिल्प ठरले आहे.

जैन प्रतिमाविद्येत, वैदिक वा बौद्ध धर्मात जेवढे मूर्तिशिल्पात वैविध्य आढळते, तेवढे आढळत नाही. प्राचीन काळी जैन धर्मास या दोन्ही धर्माइतकेच महत्त्व प्राप्त झाले होते आणि मध्ययुगात (इ.स.

८००-१४००) जैनधर्माचा प्रसार आणि प्रचार दक्षिण हिंदुस्थानात विशेषतः कर्नाटकात चालुक्य, राष्ट्रकूट, गंग, होयसळ इत्यादी राजवंशांच्या आश्रयाखाली मोठ्या प्रमाणावर झाला. आरंभीच्या काळात या धर्मात मूर्तिपूजेस स्थान नव्हते; पण पुढे मध्ययुगात वैदिक किंवा बौद्ध धर्माप्रमाणेच याही धर्मात मूर्तिपूजेचा शिरकाव झाला आणि आदिनाथ (वृषभनाथ), पद्मप्रभ, चंद्रप्रभ, शांतिनाथ, नेमिनाथ, पार्श्वनाथ, महावीर (वर्धमान) इ. चोवीस तीर्थंकर तसेच शृंगारचौरी, चूलकोका, अंबिका इ. यक्षी; चक्रेश्वरी विद्याधरी, पदमावती, वज्रांकुशी इ. विद्यादेवता आणि भरत-बाहुबली या उपदेवता इत्यादींच्या मूर्ती घडविण्यात आल्या. श्वेतांबर पंथाच्या मूर्ती सवस्त्र व सालंकृत असून दिगंबर पंथाच्या मूर्ती विवस्त्र व निरलंकार आहेत. या सर्व मूर्तींत चोवीस तीर्थंकरांच्या मूर्तींना प्राधान्य देण्यात आले असून त्यांचे प्रमाणही जास्त आहे. उपदेवतांच्या मूर्तींत बाहुबली किंवा गोम्मटेश्वर व भरत यांच्या मूर्तींना पुढे उपास्य देवता म्हणून महत्त्व प्राप्त झाले. त्यातही एक उपास्य शिल्प म्हणून गोम्मटेश्वराच्या मूर्ती जास्त प्रमाणात घडविण्यात आल्या. गोम्मटेश्वराची दिगंबर मूर्ती कायोत्सर्ग आसनात म्हणजे सरळ-उभ्या, पाय जोडलेले आणि आजानुबाहू, हात खाली सोडून मांड्यांस चिकटविलेले अशा पद्धतीच्या असतात. त्याच्या तपश्चर्येचा प्रदीर्घ कालमान व्यक्त करणारे द्योतक वारूळ, त्यातून वर आलेले फणिधारी सर्प आणि वेली ही वैशिष्ट्ये बहुधा सर्व गोम्मटेश्वराच्या मूर्तींत दृष्टोत्पत्तीस येतात.

काष्ठ, धातू आणि पाषाण इ. सर्व माध्यमात या मूर्ती घडविलेल्या असून कालौघात काष्ठमूर्ती नष्ट झाल्या. अवशिष्ट मूर्तींत पाषाणाच्या मूर्तींचे प्रमाण जास्त असून या मूर्ती कशा घडवाव्यात, यासंबंधीचे शिल्पशास्त्रीय, तपशील रूपावतार, रूपमंडन, निर्वाणकलिका, स्तुतिचतुर्विंशतिका, चतुर्विंशितिजिनानंदस्तुति इ. वास्तुशिल्पशास्त्रावरील ग्रंथांतून मिळतात. या ग्रंथांमध्ये दोड्डय्याकृत भुजबलि-शतक, पंचबाणकृत भुजबलि चरित्र, अनंतकविकृत गोम्मटेश्वर चरित, देवचंद्रकृत राजावळि-कथा हे ग्रंथ गोम्मटेश्वराचा इतिहास प्रतिपादन करतात. याशिवाय गोम्मटेश्वराच्या शिल्पाकृतीविषयी काव्यमय स्तुतिस्तोत्रे अनेक प्राचीन कन्नड शिलालेखांवरून व कन्नड आणि संस्कृत ग्रंथांतून पाहावयास सापडतात. कन्नड कवि बोप्पण्ण (बारावे शतक) याने ग्रंथित केलेला पद्यमय शिलालेख - 'एपिग्रापिया कर्नाटिका' (खंड २; क्र. २३४) यात प्रसिद्ध झाला आहे.

जैनांचे पहिले तीर्थंकर आदिनाथ किंवा वृषभनाथ यांचा गोम्मटेश्वर हा पुत्र. स्थलपरत्वे तो बाहुबली, गोमटस्वामी, गोम्मट, गोमटदेव इत्यादी नावांनीही प्रसिद्ध आहे. त्यास बाहुबलीचा किंवा भुजबलीचा म्हणजे मदनाचा अवतारही समजतात. त्याच्या 'गोम्मट' या नावाविषयी अनेकांनी चर्चा केली आहे; तथापि यात्रेकरू व

जैनधर्मीय यांमध्ये तो बाहुबली या नावाने अधिक परिचित आहे. त्याच्या जन्माविषयीच्या अनेक पारंपरिक कथा व वदंता जैन धर्मावरील ग्रंथांतून आढळतात. भागवत पुराणातही त्याचा उल्लेख येतो. ऋषभदेवाने अनेक वर्षे राज्य केल्यावर सत्यज्ञानासाठी राज्यत्याग करण्याचे ठरविले. तत्पूर्वी त्याने मोठा मुलगा भरत याला अयोध्येचे राज्य दिले आणि पोदनपुरचे राज्य बाहुबलीस दिले व आपण संन्यास घेतला; परंतु पुढे दोघा भावात वैर निर्माण झाले. भरत चक्रवर्ती राजा होता. त्याला एक चक्र प्राप्त झाले होते. तो दिग्विजयासाठी बाहेर पडला. जिथे जिथे त्याने प्रवेश केला, त्या सर्व राजांना त्याने जिंकले. पुढे त्यास पोदनपुर लागले. तिथे चक्राचा प्रवेश होईना. तेव्हा भरताने मंत्रिजनांकडे पृच्छा केली. तेव्हा त्यांनी 'हा बाहुबलीचा प्रदेश असल्यामुळे तो अजिंक्य आहे' असे उत्तर दिले. तेव्हा बाहुबलीने स्वतः त्याला विरोध केला. तो म्हणाला, "मी गुणांचा उपासक आहे. गुणांपुढे मी नम्र होईन. सार्वभौम म्हणविणाऱ्या कोणापुढेही होणार नाही. एवढेच नव्हे, तर मोठ्या भावासमोरही होणार नाही." त्यामुळे भरताला राग आला. त्याचा अहंभाव वाढला आणि त्याने बाहुबलीस युद्धाचे आव्हान दिले. साहजिकच त्याची परिणती युद्धात झाली; पण मानवसंहार टाळण्यासाठी दोघांनी द्वंद्वयुद्ध करण्याचा निर्णय घेतला. दृष्टियुद्ध, जलयुद्ध आणि मल्लयुद्ध या सर्वांत भरताचा पराभव झाला. अखेर त्याने आपले चक्र सोडले, पण तेही बाहबलीने परतविले. यामुळे भरताच्या सम्राट होण्याच्या सर्व आशा-आकांक्षा धुळीस मिळाल्या आणि बाहुबली सर्व राज्याचा सम्राट झाला; पण त्याच्या एकूण स्वभावाला हे साम्राज्य आणि सुखलोलुपता मानवण्यासारखी नव्हती. तो मुळातच वीतराग होता. एवढे होऊनही सर्व राज्य त्याने भरतास दिले आणि काही दिवसातच सर्वसंगपरित्याग करून मोक्ष पदासाठी तपाचा मार्ग त्याने अवलंबिला. राज्यातून तसाच भवसागरातून एकदाचा तो मुक्त झाला; तथापि अनेक वर्षे तप करूनही त्यास मुक्ती मिळेना. तेव्हा भरत चिंताग्रस्त झाला. त्याने ऋषभनाथांना याचे कारण विचारले, तेव्हा त्यांनी सांगितले की, "तुझ्या राज्यात तो तप करीत आहे, हे शल्य त्याला सातत्याने डाचत आहे. त्यामुळे त्याची तपसिद्धी फलद्रूप होत नाही." असे सांगताच भरताने, "ही पृथ्वी कोणाचीच नाही. माझी व तुझी. माझ्या पश्चात अनेक राजे तिला उपभोगतील. तेव्हा तुझ्या मनातील हे शल्य तू काढून टाक" असे सांगितले. ते, बाहुबलीने मान्य केल्यावर त्यास केवलज्ञान प्राप्त झाले.

या तेजस्वी महापुरुषाच्या लहानमोठ्या असंख्य मूर्ती भारतभर विखुरलेल्या आहेत. त्यातही दक्षिण भारतात मध्ययुगात सुमारे आठव्या ते चौदाव्या शतकात घडविलेल्या मूर्तींचे प्रमाण जास्त आहे. उपलब्ध मूर्तीत पहिली ब्राँझ धातूची मूर्ती असून ती इसवी सन सहाव्या शतकातील आहे. ही साधी-सरळ मूर्ती मुंबईच्या प्रिन्स ऑफ वेल्स म्युझियममध्ये सध्या ठेवलेली असून तिचे मूळ स्थान निश्चितपणे ज्ञात

नाही; तथापि काही तज्ज्ञांच्या मते ती श्रवणबेळगोळच्या परिसरातील असावी. तिला जोडलेल्या अन्य मूर्तींपासून ती पादपीठापासून अलग झालेली सुस्पष्ट चिन्हे दिसतात. तिची उंची साधारणतः अर्धा मीटर असून पाद व बाहू लतापत्रांनी वेष्टित आहेत. गोम्मटेश्वर खड्ग आसनात उभा असून त्याच्या जटा पाठीवर व काही खांद्यावर विखुरलेल्या आहेत. मूर्तीच्या उभट गोल चेहऱ्यावर आध्यात्मिकतेची प्रभा दिसते. तिची तुलना कर्नाटक राज्यातील बादामी (विजापूर जिल्हा) येथील गुंफेतील मूर्तीशी करण्यात येते. त्यामुळे संशोधकांना ती चालुक्यकालीन राजांनी ओतून घेतली असावी, असे वाटते.

बादामी येथील जैन गुंफेत पार्श्वनाथ, त्यांचे सेवक आणि गोम्मटेश्वर तसेच इतर काही तीर्थंकरांच्या मूर्ती खडकात उत्कीर्ण केल्या आहेत. कालदृष्ट्या ह्या पाषाण-मूर्ती इसवी सन सहाव्या-सातव्या शतकातील असून गोम्मटेश्वराच्या पाषाण-शिल्पात हे शिल्प पहिले-वहिले असेल. येथील सर्वच मूर्ती कालौघात किंचित खराब झाल्या आहेत. इथे गोम्मटेश्वर उत्फुल्ल कमळावर (कमळ-पीठावर) समभंग आसनात उभा असून त्याच्या दोन्ही बाजूंना वेलींच्या छोट्या फांद्यांचे अलंकार आहेत. त्या वेलींच्या पलीकडे दोन्ही बाजूस प्रत्येकी एक मुकुटधारी स्त्री-प्रतिमा बहुधा गोम्मटाच्या भगिनी असून उजव्या पायाजवळ एक भक्त हात जोडून बसला आहे. गोम्मटेश्वर दिगंबर असून त्याचे केस नीटनेटके सुबद्ध विंचरलेले आहेत. स्त्री-प्रतिमांच्या वरील बाजूस कोपऱ्यात गन्धर्व-किन्नरांची युगुले कोरलेली आहेत. वेलींच्या काही फांद्यांनी मांड्या आणि बाहू यांना विळखे घातलेले आहेत. चालुक्यांच्या सौम्य कलेचा आविष्कार या शिल्पांतून व्यक्त होतो.

महाराष्ट्रातील वेरूळ (औरंगाबाद जिल्हा) येथील इंद्रसभा नावाच्या बत्तीसाव्या शैलोत्कीर्ण जैन लेण्यात दक्षिणेकडील भिंतीत खोदलेली गोम्मटेश्वराची मूर्ती राष्ट्रकूटकालीन असून शिल्पशैलीवरून ती आठव्या शतकातील असावी. अन्य गोम्मटेश्वरांची शिल्पे स्वतंत्र आढळतात तर इथे गोम्मटेश्वर हा प्रमुख देव आणि त्याच्या उपदेवतांच्या मूर्ती-असे हे समूहशिल्प आहे. मुख्य मूर्तीची उंची सुमारे दीड मीटर असेल. गोम्मटेश्वराच्या दोन्ही बाजूंस प्रत्येकी एक या प्रमाणे दोन भगिनींच्या मुकुटधारी मूर्ती आहेत. त्यांचा अनुक्रमे डावा व उजवा हात वेलीत अडकलेला आहे आणि त्या त्रिभंग आसनात उभ्या असल्यामुळे या एकूण शिल्पसमूहास गती मिळाली आहे. भगिनी-शिल्पांच्या वरच्या बाजूस दोन्ही कोपऱ्यांत गंधर्व-किन्नरांची मिथून शिल्पे अवकाशगामी अवस्थेत उडती खोदल्यामुळे या शिल्पाला आणखी गतिमानता प्राप्त झाली आहे. गोम्मटेश्वराची शिल्पशास्त्राप्रमाणे प्रतिमा कायोत्सर्ग आसनात समभंग स्थितीत उभी आहे. तो उत्फुल्ल कमलपीठावर निश्चल उभा आहे. त्याच्या पायापाशी नित्यनियमाने दिसणारे सर्प वा वारूळ नाही; मात्र दोन्ही

मांड्यांमधून वेली वर चढली असून तिने एक वेढा मांडीला दिला आहे. वेलीच्या फांद्या गोम्मटेश्वराच्या दोन्ही बाजूंस खालपासून वरपर्यंत पसरल्या आहेत. जणू वेलींच्या रचनाबंध चौकटीत हे शिल्प खोदले आहे, असे भासते. कलात्मकता आणि प्रभावळीतील देवतांची लय यादृष्टीने ही मूर्ती लक्षणीय ठरते. याच गुंफेत भित्तिचित्रातील एका चित्रात गोम्मटेश्वराचे मूर्तिबरहुकूम एक चित्र रेखाटले असून ते रंगविलेले आहे. गोम्मटेश्वराबरोबर त्याच्या दोन भगिनींच्या छबीही तिथे चितारलेल्या असून वरील प्रभावळीतील अन्य उपदेवता विशेषतः गंधर्व-किन्नर यांची चित्रे मात्र इथे दिसत नाहीत. या चित्रातील रंगसंगती, चित्रशैली आणि रेषांचे लालित्य दशावतार लेण्यांप्रमाणे आहे.

मध्य प्रदेशात झाशीच्या नैर्ऋत्येस ९६ कि.मी.वर देवगढ येथील शांतिनाथ मंदिरात एक गोम्मटेश्वर शिल्प आढळते. या मूर्तीचा आकार तुलनात्मक-दृष्ट्या लहान असला, तरी त्यात गोम्मटेश्वराची सर्व शिल्पवैशिष्ट्ये दृग्गोचर होतात. गोम्मटेश्वराच्या दोन्ही बाजूंस भगिनींची त्रिभंगात शिल्पे असून त्या गोम्मटेश्वराच्या मांड्यांवरील वेली दूर करण्याचा प्रयत्न करीत आहेत. या मूर्तीच्या अंगावर वेली व नाग यांव्यतिरिक्त स्वस्तिकासारखे चिन्ह दर्शविले आहे. तज्ज्ञांच्या मते ती नवव्या शतकातील असावी.

गोम्मटेश्वराच्या भव्य, आकर्षक आणि प्रमाणबद्ध मूर्ती कर्नाटकात विशेषत्वाने आढळतात. दिगंबर पंथाच्या प्रभावाच्या त्या द्योतक असून या पंथाचा मध्ययुगात दक्षिणेत राजाश्रयाने प्रचार-प्रसार झाला. या मूर्तींपैकी श्रवणबेळगोळ येथील चेन्नरायपटण तालुक्यातील (हसन जिल्हा) गोम्मटेश्वराची मूर्ती (पुतळा) भारतातील एक अतिभव्य व प्रचंड शिल्पाकृती असून ती प्रमाणशीर, चकचकीत, उठावदार नि आकर्षक आहे. श्रवणबेळगोळ हे लहानसे टुमदार खेडे आर्सीकेरी म्हैसूर या लोहमार्गावर दोड्डाबेट्टा (विंध्यगिरी) आणि चिक्कबेट्टा (चंद्रगिरी) या जुळ्या पर्वतश्रेणींमध्ये वसले आहे. गावात मध्येच सुबद्ध तळे आहे आणि त्याभोवती घरे, वस्त्या नि मंदिरे आहेत. श्रवण म्हणजे श्रमण, बेळ म्हणजे धवल वा शुभ्र आणि गोळ म्हणजे सरोवर. या तीन कन्नड शब्दांची जुळवाजुळव होऊन श्रवणबेळगोळ हा शब्द बनला आहे. त्याचा सरळ सुटसुटीत अर्थ 'श्रमणांचे धवल सरोवर' असा असून तेथील गोम्मटेश्वराच्या पुतळ्यावरून त्यास काही जण गोमटपूर असेही म्हणतात. प्राचीन शिलालेखातून बेळगोळ, बेळगुळ, बेळुगुळ असेही त्याचे उल्लेख मिळतात.

या क्षेत्राचा इतिहास तसा असंबद्ध आहे, पण इ.स.पू. तिसऱ्या शतकापर्यंत तो मागे नेतात. त्या काळी भद्रबाहू नावाचा एक जैन साधू उत्तर प्रदेशात दुष्काळ पडल्यामुळे आपल्या शिष्यांचे प्राण वाचविण्यासाठी त्यांच्यासह मगधदेशातून विंध्य ओलांडून दक्षिणपथात आला. या दीर्घ प्रवासात मगधचा वृद्ध आणि संन्यस्त राजा

चंद्रगुप्त मौर्य त्याच्याबरोबर होता. त्याने अखेरच्या दिवसात भद्रबाहूकडून जिनदीक्षा घेतली असावी, असा एक विचार इतिहासकार मांडतात. या प्रदीर्घ प्रवासानंतर भद्रबाहूच्या लक्षात आले की, आपल्या जीवनाचा अन्त्यकाल समीप आला आहे. त्याने चंद्रगुप्ताला आपल्या जवळ ठेवून अन्य भक्तांना चोल, पाण्ड्य इत्यादी दक्षिणेकडील राज्यात जाण्यास सांगितले. अखेर चंद्रगिरीवरील एका गुहेत त्याने समाधी लावून देहत्याग केला. चंद्रगुप्तानेही इथेच गुरुचरणांच्या चिन्हांची पूजा करीत आपली अखेर साधली. या वेळेपासून चिक्कबेट्ट या टेकडीस चंद्रगिरी हे नाव प्राप्त झाले आणि हे स्थान जैन धर्मीयांचे व जैन संस्कृतीचे पवित्र महाक्षेत्र बनले. पुढे अनेक दिगंबर मुनींनी ही आपली तपोभूमी केली आणि जैन तत्त्वज्ञानाचे काही ग्रंथही इथे लिहिले गेले. अशी काही वर्षे गेल्यानंतर इथे गंग वंशाच्या वेळी राछ (ज) मल्ल किंवा राजमल्ल सत्यवाक्य राजाच्या कारकिर्दीत (कार. ९७४-९८४) त्याच्या पत्नीच्या आग्रहास्तव चामुंडराय या मंत्र्याने येथील भव्य शिल्पाकृती करविली. अरिट्टो नेमी या शिल्पकाराकडून ती घडवून घेतली असावी, असा लेव्हिस राईस या भारतविद्यावेत्त्याचा तर्क आहे; पण त्यास सबळ लिखित पुरावा उपलब्ध नाही. या पुतळ्यामुळे या स्थळाचे धार्मिक माहात्म्य आणखीन वाढले आणि जैन धर्मीयांचे तसेच यात्रेकरुंचे ते पर्यटनस्थळ बनले.

सुमारे दीडशे मीटर उंच असलेल्या दोड्डाबेट्टा टेकडीच्या घुमटाकार पठारावर ग्रॅनाइट पाषाणात येथील गोम्मटेश्वराचा पुतळा एकसंध खडकात कोरला आहे. तो खड्ग आसनात समभंग अवस्थेत उत्फुल्ल कमळपिठावर उत्तराभिमुख उभा असून शिल्पकाराने या प्रचंड शिल्पाचे प्रमाण या कमळावर रेषांकित करून ठेवले आहे. त्यावरून या कलाकृतीतील योजकत्व ध्यानात येते. ही शिल्पाकृती इ.स.९८३ मध्ये गंग राजा राजमल्लने करवून घेतली. त्याची उंची पायापासून १८ मीटर आहे. कमळरूपी पिठाची उंची २.७५ मीटर आहे आणि त्याच्या वर्तुळाकार मुखाची उंची २.३ मीटर आहे. त्याच्या दोन्ही खांद्यांमधील अंतर सु. आठ मीटर आहे. वर्णाने भुरका गोरा आणि वयाने सामान्यतः चाळिशीतील असा हा गोम्मटेश्वर संपूर्ण दिगंबर असून त्याचा प्रत्येक अवयव घाटदार नि प्रमाणबद्ध आहे. तो समग्र आकार अणूअणूंतून पुरुषप्रत्यय घडविणारा आहे. उघडा असून त्याच्या मुखावर लज्जेचा भाव नाही की डोळ्यात वासनेचा ठाव नाही. नेत्र स्थिर, अन् ध्यानमग्न असून कान दीर्घ नि लोंबते, जवळजवळ खांद्याला भिडलेले दिसतात. भुवया म्हणजे जणू शिवधनुष्यच ! कुरळे केस किंचित अस्ताव्यस्त झालेले असून हनुवटी किंचित उचललेली आहे. आजानुबाहू, विशाल छाती, भरदार खांदे, उदरावर त्रिवली अन जिवणीवर स्मिताची रेषा, ती रेषा जणू विश्वाच्या अनुकंपेतून न्हाऊन आली आणि ओलेत्यानेच त्याच्या अधरावर चढली.

त्याच्या कमरेपर्यंत दोन्ही अंगी पायथ्याशी वारूळ वाढले आहे. त्यात बिळे आहेत. त्यातून कुक्कुटनामक फणीधारी सर्प बाहेर निघाले आहेत. त्याच वारुळात उगवलेल्या माधवी नावाच्या वेलींनी वाढता वाढता त्याच्या दोन्ही मांड्यांना विळखे घातले आहेत अन् वर चढून त्याचे दोन्ही भुजदंडही वेढले आहेत. त्या वेलीच्या पानांच्या शिरा स्पष्ट दिसतात. वारूळे आणि वेलींची वृद्धी यांवरून त्याच्या तपश्चर्येची खडतरता, मनोनिग्रह आणि एकाग्र चित्त यांचा प्रत्यय येतो. या पूर्ण शिल्पाच्या खांद्यावर एका वेलीला तुरा आला आहे. तोही मोठा लाडका वाटतो. गेली सुमारे एक हजार वर्षे हा गोम्मटेश्वर आकाशाच्या निळ्या छताखाली ऊन, वारा, पाऊस यांची तमा न बाळगता तपस्व्यासारखा अविचल उभा आहे. या भव्य पुतळ्याला मागच्या बाजूने फक्त कमरेपर्यंत काय तो दगडाचा आधार आहे. त्यावरचा संपूर्ण आकार सुटा नि निराधार आहे. अनंत ऋतुचक्रे त्याला तापवून नि भिजवून गेली; पण तो अक्षत आहे ! अजून त्याची ती स्मितरेषा मालवली नाही, की कुरळ्या केसांची बटही विस्कटली नाही. गोम्मटेश्वरची कितीही चित्रे वा शिल्पे पाहिली, तरी त्या सर्वांत या शिल्पाची भव्यता प्रकर्षाने जाणवते. इतर मूर्तींची भव्यता या भीममूर्तीपुढे लोपत जाते आणि तिचे दर्शन भव्यतेच्याही पलीकडे आपल्याला घेऊन जाते. त्या दर्शनाने मनाला स्तंभ येतो, आपण क्षणैक सर्व जग विसरतो. द्रष्टा-दृश्य एकंकार होऊन जातात. बाराव्या शतकातील बोप्पण्ण या जैन कवीने शिलालिखित कन्नड काव्यात या शिल्पाविषयी पुढील गौरवोद्‌गार काढले आहेत. "मूर्ती भव्य असेल तर तिच्यात सौंदर्य असणार नाही अणि भव्य व सुंदर असेल, तर तिच्या ठिकाणी दैवी सामर्थ्याची वाण असेल, म्हणून भव्यता, सौंदर्य आणि दैवी सामर्थ्य या तिन्हींचा जिथे एकत्र वास आहे, अशी ही गोम्मटेश्वराची दिव्य प्रतिमा खरोखरच सर्व विश्वात अत्यंत पूज्य म्हटली पाहिजे. तिला जोड नाही हेच खरे."

या पुतळ्याच्या दोन्ही पायांच्या बाजूस शिल्पकाराने दगडी वारूळे घडविलेली आहेत; त्यांपैकी डाव्या वारुळाची उजवी बाजू आणि पुतळ्याचा डावा पाय यामध्ये मोठ्या कोनाड्यासारखी जागा निर्माण झालेली आहे. त्यात शिलालेख कोरलेला आहे. हा लेख तमिळ, कन्नड आणि मराठी असा तीन भाषांत आणि द्राविडी व नागरी लिपीत असून मराठी लेख देवनागरीत आहे. तो असा-

'श्री चावुण्डरायें करवियलें
गंग राजे सुत्ताले करवियले'

या दोन ओळींच्या देवनागरीतील मजकुराची कोरीव लेखातील अक्षरे चांगलीच ठसठशीत आहेत. ती उभट वेलीच्या आकाराची असून त्यातील 'श्री' तर सुमारे

अर्धा मीटर उंचीचा भरेल. हा मराठीतील आद्य शिलालेखांपैकी एक असून तो कर्नाटकच्या गाभ्यात पाहात असताना मराठी माणसाच्या मनाला सुखद संवेदना होतात. चामुण्डराय हा कदाचित मराठी माणूस असेल किंवा पुतळ्याचा कर्ताकरविता-निर्माता महाराष्ट्रीय असेल ! हा लेख इ.स. ९८३ मध्ये कोरविला असावा, असे बहुतेक तज्ज्ञ मानतात.

श्रवणबेळगोळ येथील गोम्मटेश्वराच्या खालोखाल कर्नाटकातील कारकल आणि वेण्णूर येथील गोम्मटेश्वराची शिल्पे भव्य आणि लक्षणीय आहेत. त्यांच्या कारागिरीत श्रवणबेळगोळचाच आदर्श ठेवला असून तपशिलातही सुस्पष्ट शैलीकरण जाणवते. यांपैकी कारकलची मूर्ती पट्टिताश्म (एकाश्म) नावाच्या पाषाणात खोदलेली असून तिची उंची १२.५ मीटर आणि वजन ऐंशी टन आहे. सहस्र पाकळ्यांच्या उमललेल्या कामरूपी पिठावर ती एका उभट पाषाणाच्या आधाराने उभी आहे. हा पाषाण अर्धवर्तुळाकार असून मनगटापर्यंतच उंच आहे. त्याचे हात आणि पाय द्राक्षवेलींनी वेढलेले आहेत. पायांच्या दोन्ही बाजूंस दगडातून अनेक सर्प डोकावत आहेत. मूर्तीच्या पिठाच्या खालच्या बाजूस एक शिलालेख असून त्यात म्हटले आहे, ''की गोम्मट-जिनापति याच्या मूर्तीची स्थापना भैरवाचा मुलगा वीर पाण्ड्य याने इ.स. १४३१-३२ मध्ये केली.'' याच राजाचा दुसरा कोरीव लेख बाहेरच्या बाजूस द्वाराजवळ एका पाषाण स्तंभावर कोरला आहे. त्यावर पद्मासनात ब्रह्मदेवाची मूर्ती आहे.

वेण्णूरची मूर्ती काही किरकोळ फरक सोडता कारकलप्रमाणे असून तिची उंची अकरा मीटर आहे. कोरीव लेखातील उल्लेखाप्रमाणे ती एणस येथे चामुण्ड घराण्यातील तिम्मराज याने इ.स. १६०३-१६०४ मध्ये स्थापन केली. या मूर्तीचे वैशिष्ट्य म्हणजे गंभीर चेहरा असूनही स्मितहास्याची खळी गालावर कोरलेली आहे. त्यामुळे चेहऱ्याचे एकूण भाव विस्मयकारक वाटतात.

गोम्मटेश्वराच्या याशिवाय आणखी काही लहान मूर्ती कर्नाटकात आढळतात. त्यांपैकी एक मूर्ती म्हैसूर हसूर रस्त्यावर म्हैसूरपासून २५ कि.मी. वर गोमटगिरी या नावाने प्रसिद्ध असलेल्या टेकडीवर खोदली आहे. इतर मूर्तींप्रमाणेच या मूर्तीची सर्व शिल्पवैशिष्ट्ये असून येथील सर्प मात्र वारुळातून फक्त डोकावत आहेत, असे दर्शविले आहे. वेलींची कलाकुसर, स्मितहास्य, गालावरील खळी आणि कुरळे केस यांतून गोम्मटेश्वराची लक्षणे व्यक्त होतात. शिल्पशैलीच्या धाटणीवरून तज्ज्ञांनी या मूर्तीचा काळ इ.स. चौदावे शतक असा ठरविला आहे. चित्तामुर येथील डोंगरात पहाडात खोदलेली एक शिलोत्कीर्ण गोम्मटेश्वराची मूर्ती सापडली. तिची शिल्पवैशिष्ट्यै अन्य मूर्तींसारखी असून तिच्या डाव्या बाजूस एक त्रिभंगात सुरेख स्त्री उभी आहे. ती चामरधारिणी शालभंजिका असावी.

केरळ राज्यातील तिरूमलई येथे धर्मदेवी मंदिर या नावाने प्रसिद्ध असलेल्या स्थळी खडकावर गोम्मटेश्वराचे शैलशिल्प खोदलेले आहे. गोम्मटेश्वर उत्फुल्ल कमळावर उभा असून या मूर्तीच्या मांड्यांवर व बाहुभुजांवर वेलीची नक्षी आहे आणि गोम्मटेश्वराच्या उजव्या पायाजवळ नागाची एक फणी दर्शविली आहे. ती श्रवणबेळगोळच्या गोम्मटेश्वराची छोटी प्रतिकृती वाटते; तथापि इथे दोन्ही बाजूंस त्याच्या दोन भगिनींची शिल्पे खोदली असून वरच्या बाजूस कोपऱ्यात गंधर्व-किन्नरांची मिथुन शिल्पे आहेत. या शिल्पांमुळे या सर्वच आकृतिबंधास गती मिळाली आहे. शिल्पशैलीवरून ही चोलवंशीय राजांनी खोदवून घेतली असावी. तज्ज्ञांच्या मते तिचा काळ इ.स. अकरावे शतक असावा.

आंध्र प्रदेश राज्यातील हैदराबादच्या सालारजंग वस्तुसंग्रहालयात काही जैन मूर्तिशिल्पे आहेत. त्यांपैकी एक गोम्मटेश्वराचे असून ते त्या आंध्र प्रदेश राज्यातील पंतचेरूवू या गावी सापडले. तीत गोम्मटेश्वराची सर्व शिल्पवैशिष्ट्ये असून दोन्ही बाजूंस भगिनी-सेविकांची त्रिभंग अवस्थेतील शिल्पे आहेत आणि मुखाजवळ वरच्या दोन्ही कोपऱ्यात मिथुन शिल्पे आहेत. हैदराबादजवळ गोवळकोंडा येथे खजाना बिल्डिंग म्युझियम असून तीत काळ्या बसाल्ट दगडात खोदलेली एक गोम्मटेश्वराची मूर्ती आहे. गोम्मटेश्वर नेहमीप्रमाणे कायोत्सर्ग आसनात उभा असून त्याच्या पायांना वेलींनी वेढले आहे. या मूर्तीची उंची १.७३ मीटर आहे.

या प्राचीन शिल्पांशिवाय अलीकडे विसाव्या शतकात काही गोम्मटेश्वराच्या (बाहुबलीच्या) मूर्ती घडविण्यात आल्या. त्यांपैकी भव्यतेच्या दृष्टीने महाराष्ट्रातील कोल्हापर जिल्ह्यातील कुंभोजजवळील बाहुबलीची मूर्ती श्रवणबेळगोळ येथील मूर्तीप्रमाणेच हुबेहूब असून तिची उंची सहा मीटर आहे, तर उत्तर प्रदेशातील आग्रा येथे १९७५ मध्ये स्थापन केलेल्या गोम्मटेश्वराची मूर्ती आठ मीटर उंचीची आहे.

१९८३ मध्ये श्रवणबेळगोळ येथील गोम्मटेश्वराच्या मूर्तीच्या स्थापनेस एक हजार वर्षे पूर्ण झाली म्हणून मोठा समारंभ-सोहळा जैन धर्मीयांतर्फे करण्यात आला. या वेळी महाभिषेकाचा उत्सव धुमधडाक्याने झाला आणि या मूर्तीवर हेलिकॉप्टरमधून सुवर्णफुले उधळण्यात आली. या समारंभास खास निमंत्रित म्हणून भारताच्या त्या वेळच्या पंतप्रधान श्रीमती इंदिरा गांधी उपस्थित होत्या. याशिवाय भारतातील कोनाकोपऱ्यातून असंख्य जैन धर्मीय आणि पर्यटक आले होते. परदेशी प्रवासीही या सोहळ्यानिमित्त भारतात येऊन गेले.

गोम्मटेश्वराच्या भारतातील काही अवशिष्ट मूर्तींचे परिशीलन केले असता एक गोष्ट कटाक्षाने दृष्टोत्पत्तीस येते, ती ही की ह्या सर्व मूर्ती सामान्यपणे सारख्या घाटाच्या व समान भाव दर्शविणाऱ्या आहेत. अपवादादाखल काही मूर्तींत कारागिरीचे कौशल्य आणि रेखीवपणा आढळतो. कर्नाटकातील बहुतेक सर्व गोम्मटेश्वराची

शिल्पे श्रवणबेळगोळ येथील मूर्तीचाच नमुना पुढे ठेवून घडविली आहेत. या मूर्तींच्या जडणघडणीत शिल्पशास्त्रानुसार गोम्मटेश्वराची जी शिल्पवैशिष्ट्ये आहेत, ती सर्वत्र एकाच प्रकारची असून त्याच्या भव्यतेवर भर देण्यात आला आहे. त्या मूर्ती कायोत्सर्ग किंवा खड्ग आसनात उभ्या असल्यामुळे शिल्पात कुठेच वक्रता नाही. त्यामुळे हालचालींना कुठेच वाव मिळत नाही. साहजिकच या मूर्तीतून एक प्रकारचा बोजडपणा आणि गतिशून्यता निर्माण झाली आहे, असे कलासमीक्षकांचे मत आहे.

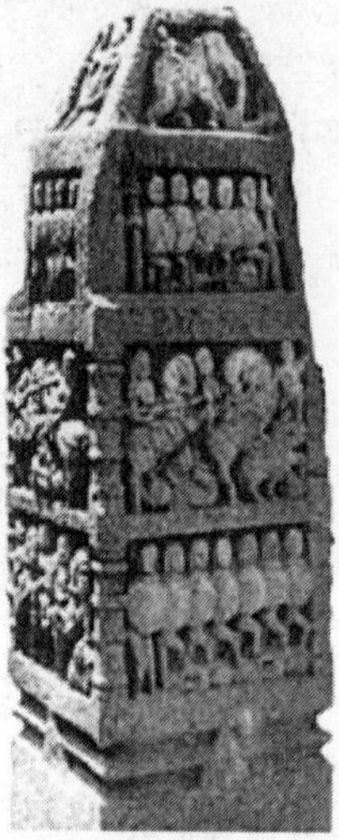

पल्लव वास्तुशिल्पशैली

दक्षिण हिंदुस्थानातील तामिळनाडूत इसवी सनाच्या सहाव्या शतकापासून नवव्या शतकांदरम्यान पल्लव वंश राज्य करीत होता. त्यांच्या आधिपत्याखालील प्रदेशाला 'तोंडईमण्डमलम्' म्हणत. त्यांचा प्रारंभीचा राजा सिंहविष्णू (कार. सु. ५८०-६००) हा कांचीपुरम् येथे सहाव्या शतकाच्या अखेरच्या पादात राज्य करीत होता. त्याच्या कारकिर्दीपासून पल्लव राजवंशाचा सलग आणि सुसंगत इतिहास उपलब्ध आहे. त्याच्या कारकिर्दीत द्राविड वास्तुशिल्पशैलीचा उदय झाला, अशी सर्वसाधारण कलासमीक्षकांची धारणा आहे. त्याचा मुलगा महेंद्रवर्मन (कार. ६००-६३०) या पल्लव राजाने खडकात, एकसंध पाषाणात मंडपसदृश शैलमंदिरे खोदून या वास्तुशिल्पशैलीचा पाया घातला. महेंद्रवर्मन हा कलाभिज्ञ राजा असून तो स्वतः

शिल्पज्ञ, कवी आणि संगीतकार होता. त्याने काही प्रहसने लिहिली असून त्यांतील 'मत्तविलासप्रहसन' नावाचे कापालिकांच्या जीवनावरील प्रहसन तंत्र वाङ्मयात विशेष उल्लेखनीय ठरले आहे. त्याचा तत्कालीन कोरीव लेखात चेत्थकारी (मंदिर निर्माता), चित्रकारपल्ली आणि विचित्रचित्त या गौरवपर विशेषनामांनी आढळतो. त्याने महाबलीपुरम् (मामल्लपुरम्) येथे मोठमोठ्या एकसंध पाषाणातून मंडप (शैलमंदिरे वा रथ) खोदून काढले. त्यांचे स्वरूप गुंफा वा लेणी अशा मंडपसदृश शैलमंदिरांचे असून त्याने एकूण दहा मंडपसदृश शैलमंदिरे (रॉक-कट केव्ह टेंपल्स) खोदली. त्यांपैकी मंडगपट्टू येथील लक्षीतयतन हे त्रिमूर्ती मंदिर (मंडप) पहिले असून ते अनुक्रमे शिव, विष्णू व ब्रह्मा यांना अर्पण केलेले होते; तर पल्लवरम येथील त्याचा मंडप पंच पांडव म्हणून प्रसिद्ध होता आणि रुद्रवलिश्वरम् हे शिवमंदिर होते. याशिवाय वल्लम येथील वसंतेश्वर हेही शिवमंदिर असून त्याची रचना भव्य स्वरूपाची होती. महेंद्रवाडीचे महेंद्र-विष्णू-गृह आणि सियामंगलमचे अवनिभजन पल्लेश्वर गृह ही शिल्पशैलीने नटलेली मंदिरे होती. हे सर्व मंडप वा रथ पल्लवांची राजधानी कांचीपुरम् आणि समुद्रकाठचे महाबलीपुरम् बंदर (चिंगलपूट जिल्हा, तामिळनाडू) यांच्या परिसरात खोदण्यात आली होती.

पहिल्या महेंद्रवर्मनचा मुलगा नरसिंहवर्मन माम्मल (कार. ६३०-६६८), दुसरा महेंद्रवर्मन (कार. ६६८-६७२), परमेश्वर (कार. ६७२-७००) आणि राजसिंह (कार. ७००-७२८) यानंतरच्या पल्लव राजांनी महेंद्रवर्मनची, मंडपसदृश शैलमंदिरशैलीची परंपरा जोपासली, एवढेच नव्हे तर त्यात अनेक सुधारणा केल्या. शिवाय त्यांनी उत्तर काळात काही बांधीव (संरचनात्मक) मंदिरे बांधली. नरसिंहवर्मन आणि दुसरा महेंद्रवर्मन यांच्या कारकिर्दीत तिरुक्कळुकुरम् येथे ओरुकुल मंडप; सिंगपेरुमल कोविल येथे नरसिंह शैलमंदिर; महाबलीपुरम् येथे कोटिकल मंडप; सिंगवरम येथे रंगनाथ शैलमंदिर; महाबलीपुरम् येथे धर्मराज मंडप आणि त्याच्या जवळील अतिरनचंद मंडप आदी खोदण्यात आले. यातील सिंगवरम आणि सिंगपेरुमल कोविल ही विष्णूला अर्पण केलेली वैष्णव मंदिरे आहेत; तर कोटिकल मंडपम् हे दुर्गा मंदिर आहे. अन्य सर्व मंडप वा शैलमंदिरे ही मुख्यत्वे शिवमंदिरे आहेत. यातील दुर्गा मंदिरात मूर्ती नव्हती. मात्र, प्रवेशद्वारावर दोन्ही बाजूंस प्रत्येकी एक द्वारपालिका यांचे सुरेख शिल्पांकन होते. त्यावरूनच हा दुर्गा मंडप असावा, हे निश्चित करण्यात आले. पल्लव राजसिंह याने खोदलेल्या शेवटच्या मंडपशैलीतील अतिरनचंद मंडपात आपोत्थित शिल्पातील शिवाचे सोमास्कंध रूपातील शिल्पपट्ट असून तिथे उमा आणि स्कंद यांच्या बैठ्या मूर्ती आहेत. त्यांच्या मागील बाजूस दोन्हीकडे ब्रह्मदेव आणि विष्णू यांच्या उभ्या (स्थानक) मूर्ती आहेत. याशिवाय या मंडपात सोमास्कंध शिल्पपट्टा समोर काळ्या गुळगुळीत एकसंध पत्थरात घडविलेली

सोळा लिंगांची (धार-लिंग) मूर्ती गर्भगृहात आढळते.

पल्लव वास्तुशिल्पशैलीचे कालदृष्ट्या पूर्व व उत्तर असे दोन स्वतंत्र भाग कल्पिण्यात येतात. पूर्वकालात प्रामुख्याने मंडप वा रथ वास्तूंचे खोदकाम झाले; तर उत्तर कालात काही अपवादात्मक शैलमंदिरे (लेणी) सोडता बांधीव किंवा संरचनात्मक (स्ट्रक्चरल) मंदिरांचे बांधकाम झाले. मंडप वा रथांच्या मागील भिंतीतील गर्भगृहात सामान्यतः नक्षीदार (फ्यूटेड) शिवलिंगाच्या पाठीमागे सोमास्कंधाचा शिल्पपट्ट आढळतो आणि बहुतेक मंडपांच्या प्रमुख द्वाराच्या दोन्ही बाजूंस द्वारपालांच्या भव्य मूर्ती विविध आविर्भावात खोदलेल्या आढळतात. क्वचित काही ठिकाणी प्रवेशद्वाराबरोबरच गर्भगृहाच्या द्वाराजवळ दोन्ही बाजूंस द्वारपाल आढळतात. भव्य द्वारपालांचे हे पुतळे म्हणजे विशिष्ट धाटणीतील भव्य मूर्ती असून त्यांचे केस दोन्ही खांद्यांवर रुळलेले आहेत. त्यांनी हातात जाड दंड घेतलेला असून त्यांचे शरीर अलंकाराने मढलेले आहे. त्यांतील कमरपट्टा लक्षणीय असून त्याला घंटा व माळा जोडलेल्या आहेत. गळ्यात नक्षीदार यज्ञोपवित आणि हात कधी कमरेवर तर कधी आश्चर्याने वर केलेला दिसतो.

एकूण पल्लवांचे मंडप वा रथ किंवा शैलमंदिरे दक्षिणेकडील अन्य शैलमंदिरांहून (गुंफा-लेणी) निराळ्या प्रकारची आहेत. त्यांचे प्रचंड स्तंभ खालच्या आणि वरच्या टोकाशी चौकोनी आणि मध्यभागी अष्टकोनी आहेत. स्तंभपाद व्यालयुक्त असून स्तंभशीर्षात कधी कुंभ वा कमळ हे ज्ञापक (मोटिफ) आढळते. ही शैलमंदिरे सपाट वालुकामय भूमीवर उभी आहेत. त्यांच्या रचनेत पल्लव वास्तुशैलीची शिखरे व स्तंभ असून गोपुरांचे प्रारंभीचे रूपही दृगोचर होते. या मंडपांच्या आतील मागील बाजूस एक वा अनेक गर्भगृहे असून काही मंडपांत अशी गर्भगृहे बाजूच्या भिंतीतून खोदलेली आढळतात. शिवाय या भिंतीतून तीर शिल्पात काही मूर्तींची रचना केलेली आहे. मंडगपट्टू (दक्षिण अर्काट जिल्हा) येथील मंडपसदृश शैलमंदिर पल्लव मंडपशैलीतील पहिल्या महेंद्रवर्मनने खोदलेले पहिले शैलमंदिर असून त्यातील कोरीव लेखावरून विष्णू, शिव आणि ब्रह्मदेव यांना ते अर्पण केले होते. त्याच्या भिंतीवरील देवाळ्यांतील (निचिस्) मूर्ती रंगविलेल्या असाव्यात. तिन्ही विमानांच्या (गर्भगृहाच्या पूर्ण वास्तूच्या) दर्शनी भागातील प्रवेशद्वारावर द्वारपालांच्या मूर्ती खोदल्या होत्या. दक्षिणेकडील खडकाच्या मुखावर काही शिल्पे असून त्यांतील अनेक महिषांवर उभी असलेली दुर्गादेवीची मूर्ती छान आहे. त्याच्या जवळच त्रिमूर्ती शैलमंदिर हे मंडप प्रकारचे वास्तुशिल्प असून त्यात फक्त विमान (गर्भगृह) आहे. त्यातील तीन छोट्या-लहान गर्भगृहांतून अनुक्रमे विष्णू, शिव आणि ब्रह्मदेव यांच्या स्थानक मूर्ती आढळतात. याच्या दक्षिण टोकास द्रौपदी, अर्जुन, भीम, धर्मराज व नकुल-सहदेव हे एकाच खडकात ओळीने खोदलेले पाच रथ आहेत. द्रौपदी रथाच्या

गर्भगृहाच्या मागील भिंतीवर दुर्गादेवी आणि तिचे सेवक यांच्या स्थानक मूर्ती आहेत. त्याचे मुख्यदार सुरेख व तोरणाने सजविलेले आहे आणि त्याच्या जवळ द्वारपालांच्या मूर्ती आहेत. या सर्व मंडपांत शिवमंगल हे शैलमंदिर वैशिष्ट्यपूर्ण आहे. त्याच्या दर्शनी भागावरील स्तंभांवर वरच्या बाजूस लहान मूर्तींचे शिल्पपट्ट असून भित्तिस्तंभांची स्तंभशीर्षे कमळ पदकांची आहेत. या भित्तिस्तंभांतील दोन स्तंभांवर तीर शिल्पात अनुक्रमे शिवाची तांडवनृत्यातील मूर्ती असून कदाचित पल्लव शिल्पशैलीतील ही सर्वांत प्राचीन मूर्ती (तांडवनृत्य शिल्प) असावी; तर दुसऱ्या एका स्तंभावर तीर शिल्पात शिव आणि उमा यांच्या स्थानक उभ्या मूर्ती आहेत. त्यांच्या मागे नंदीची प्रतिमा असून हे शिवाचे वृषभांतिक रूप असावे. एकूण या मंडप वास्तुशैलीत शिवाच्या गर्भगृहांचे आधिक्य असून विष्णूच्या किंवा वैष्णव धर्माच्या मूर्ती तुलनात्मकदृष्ट्या मर्यादित आहेत.

शैव संप्रदायाच्या लेण्यांची संख्या अधिकतर असली, तरी महाबलीपुरम येथे ब्रह्मा, विष्णू, गणेश, कार्तिकेय, महिषासूरमर्दिनी आणि सूर्य या देवतांचे सात रथ किंवा शैलमंदिरे असल्याची प्रारंभी समजूत होती; पण वस्तुतः तिथे द्रौपदी म्हटला जाणारा आणखी एक रथ किंवा मंदिर आहे. पल्लवांचे नाव या विशिष्ट मंडप वास्तुशैलीमुळे सुविख्यात झाले आहे. महाबलीपुरमच्या सागरतीरावरील एका मंडपाजवळच सु. २८ मीटर लांब, ६.९ मीटर उंच अशा भागावर नरसिंहवर्मने मंदिर खोदले (सी शोअर टेम्पल). त्या खडकावरील प्रसिद्ध गंगावतरणाचा देखावा कलात्मक आणि बारीकसारीक लहान मूर्तींनी भरगच्च भरला आहे. त्यांत अनेक अपोत्थित शिल्पांत मूर्ती कोरलेल्या असून गंगेचे अवतरण हा मुख्य विषय आहे. याशिवाय यातील अन्य मूर्तीसंभारात एक भव्य गजमुख, पशुपक्षी, ऋषिमुनी, नागदेवता, विभिन्न उपदेवता इत्यादींचे शिल्पांकन असून त्यातील व्यक्तिरेखांत काही तपस्व्यांची शिल्पे आहेत. एका मनोरंजक शिल्पपट्टात तपस्वी आणि मांजर यांचे वास्तववादी चित्रण असून त्याच्या शेजारी हरणांची जोडी आहे. शिवाय वृद्ध ब्राह्मण, गाईचे दूध काढणारा गवळी आणि माकडांचे कुटुंब या सर्वांतून प्राणिसृष्टीचा आविष्कार जाणवतो. रामचंद्रन या कला समीक्षकाच्या मते हे महाभारत आणि पुराणात उल्लेखिलेले किरात-अर्जुनीय युद्धाचे प्रसंगचित्र असावे; या संदर्भात के. आर. श्रीनिवासन अर्जुनाच्या तपश्चर्येच्या दृश्याचा उल्लेख करून शंकराने त्याला पाशुपात अस्त्र दिल्याच्या देखाव्याचा संदर्भ देतात. (टेम्पल्स ऑफ साउथ इंडिया, पृष्ठ ५१).

या मंडपांतून (शैलमंदिरांतून) महिषासूरमर्दिनी, दुर्गा, शिव, सोमास्कंध शिल्पपट्ट, विष्णू, ब्रह्मदेव, गणेश वगैरे मूर्तींचे वारंवार दर्शन होते. पहिल्या नरसिंहवर्मन मामल्लच्या कारकिर्दीत मंडपातील रूपण कलेत (प्लॅस्टिक आर्ट) लक्षणीय वाढ होऊन उत्कृष्ट शिल्पांची निर्मिती झाली. याची प्रचिती महिषमर्दिनी नावाच्या लेण्यात

येते. येथे एक उत्कृष्ट जोशपूर्ण महिषमर्दिनीच्या मूर्तीशिवाय येथील शिल्पसमूहात एक शेषशायी विष्णूची सुरेख मूर्ती आहे. ती कालौघात खराब झाली होती. त्या वेळी दण्डीच्या 'अंवतिसुंदरकथा' यात उल्लेखिलेल्या मजकुरानुसार ही स्थलशयन शेषशायी विष्णूची मूर्ती ललितालय नावाच्या तत्कालीन शिल्पीने पूर्ववत केली. दण्डी हा पल्लव राजा नरसिंहवर्मन याच्या दरबारी कवी-लेखक होता.

वराह मंडपातील (शैलमंदिर) वराह आणि गजलक्ष्मी यांच्या मूर्ती अप्रतिम आहेत. द्वारपालांच्या मूर्तिव्यतिरिक्त वराह मंडपात बाजूच्या भिंतीवरील भू-वराह आणि त्रिविक्रम तसेच मागील भिंतीतील गजलक्ष्मी आणि दुर्गा लक्षणीय आहेत. यातील भू-वराहाचे मुख हे वराहाचे असून शरीर मानवी आहे. महाबलीपुरम् येथील दुसऱ्या एका गोवर्धननामक लेण्यात कृष्णाने जलप्रलयापासून आपल्या लोकांना वाचवून सुरक्षित ठेवण्यासाठी गोवर्धन पर्वत उचललेला असून त्याखाली गोप-गोपींसह अनेक मुले-मुली, गुरे-ढोरे आणि अन्य जन-समुदाय आपल्या सामानसुमानासह आश्रयार्थ एकत्र जमल्याचे दृश्य आहे. हे दृश्य अत्यंत वास्तववादी आणि उठावदार आहे. या ठिकाणी कृष्णाची अत्यंत प्रिय गोपी नप्पिन्नाई त्याला बिलगली असून तिचा पोशाख, उभी राहण्याची ढब आणि तिची दासी या समूहशिल्पात उठून दिसतात. पल्लवकालीन तमिळ साहित्यात आणि परंपरेत या कथाविषयाला विशेष प्रसिद्धी मिळाली होती. या समूहशिल्पात गवळी आणि गवळण यांचे एक अत्यंत बोलके वास्तव शिल्प आहे. या शिल्पपट्टात एक वृद्ध गवळी आपल्या खांद्यावर लहान बालक घेऊन गवळणीसह मार्ग क्रमीत असल्याचा प्रसंग चित्रित केला आहे. यातील बालकाने गवळ्याच्या डोक्याला अशा काही विशिष्ट पद्धतीने धरले आहे की, जणू काही तो गवळी आजच त्या मुलाला घेऊन जात आहे, अशा भास होतो. गवळणीच्या डोक्यावर दुधाची घागर (कुंभ) असून तिने उजव्या हाताने आणखी एका सोबत चालणाऱ्या बालकाचा हात धरला आहे आणि उर्वरित डाव्या हाताने घागर धरली आहे. हे दृश्य वास्तववादी असून अत्यंत लोभस आहे.

आदिवराह हे विष्णूच्या वराह अवतारविषयक शैलमंदिर असून त्याच्या पुढच्या भिंतीत तीन देवळ्या असून त्यांत वैष्णव संप्रदायाशी संबंद्ध देवतांच्या मूर्ती आहेत. मधल्या दोन देवळ्यांत विष्णू आणि हरिहर यांच्या स्थानक (उभ्या) मूर्ती आहेत; तर अगदी उत्तरेच्या देवळीत नागराज (आदिशेष) मानवी रूपात खोदला आहे. त्याच्या माथ्यावर नागाच्या पाच फण्यांचे छात्र आहे. शिवाय यात काही त्रिभंगात व्यक्तिशिल्पे आढळतात. मुखमंडपाच्या दक्षिण आणि उत्तरेकडील भिंतींवर ब्रह्मदेव आणि गंगाधर शिवाच्या भव्य स्थानक मूर्ती आहेत. तसेच अर्धमंडपाच्या भिंतीवर अशाच प्रकारच्या मूर्ती आढळतात. शिवाय तेथे पल्लव राजांची मोठ्या आकाराची (लाइफ साइझ) व्यक्तिशिल्पे (पुतळे) त्यांच्या चित्रवर्णनांसह घडविलेली आहेत. त्यात सिंहविष्णू

आणि महेंद्र यांची सपत्नीक आणि त्यांच्या उपस्त्रियांसह व्यक्तिशिल्पे आढळतात. मुख्य गर्भगृहात एका वराहाची चुनेगच्चीतील आधुनिक मूर्ती असून केवळ याच मंदिरात आजही पूजा-अर्चादी नैमित्तिक धार्मिक विधी चालतात.

रामानुज मंडपात (महाबलीपुरम्) वैष्णव पंथीयांनी काही मूर्ती खोदल्या आहेत. त्यांतील दक्षिणेकडील भिंतीतील दुर्गेची मूर्ती विलक्षण देखणी असून उत्तरेकडील भिंतीतील गजलक्ष्मीची अपोत्थित शिल्पातील मूर्ती नंतरच्या काळातील आहे. यातील गर्भगृहात सोमास्कंध शिल्पपट्ट असून त्याच्या द्वारावर दोन्ही बाजूंस द्वारपालांच्या मूर्ती आहेत. महिषासूरमर्दिनीच्या आणखी एका शैलमंदिरात मंडपाच्या बाजूच्या दोन भिंतींत दुर्गादेवीचे महिषासूरमर्दिनीच्या रूपातील एक प्रसिद्ध पल्लव शिल्प आहे. ती सिंहासनावर विराजमान असून महिष राक्षसावर तुटून पडली आहे. त्याचे साथीदार राक्षस उत्तरेकडे दर्शविले आहेत. तिथेच दक्षिणेला अनंतशयीन विष्णूची योगनिद्रेतील मूर्ती शेषयायी सर्पावर विराजमान झाली आहे. ही सर्व शिल्पे प्रारंभीच्या काळातील होत.

सालुवंक्कुप्पम् येथील यालिमंडपम् हा महाबलीपूरच्या जवळच्या एका खडकात खोदलेला समुद्राभिमुख लहान मंडप (शैलमंदिर) असून त्याचे अधिष्ठान आणि दर्शनी भाग यातील स्तंभ व्यालयुक्त स्तंभपादाचे आहेत. सर्व वास्तुभोवती अकरा व्याल मूर्तींचे शिल्पपट्ट आहेत; तर त्याच्या ओसरीच्या खडकावर दोन हत्तींची हौद्यासह आपोत्थित शिल्पे आहेत. त्यामध्ये ध्वजस्तंभ असून दक्षिणेला एक अश्व प्रतिमा खोदलेली आहे. उत्तरेकडील एका खडकात एका देवळीत ओबडधोबड महिषासूरमर्दिनीची प्रतिमा आपोत्थित शिल्पात खोदली आहे. यालिमंडपाची एक प्रतिकृती महाबलीपुरमच्या शोअर टेम्पलच्या दक्षिणेला आढळते. त्याच्या उत्तरेला मोठा खडक आहे. तो महिषासूरमर्दिनी खडक म्हणून प्रसिद्ध आहे. त्याच्या खालील बाजूस सिंहाचे भव्य मुख आणि एका कोनाड्यात दुर्गेचे शिल्प आहे.

धर्मराज रथाच्या (महाबलीपुरम्) सोमास्कंध शिल्पपट्टात शिव आणि पार्वती वाम ललितासनात बसले असून पार्वतीच्या मांडीवर स्कंद आहे. त्याच्या पाठीमागे ब्रह्मदेव व विष्णू उभे असून शिवाचा उजवा हात लुप्त आहे व डावा ध्यान मुद्रेत आहे. उरलेल्या हातांपैकी वरचा डावा खांद्यास लावला आहे. पार्वतीने उजव्या हाताने स्कंदास धरले असून डावा हात बैठकीवर ठेवला आहे. ब्रह्मदेव-विष्णू यांचे हात अनुक्रमे अंजली व अभयमुद्रेत आहेत. विष्णूच्या वरच्या हातात शंख व चक्र असून सर्व पुरुष देवतांच्या माथ्यावर मुकुट आहे. मात्र, पार्वतीच्या डोक्यावर छत्र आणि शिवाच्या मुखाभोवती तेजोवलय आहे. पुरुषांनी यज्ञोपवित घातले असून कानात कुंडले व हातात कंकणे घातली आहेत. पार्वतीच्या गळ्यात दोन कंठे आहेत.

पल्लव मूर्तिसंभारात आरंभीच्या काळात शिवलिंग, गणेश, ब्रह्मदेव, नरसिंह,

विष्णू, महिषासूरमर्दिनी, उमा-महेश्वर, लक्ष्मी इत्यादी देवदेवतांची शिल्पे शैलमंदिरांतून मंडपांतून खोदलेली आढळतात. सामान्यतः शिव कुटुंबात पार्वतीच्या मांडीवर गणेश असतो; पण राजसिंह पल्लव राजाच्या कारकिर्दीत (कार. ७००-७२८) गणेशाच्या मूर्तीच्या जागी कार्तिकेयाची मूर्ती शिव कुटुंबात प्रविष्ट झाली असून महाबलीपुरम् येथील महिषासूरमर्दिनीच्या मंडपात पार्वतीच्या मांडीवर स्कंद किंवा कार्तिकेय वा महासेन बसला आहे. या मूर्तींचे एक वैशिष्ट्य असे की, यांपैकी महिषासूरमर्दिनीव्यतिरिक्त उर्वरित देवतांना मानवाप्रमाणे दोनच हात दाखविले आहेत. माडगूळ येथे आपल्या कुटुंबीयांसह शिव आणि ब्रह्मदेव तसेच विजयवाडा (बेझवाडा) येथील वस्तुसंग्रहालयातील शिव या सर्वांना प्रत्येकी दोनच हात आहेत. ही द्विभूज शिवाची मूर्ती संगमरवरी पाषाणात घडविलेली असून त्याच्या दोन हातांपैकी उजव्या हातात परशू आहे तर डावा हात डाव्या मांडीवर विसावला आहे. त्याचे वाहन-बैठा-नंदी शिल्प त्याच्या वर उचललेल्या पायाखाली खोदले आहे.

उत्तर पल्लवकालीन उत्कृष्ट शिल्पे तिरुचिरापल्ली, महाबलीपुरम्, तिरुक्कळुकुरम् आदी ठिकाणी आढळतात. तिरुचिरापल्ली येथील गंगाधर शिवाची मूर्ती अप्रतिम आहे. तिथे शिवाचे अलौकिक सामर्थ्य दाखविण्यासाठी गंगा त्याच्या दोन जटांमध्येच लुप्त झाल्याचे दाखविले आहे. तिरुक्कळुकुरम् येथील लेण्यातील महेंद्रवर्मन याचा शाही थाटातील रुबाबदार पुतळा त्याचे राजवैभव आणि शासनकर्त्याचा दर्जा दाखवितो. पनमलई खडकावरील (दक्षिण अर्काट) तालगिरीश्वर लेण्यात (शैलमंदिरात) सोमास्कंध शिल्पपट्ट गर्भगृहाच्या मध्यभागी मागील भिंतीला लागून असून त्यापुढील नक्षीदार भव्य शिवलिंगामुळे तो सकृतदर्शनी झाकला गेला आहे. मात्र, या लेण्यातील द्वारपाल आणि आतील भिंतीवरील ब्रह्मदेव आणि विष्णू यांची शिल्पे आणि त्रिमूर्ती संकल्पनेच्या उत्तरेकडील गर्भगृहाच्या भिंतीवरील काही पल्लव भित्तिचित्रे अवशिष्ट असून यातील पार्वतीसह नृत्य करणाऱ्या शिवाचे चित्र अत्यंत मोहक आणि लक्षणीय आहे.

उत्तरकालीन काही उत्कृष्ट पल्लव शिल्पे कांचीपुरम येथील वैकुंठपेरुमल, ऐरावतेश्वर, मुक्तेश्वर, मातंगेश्वर, कैलासनाथ, महेंद्रवर्मेश्वर आदी मंदिरांवरील अलंकरणातून दृग्गोचर होतात. ही सर्व मंदिरे द्राविडशैलीची उत्कृष्ट उदाहरणे असून त्यात तीन मुख्य वास्तुघटक– उदा. विमान (गर्भगृह), शिखर आणि भव्य सभामंडप आढळतात; तसेच पल्लवकालीन बहुतेक सर्व मंदिरे पाषाण रचित आहेत. क्वचित नंतरच्या काळातील सुंदर वरदपेरुमल सारख्या एखाद्या मंदिराचे शिखर विटांत बांधलेले आहे. ऐहोळे येथील दुर्गामंदिराप्रमाणे कांचीपुरम येथील कैलासमंदिर हे मागील बाजूस अर्धवर्तुळाकार आहे. त्यावर अर्धवर्तुळाकार चैत्य वास्तुशिल्पाचा परिणाम झाला असावा, असे काही वास्तुतज्ज्ञांचे मत आहे.

कैलासनाथ मंदिरसमूहाची बांधणी राजसिंह आणि त्याचा मुलगा तिसरा महेंद्रवर्मन यांच्या मुख्यत्वे कारकिर्दीत झाली असून कैलासनाथ हे पूर्वाभिमुख चारस्तरीय शिखराचे मंदिर आहे. या समूहातील महेंद्रवर्मेश्वर हे दुसरे महत्त्वाचे मंदिर होय. यात नक्षीदार शिवलिंगाच्या मागे सोमास्कंध शिल्पपट्ट खोदला आहे. त्याच्या दोन्ही बाजूंस ब्रह्मदेव आणि विष्णू यांच्या मूर्ती अधिष्ठानाच्या आतील भिंतीवर आढळतात. याशिवाय मंडोवरावर (बाह्यभिंत) देवकोष्टकात विपुल मूर्ती खोदलेल्या आहेत. या मंदिरातील स्तंभपाद व्यालयुक्त असून काही स्तंभशीर्षे कमळ वा कुंभ यांनी अलंकृत आहेत. मात्र, शिवमंदिरात सर्रास सोमास्कंध शिल्पपट्ट आणि त्यासमोर नक्षीदार (फ्यूटेड) शिवलिंग आहे. यातील मूर्तिसंभारात प्रामुख्याने अष्टदिकपालांच्या मूर्ती असून सप्तमातृका शिल्पपट्टात गणेश आणि वीरभद्र यांच्या मूर्तीही आढळतात. याशिवाय समुद्रमंथनातून निघालेली वडील बहीण ज्येष्ठा लक्ष्मी हिचीही मूर्ती आढळते. गणेश आणि शिवकुटुंबाचेही शिल्पांकन आढळते. कला समीक्षकांच्या मते कैलास मंदिरसमूह म्हणजे पल्लव रूपण कलेचे (प्लॅस्टिक आर्ट) जणू संग्रहालयच होय.

वैकुंठपेरुमल हे मंदिर नंदिवर्मन पल्लवमल्ल (७३१-७९६) या राजाने बांधले असून ते वैष्णवपंथी आहे. त्यात विष्णूच्या तीन स्वतंत्र गर्भगृहांत स्वतंत्र आसनातील तीन मूर्ती आढळतात. त्या अनुक्रमे स्थानक, आसनस्थ आणि शयन भंगांत-अवस्थेत आहेत. यातील शेषशायी विष्णूच्या मूर्तिसोबत ब्रह्मदेव आणि पाय चुरणारी लक्ष्मी यांच्याही मूर्ती लक्षणीय आहेत. याशिवाय मंडोवरावर (भिंतीवर) वैष्णव संप्रदायातील अनेक कथात्मक विषय देवकोष्टकांत बसविलेल्या मूर्तींतून प्रकट होतात. त्याच्या सभामंडपातील भिंतींवर महाभारत, रामायण, पुराणे आदींतील कथाविषयक प्रसंग आपोत्थित शिल्पात कोरलेले आहेत. त्याव्यतिरिक्त काही युद्ध-प्रसंग, अश्वयज्ञ, राज्याभिषेक, राजाचे निर्वचन, पूजाविधी आदींचे शिल्पांकन आढळते. यातील शिव, विष्णू, ब्रह्मदेव आणि महिषासूरमर्दिनी यांच्या मूर्ती विशेष उल्लेखनीय आहेत. या मंदिराचे शिल्पांकनातील एक वैशिष्ट्य म्हणजे यात पल्लव राजवंशातील परंपरेने सत्ताधीश झालेल्या सुरुवातीच्या राजापासून नंदिवर्मन (७३१-७९६) या राजापर्यंतच्या सर्व राजांची व्यक्तिशिल्पे (पुतळे) त्यांच्या नामनिर्देशासह खोदलेली आढळतात; त्यामुळे जणू त्यांचा इतिहासच शिल्पपट्टाद्वारे डोळ्यांसमोर उभा राहतो. याच मंदिरसमूहातील सत्यमंगलम् येथील सप्तमातृकांचा शिल्पपट्ट, शिवशंकराच्या वीरभद्र आणि योग-दक्षिणमूर्ती रूपातील प्रतिमा इत्यादी शिल्पे मद्रास वस्तुसंग्रहालयात (चेन्नई) आहेत. उत्तरकालीन पल्लव मूर्तिकलेवर राष्ट्रकूटांच्या कलेचा काही अंशी प्रभाव जाणवतो. पल्लवांनी राष्ट्रकूटांची काही प्रतिमाने-घटक जसेच्या तसे अनुसरलेले दिसतात.

पल्लवांच्या उत्तर काळातील विशेषतः आठव्या-नवव्या शतकांतील मुक्तेश्वर, मातंगेश्वर, ऐरावतेश्वर, वालीश्वर, इरावतनेश्वर आणि पिरावतनेश्वर ही मंदिरे मुख्यत्वे वालुकाश्मात बांधलेली असून पायात कणाश्म (ग्रॅनाइट) पत्थर वापरला आहे. त्यांतील काही द्वितल (दोन मजल्याची) तर काही त्रितल आहेत. उत्तिरमेरूर (चिंगलपूट जिल्हा) येथील सुंदरवरदपेरुमल मंदिराचे शिखर तीन मजली असून ते विटांत बांधलेले आहे. त्यातील तीन गर्भगृहांतून विष्णूच्या अनुक्रमे स्थानक, बैठी आणि शयन आसनातील मूर्ती आहेत. शिवाय त्याच्या अन्य लहान गर्भगृहांतून (दक्षिण, पश्चिम आणि उत्तर) विष्णूच्या अन्य सहा रूपांतील मूर्ती आहेत. त्या अशा- सत्य, अच्युत, अनिरुद्ध, नर-नारायण, नरसिंह आणि वराह होत. वैखनास आगमानातील उल्लेखानुसार नवमूर्तींचा हा शिल्पपट्ट होता. याच जिल्ह्यातील तिरुत्तनी येथील वीराट्टनेश्वर हे एक मजल्याचे चौकोनी विमान असलेले मंदिर असून त्याचे बांधकाम पल्लव वंशातील अखेरच्या राजांपैकी अपराजितवर्मन याने नवव्या शतकात केले. त्यात काही उत्तम आपोत्थित शिल्पे भिंतीवरील देवळ्यांत असून दक्षिण आणि उत्तर देवळ्यांत अनुक्रमे गणेश आणि दुर्गा यांच्या मूर्ती आहेत. याशिवाय भिंतींच्या देवळ्यांतून दक्षिणामूर्ती, विष्णू आणि ब्रह्मदेव अनुक्रमे दक्षिण, पश्चिम आणि उत्तरेकडील देवळ्यांतून आढळतात. त्रिचनापल्ली जिल्ह्याच्या पुदुक्कोटई भागात सित्तनवासल येथे एक शैलमंदिर (रॉक-कट केव्ह-टेम्पल) खोदण्यात आले. त्यात भित्तिचित्रे काढण्यात आली असून हे जैन शैलमंदिर ८-९व्या शतकातील आहे. त्यात श्री वल्लभ पाण्ड्य राजाच्या काळातील (८१५-८६२) काही आपोत्थित शिल्पातील जैन तीर्थंकरांच्या मूर्ती गर्भगृहाच्या मागील भिंतीवर कोरलेल्या आहेत.

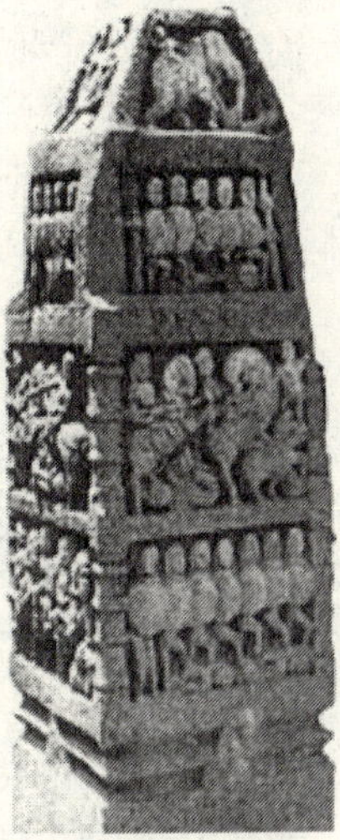

चालुक्य वास्तुशिल्पशैली

चालुक्य वंश हा दक्षिण भारतातील विशेषतः कर्नाटक व महाराष्ट्र यांतील एक प्रसिद्ध राजवंश असून चालुक्य या नावाची उपपत्ती तो ब्रह्मदेवाच्या किंवा हरिति-पंचशिख ऋषींच्या चुलुकातून (ओंजळीतील पाण्यापासून) निर्माण झाला असे सांगून लावली जाते; तथापि बादामीचे चालुक्य घराणे प्राचीन भारतीय इतिहासात त्यांच्या स्थापत्य-शिल्पशैलीमुळे प्रसिद्ध आहे. एकेकाळी दक्षिणेकडील बहुतेक भागांवर यांची सत्ता पसरली होती. त्यांनी बांधलेल्या अनेक देवालयांत एका विशिष्ट स्थापत्यपद्धतीचा उपयोग केल्यामुळे ती शिल्पकलेच्या क्षेत्रात चालुक्यशैली या नावाने ओळखली जाते. या नवीन स्थापत्यशैलीत इंडो-आर्यन (नगरशैली) आणि द्राविडशैली या दोन वास्तुशिल्पशैलींचे संमिश्रण तर आढळतेच; पण त्याशिवाय काही नवीन प्रतिमाने-

कल्पना तिच्यात प्रविष्ट झाल्या आहेत. नक्षीदार उंच शिखरे, गोल गुळगुळीत आरसपानी स्तंभ, घुमटाकृती छते, सुरेख मूर्तिकाम आणि सुंदर अलंकृत भिंती ही त्या शैलीची काही वैशिष्ट्ये होत. सुरुवातीच्या चालुक्यांच्या (बादामी) शैलीची मंदिरे दुरून विशेष आकर्षक वाटत नाहीत. मात्र, ती जवळून पाहिल्यानंतर त्यांचे सौंदर्य मनावर ठसते.

या राजवंशाच्या इतिहासाची साधने मर्यादित असून त्यात कोरीव लेख मुख्य आहेत. याशिवाय थोडी माहिती युआनच्वांग या चिनी प्रवाशाच्या प्रवासवृत्तांतून तसेच इराणचा राजा द्वितीय खुसरौ याच्या चालुक्य वंशातील राजा दुसरा पुलकेशी (कार. ६१०/११-६४२) याच्याशी झालेल्या पत्रव्यवहारांतून आणि राजदूतांची देवघेव वृत्तांतून मिळते. त्या विषयीचा एक उल्लेख फार्सी बखरीत आढळतो. या वंशातील रणरागाचा पुत्र पहिला पुलकेशी (कार. ५३५-५६३) याचा इ.स. ५४३-४४ चा लेख बादामीच्या किल्ल्यात सापडला होता. त्यात त्याने वातापिपूर (बादामी) येथे आपली राजधानी स्थापिल्याचा उल्लेख आहे. चालुक्य वंशातील हा पहिला ज्ञान पुरुष होय. त्याच्या नंतर कीर्तिवर्मा व मंगलेश या भावांनी अनुक्रमे राज्य केले. पुढे कीर्तिवर्म्याचा मुलगा दुसरा पुलकेशी याने मंगलेशाचा पराभव करून गादी मिळविली. तो या घराण्यातील कर्तृत्ववान आणि सर्वश्रेष्ठ राजा होय. त्याने लाट, मालव, गुर्जर यांना मांडलिक बनविले आणि सम्राट हर्षाचा पराभव केला. त्याचे वर्णन ऐहोळे शिलालेखात सविस्तर आले आहे. त्याच्यानंतर प्रथम विक्रमादित्य, विजयादित्य, दुसरा कीर्तिवर्मा (कार. ७४५-७७५), सोमेश्वर (पहिला, दुसरा, तिसरा) वगैरे राजे या वंशात झाले. या वंशातील चौथा सोमेश्वर (कार. ११८३-११८९) याचा पराभव करून देवगिरीचे यादव आणि पुढे होयसळांनी त्यांचे राज्य नष्ट केले.

चालुक्यांच्या (बादामी) राजवटीत महाकूटेश्वर, ऐहोळे, पट्टदकल, बादामी व तेर या ठिकाणी प्रामुख्याने अनेक सुंदर मंदिरे बांधण्यात आली. काही हिंदू व जैन शैलमंदिरे खोदण्यात आली. त्यांपैकी काही अद्याप सुस्थितीत अवशिष्ट असून तत्कालीन कलानैपुण्याची साक्ष देतात. चालुक्यांच्या राज्यात बौद्ध व हिंदुधर्माप्रमाणे जैन धर्माचाही बराच प्रसार झाला होता. दुसऱ्या पुलकेशीचा आश्रित व संस्कृत पंडित रविकीर्ति याने ऐहोळे येथे जिनाचे देवालय बांधले होते. गुडिगेरे येथे राणी कुंकुमदेवीने असेच एक जिनाचे मंदिर बांधले. याशिवाय ऐहोळे येथे इ.स. ७००च्या आसपास जैन शैलमंदिर खोदले होते. द्वितीय कीर्तिवर्म्याच्या कारकिर्दीत (कार. ७४५-७५७) जैन गामुंड कलियम याने अग्निगेरे येथे जैन चेदिय निर्माण केले होते. चालुक्य राजांपैकी कोणताही राजा जैनधर्मी नव्हता; तरीसुद्धा त्यांचा जैन धर्मास, जैन वास्तुकलेस व विद्वानांना उदार आश्रय होता.

ऐहोळे : कर्नाटक राज्यातील हे एक चालुक्यकालीन व मंदिर-वास्तुशिल्पशैलीसाठी प्रसिद्ध असलेले गाव असून ते विजापूर जिल्ह्यात बादामीच्या ईशान्येस सु. २४ कि.मी.वर मलप्रभेच्या तीरावर वसले आहे. याचा उल्लेख कन्नड साहित्यात आर्यावर्त, अय्यापोलील, आय्याओले, एवल्ली आदी नावांनी आढळतो. द्वितीय पुलकेशीच्या शिलालेखात (६३४) त्याचा ऐय्याओले किंवा ऐईओळे असा उल्लेख केला आहे. त्यावरूनच त्याचे एवल्लि-ऐहोळे असे नाव झाले असावे. येथे इ.स. पाचव्या ते सातव्या शतकांदरम्यान ७० मंदिरे होती; तर काही तज्ज्ञांच्या मते ३०-३५ मंदिरे होती. त्यांपैकी बरीचशी काल ओघात पडली असून काही सुस्थितीत अवशिष्ट आहेत. त्यात लाडखान, दुर्गा, हुच्चिमल्लीगुडी, कोंतकुडी, गलगनाथ, मेगुती वगैरे काही सुस्थितीत अवशिष्ट आहेत. याशिवाय दोन शैलमंदिर लेणी आहेत. त्यांतील एकाचे नाव रावळगुडी असून प्रमुख देवता शिव आहे. ते इ.स. ७०० मध्ये खोदले आहे. ते त्रिकूटक देवालय असून उजव्या बाजूच्या गर्भगृहात सप्तमातृका आणि सेवकांच्या मूर्ती खोदल्या आहेत; तर डाव्या बाजूस शिवाची इतर रूपे आहेत. मंडप आणि गर्भगृह यामध्ये द्वारपालांच्या सुबक मूर्ती आहेत; तर दर्शनी भागात कोनाड्यात दोन निधी-शंख आणि पद्म यांची प्रतिमाने आहेत. याशिवाय रावळगुडी शैलमंदिरात वराह, हरिहर, अर्धनारीश्वर, गंगाधर, सप्तमातृका, महिषमर्दिनी वगैरेंच्या सुरेख मूर्ती आहेत. दुसरे नंतरचे जैन शैलमंदिर आहे. त्यातील स्तंभ कुम्भ-वल्ली प्रकारचे चौरस असून कुंभातून पर्णसंभार बाहेर आला आहे. दर्शनी भागात (फेकेड) अश्वाकृती झुकाव्ह अलंकृत असून कपोत-कंगणी आणि गर्भगृहाच्या द्वारशाखा नालाकृतींनी (कुडुस) सुशोभित आहेत. यात अंबिकेची एक भव्य मूर्ती आहे.

येथे काही मंडप प्रकारची मंदिरे आहेत. ती शैलमंदिरानंतर बांधलेली असून ती ज्योतिर्लिंग समूहातील लहान मंदिरे आहेत. त्यांपैकी लाडखान, कोंतकुडी (कोण्टगुडी) आणि मेगुती ही प्रसिद्ध आहेत. ऐहोळेच्या मध्यभागी लाडखानचे हिंदू मंदिर आहे. हे सर्वांत प्राचीन (पाचवे शतक) मंदिर असून त्यातील सपाट छप्पर, नक्षीदार दगडी जाळ्या आणि गर्भगृहाभोवतीचा प्रदक्षिणापथ वैशिष्ट्यपूर्ण आहे. मंदिराच्या प्रवेश स्तंभांवर सातवाहन शिल्पशैलीतील आणि गुप्त-वाकाटक आकृतिबंधातील नदीदेवतांची आणि यक्ष-गंधर्व मिथुनांची कामशिल्पे आढळतात. या मंदिरातील मिथुन-मैथुन आणि पूर्णकुंभ प्रतिमाने सुस्पष्टपणे दर्शविलेली असून मिथुन मूर्तिसमूहातील किन्नरी अश्वमुखी आहे. या ठिकाणी प्रथमच स्त्री-पुरुष संभोगाची शिल्पे आढळतात. एवढेच नव्हे तर एका शिल्पात साधू-माकडिणीशी संभोग करतानाचे अनैसर्गिक दृश्य आहे.

दुर्गामंदिर हे ऐहोळे येथील मंदिरसमूहातील आणखी एक प्राचीन मंदिर आयताकृती असून शिखर शंक्वाकार व मंदिराची एक बाजू अर्धवर्तुळाकृती आहे. क्वचित काही

ठिकाणी बौद्ध चैत्यगृहाचे अनुकरण दिसते. चालुक्य शिल्पशैलीतील येथील चित्रचौकटीतील शिव, नरसिंह, महिषमर्दिनी, विष्णू, वराह आणि अन्य देव-देवता यांच्या मूर्ती सर्वोत्कृष्ट आहेत. त्यांचे शिल्पांकन मध्यवर्ती गर्भगृहाच्या गजपृष्ठावर (ॲप्से) केले आहे. याशिवाय तेथील मंडपाच्या दर्शनी स्तंभांवरील कोरीव काम लक्षणीय आहे. छतावरील कोरीव कामाची स्फूर्ती घेऊनच पुढे बादामी गुंफांत त्याचे अनुकरण आढळते. दिल्लीच्या राष्ट्रीय संग्रहालयात काही चालुक्यकालीन मूर्ती आहेत. त्यांत येथील छतावरील दोन चित्रचौकटीतील आकाशगामी गंधर्वाच्या मूर्ती त्या लक्षणीय होत.

येथील कोंतकुडी मंदिराच्या छतावरील चौकटीत शिव, विष्णू आणि ब्रह्मदेव यांच्या मूर्ती आहेत. या मूर्तींसोबतच काही अन्य चौकटींत शेषशायी विष्णू, हरगौरी आणि ब्रह्मदेव यांच्या मूर्ती होत्या. त्या सद्यस्थितीत मुंबईच्या छत्रपती शिवाजी संग्रहालयात (प्रिन्स ऑफ वेल्स) आहेत. हुच्चिमल्लीगुडी मंदिराचे विधान काटकोन-चौकोनी असून गर्भगृहासमोर अंतराळ आहे. मेगुती हे जैन मंदिर असून पुलकेशी (दुसरा) याचा प्रसिद्ध शिलालेख (६३४) येथे आढळतो. या मंदिराच्या बांधणीत गुप्त व द्राविड शैलीची छाप दिसते. दुसऱ्या पुलकेशीने पल्लवांबरोबर सुरू केलेला संघर्ष पुढे अनेक वर्षे चालू राहिला होता; त्यामुळे पल्लव शिल्पशैलीचा प्रभाव येथील वास्तुशिल्पांवर आढळतो. एवढेच नव्हे तर येथील शैव शैलमंदिर (लेणे) पल्लवांनीच खोदले असावे, असे तज्ज्ञांचे मत आहे. एकूण ऐहोळे येथे चालुक्य स्थापत्यशिल्पशैलीचा आद्य आविष्कार तसेच तिच्या उत्क्रांतीतील सर्व टप्पे येथील मंदिर अवशेषांमध्ये दृग्गोचर होतात.

पट्टदकल : विजापूर जिल्ह्यातील प्राचीन मंदिराच्या चालुक्यकालीन वास्तुशिल्पशैलीसाठी हे गाव प्रसिद्ध असून ते बादामीच्या ईशान्येस सु. २० कि.मी.वर मलप्रभा नदीकाठी वसले आहे. बादामीच्या चालुक्य घराण्याची (इ.स. ५३५-७५७) दुय्यम किंवा उत्तरकालीन राजधानी इथे होती. प्राचीन काळी किसुव्वोळल किंवा पट्टद किसुव्वोळल या नामांतरानी ते प्रसिद्ध होते. टॉलेमीने (इ.स. १५०) उल्लेखिलेले पेर्टिकल हे भरभराट झालेले प्राचीन नगर म्हणजेच पट्टदकल असावे, असेही एक मत रूढ आहे. चारी बाजूंनी बांधलेल्या दगडी प्राकाराच्या आत मुख्य गाव वसले असून पूर्व आणि पश्चिम बाजूंस एकेक द्वार आहे. पूर्वी चालुक्यांच्या वेळी गावाच्या परिसरात असंख्य मंदिरे होती. त्यांपैकी कालौघात अनेकांची पडझड झाली असून सद्यस्थितीत फक्त दहा मंदिरांचे अवशेष अवशिष्ट आहेत. त्यांपैकी सुस्थितीत एक-दोन मंदिरे आढळतात आणि विरुपाक्ष मंदिरातच सांप्रत पूजा-अर्चादी विधी चालू आहेत. मात्र, इतर भग्न मंदिरांचे अवशेष इतस्ततः विखुरलेले असून कन्नड (कानडी) भाषेत लिहिलेले अनेक शिलालेख तिथे सापडले आहेत.

त्यांपैकी बहुतेक शिलालेख कन्नड रिसर्च इन्स्टिट्यूट या धारवाडमधील संस्थेत हलविण्यात आले आहेत आणि त्यांचे वाचनही झाले आहे. येथे इतस्ततः पडलेल्या अवशेषांचे एक स्वतंत्र संग्रहालय असून त्यात चालुक्यकालीन मूर्ती वर्णनासह संरक्षित केलेल्या आहेत.

अवशिष्ट मंदिरांत पापनाथ हे सर्वांत जुने (६८०) आणि विरूपाक्ष हे नंतरचे (७४०) मंदिर असून दोन्ही मंदिरे कलात्मक, प्रेक्षणीय व वैशिष्ट्यपूर्ण आहेत. संगमेश्वर, विरूपाक्ष व पापनाथ ही येथील काही मंदिरे वगळता उर्वरित मंदिरे आकाराने लहान, जीर्णशीर्ण अवस्थेतील आणि वास्तुशास्त्रदृष्ट्या गौण वाटतात. येथे नागरशैली (इंडो-आर्यन) आणि द्राविडशैली या दोन्ही शैलींतील मंदिरे एकमेकांजवळ बांधलेली असून या शैलींच्या मनोहर संमिश्रणातून त्या काळात उत्क्रांत झालेली 'चालुक्य' ही स्वतंत्र उपशैली पाहावयास मिळते. पापनाथ, जंबुलिंग, काडसिद्धेश्वर आणि काशीविश्वनाथ ही मंदिरे नागरशैलीत, तर संगमेश्वर, विरूपाक्ष, मल्लिकार्जुन, गलगनाथ, जिनालय इत्यादी द्राविडशैलीत बांधलेली आहेत. पापविनाशन व इतर काही भग्न मंदिरे चालुक्यशैलीत आढळतात. दक्षिण हिंदुस्थानात ख्यातनाम असणाऱ्या 'गोपूर' या वास्तू संकल्पनेची सुरुवातही येथील देवळांतून झाली असावी, असे काही तज्ज्ञांचे मत आहे; कारण ज्याला 'आद्य' अथवा 'गर्भगोपूर' कल्पना म्हणता येईल, त्याची रूपरेषा येथील विरूपाक्ष मंदिराच्या बांधणीत आढळते.

येथील एकूण मंदिरे वर उद्‌धृत केलेल्या दोन्ही शैलींची प्रातिनिधिक असून प्रस्तुत शैलीतील वास्तुशास्त्रदृष्ट्या दृग्गोचर होणारी बहुतेक वैशिष्ट्ये त्यात आढळतात. तथापि, पापनाथ मंदिराचा आलेख व उत्सेध यांमधील परस्परसंबंधात विसंगती आढळते. याशिवाय त्याच्या शिखराची रचना आणि त्याच्या बाहेरच्या भिंतीवरील (मंडोवर) छोट्या गर्भगृहात्मक छज्जांची रेलचेल वास्तुशास्त्रदृष्ट्या काहीशी विसंगत किंवा अस्थायी वाटते. पापनाथ हे दुसऱ्या कोणत्यातरी देवतेचे (सूर्यदेवता) मंदिर असावे, असे बहुतेक विद्वानांचे मत आहे. पुढे त्याचे नाव बदलले असावे. विरूपाक्ष आणि त्रैलोक्येश्वर ही मंदिरे दुसऱ्या विक्रमादित्याने (कार. ७३३-७४५) आपल्या कांचीपुरमवरील विजयाच्या स्मरणार्थ, त्रैलोक्यमहादेवी या आपल्या राणीच्या आग्रहार्थ बांधली. त्रैलोक्येश्वर मंदिर आज अस्तित्वात नाही. त्याचे भग्न अवशेष इतस्ततः विखुरलेले आहेत; तथापि विरुपाक्ष मंदिर सुस्थितीत असून लोकेश्वर या शिवरूपाला ते प्रथम अर्पण केलेले असल्यामुळे लोकेश्वर या नावाने ते प्रथम प्रसिद्ध होते. विरुपाक्ष मंदिरातील शिलालेखात दक्षिणेकडील स्थपती सर्वसिद्धी याच्या मार्गदर्शनाखाली सूत्रधारी गुंड या शिल्पीने ते त्रैलोक्यमहादेवीच्या लोकमहादेवी या भगिनीसाठी बांधले, असा उल्लेख आहे. पुढे त्याचे विरुपाक्ष हे नाव रूढ झाले. या सुमारास विक्रमादित्याने दक्षिणेकडील अनेक कलाकारांना आपल्या राज्यात पाचारण केले

होते. त्याची राणी त्रैलोक्यमहादेवी कलाभिज्ञ असून राजाला त्याच्या कलात्मक धोरणात साहाय्य करीत असे. विरुपाक्ष मंदिरात कन्नड भाषेत लिहिलेले बारा शिलालेख असून त्यांतील एका शिलालेखात 'श्री गुण्डन अनिवारिताचारी' या शिल्पीच्या गौरवार्थ दिलेल्या दानांचा आणि उपाधींचा उल्लेख आहे. विक्रमादित्याने पल्लवांवरील विजयाच्या स्मरणार्थ हे मंदिर बांधले असले, तरी ते कांचीपुरम येथील कैलासनाथ मंदिराचीच प्रतिकृती वाटते, याबद्दल आता बहुतेक तज्ज्ञांचे एकमत झाले आहे. एवढेच नव्हे, तर या मंदिरावर पल्लव वास्तुशिल्पशैलीचा प्रभाव जाणवतो. विरुपाक्ष मंदिराचे गर्भगृह सभामंडपासून अलग असून त्याला वेगळा प्रदक्षिणापथ आहे. नंदीमंडपात सोळा एकसंघ नक्षीदार स्तंभ असून मंडप दगडी भिंतींनी वेष्टिलेला आहे. तथापि, प्रकाशाकरिता जाळीकामाने नटलेली दगडी गवाक्षे भिंतीतून काढली आहेत. येथे चैत्य-गवाक्ष ही संकल्पना सढळ प्रमाणात वापरलेली आढळते. शिखर चौकोनी मनोऱ्यासारखे असून एकावर एक अशा थरांनी शिखराचा उत्सेध साधला आहे. नंदीमंडप मुख्य मंडपापासून पूर्णतः वेगळा असूनही त्याच्या वैशिष्ट्यपूर्ण बांधणीमुळे तो मंदिराचाच एक भाग वाटतो. संगमेश्वर मंदिराचा अभिकल्प (विधान) व इतर वास्तुशास्त्रीय तपशील विरूपाक्ष मंदिराप्रमाणेच आहेत. मात्र, त्याचा सभामंडप उघडा आहे.

पट्टदकल येथे चालुक्य घराण्याच्या शिल्पकलेचे उत्फुलन व बहर पाहावयास मिळतो. ही कला कांचीपुरमच्या पल्लव प्रभावाखाली आविष्कृत झाली असून त्याची स्फूर्ती साहजिकच वास्तुकलेप्रमाणे पल्लवांकडून चालुक्य कलाकारांनी आत्मसात केली असावी. त्यांचे अनेक कलाकार हे कांचीपुरम् पल्लव प्रदेशातील होते. पल्लवांची बहुतेक ज्ञापके (मोटिफ) व प्रतिमाने चालुक्यांच्या कलेत प्रविष्ट झालेली स्पष्ट दिसतात. येथील छतांवर, स्तंभांवर, तोरणांवर तसेच अनेक शिल्पपट्टांतून रामायण, महाभारतातील कथाविषय हाताळलेले आहेत. स्तंभांवर चितारलेली गंगा आणि पूर्ण कलश, अहल्या व इंद्र यांचे प्रणयाराधन, शरपंजरी भीष्माचार्य, त्यांचे मृत्यूशय्येवरील अखेरचे क्षण वगैरे काही विषय लक्षणीय आणि वैशिष्ट्यपूर्ण आहेत. पापनाथ मंदिरातील काही प्रणयी युगुले आणि तेथील स्तंभांवरील त्रिपुरांतकाची कथा विशेष उल्लेखनीय होय. कलात्मकदृष्ट्या ती अप्रतिम आहे. याशिवाय रामायण, महाभारत, पुराणे यांतील इतर पौराणिक कथाविषयही शिल्पींनी विविध स्थळी खोदलेले आहेत. संपूर्ण रामायण येथे शिल्पबद्ध केलेले आढळते. एवढेच नव्हे तर त्यातील कथात्मक बारकावेही येथे पाहावयास मिळतात. याशिवाय शिवाची विविध रूपे आणि नाग-नागिणी दांपत्ये यांचीही उठावदार शिल्पे आढळतात. छतावरील शिल्पांत सूर्य-रथ, वेटोळे घातलेला नाग तसेच स्तंभांवरील मिथुने इत्यादी शिल्पे सुरेख आहेत. तर येथील उत्तरेश्वर व कालेश्वर ही विटांत बांधलेली चालुक्य

शैलीची मंदिरेही सुरेख आहेत. या सर्व पूर्वकालीन मंदिरांतून नाजूक नक्षीकाम, अलंकृत स्तंभ आणि सुंदर कोरीव काम ठायीठायी दिसून येते. नक्षीकाम प्रामुख्याने स्तंभ, द्वारशाखा आणि घुमटाकार छत यांवर केलेले आढळते. या मंदिरांतील प्रतिमांची घडण वास्तववादी, प्रमाणबद्ध आणि विविधतेने नटलेली आढळते. त्यांच्या भिंतींवर रामायण, महाभारत, भागवत यांतील कथात्मक प्रसंग शिल्पपट्टांत कोरलेले असून अधूनमधून पुराणातील वीरांची चित्रेही कोरलेली आढळतात.

बादामी : हे चालुक्यशैलीचे तिसरे महत्त्वाचे स्थळ होय. विजापूर जिल्ह्यातील (कर्नाटक) हे तालुक्याचे ठिकाण असून ते विजापूरच्या दक्षिणेस सु. ११७ कि.मी. वर वसले आहे. हे गाव तिन्ही बाजूंनी डोंगरांनी वेढलेले असून त्याची भिन्न नावे कन्नड साहित्य आणि शिलालेखांतून मिळतात. त्याचे बादामोई, बादावी, वातापी इत्यादी प्राचीन नामोल्लेख आढळतात. पूर्वकालीन (बादामी) चालुक्यांची राजधानी वातापी या नावाने इथे इ.स. ५५० ते ७५७ दरम्यान होती. बादामी गावाच्या जवळच्या डोंगरात चार लेणी-शैलमंदिरे वालुकाश्मात खोदलेली आहेत. त्यांपैकी प्रत्येकी एक शैव व जैन असून उर्वरित दोन वैष्णव आहेत. लेण्यातील शिलालेखांशिवाय इतरत्र मंदिरांतून अठरा शिलालेख आढळतात; त्यामुळे बादामीत उत्तरकालीन चालुक्य वंशातील राजांनी मध्ययुगात विशेषतः इ.स. १०व्या शतकानंतर काही मंदिरे बांधली आणि ती शिल्पाकृतींनी अलंकृत केली होती. (त्याची माहिती बेंगीच्या चालुक्यांची कला या भागात याच प्रकरणात पुढे दिली आहे.)

या शैलमंदिर लेण्यातील लेणे क्रमांक तीन हे सर्वांत प्राचीन व भव्य आहे. ते कीर्तिवर्म्याचा भाऊ मंगलेश याने इ.स. ५७८ मध्ये खोदल्याचा शिलालेखात उल्लेख आहेत. ते विष्णूला अर्पण केले असून वैष्णवपंथी आहे; तर लेणे क्रमांक दोन सर्वांत लहान आहे. तेही वैष्णव आहे. या लेणेसमूहातील लेणे क्रमांक चार हे तुलनात्मकदृष्ट्या लहान असून ते जैन लेणे आहे. ते डोंगरात सर्वांत उंचीवर आहे. ही सर्व लेणी सहाव्या शतकाच्या अखेरच्या काळातील असून त्यांची रचना सर्वसाधारण सारखीच असून आयताकार स्तंभयुक्त मुखमंडप, महामंडप आणि मागील भिंतीमध्ये चौकोनी गर्भगृह अशी अभिकल्पात्मक असून गर्भगृहासमोर अंतराळ आहे. दर्शनी भाग रुंद असून सर्वत्र उंच स्तंभ, भरभक्कम (संपुंजित) आणि चौकोनी आहेत.

क्रमांक एकचे लेणे दक्षिणेकडील पहाडात खोदले असून त्यात शैवसंप्रदायाच्या मूर्ती आढळतात. प्रवेशाजवळच अठरा हातांचा नटराज, गणपती, गण व नंदी यांसह आणखी काही शिल्पे आहेत. याशिवाय अर्धनारीश्वर, महिषासूरमर्दिनी, हरिहर, पार्वती, लक्ष्मी, भूतगण, संभ्रम-विभ्रम ढंगांतील नृत्यांगना यांच्या मूर्ती आहेत. व्हरांड्यात स्तंभांवर पदके खोदली असून त्यातही भौमितिक आकृतिबंध-

कलश वगैरे ज्ञापके खोदली आहेत. या शैव लेण्याच्या पूर्वेला थोड्या उंचीवर दुसऱ्या क्रमांकाचे वैष्णवपंथी लेणे असून सोप्यात द्वारपालांच्या भव्य मूर्ती आहेत. त्याच्या दोन्ही बाजूंस शिल्पपट्ट खोदले असून एका बाजूला वराह हा दश अवतारातील विष्णूच्या रूपात समुद्रातून पृथ्वी उचलत आहे आणि त्रिविक्रम एक पाय उचलून आकाश मोजण्यास सज्ज झाला आहे, असे शिल्पित केले आहे. त्याच्या गणेशपट्टीवरील समुद्रमंथन देखावा, त्यातून बाहेर आलेल्या विविध देवता, चौदा रत्ने, ऐरावतारूढ इंद्र, गरुडारूढ विष्णू, मयुरारूढ स्कंद, नंदीवर बसलेला शिव, कमल आसनावरील लक्ष्मी इत्यादी शिल्पे कलात्मक आहेत. याशिवाय इथे कृष्णलीलांच्या शिल्पपट्ट्या खोदलेल्या असून त्यातील पुतनावध हे शिल्प विशेष उल्लेखनीय आहे. मंडपाचे छत अलंकृत असून त्यात गगनविहारी यक्ष-यक्षिणी, आकाशगामी विद्याधर यांच्या गतिमान आकृत्या कोरलेल्या आहेत. छतावरील एका पदकात नागशिल्प आहे. या वैष्णव लेण्याच्या वरील बाजूस एक गुहा आहे; पण त्यात वरील लेण्याच्या तुलनेत फारच थोडे शिल्पकाम आहे. तथापि, या लेण्यातील पद्पाणी या बोधिसत्वाची प्रतिमा आकर्षक व लक्षणीय आहे. पद्पाणी कमळावर उभा असून त्याच्या हातातही एक कमल आहे. या गुहेच्या बाहेरील खडकावर इ.स. ७व्या व ८व्या शतकांतील आलेख कोरलेले आहेत.

लेणे क्रमांक तीनमध्ये सर्वांत जास्त शिल्पाकृती असून ते वैष्णवपंथी लेणे आहे. या वैष्णव लेण्यात विष्णूच्या भिन्न अवतारातील आकृती कोरलेल्या आहेत. या लेण्याच्या सोप्यातील स्तंभांवर सिंहाची तीर शिल्पे आहेत. सोप्याच्या एका बाजूला शेषशायी विष्णू व दुसऱ्या बाजूला त्रिविक्रम यांच्या मूर्ती आहेत. त्रिविक्रम मूर्तीच्या पायाजवळ त्याचे पूर्वीचे रूप वामन हे दाखविले आहे. याशिवाय वराह, नृसिंह, हरिहर इत्यादींच्या मूर्ती आहेत. सोप्यातील छत विविध नक्षीकामाने सजविलेले असून त्यात आकाशगामी विद्याधर, नागदांपत्ये आणि नागराजा यांच्या सुबक व सुंदर मूर्ती आहेत. येथील मंडपही विविध नक्षींनी नटलेला असून त्याच्या छतावर गरुडारूढ विष्णू, नंदीसह शिव, ऐरावतावरील इंद्र, हंसारूढ ब्रह्मा, मकरावरील वरुण आदी मूर्ती आहेत. छतावरील एका पदकातील ब्रह्मदेवाची मूर्ती प्रमाणबद्ध व डौलदार आहे. मुख्य मंडपाचे छतही असेच नक्षीयुक्त असून त्यावरील अग्नी, ब्रह्मदेव, वरुण, यम, इंद्र इत्यादी अष्टदिक्पालांच्या मूर्ती छान आहेत. स्तंभांवरील तीर शिल्पात अर्धनारीश्वर, मन्मथ आणि रती, अशोक वृक्षाखालील रती, दर्पणधारी सुरसुंदरी इत्यादींच्या मूर्ती आढळतात. येथील गणेशपट्टीवर व त्याजवळील शिल्पपट्टात समुद्रमंथनाचा देखावा, श्रीकृष्ण-इंद्र युद्ध, गरुड व नाग, सुरासुर युद्ध आणि कृष्णलीला यांचे कथाविषय शिल्पित केले आहेत. याच गुहेत काही भित्तिचित्रे असून ती अत्यंत पुसट झाली आहेत. तथापि, अवशिष्ट रंगचित्रातून दृग्गोचर होणाऱ्या

कल्याणसुंदर शिव प्रतिमा, राजपुत्र व चामरधारिणी, नृत्यांगना, अप्सरा इत्यादींच्या चित्रप्रतिमांतून तत्कालीन कलाविष्काराची वैशिष्ट्ये दिसून येतात. या सर्वांवर वाकाटक कला परंपरेची छाप जाणवते.

या वैष्णव गुहेजवळच उंच जागी उत्तराभिमुख लेणे क्रमांक चार हे जैन लेणे आहे. हे लेणे इसवी सनाच्या ७-८व्या शतकांतील मानले जाते. त्यात मुख्य जागी आदिनाथ तीर्थंकराची मूर्ती आहे. तो वृक्षांकित सिंहासनावर बसलेला असून वर छत्रचामरे आहेत. बाजूला गंधर्व सेवक आहेत. या लेण्यात भिन्न भिन्न तीर्थंकरांच्या अनेक सुंदर मूर्ती असून त्यातील पार्श्वनाथ आणि गोमटेश्वराची मूर्ती खूपच भव्य आहे. याशिवाय या लेण्यांत सिंहासनाधिष्ठित महावीराची एक मूर्ती लक्षवेधक आहे. या लेण्याच्या दर्शनी भागामध्ये चार भव्य स्तंभ खोदलेले असून ते सिंहाच्या पादपीठावर उभे आहेत. गोमटेश्वराची पाषाणमूर्ती सातव्या शतकातील असून तिची उंची दीड मीटर आहे. त्याचे पाद आणि बाहू लतापत्रांनी वेष्टित आहेत. मूर्तीच्या उभट गोल चेहऱ्यावर आध्यात्मिकतेची प्रभा दिसते. जटा पाठीवर व काही खांद्यावर विखुरलेल्या आहेत.

कल्याणीची चालुक्यशैली : कल्याणीच्या (वेंगी) चालुक्यांची शाखा दुसरा पुलकेशी याचा भाऊ कुब्जविष्णुवर्धन याने स्थापन केली. त्याची वेंगी प्रदेशात राज्यपाल म्हणून पुलकेशीने नियुक्ती केली होती. त्याने स्वतंत्र राज्याची घोषणा करून इतर काही प्रदेश पादाक्रांत केला. म्हणून कल्याणीच्या चालुक्यांचा निर्देश अनेक वेळा वेंगीचे चालुक्य असा केला जातो आणि त्यांच्या कलेला वेंगी शैली हे अभिधान कलासमीक्षक देतात. या शाखेत पुढे काही कर्तबगार व कलाभिज्ञ राजे झाले. प्रत्यक्षात द्वितीय तैलप (कार. ९७३-९७) यापासून या वंशाची खरी सुरुवात झाली. ते स्वतःला बादामीच्या चालुक्यांचे वंशज समजत. तथापि, तैलपचा आरंभीचा लेख इ.स. ९५७ चा आहे. चौथा सोमेश्वर (कार. ११८४-१२००) हा या घराण्यातील शेवटचा राजा होय. या सुमारे दोनशे वर्षांत द्वितीय जयसिंह, पाचवा-सहावा विक्रमादित्य, सोमेश्वर (पहिला, दुसरा, तिसरा व चौथा) वगैरे काही पराक्रमी राजे झाले. या राजवंशाचा इतिहास मुख्यत्वे करून कोरीव लेखांवरच आधारित आहे. काही राजांची नाणी सापडली आहेत. बिल्हणाच्या 'विक्रमांकदेवचरितांत' यातील काही राजांविषयी माहिती मिळते. सहाव्या विक्रमादित्याची राणी लक्ष्मीदेवी ही राज्यकारभारात निपुण होती; तर त्याची दुसरी राणी केतलदेवी हिने आपल्या विद्वत्तेने आणि संगीत नैपुण्याने कीर्ती मिळविली होती. देवालयात स्थापत्य, शिल्प, गीत, नृत्य इत्यादी कलांना आश्रय मिळे.

कुब्जविष्णुवर्धन हा कलेचा चाहता होता. त्याच्या कारकिर्दीत भव्य शिवमंदिर बांधण्यात आले. त्याचे एकाश्मातील भव्य द्वारपाल हा या वंशातील शिल्पकलेचा

पहिला आविष्कार होय. त्याची राणी अय्यनमाहदेवी त्याच्याप्रमाणे कलाप्रेमी असून तिने विजयवाडा येथे जैन मंदिरे बांधली. कल्याणीच्या चालुक्यांची सुरुवातीची शिल्पकला भव्यतेकडे झुकलेली होती आणि त्यावर बादामीच्या चालुक्यशैलीचा जास्त प्रभाव होता, विशेषतः मंगलेशच्या कोरीव लेखांकित गुहेशी तादात्म्य दर्शविणारा होता. एवढेच नव्हे तर बादामी गावाजवळ एक मोठे सरोवर आहे. ते भूतनाथ किंवा अगस्त्यतीर्थ या नावाने परिचित असून त्या सरोवराजवळ उत्तर चालुक्यीन लहान-मोठी दहाव्या शतकानंतरची अनेक मंदिरे आहेत. त्यांपैकी भूतनाथ-शिवाची मंदिरे प्रसिद्ध आहेत. या मंदिरसमूहातील मल्लिकार्जुन, दत्तात्रेय, अनंतशायी विष्णू यल्लमा आदी मंदिरे प्रेक्षणीय आहेत. भूतनाथाच्या मंदिराजवळच्या खडकात प्रेक्षणीय शिवलिंगे आहेत. भूतनाथाच्या मंदिराजवळच्या खडकात शिवलिंगे आणि विष्णू, महिषासुरमर्दिनी, नरसिंह, गणपती, ब्रह्मदेव, वराह इत्यादींच्या सुरेख मूर्ती खोदलेल्या आहेत. येथील मंदिराच्या जाळीदार खिडक्या जाळीकामाचा नमुना होत. शिवाय अलंकरणासाठी वापरात आणलेली भौमितिक आकृतिबंधाची प्रतिमाने विशेष उल्लेखनीय होत. याशिवाय कल्याणीच्या चालुक्यांनी काही वैशिष्ट्यपूर्ण मंदिरे बांधली. त्यांपैकी लक्कुंडीचे काशीविश्वेश्वर, हावेरीचे सिद्धेश्वर, बंकापूरचे साठ स्तंभी मंदिर, गदगचे त्रिकुटेश्वर व सरस्वती मंदिर, कुरुवट्टीचे मल्लिकार्जुन, नागडूचे विष्णू मंदिर इत्यादी देवालये शिल्पाकृतींच्या अलंकरणाने सजली आहेत. ही सर्व मंदिरे इ.स. दहाव्या शतकानंतर विकसित झालेल्या चालुक्यशैलीची उत्कृष्ट उदाहरणे होत. या उत्तरकालीन चालुक्यशिल्पांत नक्षीकामाचे प्रमाण अधिक आहे, कारण मध्ययुगात वास्तुशैलीबरोबरच शिल्पकलेचा अधिक विकास झाला होता आणि त्या वेळच्या कारागिरांनी हिरवा किंवा निळसर पाषाण वापरण्यास प्रारंभ केला होता. तो पाषाण (सोपस्टोन) नाजूक कोरीव कामासाठी अत्यंत उपयुक्त ठरला.

या मंदिरांपैकी नागडू येथे इ.स. १०६२ मध्ये चालुक्य सेनापती मधुसूदन याने भगवान विष्णूचे देवालय बांधले होते. त्यात नाटकादिकांकरिता नाट्यशाला, यतिमुनींच्या ध्यानधारणेकरिता अनुष्ठानभवन, वेद-वेदांगांच्या पठनपाठनाकरिता मठ इत्यादींचा अंतर्भाव होता. त्याशिवाय या मंदिरांची अनेक शिल्पांकित तोरणे, प्रसाद यांतून सुंदर मूर्तींचे अलंकरण असून समोर गरुडस्तंभ आणि सभोवार प्राकार (तट) होता.

विजयवाडा येथे उत्तर चालुक्य काळातील अनेक एकसंध पाषाणातील शिल्पाकृती असून त्यातील द्वारपालांच्या भव्य मूर्ती अत्यंत देखण्या आहेत. त्यातील एकाने लिली व कमळकलीकांनी अलंकृत यज्ञोपवित घातले असून दुसऱ्याच्या यज्ञोपविताच्या खाली घंटांची माला आहे. दोघांनी हातात कडी आणि गळ्यात माळा घातल्या आहेत. हातात दंड व पाश आहेत. त्यातील एकाच्या पाठीवर कोरीव लेख असून त्यात शिल्पीचे नाव गुण्ड्य असून तो वेंगीच्या राजदरबारातील एक आश्रित होता.

ही शिल्पे सांप्रत मद्रास संग्रहालयात ठेवली आहेत. बिक्कव्होल किंवा बिक्षुवल येथे असाच एकसंध पाषाणात खोदलेला गणेश आहे. दुसऱ्या विजयादित्याच्या काळातील काही उत्कृष्ट शिल्पे जामिदोड्डी येथे आढळतात. ती प्रामुख्याने स्तंभशीर्ष, स्तंभावरील शिल्पपट्ट आणि अन्यत्र तीर शिल्पात आढळतात. शिवाय मंडपातील भिंतीतून दिसतात. इंद्रकिला टेकडीवरील स्तंभलेखात आणि त्यावरील शिल्पपट्टात किरातार्जुनीय कथाशिल्पे आढळतात. तिसरा विजयादित्य हा गुणग या नावानेही परिचित असून तो आणि पहिला विक्रमादित्य हे मंदिर निर्मितीच्या क्षेत्रात आघाडीवर होते. त्यांच्या कारकिर्दीतील गंगा आणि यमुना ही द्वारशाखेवरील नदीदेवतांची शिल्पे विशेषतः बिक्काव्होल येथील मंदिरातील फारच अप्रतिम आहेत. बिक्काव्होलमधील गोलिंगेश्वर आणि राजराज या मंदिरांतील शिल्पांकन विशेषतः अलंकृत मकरतोरण फारच छान आहे. येथे चतुर्भुज नटराजाची मूर्ती तसेच सप्तमातृका शिल्पपट्ट आणि त्या समूहातील वीरभद्र (शिव) यांच्याही मूर्ती कलात्मक आहेत. त्यातील कौमारी, स्कंदाचा मोर आणि ब्रह्मदेवाचे वाहन हंस ही शिल्पे नैसर्गिक भाव व्यक्त करतात. गंगा नदीदेवतेचे शिल्पही तिच्या सौंदर्याच्या खुणा दर्शविते. येथील गणेश द्विभुज असून त्याच्या मस्तकी मुकुट नाही. ही सर्व शिल्पे गर्भगृहाच्या विमानावर खोदली आहेत. याव्यतिरिक्त येथे ओडिशा परंपरेतील काही मिथुन-मैथुन शिल्पे आहेत. सामलकोट येथील भीमेश्वरम् मंदिर हे चालुक्य भीमाने बांधले असून त्याच्या मंडोवरावर मूर्ती खोदल्या आहेत.

चालुक्य राजा दुसरा आहवमल्लदेव (कार. १०६८-१०७६) याने कर्नाटक राज्यातील धारवाड जिल्ह्यात गदग (धारवाडच्या पूर्वेस सु. ६७ कि.मी.वर) या गावात सोमेश्वर, वीरनारायण, त्रिकुटेश्वर आणि सरस्वती ही चार मंदिरे बांधली. त्यांपैकी त्रिकुटेश्वर व सरस्वती ही दोन मंदिरे गदगच्या दक्षिण भागात एकाच प्रांगणात बांधलेली असून सरस्वतीचे मंदिर त्रिकुटेश्वर मंदिरापेक्षा लहान असूनसुद्धा कलाकुसरीचा नाजूकपणा आणि अलंकरण यामुळे ते उठून दिसते. मंदिराचे वास्तुविधान चतुरस्त्र असून उघडा मुखमंडप आणि गर्भगृह एवढाच मंदिराचा भाग अवशिष्ट आहे व शिखर पडले आहे. प्रांगणात सापडलेल्या दुसऱ्या आहवमल्लदेव याच्या कोरीव लेखात या सरस्वती मंदिराच्या देखभालीसाठी दान दिल्याचा उल्लेख आहे. त्यावरून हे मंदिर बहुधा सोमेश्वर आहवमल्ल यांनी तत्पूर्वी केव्हातरी बांधले असावे. मंदिराच्या मुखमंडपातील अठरा स्तंभांवर नाजूक अलंकरण असून त्यातून चालुक्य शिल्पकलेचा आविष्कार दिसतो. मंदिराच्या प्रवेशद्वाराजवळ असलेले दोन स्तंभ विशेष कलात्मक आहेत. स्तंभावरील अलंकरणात लहान देवळ्या, छोटे स्तंभ, देव-देवतांच्या छोट्या प्रतिमा, त्यांचे सेवक, सिंह, शरभादी व्याल व इतर भौमितिक आकृतिबंध आहेत. हे सर्व शिल्पांकन उठावात असून यातील देव-देवतांनी विविध

प्रकारची आभूषणे घातली आहेत. मुखमंडपाचे आयातकार छत साधे असून त्याच्या मध्यभागी कमळकलिकात उत्फुल्ल कमळ कोरलेले आहे. सरस्वतीच्या अवशिष्ट मंदिरात सुस्थितीत असलेले कदाचित हे एकमेव मंदिर असावे. या मंदिराच्या गर्भगृहात उंच पीठावर मोरावर कमळात अर्धपर्यांक आसनात विराजमान असलेली सरस्वतीची मानवी आकाराची (लाइफ साइझ) पूर्णाकार मूर्ती आहे. या ठिकाणी देवी चतुर्भुज असून तिचे चारही हात कोपरापासून तुटलेले आहेत; परंतु तिची घडण अत्यंत नाजूक व सफाईदार आहे. तिने सुरेख तलम वस्त्र परिधान केले असून तिचे कुरळे केस करंड मुकुटातून बाहेर आलेले दिसतात. तिच्या अंगावर बाहूत बाजूबंद, कानात कुंडले आणि गळ्यात रत्नहार व माला हे अलंकार आहेत. तिची मेखला नक्षीदार असून त्यामध्ये रत्ने आहेत.

एकूण कल्याणी चालुक्यांच्या कलेत बादामीचे चालुक्य, राष्ट्रकूट, गंग, चेदी, पल्लव आणि चोल यांच्या परंपरांचे सुंदर मिश्रण वा एकत्रीकरण आढळते, कारण येथील गणेश, बूट घातलेला सूर्य, शंख गदाधारी विष्णू, तरुण दाढी नसलेला ब्रह्मदेव वगैरे मूर्ती स्पष्टपणे उपरोक्त उल्लेखिलेल्या वंशांच्या कलेचा प्रभाव दर्शवितात. तसेच गोलिंगेश्वर मंदिरातील आलिंगन-चंद्रशेखर ही मूर्ती बादामीच्या चालुक्यांचे स्पष्ट अनुकरण दर्शविते. येथील भग्न मंदिरातील लकुलीशाची मूर्ती कलिंग प्रभाव दर्शविते.

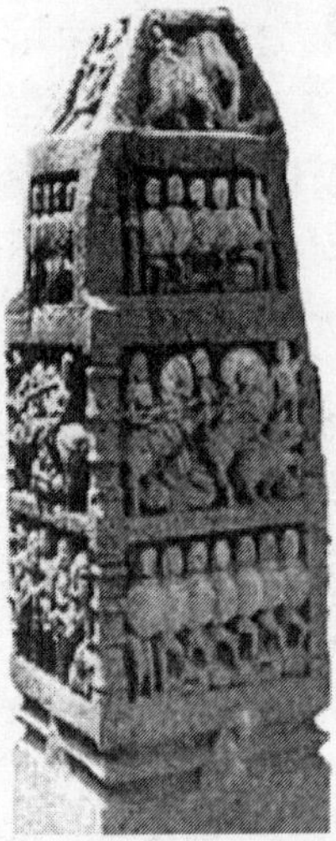

सोळंकी शिल्पशैली

सोळंकी राजवंशाच्या अमदानीत गुजरात - राजस्थान या राज्यांमध्ये दहाव्या शतकापासून पुढे एक शतकभर काही मंदिरे बांधण्यात आली. या राजांनी हिंदू मंदिरांबरोबर काही जैन मंदिरे बांधली. जैन मंदिरशैली आणि मूर्तिकाम यांबाबतीत या मंदिराचा क्रम फार वरचा असून दिलवाडा येथील जैनमंदिरे त्यांवरील कलाकुसरीमुळे जगप्रसिद्ध झाली आहेत. सोळंकी घराण्यातील राजांनी प्रभास पाटण, जामनगरजवळ खिमराना, वढवाज अशा ठिकाणी कमी-अधिक कलात्मक मंदिरे बांधली. सोळंकी शैलीचा सर्वश्रेष्ठ आविष्कार मोढेरा येथील सूर्यमंदिरात आढळतो. इ.स. १०२६ मध्ये बांधलेल्या या वास्तूत सोळंकी शिल्पाची सर्व वैशिष्ट्ये अत्यंत प्रगल्भ अशा अवस्थेत दृग्गोचर होतात. येथे देवदेवता, यक्षमुखे, फळाफुलांची नक्षी तद्वतच रत्नहार,

मौक्तिकमाला आदि पारंपरिक रूपके योजलेली आहेत. इतर देवदेवतांच्या मूर्तीबरोबरच खजुराहो कोनारक खालोखाल येथे चुंबनापासून संभोगापर्यंतची कामशिल्पे खोदलेली आहेत. या मंदिरांची बरीच पडझड झाली आहे. हे मंदिर सांधार पद्धतीचे आहे. बाहेरच्या भिंतीमध्ये तीन दिशांना उघडे सज्जे ठेवलेले होते. प्रदक्षिणेत प्रकाश येण्यासाठी भद्र, जाळ्या यांचा उपयोग मंदिरातून केलेला आढळतो. तसाच उपयोग येथे असून गूढमंडपालाही येथे जाळ्या होत्या. समोर थोड्या अंतरावर सभामंडप व त्या पलीकडे एक डौलदार तोरण आहे. सर्वात शेवटी एक विस्तृत असे आयताकार कुण्ड आहे. सुस्थितीतील मंदिराचा आकार फार मोठा नव्हता. गाभारा साडेतीन चौरस मीटरचा, तर संबध वास्तू आतील बाजूने पंधरा मीटर लांब आणि सात मीटरचा रुंद होती. सभामंडपातील स्तंभ चार मीटर उंचीचे होते. सध्या गाभारा आणि गूढमंडप यांवरील आच्छादन पूर्णपणे नष्ट झाले आहे. भिंतीच्या माथ्यापर्यंतचा म्हणजे साधरणतः तीन मीटरपर्यंत उंचीचा भाग फक्त शिल्लक आहे, उभा आहे. सभामंडप थोडा सुस्थितीत आहे. वास्तुयोजनेत येथेही कोण - प्रतिकोण यांची योजना आहे. आणि तज्जन सौष्ठव याही वास्तूस प्राप्त झाले आहे. प्रस्तुत मंदिराविषयी प्रसिद्ध पुरातत्त्वज्ञ व कला समीक्षक जेम्स बर्जेस याने काढलेले उद्‌गार या मंदिराची महती स्पष्ट करतात. बर्जेस म्हणतो, "उत्तर गुजरातेत या मंदिरा इतके सुबक आणि आकर्षक देवालय अन्यत्र नाही. कलागुणात या वास्तूची बरोबरी करू शकेल असे एकच मंदिर पश्चिम भारतात आढळते व ते म्हणजे झालवाडा जिल्ह्यातील सेजकपूर मंदिर होय." सौराष्ट्र व गुजरात भागात यानंतर अनेक लहान मोठी मंदिरे सोळंकी (चालुक्य) काळात बांधण्यात आली. या सर्वांची मांडणी आणि सौंदर्य योजना मोढेरा सूर्यमंदिराच्या आदर्शाला अनुसरून केलेली आढळते. दिलमाल येथील लिंबाजीमाता मंदिर, नवलाखामंदिर, सिद्धपूरचे रुद्र महालय ही या समूहातील विशेष उल्लेखनीय मंदिरे होत. या सर्व मंदिरांवर मूर्तिकामाचे सुशोभन होते; पण मूर्तिकाम व वास्तू याचा विचार केला असता, मूर्तिकामाचा अतिरेक झाला असून वास्तुरूप लोप पावले आहे. त्यामुळे नाजूक नकसत कातीव काम दिसते.

गुजरात-राजस्थान येथे जैन धर्मीयांची अनेक क्षेत्रे आहेत. त्यांपैकी नारिंगा, गिरनार, पालिठाणा आणि अबू ही काही प्रमुख होत. या मंदिरात बनासकाठा जिल्ह्यातील कुंभरिया येथील जैन मंदिरांचा समूह आणि अबू पर्वतावरील मंदिरे विशेष ख्यातनाम आहेत. राजस्थान व गुजरात यांच्या सीमेवरील अबूनजीक चंद्रावती हे एक जैनांचे प्राचीन तीर्थक्षेत्र. तिथून जवळच अबू पर्वतावरील दिलवाडा येथे काही जैन मंदिरे बांधण्यात आली आणि त्यांनाही तीर्थक्षेत्राचे स्थानमाहात्म्य प्राप्त झाले. सोळंकी राजवंशाच्या आश्रयाने येथील नागर मंदिरशैलीची एक स्वतंत्र शाखाच येथे विकसित झाली. या पद्धतीच्या शाखेच्या मंदिरात गाभारा, अंतराळ, मंडप आणि

अर्धमंडप इतक्या अंगांचा समावेश होतो. मंडपाच्या पलीकडे तोरण उभारण्याची प्रथा याच काळात रूढ झाली. गुजरातेत या तोरणाला कीर्ती तोरण म्हणतात. सोळंकी मंदिरांचा विशेष असा की, जोत्यापासून ते पुढे शिखरापर्यंत जी निरनिराळी अंगे येतात, त्यांचा क्रम निश्चित झालेला दिसतो. जंघेच्या (भिंतीच्या) वर येणारा गलथा (कपोत) बराच प्रक्षेपित आहे. शिखरांच्या रचनेमध्ये एक मुख्य कोण व त्याभोवती अंगशृंगी व अरुशृंगे (लहान शिखरे) यांची योजना केली आहे.

अबू पर्वतावर (माऊंटअबू) विमल-वसही (आदिनाथ - इ.स.१०३२), लूण - वसही (नेमिनाथ - इ.स. १२३०), आदिनाथ (चौदावे शतक) आणि खडतर - वसही (चौमुख - पंधरावे शतक) या चार प्रसिद्ध जैन मंदिरांचा समूह असून यांपैकी बहुतेक मंदिरांचा नंतरच्या काळात जीर्णोद्धार झालेला असला तरी जीर्णोद्धार करणाऱ्या कलावंतांनी मूळ शैलीबरहुकूम काम केलेले असल्याने फारशी कलात्मक हानी झालेली नाही. ही मंदिरे त्यांच्या छतांवरील अप्रतिम शिल्पकामासाठी जगप्रसिद्ध आहेत. सर्वात वेधक आणि आकर्षक भाग म्हणजे येथील मंडपाचे छत होय. दिलवाडा येथील आदिनाथ (विमल-वसही) मंदिराच्या मंडपाचे छत (वितान) हे घुमटाकार छताचे सर्वोत्कृष्ट उदाहरण आहे. एकात एक बसण्याऱ्या कठड्यावर गजताल रूपके येथे कोरली आहेत. मध्येच एखाद्या कड्यावर गंधर्वमालिका आहे. गजतालू व कडी यांतून कळ्यांच्या आकाराची सुबक अवलंबने (आधार) आहेत. सर्वांवर असणाऱ्या कर्णांवर मदनिकांच्या डौलदार मूर्ती आहेत. ही सगळी स्वतंत्रपणे अत्यंत प्रेक्षणीय आहेतच. परंतु त्यांचा एकत्रित परिणाम अत्यंत आकर्षक वठला आहे. याशिवाय चौरस व लंबचौरस आकारांची छतेही कोरलेली असून त्यात काही पट्टे पुढे सरकवून त्यापासून कलिका किंवा फुले यांच्या आकाराची अवलंबने आहेत. जगातील अप्रतिम अशा वास्तुछतांमध्ये गुजरातच्या सोळंकी मंदिराच्या या छतांची गणना केली जाते. नाजूक व गुंतागुतीची शिल्परचना आणि भौमितिक परिपूर्णता साधण्याचा प्रयत्न ही त्याची लक्षणीय वैशिष्ट्ये होत. या मंदिरापैकी विमल-वसही व लूण-वसही ही मंदिरे अत्यंत सौष्ठवपूर्ण व अप्रतिम शिल्पांनी युक्त आहेत. गुजरातमध्ये प्रचलित असणाऱ्या सोळंकी वास्तुशिल्पशैलीचे हे उत्तम नमुने मानले जातात. दोन्ही मंदिरे पांढऱ्या स्वच्छ संगमरवरी पाषणात बांधलेली असून दोन्हीमध्ये वास्तुशिल्पापेक्षा मूर्तिशिल्पालाच अधिक प्राधान्य देण्यात आलेले आहे. विमल-वसही हे मंदिर राजा भीमदेवाचा मंत्री विमलशा याने बांधले; तर लूण-वसही हे मंदिर वीरधवल या राजाचे मंत्री तेजपाल व वास्तूपाल यांनी बांधविले. दोहोंची रचना इतकी सारखी आहे की, वरवर पाहता लूण-वसही ही विमल -वसही ची प्रतिकृतीच वाटावी; परंतु शिल्पातील चैतन्य आणि जोम या दृष्टीने विमल-वसहीच अधिक लक्षणीय ठरते. या मंदिराचे विधान परंपरागत स्वरूपाचे आहे. गाभारा, अंतराळ,

मंडप आणि मुखमंडप या सर्वांभोवती प्राकार आहे. मंदिराची वास्तू २९.८७ मीटर लांब आणि १२.८० मीटर रुंद आहे; तर आवार त्रेचाळीस बाय साडेसत्तावीस मीटर असा प्रशस्त आहे. प्राकाराच्या भिंतीला लागून आतल्या बाजूला छोट्या बावन्न देवळ्या तयार केलेल्या असून प्रत्येकीत आदिनाथाची मूर्ती बसविलेली आहे. प्रवेशद्वारासमोर एक 'हस्तिशाला' उभारलेली आहे. तीमध्ये विमलशा व त्याचे दहा पूर्वज यांचे गजारूढ पुतळे आहेत. मंडपाची आखणी फुलीच्या आकाराची आहे. मधला चौक मोठा असून त्याच्या तिन्ही बाजूंना ओवऱ्यासारखा भाग आहे. मंदिराचा सर्वच अंतर्भाग स्तंभ, तुला, द्वारशाखा इत्यादी कोरीव कामाने मढविलेला आहे. मधील चौकात आठ मोठे स्तंभ, त्यावर छोटे स्तंभ व तुलाभार आणि त्यांना जोडणारे कर्ण तसेच छताचा घुमट या सर्वांवर बारीक मूर्तिकाम केलेले आहे. कोरीव अंलकरणात वेलपत्री किंवा भौमितिक रचनाबंध नक्षी यांच्यापेक्षा मानवी आकृतीला विशेष प्राधान्य दिलेले आढळते. ती मानवी आकृती अनेक रूपे लेवून उतरली आहे. कोठे नर्तकीचे तर कोठे वृक्षदेवीचे, पण सर्वाधिक सापडतात, त्या जिनमूर्ती - अक्षरशः शेकडो आहेत. नर्तकीच्या व इतर सुट्या मूर्तीच्या जोडीला जिनचरित्रातील प्रसंगांचेही चित्रण केलेले आहे. एक एक मूर्ती जोरकस व लालित्यपूर्ण आहे; पण त्यांची संख्या इतकी अफाट आहे की, त्या संख्येच्या भारानेच प्रेक्षक दबून जातो. तपशिलांचा अतिरेक हे या देखण्या शिल्पाचे फार मोठे वैगुण्य समजावे लागते.

राणकपूर येथील चौमुख हे जैनमंदिर हे इ.स.१४३८ मध्ये बांधले असून याचा प्रचंड आकार हेच याचे वैशिष्ट्ये होय. याचे गर्भगृह चौमुखी असून त्यात चार दिशांना तोंड करून चार जिनमूर्ती बसविल्या आहेत. या मंदिराचे विधान (आराखडा) चौफुल्यासारखा आहे. राणाकुंभ याने बांधविलेल्या कीर्तिस्तंभावर (इ.स. १४४०-१४४८) सोळंकी वास्तुशिल्पशैलीचा प्रभाव जाणवतो.

एकूण सोळंकी घराण्याच्या वास्तुशिल्पशैलीचे गुणविशेष पाहाता असे आढळते की, त्यांच्या शिल्पशैलीत मुख्यत्वे जैन मंदिरांच्या बांधणीवर भर दिलेला असून त्यातही जैन मूर्तींचे प्रमाण सर्वाधिक आहे. जैन मूर्ती संभारात चोवीस तीर्थंकरांच्या मूर्तीसोबत अनेक जिनांच्या सुट्या मूर्ती आहेत. शिवाय तीर्थंकरांच्या चक्रेश्वरी, सरस्वती, सोळा विद्यादेवता (वज्रांकुशी,मानवी, महामानसी वगैरे) वगैरे यक्षींच्या उठावदार, पुतळ्यासम रेखीव आणि उत्फुल्ल यौवनाने ओसंडलेल्या अशा अनेक मूर्ती छतांसह सर्वत्र खोदलेल्या आहेत. त्यांचा पोशाख, अलंकार-दागिने, केशभूषा यांवरून गुजरातच्या तत्कालीन मध्ययुगीन संस्कृतीची - समृद्धीची आणि समाजजीवनाची कल्पना येते. तद्‌वतच सोळंकी राजाच्या कलाभिरुचीची - कलाभिज्ञतेची साक्ष पटते.

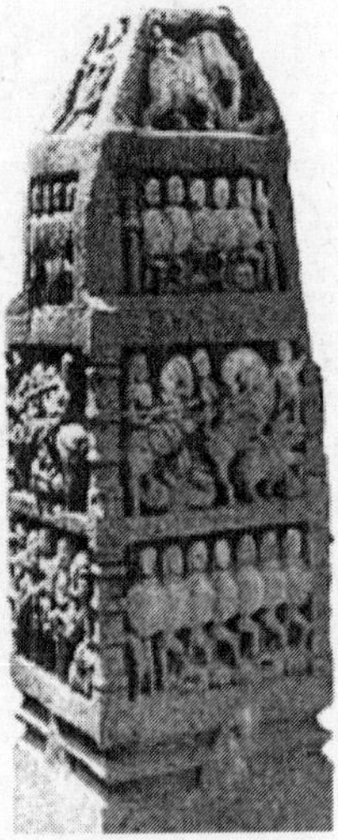

भारतीय शिल्पशैलीतील लोभस लेणे – खजुराहो

आंतरराष्ट्रीय पर्यटन स्थळांच्या नकाशावर खजुराहो मंदिरसमूहाला त्यावरील कामशिल्पांमुळे जागतिक प्रसिद्धी प्राप्त झाली आहे. हे स्थळ मध्य प्रदेश राज्यातील एक मध्ययुगीन नगर. ते छत्तरपूर जिल्ह्यात त्याच्या आग्नेयेस सुमारे २९ किमी. व महोबाच्या दक्षिणेस सुमारे ५५ किमी. अंतरावर केन नदीच्या उजव्या किनाऱ्यावर निनोराताल सरोवराच्या काठी वसले आहे. प्राचीन काळी हा प्रदेश जेजाकभुक्ती किंवा जेजुकभुक्ती (बुंदेलखंड) या नावाने प्रसिद्ध होता आणि त्यावर नवव्या शतकापासून बाराव्या शतकापर्यंत चंद्रवंशीय चंदेल्ल राजांनी राज्य केले. खजुराहो ही त्यांची महोबानंतरची दुसरी राजधानी. येथे चंदेल्ल राजांनी शैव, वैष्णव

व जैन संप्रदायांची अनेक मंदिरे बांधली, तसेच राजप्रासाद व तलाव बांधले.

प्राचीन परंपरेप्रमाणे इथे एकूण पंचाऐंशी मंदिरे होती; परंतु त्यापैकी सद्यःस्थितीत फक्त चोवीस मंदिरेच अवशिष्ट असून त्यांपैकी फार थोडी सुस्थितीत आहेत. तलाव शुष्क पडले असून प्रासादांचे भग्न अवशेष क्वचित आढळतात. तत्कालीन साहित्य, चंदेल्लांचे कोरीव लेख, परकीय प्रवाशांचे वृत्तांत आणि पृथ्वीराजरासो यासारख्या काव्यातून खजुराहोची खजूरवाटिका, खर्जूरवाहक, खजुराहट्ट, खज्जूरपूर, कजुरा किंवा कर्जरा (कज्राओ) अशी भिन्न नामांतरे आढळतात. ह्याचेच पुढे खजुराहो असे नाव झाले असावे, असे तज्ज्ञांचे मत आहे.

सुमारे वीस चौ.किमीच्या क्षेत्रात येथील मंदिर अवशेष पश्चिम, पूर्व व दक्षिण अशा तीन दिशाना मंदिर समूहांत विखुरलेले आढळतात. पश्चिम समूह बॅमिथा राजनगरच्या रस्त्याच्या पश्चिमेस असून त्यात चौसष्ट योगिनी, लालगुआन, कंदरिया महादेव, देवी जगदंबी, चित्रगुप्त, विश्वनाथ, पार्वती, लक्ष्मण, वराह, मातंगेश्वर इत्यादी मंदिरे आहेत.

पूर्वसमूह खजुराहो खेड्याजवळच असून त्यात ब्रह्मा, वामन, जवेरी, घंटाई, पार्श्वनाथ, आदिनाथ, शांतिनाथ ही प्रमुख मंदिरे आहेत.

दक्षिण समूहात दुलादेव व चतुर्भुज या दोन मंदिरांचा समावेश होतो. हा समूह खजुराहो ग्रामाच्या दक्षिणेस सुमारे पाच किमी.वर आहे. या मंदिरसमूहातील चौसष्ठ योगिनी हे सर्वांत प्राचीन (इ.स. नववे शतक) आणि दुलादेव हे चंदेल्ल काळातील शेवटचे (इ.स ११५०) मंदिर होय; मात्र वास्तुशैलीच्या दृष्टीने सर्व मंदिरे एकाच शैलीची आहेत. फरक जाणवतो तो फक्त आकारमानात! लक्ष्मण, कंदरिया महादेव, चित्रगुप्त, वामन, पार्श्वनाथ, घंटाई ही काही मंदिरे वास्तुशिल्पशैली दृष्ट्या वैशिष्ट्यपूर्ण व भव्य आहेत.

कलाविशेष

खजुराहो येथील सर्व मंदिरे इंडो-आर्यन किंवा नागरशैलीत बांधलेली असून त्यांतील कंदरिया महादेव, लक्ष्मण या काही मंदिरांतून पंचायतन ही उपशैली आढळते. या शैलीप्रमाणे तिथे चार कोपऱ्यांत मूळ मंदिरांव्यतिरिक्त चार उपदेवतांची मंदिरे आहेत. नागरशैलीतील अधिष्ठान, मसूरक, जंघा (भिंत) कंगणी, शिखर, ग्रीवा, आमलक आणि कळस हे आठ घटक प्रकर्षाने या मंदिरवास्तूत आढळतात. याशिवाय मंदिराचे आकारमानानुसार अर्धमंडप, महामंडप, अंतराल आणि गर्भगृह असे विभाजन केलेले आढळते. काहींना प्रदक्षिणा पथ आहे. बहुतेक मंदिरे वालुकाश्मात बांधलेली असून क्वचित ग्रॅनाइट दगडही वापरला आहे. वालुकाश्माचा रंग पिंगट वा धुरकट पांढरा आहे. मंदिरांची शिखररचना शंक्वाकार लक्षणीय असून वर

निमुळती होत गेलेली आहे आणि शिखराच्या सभोवती समोच्चतादर्शक रेषांत अंगशिखरांची दाट रचना केलेली आढळते. मंदिराच्या शिखरावर कुंभाची रचना केलेली आहे. असे क्रमाने वर चढत जाणारे शिखर बांधण्यामागे कैलास किंवा मेरू पर्वताची पौराणिक कल्पना अभिप्रेत असावी.

गिरिमंदिर ही संकल्पना येथे प्रगल्भ रूपात परिणत झालेली दिसते. यामुळे मंदिरांना भव्यता प्राप्त झाली आहे आणि दुरूनही मंदिरांची उंच शिखरे दृष्टोत्पत्तीस येतात. सर्व मंदिरे शिल्पांनी अलंकृत केली आहेत. शिल्पकला मुख्यत्वे बाहेरच्या भिंतीवर (जंघा), कधी दोन तर कधी तीन शिल्पपट्टांत आढळते. याशिवाय अधिष्ठान, कणी, मंदिराचे तोरण, द्वारशाखा, गणेशपट्टी, स्तंभ आणि प्रदक्षिणा मार्गावरील भिंती यांवरही मूर्तिकाम केलेले आहे. याशिवाय स्वतंत्र मूर्ती तीरशिल्पात आढळतात. एकूण मूर्ती उठावदार असून काही अपोत्थित शिल्पेही आहेत. मूर्तिशिल्पात दशावतार, पौराणिक कथा, ब्रह्मदेव, गणेश, शिव, विष्णू - त्याचे अवतार, दिक्पाल इंद्र, अग्नी, कुबेर तसेच जैन तीर्थंकर आणि जिना हे देव असून सरस्वती, गंगा, यमुना या नदीदेवता, लक्ष्मी, पार्वती, काली, महाकाली इत्यादी देवतांच्या प्रतिमा आहेत. यांशिवाय भिन्न प्रकारचे व्याल (एक पौराणिक अजस्र प्राणी), कौल - कापालिक, योगिनी इत्यादी धार्मिक संप्रदाय, मिरवणुका, युद्धे, संगीत जथ्ये, शिकार, नृत्यकला यांचे अलंकरण असून तत्कालीन राजकीय-शैक्षणिक समारंभाचे चित्रण आहे. वृक्षवल्ली, पशूपक्षी, यांबरोबरच अनेक भौमितिक रचनाबंधही कलाकाराने खोदले आहेत. या सर्व मूर्तींत स्त्री-मूर्तींचे प्रमाण अधिकतर आहे. एकूण मूर्तिसंभाराची रेलचेल आहे. प्रसिद्ध पुरातत्त्वज्ञ अलेक्झांडर कनिंगहॅम याने कंदरिया महादेव मंदिरावरील मूर्तींची मोजदाद करून मंदिरातील अंतर्भागात २४६ व बाहेरील भागात ६४६ मूर्ती अवशिष्ट असल्याची नोंद करून ठेवली आहे.

मूर्तिमंत स्त्री सौंदर्य

मंदिरावरील स्त्री-प्रतिमात मुख्यत्वे अप्सरा, सुरसुंदरी, शालभंजिका, वृक्षिका, यक्षिणी आदी पारंपरिक रूपके आहेत. शिवाय याच एका मंदिरसमूहात कामशिल्पे मोठ्या प्रमाणात आढळतात. त्यांत आलिंगन-चुंबनापासून विविध आसनांतील संभोगक्रियेपर्यंतची अत्यंत तपशिलवार अशी शिल्पे आहेत. खजुराहोच्या स्त्री-शिल्पातून नारी सौंदर्याचे पदोपदी दर्शन घडते. येथील शिल्पकाराचे कौशल्य मानवी शरीराच्या अंगप्रत्यंगांच्या विभिन्न सौंदर्याचे विविध पैलू साकार करण्यात खर्च झाले आहे. त्याची प्रतिभा मानवी शरीर या एकाच विषयाशी घोटाळत राहिल्याचे जाणवते. कामिनीच्या कमनीय देहवल्लीवरच्या प्रत्येक हावभावाचा आविष्कार येथे ठायी ठायी दिसतो. तिची लयबद्धता आणि भावदर्शीपणा यांमुळे मंदिराचा इंच न्

इंच सजीव झाल्यासारखा वाटतो. येथील स्त्री-प्रतिमांतून तिचा खेळकरपणा, तिची प्रीती, वात्सल्य, विनोदबुद्धी, सौष्ठवपूर्ण शरीर, लज्जित हावभाव आणि विविध मुद्रा अगदी वेडावून टाकतात. या स्त्री-मूर्तींत दोन प्रकार आहेत. एक, सौंदर्यशाली, कार्यकुशल, गृहदक्ष, ऐहिक जीवन व्यतीत करणारी गृहिणी आणि दोन, स्वर्गलोकातील अप्सरा, सुरसुंदरी नि तत्सम शालभंजिका, वृक्षिका, यक्षिणी ! स्त्रीची ही शेकडो रूपे इथे दृग्गोचर होतात. वात्सल्याने बालकाला स्तनपान देणारी, स्वतःच्याच हाताने स्तनाशी चाळे करणारी, आरशात वा दर्पणात स्वतःचे सौंदर्य न्याहाळणारी, तसेच कुंकुम तिलक वा केशकलापात शेंदूर घालणारी, चेंडू खेळणारी, बालकाचे चुंबन घेणारी, प्रियकराची आतुरतेने वाट पाहाणारी, प्रियकराशी हितगुज करणारी अशा भिन्न भावांतील - अवस्थांतील आढळते. याशिवाय वृक्षाच्या फांदीला लोंबकळणारी, पत्रलेखन करणारी, पाणी भरणारी, एक पाय वर उचलून धरलेली, नृत्यात तल्लीन झालेली, पायात घुंगरू बांधणारी, पदन्यास करणारी, वीणा वादनात मग्न असलेली, पायात रुतलेला काटा काढणारी, मेंदी लावणारी, विविध वाद्ये वाजवणारी, चित्र रेखाटणारी, पुत्रवल्लभा अशा विविध क्रियांत गुंतलेली नारी, भिन्न भंगात-विभिन्न अवस्थांत येथे पहावयास मिळते. तद्वतच काही रूपके वा प्रतिमाने शिल्पकाराने अशा अवस्थेत खोदली आहेत की, त्यातून नारी लाजाळू स्वभाव दृग्गोचर होतो. एका शिल्पात कंचुकीत विंचू शिरल्याने सलज्ज झालेली स्त्री दिसते, तर दुसऱ्या एकात ती मर्कट लीलांनी अनावृत झाली आहे.

अशीच आणखी काही येथे लक्षवेधक शिल्पे आहेत. चेंडू खेळणारी बालिश नारी हे लक्ष्मण मंदिरावरील शिल्प म्हणजे तर कलाकाराच्या रेषा लालित्याची किमयाच होय! या शिल्पात उत्फुल्ल वृक्षाखाली उभ्या असलेल्या सुरसुंदरीच्या (शालभंजिका) उजव्या हातात चेंडू असून तो ती फेकण्याच्या आविर्भावात अशी काही दिसते की, तिचा डावा आडवा हात या प्रक्रियेला गती देण्यासाठी पुढे सरसावला असून तिच्या या हालचालींमुळे तिची वक्षस्थळे कंचुकीतून बाहेर पडताना दिसत आहेत. तिचे पदांचे लालित्य, मानेवर रूळणारा केशकलाप, त्यातील अलंकार, बाहुतील कलात्मक बाजूबंद, कमरेला पाठीमागे अधोवस्त्रास बांधलेली गाठ आणि एकूणच सर्व शरीराला दिलेले वक्राकार वळण यातून तिचे नारीसौंदर्य स्पष्ट दिसते. तिच्या पायाजवळचा बालक आणि चेहऱ्यावरील निरागस भाव ह्यातून खिलाडू वृत्ती आढळते. विविध अलंकार, फुले व केशरचना यांनी देह शृंगारण्याची हौस ही खजुराहोच्या तरुणींची खासियत ! इथे मोहनमाळ, वैजयंतीमाला, निरनिराळे कंठे, बाजूबंद, केयूर, कंकणे, बिंदी, पैंजण, कटिबंध, कर्णफुले, तोडे असे विविध प्रकारचे कलात्मक अलंकार आढळतात. तदवतच केसांच्या विविध भूषा दृष्टीस पडतात. अंबाडा, लांब वेणी, यांबरोबरच पोनीटेलसारखी केशभूषा

दिसते; तसेच असंख्य भाव चेहऱ्यावर दिसतात.

स्त्री-प्रतिमांची गतिशीलता

खजुराहोच्या स्त्री-प्रतिमांना एक गतिशीलता लाभलेली आहे. एकूण नारी कमरेत वाकलेल्या, वळलेल्या, एक पाय उचलून वर धरलेल्या, एक हात वर केलेल्या अशा विभिन्न भंगात खोदलेल्या आहेत. या नारींची गोलाई तर जाणवतेच पण त्याहीपेक्षा शरीराची बाह्याकृती लक्ष वेधून घेते. प्रत्येक स्त्रीमूर्ती यौवनाने टिच्चून भरलेली असून वक्षस्थळे व नितंब यांची वक्रता सौंदर्यात भर टाकते. तिचे वर्तुळाकार घन स्तन, पुष्ट व विशाल नितंब आणि सिंहकटी यातून सफाईदार व लयबद्ध अशा रेषांचा खेळ ही येथील खास किमया आहे.

मूर्ती स्त्रीची असो वा पुरुषाची असो, सुटी असो वा समुदाय, हे रेषा लालित्य सर्वत्र आढळते. शिव-पार्वती, विष्णु-लक्ष्मी, बलराम, रेवती या दंपतीच्या आलिंगन प्रतिमांतही हीच गोष्ट स्पष्टपणे जाणवते. त्याचप्रमाणे वैषयिक भावना उद्दीपित करण्यासाठी किंवा रतीविलासाला उत्तेजन देण्यासाठी केलेल्या प्रणय चाळ्यातही हे रेषा लालित्य दिसते. येथील सर्व मूर्ती आकाराने उभट व प्रमाणबद्ध आहेत. त्यामुळे उंच शरीराला एक स्वाभाविक सौंदर्य लाभले आहे. या उर्ध्वगामी वृत्तीला-उंचीला पोषक अशा रीतीने सर्व अंगोपांगे मांडली आहेत. वास्तू व मूर्ती या दोहोंची इतकी सुसंबद्धता केली आहे की, मंदिर हे एकसंध शिल्पच भासते. येथील सर्व तरुणी पुष्ट आहेत, पण प्रौढ वाटत नाहीत. तद्वतच ह्यांच्या मुखावर गोड स्मित हास्य असून मैथुन व मिथुन अवस्थांतील स्त्री-पुरुषांच्या चेहऱ्यावर समाधान व संतृप्त भाव दिसतो.

कामशिल्पाच्या निर्मितीचे रहस्य

कलात्मकता आणि सांप्रदायिक विचार-कल्पनांची अभिव्यक्ती याबाबतीत खजुराहो येथील कामशिल्पे अत्यंत ठळक, ठसठशीत आणि शरीराचे निःसंकोचपणे प्रदर्शन करणारी, पण तितकीच कलापूर्ण व लक्षणीय आहेत. येथील संप्रदायाला अभिप्रेत असे उपयोजन आणि संभोगाच्या असंख्य अवस्था यांबाबतीत अन्य कोणत्याच शिल्पांची कुठेच तुलना होणार नाही.

मंदिरासारख्या या पवित्र वास्तूंवर ही स्त्री-पुरुष समागमाची एवढी सुस्पष्ट खुलासा करणारी आणि विभिन्न आसनातील शिल्पे खोदण्यात शिल्पकाराचा किंवा त्या शिल्पकाराला उद्युक्त वा प्रवृत्त करणाऱ्या राजाचा किंवा मंदिर बांधण्यास प्रोत्साहित करणाऱ्या धनिकाचा कोणता उद्देश वा हेतू असावा, ह्याविषयी अद्याप समाधानकारक स्पष्टीकरण वा उत्तर आढळत नाही. या शिल्पांबाबत अनेक प्रकारची

स्पष्टीकरणे - खुलासे कलासमीक्षकांकडून दिले गेले वा देण्यात येतात. ह्यांपैकी काही तर्कशुद्ध सिद्धांतावर आधारित आहेत, तर काही शक्यतादर्शक वा पूर्णतः काल्पनिक आहेत. कोणतेही कारण स्वतंत्ररित्या या शिल्पांच्या निर्मितीविषयी उलगडा करण्यास समर्थ नाही, तसेच या शिल्पांविषयी कोणत्याही शिलालेखात किंवा तत्कालीन वास्तू-शिल्पावरील ग्रंथात सुस्पष्ट असा खुलासा केलेला आढळत नाही, तथापि जी काही त्याच्या अस्तित्वाच्या पुष्ट्यर्थ थोडीबहुत अनुमाने काढली जातात, त्यांचा साकल्याने विचार 'भारतीय कामशिल्पे :अन्वयार्थ' या स्वतंत्र प्रकरणात केला आहे.

शिल्पशैलीचे विशेषत्व

खजुराहो हे चंदेल्ल घराण्याची निर्मिती असून चंदेल्ल वास्तूची शिल्पशैलीची काही वैशिष्ट्ये आहेत. त्यांच्या वास्तूंचे पदन्यासाच्या दृष्टिकोनातून साधारणतः पाच विभाग पडतात. गर्भगृह, अंतराल, महामंडप मंडप व अर्धमंडप आणि गर्भगृहाभोवती आच्छादित प्रदक्षिणा मार्ग. म्हणजे त्यांच्या वास्तूचे विधान सांधार पद्धतीचे आहे. मंडप, महामंडप व गाभाऱ्याभोवतीचा प्रदक्षिणा पथ यांना क्षेपित सज्जे आहेत. सर्व भागाचा मूळ आकार चौकोनी असून भिंतींची अनेक कोनात मांडणी करण्यात आली असल्याने ह्या चौकोनाचे मूळ रूप झाकून गेले आहे. या योजनेमुळे निर्माण झालेले असंख्य कोण-प्रतिकोण छायाप्रकाशाच्या नेत्रदीपक खेळाला पोषकच ठरले आहेत. खजुराहोच्या सर्व मंदिरांचे सम्यकदर्शन त्यामुळे अत्यंत रमणीय झाले आहे. सर्व मंदिरे उंच अशा पीठावर बांधली आहेत. या पिठाचे विधान कधी निव्वळ चौकोनी तर कधी विधानाला अनुसरून नक्षत्राकृतीही आढळते. तसेच यांचे जोते किंवा अधिष्ठान, तेही असेच उंच आहे. दोन्हींवर ठळक आणि प्रक्षिप्त थर, त्याच्यावर भिंत किंवा जंघा आणि सज्जे येतात. जंघेवर विपुल शिल्पांकन आहे. संबंध वास्तूवर छप्पर मात्र एकच आढळत नाही. प्रत्येक अंगासाठी स्वतंत्र अच्छादन आहे. ते क्वचित शंकूसारखे किंवा शिखररूप असून स्पष्टपणे वेगळे दिसते; मात्र छपरांचे आकार व रचना अशा बेताने केला आहे की, अर्धमंडपाचे सर्वांत कमी उंचीचे, मंडपाचे त्याहूनही उंच, महामंडपाचे त्याहून उंच, अंतराळातील शुकनासिकेची उंची या सर्वांहून जास्त आणि सर्वांत उंच म्हणजे गाभाऱ्यावरील शिखर होय. भिंतींच्या रथांवरील व कोणावरील शिखरे अशाच पद्धतीने मांडली आहेत. भिंतींची मोडणी त्यावरील रथ आणि मुख्य म्हणजे वर सांगितलेली आच्छादनाची योजना अशी आहे की, पाहणाऱ्याची दृष्टी क्रमाने पण सहजतेने वर वर जात कळसापर्यंत पोहोचावी या गतीत कुठेही अडसर नाही, की थबकल्याचा भास होणार नाही. वास्तूच्या प्रत्येक अंगाचे स्वतंत्र अस्तित्व टिकवून धरून त्या सर्वांतून मिळून एकसंध रूपक चंदेल्ल

कलाकारांनी निर्माण केले आहे. आणि ते करीत असताना वास्तूच्या सामान्य रूपात अभिप्रेत असणारी गती व लय यांना धक्का पोहोचणार नाही, ही दक्षता घेतली आहे. हे केवळ अलौकिक प्रतिभेचेच काम होय. या प्रतिभेचे मूर्त स्वरूप म्हणजे येथील कंदरिया - महादेव मंदिर होय. येथील वास्तुकला आणि मूर्तिकला ही पूर्णतः एकजीव झाली आहे. चंदेल्ल नृपती विद्याधर याने इ. स. १०२५ ते १०५० दरम्यान कंदरिया महादेव मंदिराचे बांधकाम करून घेतले. त्याच्या अंतर्भागातील आणि बहिरंगावरील शिल्पकामाबरोबर प्रवेशद्वारावरील तोरणेही शिल्पांकित केलेली आहेत. चंदेल्ल कलाशैलीचा हा सर्वोत्कृष्ट आविष्कार समजला जातो.

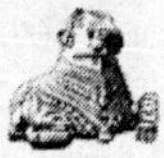

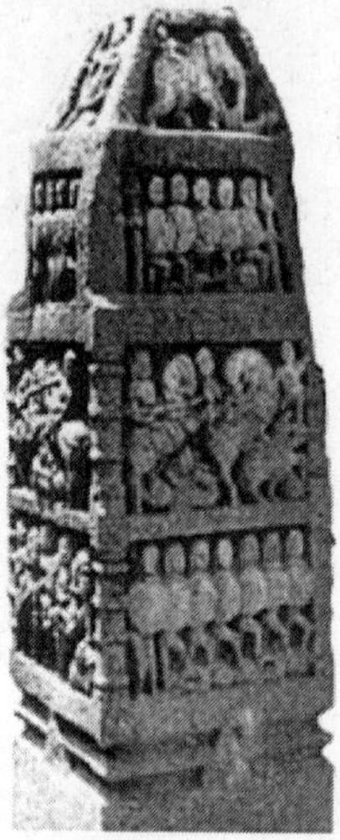

यादव शिल्पशैली

भारतात मध्ययुगात म्हणजे सुमारे १००० ते १४०० च्या दरम्यान मंदिर वास्तुशिल्पशैलीला बहर आलेला दिसतो; कारण या काळात भारताच्या कोनाकोपऱ्यात अनेक मंदिरे बांधली गेली आणि ती बहुविध शिल्पांनी अलंकृत करण्यात आली. त्यामुळे हा काळ म्हणजे कला इतिहासातील एक प्रगतीचा क्रांतिकारक टप्पाच म्हणावा लागेल! अर्थात या कला उद्‌विकासात महाराष्ट्रही मागे नव्हता. महाराष्ट्रात आणि त्यातही विशेषतः खानदेश, मराठवाडा व विदर्भ या प्रदेशात असंख्य मंदिरे बांधण्यात आली. ही बहुतेक मंदिरे शिलाहार व यादव वंशांतील राजांनी त्याचप्रमाणे त्यांच्या मांडलिकांनी आणि मंत्र्यांनी बांधली. या मंदिरांच्या वास्तुपद्धतीस वा शैलीस अनेकदा 'हेमाडपंती मंदिरे' ही सर्वसाधारण संज्ञा देण्यात येते. हे नाव यादव

काळातील हेमाद्रि ऊर्फ हेमाडपंथ या नावावरून रूढ झाले असावे. हेमाडपंताने या पद्धतीचा पुरस्कार केला, असे परंपरा सांगते. हेमाडपंत हा प्रथम यादव राजा महादेव (कार. १२६१-१२७०) याच्याकडे श्रीकरणाधिप (मुख्य सचिव) आणि नंतर यादव राजा रामचंद्र (कार. १२७१-१३११) याच्या पदरी मंत्री होता. हिंदुधर्माचा पुरस्कर्ता, धर्मशास्त्र व आयुर्वेदाचा ज्ञाता आणि चतुरस्त्र मुत्सद्दी म्हणून तो प्रसिद्ध होता. त्याने चतुर्वर्गचिंतामणि हा धर्मशास्त्रकोश व इतर ग्रंथ लिहिले. या ज्ञानकोशरूपी ग्रंथामुळे त्याची विद्वानांत गणना होऊ लागली. ठाणे येथे उपलब्ध झालेल्या यादवकालीन शिलालेखामधून आणि चतुर्वर्गचिंतामणीतील व्रतखंडातून त्याच्या बहुविध कार्याविषयी माहिती मिळते. त्याने अनेक मंदिरे बांधली आणि मंदिर बांधणीस प्रोत्साहन दिले. हिंदुधर्माच्या प्रचार-प्रसारार्थ त्याने सुमारे तीनशे मंदिरे बांधली असावीत, अशी वदंता-परंपरा आहे. यामुळे त्या काळात साहित्य आणि कला क्षेत्रात जे जे घडले त्याचे श्रेय सहगत्या हेमाडपंताकडे जाऊ लागले. त्यातूनच हेमाडपंती वास्तुशिल्पशैली ही संज्ञा प्रचारात आली; तथापि यासंबंधी निश्चित पुरावा वा शिलालेख ज्ञात नाही आणि या काळातील अनेक मंदिरे हेमाडपंताच्या पूर्वी सुमारे शंभर दीडशे वर्षे आधी बांधलेली आहेत. त्यामुळे यादव काळातील सर्व मंदिरांना हेमाडपंती म्हणणे कालदृष्ट्या अप्रस्तुत व चुकीचे ठरेल! याकरिता ही अपसंज्ञा बाजूला ठेवून त्यांना सोयीसाठी यादव वंशाच्या नावाने 'यादव मंदिरे' असे उल्लेखिणे अधिक सयुक्तिक होईल. अर्थात ह्या काळातील सर्व मंदिरे यादव वंशातील राजांनी बांधली आहेत, असे नव्हे; परंतु हेन्री कझिन्स या पुरातत्ववेत्त्याने जे चालुक्यांच्या मंदिर बांधणीविषयी म्हटले आहे, तेच तत्त्व यादव मंदिरानांही तंतोतंत लागू पडते. यादव राजे, त्यांचे मांडलिक राजे वा घराणी (निकुंभासारखी), त्यांचे मंत्री (खोलेश्वर, हेमाद्रि इ.) किंवा यादवांनी ज्यांना जिंकले असे शिलाहारांसारखे वंश, या सर्वांचा त्यात अंतर्भाव होतो. या सर्वांनी जी मंदिरे बांधली किंवा मंदिर बांधणीस उत्तेजन देऊन मंदिर उभारणी केली, ती सर्व मंदिरे सोयीसाठी 'यादव मंदिरे' या नावाने प्रसिद्ध झाली. ही वंशावरून नाव देण्याची पद्धत भारतात कला समीक्षकांनी रूढ केली आहे, जसे चालुक्य, होयसळ, गुप्त इत्यादी.

या मंदिरांची काही ठळक वैशिष्ट्ये आहेत. त्यांचा यादव शिल्पशैलीवर फार मोठा परिणाम झालेला दिसतो. किंबहुना वास्तुशैली आणि शिल्पशैली यांचा सुंदर मिलाफ या मंदिरांच्या ठिकाणी दृग्गोचर होतो. स्टेला क्रॅमरिश या विदुषीच्या भाषेत वर्णन करावयाचे झाल्यास 'यादव मंदिरे हीच एक वैशिष्ट्यपूर्ण सुंदर शिल्पाकृती आहे.'

कालदृष्ट्या या मंदिरांचे दोन स्वतंत्र भाग पडतात. एक म्हणजे सुरुवातीची इ.स. अकराव्या ते तेराव्या शतकाच्या मध्यापर्यंत बांधलेली मंदिरे आणि नंतरची

म्हणजे दोन, इ.स. १२५० ते १३५० दरम्यान बांधलेली मंदिरे होत. सुरुवातीच्या मंदिरांवर शिल्पांकन विपुल प्रमाणात असून नंतरच्या मंदिरांवर ते क्रमशः कालमानानुसार तुरळक होत गेलेले दिसते व चौदाव्या शतकाच्या अखेरीस जवळजवळ शिल्पांकन क्वचितच आढळते; परंतु कालाअनुक्रमानुसार मंदिरांच्या बांधणीचे नमुने उपलब्ध न झाल्यामुळे हे नंतरचे शिल्पांकन नेमके केव्हा झाले किंवा शिल्पांकित मंदिर नेमके केव्हा बांधले गेले, ह्याविषयी निश्चित पुरावा उपलब्ध होत नाही. किंवा नंतरच्या काळात बांधलेली अनेक मंदिरे तज्ज्ञांच्या मते एकतर ओबडधोबड आहेत किंवा शिल्परहित असून ज्यांना रूढार्थाने 'हेमाडपंती' म्हणता येईल अशा प्रकारातील आहे.

वास्तुशैलीच्या दृष्टीने पाहता यातील बहुसंख्य मंदिरे नागर वा इंडोआर्यन शैलीत, विशेषतः पश्चिम भारतातील माळव्यात प्रचलित असणाऱ्या भूमिज उपशैलीत बांधलेली आढळतात. ही शैली नागर आणि द्राविड यांहून काहीशी वेगळी असून तिची काही खास वैशिष्ट्ये आहेत. उत्तर महाराष्ट्रातील तसेच मध्य भारत, गुजराथ आणि राजस्थानातील मंदिर बांधणीत ती मुख्यत्वे आढळतात. वास्तुशास्त्रावरील 'समरांगण सूत्रधार' (अकरावे शतक) आणि 'अपराजितपृच्छा' (बारावे शतक) या ग्रंथांतून या शैलीसंबंधी काही माहिती मिळते. शिवाय सिंघण यादवाच्या इ.स.१२३१ च्या एका कोरीव लेखात याविषयी काही माहिती मिळते. या मंदिरांच्या बांधणीसाठी दोन प्रकारचे आराखडे (मानचित्रे)- चतुरस्र व वृत्तसंस्थान (तारकाकृती) वापरले असून चतुरस्र विधानात (आराखड्यात) सर्व बाजूंचे कोपरे अशा पद्धतीने बांधलेले असतात की, एखादा दोर घेऊन जर मंदिराच्या भोवती गुंडाळला, तर चारी कोपरे मध्यबिंदूपासून सारख्या अंतरावर आढळतात. या उलट वृत्तसंस्थान विधान हे स्थूलमानाने तारकाकृती (चांदणीच्या आकाराचे) असून या दुसऱ्या प्रकारात तारकांचे सर्व कोन एका वर्तुळात बसविलेले असतात. अम्रेश्वर (अंबरनाथ), गोंदेश्वर (सिन्नर) तसेच पाटणचे (चाळीसगाव तालुका), महेश्वर मंदिर, कोकमठाण (नगर जिल्हा) आणि लोणार येथील मंदिरे वृत्तसंस्थान विधान पद्धतीची बांधलेली आहेत. मंदिराच्या कोनाकृती भिंती पायापासून वरपर्यंत चढत गेल्यामुळे त्या ठाशीव दिसतात आणि छायाप्रकाशाच्या परिणामामुळे त्यांच्या भरीवपणाला अधिक उठाव मिळतो. त्यामुळे पायापासून कळसापर्यंत गेलेल्या भित्तिकोनांच्या रेषांमुळे भासणारा बांधणीचा उभटपणा वेगवेगळ्या थरांच्या आडवटींनी काहीसा कमी झाल्यासारखा दिसतो वा भासतो.

यादव मंदिराची बांधणी करताना क्वचित काही ठिकाणी चौथरे उभारलेले आहेत; परंतु पाया खणलेला दिसत नाही. बांधणीत दगड सांधण्यासाठी चुना-सिमेंट अशा प्रकारचा कोणताही तत्सम पदार्थ वापरलेला आढळत नाही. दगडांना खाचा

वा खोबणी पाडून एकावर एक दगड रचून भिंतींची बांधणी केलेली दिसते. मंदिराच्या पीठांवर अश्व, गज, नर, डायमंड, कणी इत्यादी थर क्वचित आढळतात. अश्वथर तर जवळजवळ नाहीच; मात्र कणी, कमळ, हिऱ्यादी प्रकार प्रामुख्याने वापरलेले दिसतात. भिंतींवर थरांमध्ये विविध प्रकार आणि आकार असून दोन मोठ्या स्तरांच्या मध्यभागी योजलेल्या कणीचा आकार दुधारी सुरीच्या पात्याचा आडवा छेद घेतल्यासारखा वाटतो. बहुतेक मंदिरांचे विभाजन गर्भगृह, अंतरालय, सभागृह व प्रवेश मंडप अशा स्वतंत्र भागात केलेले असते. क्वचित काही ठिकाणी दर्शनीभागी भोगमंडप दिसतो. याशिवाय काही मंदिरांतून मुख्य गर्भगृहाव्यतिरिक्त आणखी दोन स्वतंत्र गर्भगृहे आढळतात; तर काहींमधून लहान सहान अशी अनेक उपगर्भगृहे दिसतात. सामान्यतः मंदिरास एकच द्वार असते. पण काही मोठ्या मंदिरांना तीन द्वारे व प्रवेश मंडप आढळतात. काही मंदिरे पंचायतन या उपशैलीत बांधलेली असून मुख्य मंदिराच्या चार कोपऱ्यांत चार छोटी पण स्वतंत्र मंदिरे बांधलेली असतात. नासिक जिल्ह्यातील सिन्नर येथील गोंदेश्वराचे मंदिर पंचायतन या उपशैलीचे उत्कृष्ट उदाहरण असून यादव मंदिरातील वास्तुशास्त्रदृष्ट्या ते अभिनव व परिपूर्ण मंदिर आहे. मुख्य शिवाच्या मंदिराव्यतिरिक्त त्या ठिकाणी सूर्य, देवी, विष्णू व गणेश यांची उपमंदिरे चार कोपऱ्यांत बांधलेली आहेत. शिवाय मुख्य शिवमंदिरासमोर नंदीमंडप असून त्याच्या चारी कठड्यांवर बाहेरच्या बाजूने मूर्तिकाम केलेले दिसते. हे एकच मंदिर यादव मंदिरांमध्ये आकाराच्या दृष्टीने मोठे आहे.

यादव मंदिरांचे स्तंभ वैविध्यपूर्ण असून ते एकसंध पाषाणात एकजात आरसपानी कातलेले आहेत. त्याचप्रमाणे उपलब्ध होणाऱ्या अखंड शिलाखंडांच्या लांबीनुसार मंदिराचे प्रमाण ठरविणे तत्कालीन वास्तुविशारदांना प्राप्त झाले असावे. काही ठिकाणी क्वचित प्रसंगी जोडाचा पण बहुतेक एकसंध पाषाणाचा कातीव स्तंभ चौकोनी, षट्कोनी, अष्टकोनी इत्यादी भिन्न आकारांचे पाषाण एकावर एक रचून ठेवल्यासारखा दिसतो. स्तंभपादाजवळील साधा भाग चौरस आकाराचाच आढळतो. एकूण छायाप्रकाशाचा परिणाम साधण्यासाठी आडवटींचा उपयोग स्तंभांच्या कोरीव कामातही केलेला आढळतो. स्तंभशीर्षे किचक, कमळ व क्वचित पर्णाची आहेत. स्तंभांतील कर्णिका किंवा कणी ही यादव मंदिरस्तंभांची एक वैशिष्ट्यपूर्ण देणगी आहे. यादवकालीन स्तंभ अत्यंत मनोवेधक, पैलुदार, कलाकुसरयुक्त आणि विविध प्रकारचे आहेत. प्रत्येक मंदिरातील स्तंभ वेगळ्या धाटणीचे-घडणीचे असूनही त्यांची सर्वसाधारण रचना वरूनखाली अनुक्रमे चौकोनी स्तंभशीर्ष, नंतर चौकोनी लहान शिल्पपट्ट, मधला भाग कधी षट्कोनी तर कधी फुगीर गोल; मात्र स्तंभपाद पुन्हा चौकोनी आणि त्यावर चारी बाजूंस चौकटीत प्रत्येकी एक मूर्ती खोदलेली असते. काही वेळा या ठिकाणी भौमितिक रचनाबंध आढळतात. त्याखाली कधी

गोलाकार पाया किंवा चौकोनी बैठक असते. यावर माळवा किंवा कर्नाटकातील बांधणीची छाप पडलेली दिसते. मात्र कर्णिका ही खास यादवकालीन आहे. नगर जिल्ह्यातील पेडगावचे लक्ष्मीनारायण मंदिर तसेच वाघळीच्या मुथादेवी मंदिरातील स्तंभ कुंभाकृती व पुष्पाकृतीयुक्त असल्याने गुजराथच्या सोळंकीपद्धतीचे वाटतात. पाटण येथील महेश्वर मंदिराचे तसेच किकलीच्या (सातारा जिल्हा) भैरवनाथ मंदिराचे स्तंभ मात्र पूर्णतः यादव वास्तुशैलीचे आहेत. काही ठिकाणी भित्तिस्तंभ आहेत. त्यावरही कलाकुसर आढळते. काही स्तंभांवर किचकाकृती (अंबरनाथ-अम्रेश्वर-शिव) असून पर्णाकृती, भौमितिक रचनाबंध तसेच नागफण्यांचे अलंकरण आहे. स्तंभांतील शिल्पपट्टातून पौराणिक कथा गुंफलेल्या दिसतात. उदा. किकलीच्या भैरवनाथ व सिन्नरच्या गोंदेश्वर मंदिरातील स्तंभांवर अनुक्रमे कृष्णलीला व रामायण यांतील कथानक खोदले आहे. शिवाय अंबरनाथच्या शिवमंदिरात स्तंभांवर ब्रह्मदेव, देवी, अप्सरा यांच्या शिल्पांकनाबरोबर काही कामशिल्पे आहेत.

या सर्व मंदिरांची शिखरे इतर मंदिरांपेक्षा वैशिष्ट्यपूर्ण असून शिखरांची घडण आणि मंदिरांच्या पायाची आखणी यात फार मोठा समतोल साधला आहे. प्रमुख दिशांना कोन येतील असा चौरस कल्पून एका कोनासमोर प्रवेशद्वाराची व्यवस्था केलेल्या या मंदिरांची आखणी अनेक कोनांत केलेली आहे. त्या पायांवर उभारलेल्या भिंतींनी जे कोन बनतात, त्या सर्व कोनांच्या रेषा जमिनीपासून निघून थेट कळसापर्यंत उभ्या गेलेल्या दिसतात; आणि शिखरांच्या छोट्या प्रतिकृती (ऊरुशृंगे) खालपासून वरपर्यंत एकीवर एक प्रमाणशीर पद्धतीने बसविल्यामुळे ही सर्व लहान लहान शिखरे रचूनच मोठे शिखर तयार झाल्यासारखे वाटते. शिखराच्या या सर्व प्रतिकृती जागच्या जागी स्थिर व मजबूत राहाव्यात म्हणून उपयोगात आणलेल्या साहाय्यक दगडांवर नक्षीकाम केल्यामुळे पुन्हा शिखराला उठाव आलेला दिसतो. ह्या शिखरातील लहान शिखरे (कूट) कूटस्तंभाच्या आधाराने हळूहळू वरच्या बाजूस चढलेली दिसतात. त्यांचा आकार जशी ती वर जातील तसा लहान होतो आणि त्यातून एका सर्वांगीण सुरेख एकात्म शिखराचा आभास निर्माण होतो. यासंबंधी 'अपराजितपृच्छा' या ग्रंथातील वर्णन चपखल असून त्यात म्हटले आहे, **'यत्र वंशोद्‌भवाः कूटा ऱ्हस्ववृद्धिक्रमास्थिताः । दळविभक्त्या त्वङ्‌गैश्च भूमिजाः पुरभूषणाः ।।** (अपराजितपृच्छा १०६-२९) एकूण यादव शिखरांमध्ये बोजडपणाऐवजी नाजुकता अधिक प्रकर्षाने जाणवते. सिन्नरच्या गोंदेश्वर मंदिराचे शिखर त्यातल्या त्यात आजही सुस्थितीत आहे. अमरेश्वर (अंबरनाथ), औंढा, नागनाथ, शिव (झोडगे) इत्यादी ठिकाणची शिखरे अर्धवट पडलेली आहेत. कोणत्याही शिखरावरील अमलक आज अस्तित्वात नाही; असे असूनही या जीर्णशीर्ण शिखरांची भव्यता, त्यांची कलात्मक बांधणी आणि शास्त्रशुद्ध वास्तुरचना नजरेत भरते. ही शिखरे

उत्तरेकडील नागर, लतिना व भूमिज या तीन वास्तुप्रकारांच्या मिलाफातून निर्माण झालेली असली, तरी त्यात मुख्यत्वे भूमिज वास्तुशैलीचे घटक प्रकर्षाने दृग्गोचर होतात.

यादवकालीन मंदिरांच्या शिखराखालोखाल या मंदिरांची विताने (छते) सुद्धा वैशिष्ट्यपूर्ण व अलंकृत असून याही बाबतीत त्यांनी गुजरात व माळव्यातील मंदिरांचे काही बाबतीत अनुकरण केले आहे; तथापि छतांचा एकूण विचार केला असता त्यांमध्ये स्थानिक गुणावगुणांचे मिश्रण अधिकतर आढळते आणि तुलनात्मकदृष्ट्या कमी प्रकार आढळतात. यादवकालीन मंदिरातील बहुतेक सभामंडप बंदिस्त असून क्वचित काही ठिकाणी मंडपांच्या बाजूंच्या भिंतीत अर्धी भिंत वरून उघडी ठेवलेली दिसते. अंबरनाथ व सिन्नर येथील मंदिरातील 'सवर्ण' म्हणजे घंटाकृती गोलाकार मंडप चढत्या बांधणीच्या छताच्छादित प्रकारचा आहे; तर झोडगा येथील शिवमंदिराचा मंडप 'फन्साना' म्हणजे त्रिकोणाकृती वरवर पिरॅमिडसारखा चढत जाणाऱ्या पायऱ्यांनी बनविलेल्या छप्पराचा केला आहे. हे छत माळवा-गुजराथ पद्धतीच्या 'वितान' या नावाने ओळखल्या जाणाऱ्या पद्धतीचे मानले जाते. सामान्यतः नंतरच्या मंदिरांचे अगदी साधे छत, निमुळत्या आकाराचे फळाकृती वा घुमटाकृती छत असून ते जसजसे वर जाईल तसे लहान होत गेल्याचे दिसते. ते वर्तुळाकृती छोट्या छोट्या पेटिकेवर आधारलेल्या अशा बांधणीचे असते. या छताच्या मधोमध एक कमळाकृती शिळा बसविलेली असते तर काही ठिकाणी झुंबर आढळते. घुमटाकृती छताखाली, जेथे छत स्तंभावर टेकते. त्याखाली शिल्पपट्ट असतात व त्यावर उभ्या मूर्ती खोदलेल्या आहेत. काही सपाट छतांवर विविध प्रकारचे भौमितिक रचनाबंध कोरलेले असून मधोमध कमळाकृती शिल्पांकन आहे. झोडगे, वाघळी येथील घुमटाकृती छते अप्रतिम असून त्यावरील मूर्तिकाम लक्षणीय आहे. यातील (वाघळी) कृष्णलीलांचे दृष्य विशेषतः मुरलीधारी कृष्ण फारच छान आहे.

छतांप्रमाणेच यादव मंदिरांच्या द्वारशाखा अलंकृत केलेल्या आहेत आणि त्यांवरील गणेशपट्टी व त्यावरील भागात कोरलेल्या मातृकामूर्ती व इतर देव-देवता विशेषतः सप्तदेवता-माता बैठ्या अवस्थेत असून त्यांच्या लांछनांसह खोदलेल्या आढळतात. उंबरठ्यावर कीर्तिमुखे, मकर व कमळ ही प्रतिमाने प्रामुख्याने कोरलेली दिसतात.

यादवकालीन मंदिरांच्या वास्तुशैलीची ही काही ठळक वैशिष्ट्ये होत. याखेरीज मंदिरांच्या बाहेरच्या भिंतीवर (मंडोवर) विपुल शिल्पांकन केलेले आहे. स्तंभ, द्वारशाखा, तोरण, छत आणि शिखर यांवरील शिल्पांकनापेक्षा हे तुलनात्मकदृष्ट्या जास्त असून **''अभिरूप्याच्च बिम्बानां देवाः सान्निध्यमृच्छति''** या उक्तीप्रमाणे बहुतेक मंदिरांतून देवादिकांच्या मूर्ती जेवढ्या सुडौल व सुंदर करता येतील तेवढ्या

करण्याचा यत्न शिल्पकाराने केला आहे. विशेषतः विष्णू आणि त्याचे अवतार, शंकर व पार्वती आणि त्यांची विविध रूपे, ब्रह्मदेव, महिषासुरमर्दिनी सरस्वती वगैरे उपदेवता, गणेश, त्याचे गण, सप्तमातृका इत्यादींच्या प्रतिमा खोदलेल्या आहेत. शिवाय पौराणिक कथानक चित्रित करण्याचा प्रयत्न शिल्पज्ञाने केला आहे. हे करताना रामायण, महाभारत, हरिविजय इत्यादी कथातील दृश्येही चित्रित केलेली दिसतात. शिवाय स्वर्गीय अप्सरा, सुरसुंदरी, यक्ष, किन्नर, गंधर्व, नृत्यांगना तसेच शार्दूल, हत्ती, घोडे, गाय, बैल वगैरे प्राणी आणि मृदुंग, झांज, वीणा, टाळ इत्यादी संगीतवाद्ये यांचेही मूर्तिकामात दर्शन होते. काही ठिकाणी युद्धांचे व शिकारींचे प्रसंग कोरलेले आहेत. एकूण यादव मंदिरांचा धावता आढावा घेतला असता शिल्प आणि वास्तू या दृष्टिकोनातून यादवकालीन निर्मितीची काही खास वैशिष्ट्ये पुढे येतात.

यादव शिल्पकारांनी वास्तुकला आणि शिल्पकला यातील परिपूर्ण सुसंगती राखण्याचा प्रयत्न केलेला असून शिल्पाला वास्तुरचनेच्या विशिष्ट बांधणीमुळे एक प्रकारचा उठाव मिळाला आहे; तद्‌वतच वास्तूतील प्रमाणबद्ध उभटपणा शिल्पांच्या प्रमाणबद्ध रूपरेषेत दृग्गोचर होतो. वास्तूच्या सर्व रूपरेखांचा परिणाम अबाधित राखणाऱ्या पुरेशा उंचीच्या मूर्ती मंदिरावर अपोत्थित आणि उत्थित शिल्पात दिसून येतात. त्याचप्रमाणे बैठ्या मूर्तींपेक्षा उभ्या मूर्ती घडविण्याकडे कलाकारांचा जास्त कल होता; कारण वास्तूच्या उत्तुंगतेला कोणत्याही प्रकारचा बाध येईल, अशी शिल्परचना वा मूर्ती त्यांनी घडविलेली क्वचित आढळते.

प्रारंभीच्या काळात म्हणजे अकराव्या-बाराव्या शतकात, प्रतिमा अधिक उठावदार करण्यात कलाकारांना यश आले; त्यामुळे वास्तुरचनेचा अभिप्रेत परिणाम द्विगुणित करण्यात ते पूर्णतः यशस्वी झाले; परंतु नंतरच्या काळात वास्तुरचनेला अधिक प्राधान्य प्राप्त होऊन प्रतिमानिर्मितीकडे कलाकारांचे दुर्लक्ष झालेले दिसते. सिन्नर येथील गोंदेश्वर मंदिर हे याचे अत्यंत बोलके उदाहरण म्हणून सांगता येईल. एकूण मंदिरात शिवमंदिरांचे प्रमाण तसेच शिव प्रतिमांचे प्रमाण अधिक असून उर्वरित प्रतिमात सुरसुंदरी, मातृकादेवता, गणपती, विष्णूचे अवतार, कृष्णलीला, महाभारत-रामायण कथानक शिल्पे, योद्धे, पशु-पक्षी इत्यादी विविध प्रकार आढळतात. दंपती शिल्पे थोडी आहेत; त्यातही बैठ्या मूर्ती तुलनात्मकदृष्ट्या जास्त आहेत आणि कुंभ, कमळ, कीर्तिमुख, मकर, फळे-फुले-पाने-वेलबुट्ट्या इत्यादी प्रकार मंदिराच्या सुशोभनात शुभचिन्हे म्हणून वापरलेली दिसतात; परंतु त्यांचे शिल्पांकन अधिकतर प्रतीकात्मक आहे.

कलात्मक परंपरेचा विचार करताना या मूर्तिसंभारात प्रतिमान (ज्ञापक) सृष्टीचा जो वैविध्यपूर्ण घटक आहे, तो लक्षात घेणे आवश्यक ठरते. या संदर्भात समकालीन आणि माळवा, गुजराथ, कर्नाटक, आंध्रप्रदेश अशा जवळच्या प्रदेशातील मंदिरांचा

आणि त्यावरील मूर्तींचा तौलनिक विचार करणे क्रमप्राप्त होते. अनेकविध देवदेवतांच्या मूर्ती आणि बहुविध प्रतिमांनी ही शिल्पसृष्टी व्यापलेली आहे. यादव मूर्तिसंभारात सर्व हिंदू देव-देवता आहेत, तसेच जैन तीर्थंकार व त्यांच्या उपदेवता आणि क्वचित काही बौद्ध मूर्ती आहेत. दंपतिशिल्पे आहेत तसेच गणपती आणि शिवाच्या स्वतंत्र मूर्ती आहेत. मातृकादेवता स्वतंत्ररीत्या खोदलेल्या आहेत. तसेच त्यांचे मातृकापट्टही आहेत, त्यांत सर्व प्रकारच्या प्रतिमानांचे शिल्पांकन आहे. दर्पणधारी, शालभंजिका, वृक्षिका, शुकाशी बोलणारी, धनुष्यधारी, नृत्यांगना, अलस्यकन्या, नुपूर बांधणारी वा सोडविणारी असे सुरसुंदरींचे विविध प्रकार आणि आकार आढळतात. काही मूर्ती विलक्षण सुंदर असून प्रमाणबद्धता आणि शारीरिक घाट या दृष्टींनी लक्षणीय आहेत; तर काही शिल्पे इतरत्र क्वचित आढळतात. पण यादवशिल्पशैलीत ती प्रकर्षाने व आधिक्याने आढळतात. उदा. वैनायकी ही मातृकामूर्ती भुलेश्वर मंदिरात (पुणे जिल्हा) अनेक वेळा दिसते. त्याचप्रमाणे चमत्कृतिपूर्ण शिल्पेही आढळतात. भुलेश्वर मंदिरातच उत्तरेकडच्या गर्भगृहाच्या भिंतीवर दोन पायांवर उभी असलेली कमरेपासून वर तीन स्वतंत्र धडांची व मुखांची एकसंध दगडात खोदलेली अशी मूर्ती आहे. त्याचप्रमाणे बलसाणे (धुळे जिल्हा) येथे एक दशावताराचे शिल्प खोदलेला एकसंध पाषाण आहे. त्यात कल्की ऐवजी बुद्धाचा दहावा अवतार खोदलेला आहे. याशिवाय अंबरनाथ येथील बहुहस्तांचा नृत्यशिव, शालभंजिका या मूर्ती अत्यंत रेखीव व प्रमाणबद्ध आणि घाट व लय या दृष्टींनी कलात्मक आहेत. भूलेश्वरची दर्पणधारी किंवा खिद्रापूरची नृत्यांगना या मूर्ती भारतीय स्त्री-सौंदर्याच्या प्रतीक असून त्यांचे उत्तान स्तन, विशाल नितंब, त्रिभंग ढंग, चेहऱ्यावरील भाव व स्मितहास्य तसेच घाट व गतिशीलता या सर्व दृष्टींनी त्या लक्षणीय व सुरेख आहेत.

औंढानागनाथ, उमरगा, अकोला, फलटण, परळी वगैरे ठिकाणच्या मंदिरातील मूर्तींचे वैविध्य आणि अलंकरण यादवकालीन शिल्पांच्या दृष्टीने महत्त्वाचे आहे. यातील सुरसुंदरींच्या विविध ढंगांतील व अवस्थांतील मूर्ती प्रेक्षकाचे लक्ष वेधून घेतात; तद्वतच कलाकाराचे कौशल्य दर्शवितात.

या विविध प्रतिमानांप्रमाणेच यादव कलाकारांनी मंदिरांवर कामशिल्पे खोदलेली आहेत. येथे सर्व प्रकारची कामशिल्पे आढळून येतात. त्यात सर्व प्रकारची प्रतिमाने वा आसने; उदा. चुंबन-आलिंगन-संभोगादि प्रकारापासून मानव-पशू संभोगापर्यंतच्या कामशिल्पातील सर्व अवस्था व त्यांचे नमुने आढळतात. काही शिल्पे कामवासनेबरोबरच यादवशिल्पातील कलात्मक आविष्कार प्रकट करतात. उदाहरणदाखल सिन्नर येथील गोंदेश्वर मंदिरातील नंदी मंडपातील एक तीर शिल्प देता येईल. येथे ही यौवना अर्धनग्न स्थितीत उभी असून ती आपले अधोवस्त्र हळुवारपणे खाली करीत आहे, असे दाखविले आहे. त्यात तिची उत्तान नग्नता, स्पष्ट दिसते. तसेच विशाल

पुष्ट स्तन, घाटदार नितंब आणि लज्जा दर्शविणारे भाव स्पष्ट दिसतात. ती त्रिभंगात डौलदार उभी असून तिचे माफक अलंकार आणि केशभारातील पूर्ण उमललेले कमळ स्पष्ट दिसत आहे. स्त्री-सौंदर्याचा नमुना म्हणून हे शिल्प लक्षणीय आहे. अशा प्रकारची काही निवडक शिल्पे वगळली तर या मूर्तिसंभारात वैपुल्य, विविधता आणि प्रकार या दृष्टींनी खजुराहो किंवा कोणार्क येथील वैविध्य आढळत नाही, त्याचप्रमाणे या मंदिरातून कामशिल्पांना जे अनन्यसाधारण महत्त्व प्राप्त झाले आहे, तेही तेथे आढळत नाही. तसेच त्यांचे प्रकार, उठावदार शिल्पांकन आणि त्यांची रेलचेल यांचा अभाव येथे त्यांचे गौणत्व सिद्ध करतो. यादव मंदिरांवर केवळ एक शिल्पशास्त्रीय परंपरेचे अनुकरण करावयाचे म्हणून त्यांचे प्रतीकात्मक, क्वचित उठावदार अलंकरण आढळते; तथापि कलात्मक दृष्टीने लक्षणीय असलेली शिल्पे यादव मंदिरातील सुरुवातीच्या काही मंदिरातून विशेषतः अंबरनाथ, सिन्नर, बळसाणे, झोडगे, खिद्रापूर, महेश्वर, पेडगाव, परळी, भुलेश्वर (पश्चिम महाराष्ट्र), औंढा नागनाथ, उमरगा, निलंगा (मराठवाडा), लोणार, सातगाव, साकेगाव, मेहकर (विदर्भ) येथे आढळतात. परंतु त्यामध्येही विविधतेच्या दृष्टिकोनातून मर्यादा पडल्या आहेत. देव-देवतांची युगुले आहेत; पण खजुराहो येथे आढळणाऱ्या उभ्या शिव-पार्वतीच्या मूर्ती किंवा बलराम-रेवती अशा दंपतींच्या सुंदर व सुरेख मूर्ती नाहीत. सुरसुंदरींच्या बाबतीतही वैविध्य व ढंग मर्यादित आहेत. विविध प्रतिमानात मध्य भारतातील खजुराहो किंवा ओरिसातील कोणार्क या मंदिरांवर आढळणारी ज्ञापके वा प्रतिमाने उदा. पत्रलेखन करणारी युवती, काजळ घालणारी तरुणी, काटा काढणारी यौवना इत्यादींचे शिल्पांकन क्वचित दिसते, जवळजवळ नाहीच. हीच गोष्ट ऋषी-मुनी आणि व्याल यांच्या बाबतीत म्हणावी लागेल. सुरसुंदरींबरोबर अपरिहार्यपणे आढळणारी ही प्रतिमाने यादवमंदिरांवर आढळत नाहीत. ऋषि-मुनी-व्याल यांच्या मूर्ती आहेत, पण त्यांचे सानिध्य आणि विपुलता यांबाबतीत साहजिकच येथे मर्यादा पडलेल्या स्पष्ट दिसतात. या दृष्टीने मध्यभारतातील मंदिरांपेक्षा यादवकालीन कला सीमित झालेली आहे. सामान्यतः जबडा उघडलेला, दोन पायांवर उभा असलेला व्याल येथे दिसून आला, तरी कर्नाटकातील होयसळ मंदिरात आढळणाऱ्या, चार पायांवर उभे असलेल्या आक्राळविक्राळ व्यालाप्रमाणे भव्य व्याल येथे आढळत नाही.

कीर्तिमुख, मकर, वेलबुट्टी इत्यादी प्रतिमानेही या मंदिरातून सुशोभनासाठी वापरलेली आढळतात. सिन्नरच्या मंदिरातील मकरमुख उठावदार व कलात्मक आहे; पण इतरत्र त्याचा उपयोग केवळ प्रतीक म्हणूनच केलेला दिसतो. कीर्तिमुख आणि मकरमुख यांचा वापर जरी कमी प्रमाणात दिसला, तरी वेलबुट्टीचे अलंकरण अभावानेच जाणवते. पशुपक्षी, फळे-फुले यांचे शिल्पांकन आहे, पण त्यातही

वैविध्य कमी असून सुरसुंदरींच्या विशेषतः शालभंजिकांच्या साहचर्यात ते आढळते. यातही मैना, पोपट यांना प्राधान्य असून अंबा, डाळिंब ही फळे दिसतात.

या सर्वांचा सर्वांगीण विचार केला असता, यादवकालीन शिल्पशैलीची गुणवत्ता विचारात घेताना दोन गोष्टी मुख्यत्वे जाणवतात. तत्कालीन शिल्पकारांना प्रचलित प्रतिमानांचे वा ज्ञापकांचे पूर्ण अवधान होते, ज्ञान होते; त्यांच्या निर्मितीत घाट आणि मूर्तीचा आकार साधण्यात जरी त्यांना अनेक वेळा यश मिळाले असले, तरी मूर्ती चैतन्यमय करण्यात किंवा मूर्तीत जिवंतपणा आणण्यात त्यांना फारसे यश मिळालेले दिसत नाही. काही अपवादात्मक प्रतिमा वगळता एकूण सर्व प्रतिमानात हालचालींचे सौष्ठव फारसे दिसून येत नाही. त्यामुळे रेखीव, लयबद्ध अशा बाह्य रेखांकनातून बंदिस्त झालेला मूर्तींच्या घाटांचा सुगम व जिवंत उत्कट आविर्भाव गुजरात व खजुराहो येथील शिल्पाप्रमाणे येथे आढळत नाही. ज्यावेळी कलाकार मूर्तीचा आशय साधण्याचा प्रयत्न करतो, त्यावेळी नेमके त्याचे बाह्य रेखांकनाकडे किंवा घाटाकडे दुर्लक्ष झालेले आढळते. परिणामतः कलाकाराने घडविलेल्या मूर्ती ढोबळ व स्थूल भासतात. तीच गोष्ट उलट प्रक्रियेत होते. कलाकार जेव्हा लयबद्ध ढंगाच्या रेखांकनाचा प्रयत्न करतो, त्यावेळी मूर्तीत हावभाव या दृष्टीने जिवंतपणा येतो, पण कृषता व काटकोळेपणा दृग्गोचर होतो आणि प्रमाणबद्धतेचा अभाव जाणवतो. क्वचितच मूर्तीचा घाट, रेखांकन, गतिमानता व लयबद्धता यांचा सृजनशील मेळ प्रस्तुत कलाकारांच्या निर्मितीत आढळतो.

यातूनच यादवशिल्पशैलीच्या क्रमविकासाचा विचार दृढावतो. सुरुवातीच्या मंदिरांवरील शिल्पांकनात विविधता आणि गुणवत्ता हे गुण प्रकर्षाने जाणवतात; एवढेच नव्हे तर त्यात प्रतिमानांचे वैपुल्य आहे आणि वास्तुशिल्पशैलीच्या दृष्टीने मंदिरांचे एकूण सौंदर्य व रूपणकला उठावदार आहे; मात्र गुण आणि संख्या यांबाबतीत त्यांची उत्तरोत्तर अवनती होत गेल्याचे दिसते. किंबहुना नंतरची मंदिरे ही मूर्तिशिल्पविरहित केवळ जड ठोकळे भासतात, यातही तेराव्या शतकाच्या अखेरच्या काळात भुलेश्वर, पेडगाव येथील काही मंदिरे बांधली गेली असूनसुद्धा तिथे उच्चप्रतीचे-दर्जाचे शिल्पांकन आढळते. अर्थात ती कलाकृती माळवा अथवा गुजराथ येथील कलाकारांची निर्मिती असावी, असे तेथील मूर्तिसंभारावरून व त्यांच्या शैलीकरणावरून स्पष्ट दिसते. खिद्रापूर आणि फलटण येथील मंदिर शिल्पशैलीवर कर्नाटकातील होयसळ-यादव कलाकारांची छाप असूनही तेथील मूर्तींच्या घडणीत अलंकारांचे अवाजवी वैपुल्य, कलाकुसरीचे अनावश्यक तपशील आणि शारीरिक बुटकेपणा व स्थूलता ही सौंदर्य बाधित करणारी वैशिष्ट्ये आढळत नाहीत. त्यामुळे एकूण शिल्पकलेचा तत्कालीन सांस्कृतिक जीवनाच्या दृष्टीने विचार केला असता, या मूर्तीतील वस्त्रप्रावरणे व अलंकार मोजके-निवडक आढळतात.

बहुतेक स्त्रियांनी स्कर्टसारखा झगा घातलेला असून ओढणी घेतलेली आहे. साडी जवळजवळ नाहीच. काही ठिकाणी पंजाबी पेहरावासारखी वस्त्रे परिधान केलेली असून झगाही दिसतो. अलंकारात कंठी, हार, रत्नमाला, कर्णफुले, झुब्बे, केयूर, कंकणे, कमरपट्टा, तोडे, पैंजण, अंगठ्या, जोडवी असे निवडक अलंकार दिसतात.

यादवकालीन रूपणकलेचा मागोवा घेतला असता असे म्हणणे क्रमप्राप्त होते की, सुरवातीची काही निवडक कलात्मक मंदिरे वगळता उर्वरित असंख्य मंदिरांच्या शिल्पकलेत ठोकळेबाजपणा दिसतो. एवढेच नव्हे तर नंतरची चौदाव्या शतकाच्या अखेरीस बांधलेली मंदिरे शिल्पविरहित आढळतात. यादवकालीन कलाकारांनी उत्तरेकडून विशेषतः गुजरात-माळवा येथून स्फूर्ती मात्र घेतली, पण तेथील कलेची गुणवत्ता ते आचरणात आणण्याचे पूर्णतः विसरलेले दिसतात. त्यामुळे यादव रूपणकलेत-मंदिरशिल्पात पश्चिम व मध्य भारतातील कलेची दाक्षिणात्य अभिव्यक्ती ही क्रमशः अवनत होत जाऊन शेवटी ती हळूहळू नष्ट झाली. अर्थात या ऱ्हासाचे समर्पक व समाधानकारक उत्तर देणे अवघड आहे; तथापि काही तार्किक व संभवनीय कारणे पुढे करता येतील, पण तीही केवळ अनुमाने होत. यादव कलाकारांनी प्रथमपासून शिल्पकलेपेक्षा वास्तुकलेकडे अधिक लक्ष दिले; कदाचित उत्तरेकडून होणारी मुसलमानांची आक्रमणे व विशेषतः त्यांचे मूर्तिभंजक धोरण हे त्यास कारणीभूत असेल! पुढे यादवांचे उत्तरार्धात युद्धामुळे शिल्पकलेकडे दुर्लक्ष झाले असावे. राजाश्रय व दाते गेल्यामुळे एकूण मंदिरबांधणी या प्रक्रियेवर मर्यादा आली. साहजिकच या सर्वांमुळे कलात्मक परंपरा खंडित झाली. त्यामुळे नंतरच्या काळात फार थोडी मंदिरे महाराष्ट्रात बांधलेली दिसतात आणि तीही ठोकळे वजा मूर्तीविरहित आढळतात.

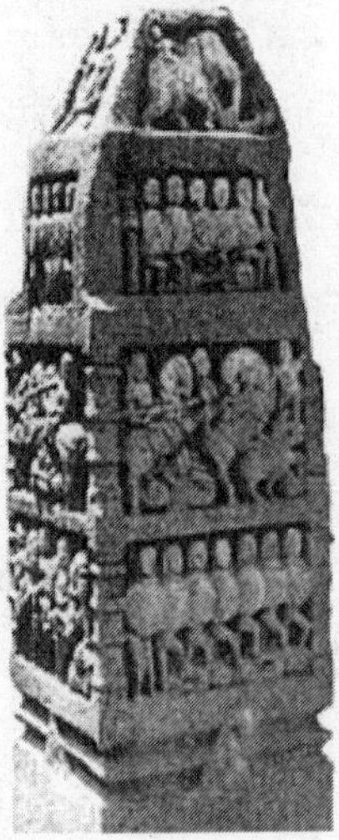

कोणार्क : एक बोलके शिल्प

सुप्रसिद्ध वास्तुविशारद पर्सी ब्राऊन यांनी कोणार्क मंदिर प्रथम पाहिले, तेव्हा त्यांनी असे उद्गार काढले की, "ताजमहाल पहाण्याआधी जर मी हे मंदिर पाहिले असते, तर त्याची गणना खचितच सात आश्चर्यांमध्ये केली असती." भारताच्या पूर्वकिनाऱ्यावर भुवनेश्वरच्या आग्नेयेस कोणार्क सुमारे ६६ किमी. वर व जगन्नाथ पुरीच्या ईशान्येला सुमारे ३२ किमी. वर वसले आहे. कोणार्कच्या सूर्यमंदिराची भारतातील चार प्रमुख सूर्यमंदिरांमध्ये गणना होते. किंबहुना हे मंदिर त्या सर्वांमध्ये श्रेष्ठ मानण्यात येते. उरलेली तीन सूर्यमंदिरे म्हणजे काश्मिरचे मार्तण्ड मंदिर, गुजरातमधील मोढेरा मंदिर व मध्य प्रदेशातील ग्वाल्हेर ही होत. कोणार्कचे प्राचीन साहित्यात व कोरीव लेखात कोनाकोण, कोनअर्क, कोणादित्य, अर्कक्षेत्र, कोनारक, पद्मक्षेत्र

वगैरे नामांतरांनी उल्लेख आढळतात. मुसलमानी साहित्यात मुख्यतः ऐन-इ-अकबरीत स्थानिक मुसलमानी खलाशात कृष्णवर्णीय ग्रॅनाईट दगडाचे हे मंदिर कृष्णदेऊळ (ब्लॅक पॅगोडा) या नावाने सुविख्यात होते.

कोणार्कविषयी अनेक दंतकथा प्रचलित आहेत. वैदिककालीन भारतातील सूर्योपासनेचा आविष्कार हृद्रोगादिकांच्या परिहार्य आणि बुद्धितेजाच्या प्राप्त्यर्थ रचलेल्या ऋग्वेदातील रोगघ्न उपनिषद आणि गायत्री सूर्यमंत्रामध्ये आढळतो. सूर्योपासनेने कुष्ठरोग बरा होतो, अशी कल्पना पौराणिक साहित्यात सर्वत्र आढळते. कपिल संहिता, ब्रह्मपुराण, भविष्य पुराण, सांबपुराण, वराहपुराण इत्यादींमध्ये श्रीकृष्ण आणि शापित कुष्ठरोगी सांब ह्यांची कथा उद्धृत केलेली असून कुष्ठरोगातून मुक्त होण्यासाठी सांबाने चंद्रभागेतील सूर्यमूर्तीची उपासना केली वगैरे माहिती दिली आहे. म्हणून प्राचीन चंद्रभागेकाठी हे मंदिर उभारण्यात आले असावे, अशी कल्पना आहे. चंद्रभागा आता पूर्णपणे सुकून गेलेली आहे. पुराणात वर्णिलेले मैत्रेय वन याच जागी होते, असेही म्हणतात.

कोणार्क येथे प्राचीन काळी एखादे नगर अथवा राजप्रासाद असल्यास, त्यांचे अवशेष आज ज्ञात नाहीत. बंगालच्या रेतीमध्ये बुडालेले हे मंदिर प्रथम १८९३ मध्ये उकरून काढण्यात आले. पुढे भारतीय पुरातत्त्वविभागाने ह्या प्राचीन वास्तुवरील वाळूचे प्रचंड आवरण दूर करण्याचे काम १९०१ पासून हाती घेतले. ह्या भव्य सूर्यमंदिराचे भग्न अवस्थेतील अवशेष आज अवशिष्ट असून मंदिराचा गाभारा व आतील सूर्यमूर्ती तसेच इतर लहानमोठे भाग उध्वस्त झालेले आहेत. तसेच मंदिराशेजारचे सूर्यपाली नावाचे मंदिरही नष्ट झाले आहे. आज सुस्थितीत आहे, ते दगडी जोते, त्यामधील मूर्ती, रथचक्रे, सप्त रथाश्व, सारथ्याची बैठक व योगमंडपाचा काही भाग. शिवाय अवशिष्ट अवशेषांवर येथील हवामानाचा परिणाम झालेला दिसून येतो. अवशेषांचा अभ्यास करणाऱ्या तज्ज्ञांच्या मते या वास्तूचे बांधकाम पुरे झालेच नसावे. कळसावर बसवावयाचे अनेक दगड अद्यापि तसेच आवारात असून इतर काही मूर्तीही आढळतात. ह्या मंदिराचे बांधकाम केव्हा झाले, ह्याविषयी तज्ज्ञात मतैक्य नाही. काही तज्ज्ञ १२७८ हे वर्ष गृहीत धरतात; तर अबुल फ़ज़ल व फर्ग्युसन ह्यांच्या मते ते आठव्या शतकात पूर्ण झाले असावे; तथापि अलीकडे बहुतेक तज्ज्ञांनी तेराव्या शतकात ओरिसावर राज्य करणारा गंगवंशीय राजा पहिला नरसिंहदेव (कार. १२३८-१२६४) आणि त्याची राणी सीतादेवी ह्यांनी हे सूर्यमंदिर उभारले, याबद्दल एकमत व्यक्त केले आहे. ह्या राजाने शत्रूंवर विजय मिळवून ओरिसाचे राज्य संघटित केले आणि आपला कीर्तिस्तंभ ह्या सूर्यमंदिराद्वारे उभा केला. ऐन-इ-अकबरीत म्हटले आहे की, ह्या वास्तूच्या निर्मितीसाठी बारा हजार कारागीर सुमारे सोळा वर्षे खपत होते आणि नरसिंहदेवाने आपले बारा वर्षांचे

उत्पन्न सुमारे ३६ कोटी रुपये मंदिराच्या बांधणीसाठी खर्च केले.

हे भव्य मंदिर या जीर्ण अवस्थेस कसे आले, याविषयी निश्चित माहिती उपलब्ध नाही. स्थानिक दंतकथेनुसार बंगालचा काळा पहाड या राजाने सोळाव्या शतकात हे मंदिर उध्वस्त करून त्याच्या शिखराचा ताम्रकलश पळविला असे म्हणतात. पुरातत्त्ववेत्त्यांच्या मते आज अवशिष्ट असणाऱ्या सभोवतालच्या इतर वास्तू व शिल्पे यांवरून असे अनुमान काढण्यात येते की, या मंदिरावर त्याच्या कमकुवत पायामुळे शिखराचे संपूर्ण बांधकाम अपूर्णच ठेवण्यात आले असावे; तर काहींचे असे म्हणणे आहे की, मंदिराच्या शिखरावर बसविलेल्या चुंबकीय दगडांमुळे समुद्रातील शिडाची जहाजे या मंदिराप्रत आकर्षिली जाऊन नष्ट होत असत. या आपत्तीला कंटाळून काही मुसलमान खलाशांनी येथील मंदिर शिखर नष्ट केले असावे. त्यानंतर येथील पुजाऱ्यांनी सूर्यमूर्ती जगन्नाथपुरी येथे हलविली. मुसलमानी आक्रमणामुळे हे मंदिर उद्ध्वस्त झाल्याचा रूपकात्मक निर्देश येथे अभिप्रेत दिसतो.

भव्य अशा सुमारे २५९ मी. लांब व १६७ मी. रुंद प्राकारपरिवेष्टित आवारात हे मंदिर उभारण्यात आले आहे. आज ते छिन्नभिन्न अवस्थेत असले, तरी त्याची भव्यता, घनता आणि शिल्पविधान अनुपम आहे. त्याची रचना व योजना अत्यंत वैशिष्ट्यपूर्ण सूर्यरथाकृती स्वरूपात असून गर्भगृह, जगमोहन, नटमंडप व भोगमंडप यांची बांधणी व रचना वास्तुशास्त्रदृष्ट्या तंत्रशुद्ध व लक्षणीय आहे. हे सूर्यमंदिर नागरशिल्पशैलीत बांधले असले, तरी खास कलिंगनामक उपशैलीचे आहे. सबंध मंदिर हा सूर्याचा रथच आहे, अशी भव्य कल्पना येथे साकार करण्यात आली असून मंदिराच्या जोत्यावर चोवीस रथचक्रे बसविली आहेत. ही चक्रे शुक्ल आणि कृष्ण पक्षाच्या प्रतीकरूप प्रत्येकी बारामध्ये विभागली असून आऱ्यांची संख्या आठ आहे. हा प्रचंड रथ खेचण्यासाठी अशाच अवाढव्य आकाराचे एकसंध पाषाणातील सात आकाशगामी घोडे त्याला जुंपण्यात आलेले आहेत. पुढचे पाय छातीखाली मुडपून पुढे झेपावणारे हे घोडे जणू रथाचा भार खेचत आहेत, असे भासते. पायऱ्यांशेजारच्या दक्षिणेकडील भिंतीशेजारी चार व उत्तरेकडील भिंतीपाशी तीन अशी ह्यांची योजना केली आहे. अर्थात ह्या उड्डाणास साजेसे असेच त्यांचे आकारमानही भव्य आहे. सुमारे तीन मीटर उंचीच्या पृष्ठावर गाभारा, जगमोहन इत्यादींची रचना होती. गाभाऱ्याच्या तिन्ही बाजूंना त्याच चौथऱ्यावर उपमंदिरे असून त्यातही सूर्यमूर्तीच होत्या. गाभाऱ्यासमोरचा मंडप-जगमोहन नऊ चौरस मीटर व आतील दालन सहा चौरस मीटर होते. त्यास तिन्ही बाजूने द्वारे होती व खाली उतरण्यास पायऱ्या होत्या. पूर्वेकडील पायऱ्यात तीन स्तबके व दुतर्फा घोडे बसविले होते. गाभारा व जगमोहन ह्यांची मिळून लांबी ९० मीटर आणि रुंदी ६० मी. आहे. पायऱ्यांसमोर सुमारे ९ मी. वर नटमंडप असून जगमोहनाची उंची ३० मी. आहे. बांधकाम पूर्ण झाले

असते, तर शिखराच्या कळसापर्यंतची उंची ६९ मीटर भरेल, असे तज्ज्ञांचे मत आहे. मंदिराच्या आवारात आग्नेयेला धर्मशाळा वा मंत्रशाळा ही वास्तू होती. वास्तुयोजना व तिचे आकारमान जितके लक्षणीय, तितकीच त्यातील प्रमाणबद्धता व लयबद्धता असून कोणतीही लहान वास्तू वाजवी वा कृत्रिम वाटत नाही. मंदिराचे विधान चौकोनी असले, तरी भिंतीची विशिष्ट उभी मोडणी केलेली असल्याने अनेक कोन-प्रतिकोन उत्पन्न होतात. ते छायाप्रकाशाचा खेळ निर्माण करतात. सर्वसाधारणतः भिंतीची उंची सुमारे १२ मी. व त्यावर छपराचा भाग आहे. तेही तीन टप्प्यात किंवा मजल्यांचे असून वर निमुळते होत गेले आहे. खड्या भिंतींच्या या तीन मजल्याच्या भिंतींना विरोधाभास निर्माण करणारे अनेक आडवे नक्षीकाम केलेले पट्टे दिसतात. सर्वांत वरचा मजला गोल विधानाचा असून त्यावर आमलक आहे. जगमोहनापेक्षा शिखरांची उंची दुप्पट असल्याने तेथेही संगती साधली आहे. अनेक ठिकाणी अशा भागांची वा आकारांची पुनरावृत्ती करूनही वास्तुशास्त्रज्ञाने लयबद्धता ढळू दिली नाही. नटमंडपाची इमारत आकाराने जगमोहनाच्या निम्मी, पण तळमजला, छप्पर व घाट सगळे तसेच आहे. जणू ही जगमोहनाची छोटी प्रतिकृतीच भासते.

मंदिराची सर्व आंगोपांगे मूर्तिकामाने नटविलेली होती. कोपरान् कोपरा मोहक व अलंकारिक शिल्पाकृतींनी भरून टाकलेला होता. त्यात भिंतींची उभी मोडणी आणि तीवरील आडवे पट्टे हे स्वाभाविकच मूर्तिकामास विशेष उपकारक ठरले आहेत. भव्य व आकर्षक वास्तूप्रमाणेच येथील शिल्पकामही उत्कृष्ट व सजीव आहे. गजथर, नरथर ही पारंपरिक रूपके तर सर्वत्र आढळतातच, पण याशिवाय अत्यंत मनोवेधक आकारांचे व घाटांचे भित्तिस्तंभ नैसर्गिक व भौमितिक रचनाबंध, गज, सिंह, व्याल अशांसारखे अजस्र प्राणी तसेच विविध हावभावांतील व असंख्य मुद्रा धारण करणाऱ्या स्त्रीपुरुष मूर्ती या सर्वांचे येथे विलक्षण साक्षेपाने शिल्पांकन केलेले दृष्टोत्पत्तीस येते. मानवीमूर्तीत जगमोहनाच्या वरच्या मजल्यावर बसविण्यात आलेल्या वादकांच्या मूर्ती–मृदुंग व झांज, बासरी इत्यादींच्या वादनाने सूर्यदेवाचे स्वागत करणाऱ्या अप्सरा–त्यांच्या शरीराचा डौलदार घाट, हालचालींतील लालित्य आणि चेहेऱ्यांवरील भिन्न भाव लक्षणीय असून हे भारतीय मूर्तिकलेचे उत्कृष्ट नमुने मानण्यात येतात. याशिवाय पाणी उडविणारे हत्ती, शत्रूसैन्यनिर्दालक अस्त्र, लक्ष्यवेधी शिकारी, खंडण्या वसूल करणारे सरदार तसेच बहरलेले वृक्ष इत्यादी शिल्पे रसरशीत भासतात. वाटते जणू ती नुकतीच खोदली असावीत. आरंभीआरंभीच्या अभ्यासकांना-विशेषतः परकीय तज्ज्ञांना-बुचकळ्यात पाडणारे आणि त्यांचा टीकाविषय झालेले येथील मूर्तिकलेचे एक विशेष अंग म्हणजे, येथील कामशिल्प होय, प्रणयाराधनेत मग्न असलेल्या सौंदर्यशाली प्रमदा, त्यांचा मोहक रतिविलास, संभ्रम व विभ्रम आविर्भावातील मीलनचुंबनादी अवस्थेपासून लैंगिक सुखाचा उपभोग

घेणाऱ्या सर्व स्थितीतील ही शिल्पांकने बहुतेक मंदिराच्या बाहेरच्या भिंतीवर खोदली आहेत. या कामशिल्पात बहुतेक सर्व प्रकारची शिल्पे असून संभोगाची काही यौगिक आसने आहेत. त्याचप्रमाणे पशु-मानव किंवा अन्य काही अनैसर्गिक क्रिया आढळतात. काही ठिकाणी कृत्रिम प्रवेशनाचे प्रकार, चक्रमिथुन वा मुखमैथुन तसेच योगी-कन्या यांचे शिल्पांकन आहे. नायिकांच्या किंवा अप्सरांच्या विविध मूर्तीत घुंगरू बांधताना, काजळ घालताना आरशात पाहताना वगैरे अनेक नमुने आहेत. यांत एका सुरसुंदरीच्या उजव्या मनगटावर पोपट बसला असून तो उत्तरीय नसलेल्या या नायिकेच्या उजव्या स्तनावर मधोमध चोच मारीत आहे आणि हा सर्व प्रसंग ती नायिका अत्यंत शांतपणे स्मितहास्य करून जणू खिलाडू वृत्तीने पाहात आहे, असे शिल्प कोरले आहे. यात कविकल्पना तर आहेच, पण उत्तान शृंगारही ध्वनित केला आहे. खजुराहोच्या शिल्पातील नायिका यौवना आहेत, तर कोणार्कच्या नायिका प्रौढा आहेत. शिवाय येथील मानवी स्त्री-पुरुषांच्या प्रतिमांतून एक विलक्षण आनंद व तृप्ती यांचा संगम दिसतो. अशा प्रकारचे कामशिल्प खोदण्यामागे शिल्पकाराची वा असे शिल्प खोदण्यास उत्तेजन देणाऱ्या राजाचा काय हेतू असावा, ह्याविषयी तज्ज्ञांत एकमत नाही. तत्संबंधी अनेक तर्क-वितर्क करण्यात येतात याविषयीचा सविस्तर चर्चा या पुस्तकातील *'भारतीय कामशिल्प–अन्वयार्थ'* या स्वतंत्र प्रकरणात केलेली आहे.

कामशिल्पाशिवाय समरांगणावरील अजस्र हत्ती, हत्तींची रांग, विजयी योद्ध्यांचे स्वागत, राजास व सैनिकास निरोप वगैरे विषय स्पष्ट करणारी विविध शिल्पे अप्रतिम आहेत. येथील मूर्तिकलेचे सर्वोत्कृष्ट आविष्कार म्हणता येतील अशा सूर्यमूर्ती काळ्या-हिरव्या रंगाच्या एकसंध पोताच्या पाषाणात घडविलेल्या आहेत. दगड एकसंध असल्याने अगदी बारीक सारीक कोरीव काम करता आले आहे. सरळ उभ्या ठाकलेल्या दोन्ही हातात कमलपुष्पे धारण करणाऱ्या भग्नावस्थेतील या मूर्ती कोनार्कच्या शिल्पकारांची श्रद्धा आणि कला साकार करतात.

कोणार्क मंदिराच्या आवारात मिळालेली एक सूर्यमूर्ती ही उत्तरकालीन देवमूर्तीचा एक उत्कृष्ट नमुना होय. हिरव्या एकसंध दगडात घडविलेला हा सूर्यनारायण समभंग अवस्थेत उभा आहे. खांदे रुंद व घाटदार असून बाहू, मांड्या व पाय हे शारीर अवयव चांगले भरदार आहेत. ओबडधोबड ठोकळेबाज असे तीत काही नाही. मूर्तीच्या खालच्या बाजूला सात घोड्यांचा रथ व त्यावर अरुण आणि उषा-प्रत्युषा यांच्या छोट्या मूर्ती कोरलेल्या आहेत. मूर्तीचे हात भग्न झालेले आहेत, पण त्यातील उत्पले शिल्लक आहेत. पट्टावर दोन्ही बाजूंनी सेवकगण असून डोक्यावर त्रिदली तोरण आहे. डोक्यावर किरीट मुकुट आणि हातापायात, गळ्यात तपशिलाने कोरलेले अलंकार आहेत; पण ते शरीर सौष्ठवास बाध आणीत नाहीत.

कोनार्कच्या मंदिरास पांढरा वालुकाश्म व क्लोराइट दगड वापरला आहे. त्यास

अनुक्रमे फूल खाडिया आणि मुग्नी अशी स्थानिक नावे आहेत. हा दगड खडबडीत पण टणक आहे. त्यांमुळे मूर्तिकारास बारीक सारीक शिल्पांकन करण्यास सुलभ झाले आहे. मंदिराच्या बांधणीत वास्तुकला व मूर्तिकला ह्यांचा समन्वय वास्तुशास्त्रज्ञाने असा सांधला आहे, की त्यामधून वास्तुकला वा मूर्तिकला बाजूला काढता येत नाही. दोनही तादात्म पावलेले असून वास्तूचे विविध भाग, त्यांचे परस्परसंबंध आणि त्यांचे आकारमान यात कोठेही कसलीही प्रायोगिकता नाही. प्रत्येक भाग आपापल्या ठिकाणी चपखल बसलेला आहे. तो तेथून काढला किंवा त्याच्या आकारमानात फेरफार केला, तर वास्तूकडे पाहताना काहीतरी हरविल्यासारखे, चुकल्यासारखे निश्चित वाटेल. ओरिसा शैलीचा सर्वात अधिक आविष्कार कोणार्क येथील सूर्यमंदिराच्या रचनेत आढळून येतो. म्हणून रविंद्रनाथ टागोर, 'साहित्याहूनही अधिक बोलके शिल्प' असे त्याचे वर्णन करतात.

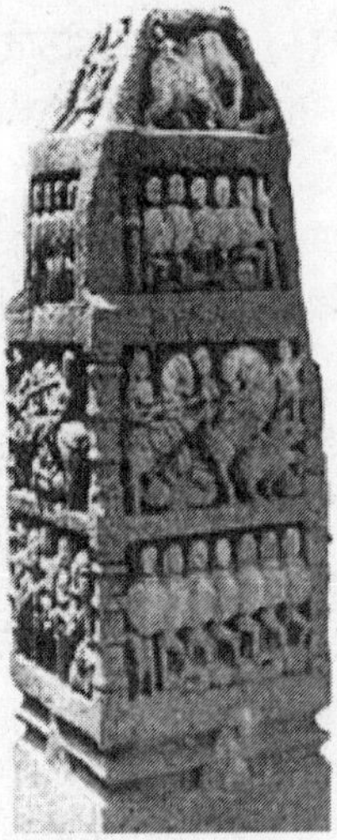

चालुक्य – होयसळ शैली

कर्नाटक राज्यात मुख्यत्वे तुंगभद्रा नदीच्या उत्तरेकडील भूप्रदेशात इ.स. १०५० ते १३०० दरम्यान अनेक मंदिरे बांधली गेली. ही मुख्यत्वे धारवाड, म्हैसूर, हसन वगैरे जिल्ह्यांत होयसळ घराण्यातील राजांनी बांधली असून तत्पूर्वी चालुक्य राजांनी विजापूर जिल्ह्यात पट्टदकल, ऐहोळे व बादामी या ठिकाणी काही मंदिरे बांधली होती. ही चालुक्यकालीन शैली होयसळ शैलीत संमिश्र स्वरूपात दिसते. म्हणून या शैलीस कला-समीक्षकांनी चालुक्य-होयसळ शैली असे संयुक्त नाव दिले आहे. या शैलीचे वास्तुगुणविशेष अवशिष्ट मंदिरांच्या घटकांत विशेषतः विधान, शिखर, मंडोवर (बाहेरची भिंत), स्तंभ, द्वारशाखा यांत दिसतात. दोड्ड बसाप्पा (डंबल) मंदिराव्यतिरिक्त या शैलीतील बहुतेक सर्व मंदिरे तारकाकृती (नक्षत्राकार) विधानाची–

आराखड्याची असून गदग येथील सरस्वती मंदिराव्यतिरिक्त सर्वांच्या पीठावर प्रदक्षिणा पथ आहे. तसेच प्रकाशासाठी मुखमंडपात कक्षासनावर तो उघडा ठेवण्याऐवजी जाळीदार खिडक्यांची उपयोजना केलेली आढळते.

होयसळ वंशातील राजांनी सुमारे दोनशे मंदिरे बांधल्याचे लिखित पुरावे शिलालेखांतून उपलब्ध झाले असून त्यांपैकी अनेक मंदिरे काल ओघात नष्ट झाली किंवा त्यांपैकी काहींची मुसलमानी आक्रमणात मोडतोड झाली. होयसळ राजे कलाभिज्ञ होते. त्यांनी हिंदू-जैन धर्मांना राजाश्रय देऊन अग्रहाराबरोबरच त्या धर्मांना वाहिलेली अनेक मंदिरे बांधली. विद्यमान अवशिष्ट मंदिरात हसन जिल्ह्यातील बेलूर, हळेबीड, दोड्डगड्डवल्ली, आर्सिकेरे, हर्जहळ्ळी, नुग्गीहळ्ळी,होळेनरसीपूर, हुळ्ळेकेरे, आराकेरे, जगवल, बेलवडी इत्यादी स्थळी आणि म्हैसूर जिल्ह्यातील सोमनाथपूर व धारवाड जिल्ह्यातील डंबल, नागलपूर, रामनाथपूर, भद्रावती या गावांतील मंदिरे या दृष्टीने प्रसिद्ध आहेत; मात्र बेलूर, हळेबीड व सोमनाथपूर येथील मंदिरे या सर्वांत लक्षणीय असून कलात्मक, अलंकृत, वैविध्यपूर्ण शिल्पांनी नटलेली चालुक्य-होयसळ शैलीचे सर्व गुणविशेष दर्शविणारी प्रातिनिधिक मंदिरे होत. लक्ष्मीदेवी व हरिहरेश्वर ही दोड्ड-गड्डहळ्ळी येथील प्रसिद्ध मंदिरे असून त्यांपैकी लक्ष्मीचे मंदिर हे होयसळशैलीतील सर्वात प्राचीन मंदिर होय. या मंदिरात चार गर्भगृहे (चतुर्थकुट) असून ते कुल्लहान राऊत नावाच्या व्यापारी पति-पत्नी यांनी इ.स. १११३ मध्ये विष्णुवर्धन होयसळ राजाच्या कारकिर्दीत बांधवून घेतले. या मंदिरातील मुखमंडपातील कलाकुसरयुक्त सात छते आणि सोळा शिल्पालंकृतस्तंभ लक्षणीय असून छतावर मध्यभागी तांडवनृत्यात तल्लीन झालेल्या शिवाची अतिशय देखणी नृत्यमूर्ती आहे. उर्वरित नक्षीकामात भौमितिक रचनाबंध आणि वेलबुट्ट्यांचे आकृतिबंध आढळतात. त्यांच्या दोन्ही बाजूंना अष्टदिक्पालांच्या सुबक लक्षवेधक मूर्ती आहेत. त्याचप्रमाणे द्वारशाखेवर कोरीव काम असून मुख्य मध्यवर्ती गर्भगृहात चतुर्भुज श्रीलक्ष्मीची सुमारे एक मीटर उंचीची सुबक मूर्ती आहे. लक्ष्मीच्या वरच्या दोन हातांपैकी एकात शंख व दुसऱ्यात चक्र आणि खालच्या दोन हातांत अनुक्रमे अक्षमाला व पाश ही आयुधे आहेत. देवीच्या दोन्ही बाजूस चामरधारिणी चवरी घेऊन उभ्या आहेत. गर्भगृहासमोरील नवरंग सभागृहात (मंडपात) नऊ छते आहेत. सुखनासीत कालीमातेची अष्टभुजा मूर्ती व सोबत वेताळांच्या मूर्ती आहेत.

हर्महळ्ळी येथील सोमेश्वर मंदिर आणि नुग्गीहळ्ळी येथील लक्ष्मी-नरसिंह व सदाशिव ही अनुक्रमे दोन मंदिरे आकाराने लहान असून त्यांत विशेष कलाकारी वा अलंकरण नाही; तथापि ही मंदिरे होयसळ राजांनी आपल्या अंमलाच्या अखेरच्या काळात तेराव्या शतकात बांधलेली असून त्यांची वास्तुशैली होयसळेश्वर (हळेबीड) मंदिरासारखी आहे; मात्र पीठावर वास्तुपरंपरेने आलेला गजथर, अश्वथर असा

कोणताच स्तर नाही. आराकेरे येथे चेन्नकेशव आणि रामेश्वर ही दोन मंदिरे असून चेन्नकेशव मंदिरात तीन गर्भगृहे (त्रिकुटेश्वर) आहेत. त्याच्या बाहेरच्या भिंतींवर दशावतारातील विष्णूच्या मूर्ती असून रामेश्वर मंदिरातील विष्णू, सूर्य यांच्या मूर्ती सुबक व छान आहेत. अर्सिकेरे येथील पूर्वाभिमुख ईश्वर मंदिर दुसरा नरसिंह होयसळ याने इ.स. १२२० साली बांधले. या मंदिराच्या मुखमंडपातील कोरीव काम लक्षणीय आहे. जवगल येथील लक्ष्मी-नरसिंह मंदिराचे विधान नक्षत्राकृती असून त्यातही तीन गर्भगृहे (त्रिकूटक) आहेत. त्यांचे बांधकाम सोमेश्वराच्या वेळी (कार. १२३५-१२५३) झाले. त्याच्या बाहेरच्या भिंतीवर गजथर, नरथर, अश्वथर, व्यालथर आदी स्तर असून काही ठिकाणी वेलबुट्टयांचे भौमितिक रचनाबंध आणि पौराणिक कथांचे प्रसंग-चित्रण शिल्पपट्टात आढळते. येथील एकूण शिल्पशैली सोमनाथपूरच्या मंदिरातील कलाकामाशी तसेच शिल्पांशी साधर्म्य दर्शविते. त्यामुळे मल्लितम्म या तत्कालीन प्रसिद्ध होयसळ शिल्पकाराचेच हे काम असावे, असा तज्ज्ञांचा कयास आहे. नुग्गीहळ्ळी आणि सोमनाथपूर येथील शिल्पकामात त्यांचा सिंहाचा वाटा होता. अर्सिकेरे तालुक्यातील हुळ्ळकेरे गावी होयसळकालीन केशव मंदिर असून तिथे विष्णूच्या चोवीस अवतारांची शिल्पे कोरली आहेत. याशिवाय मंदिराच्या समोरच्या बाजूस शाल आणि व्याघ्र यांची भव्य शिल्पे आढळतात. द्वारशाखा, छत (वितान) यांवरही भरपूर नक्षीकाम आहे. केशवमंदिर हे सुरुवातीच्या होयसळ मंदिरातील अलंकृत एक मंदिर होय.

बेलूर

होयसळ वास्तुशिल्पशैलीची परिणत व विकसित अवस्था बेलूरच्या मंदिरातून विशेषतः चेन्नकेशव मंदिरात पाहावयास मिळते. बेलूर हे गाव हसन जिल्ह्यात यगची नदीकाठी हसन-चिकमंगळूर लोहमार्गावर वसले आहे. येथील सर्व मंदिरे ११६ × १३० चौ.मीटर क्षेत्रफळाच्या तटबंदियुक्त प्राकारात असून त्यास पूर्वेकडे दोन प्रवेशद्वारे आहेत. या मंदिर समूहात मध्यभागी चेन्नकेशव हे होयसळशैलीतील अत्यंत अलंकृत मंदिर असून त्याच्या सभोवती कप्पे-चन्निगरय, सोमनायकी, आंडाळ, वीरनारायण, आलवार संत इत्यादी अन्य मंदिरे असून ती चेन्नकेशव मंदिरापेक्षा तुलनात्मकदृष्ट्या आकाराने लहान व कलात्मकदृष्ट्या गौण आहेत. येथील बहुतेक सर्व मंदिरे सुस्थितीत अवशिष्ट असून हवामान व मुस्लिम आक्रमणे यांमुळे मूर्तींची किरकोळ मोडतोड व पडझड झाल्याचे आढळते. ही सर्व मंदिरे उत्तर चालुक्य म्हणजे होयसळ वास्तुशिल्पशैलीची असून तेथील शिलालेखांवरून त्यांचा काळ इसवीसनाचे बारावे शतक आहे. त्यातील काही मंदिरे विष्णुवर्धन व त्याचा मुलगा यांनी बांधवून घेतली आहेत.

चेन्नकेशव म्हणजे सुंदरनारायण. येथे होयसळ वास्तुशिल्पशैलीचा परिपक्व आविष्कार दृग्गोचर होतो. मंदिराचे विधान तारकाकृती असून गर्भगृह, सुखनासी किंवा अंतरालय, त्यापुढे नवरंग मंडप, सभामंडप व मुखमंडप अशी सर्वसाधारण मंदिराची वास्तुरचना आहे. त्याच्या सभामंडपात स्तंभांवर कलाकुसर असून त्यांवर कोरीव नक्षीकामाने अलंकृत छत आहे. मंदिराच्या पीठावर पारंपरिक गजथर, अश्वथर, मानवथर, हिरकणीथर इत्यादी पंचथर आढळतात. त्यातील हत्ती व घोडे यांचे शिल्पांकन जिवंत व वास्तव वाटते. यातून मंदिराची भव्यता जाणवते. मंडोवरावर (भिंतीवर) चहूंबाजूंनी शिल्पांकन आहे. त्यात १॥ × २ मीटरच्या प्रतिमांपासून १॥ × २ सेंटीमीटर आकाराच्या मूर्तींपर्यंत अक्षरशः शेकडो प्रतिमा कोरलेल्या आहेत. चेन्नकेशवास विजय नारायण असेही म्हणतात. विष्णुवर्धनाने हे मंदिर इ.स.१११७ साली तालकदच्या लढाईत चोल राजाचा पराभव केल्यानंतर विजयाप्रीत्यर्थ बांधले. दुसऱ्या एका कथेनुसार विष्णुवर्धन जैन धर्मीय होता. रामानुजाचार्यांमुळे तो वैष्णव झाला. या घटनेच्या स्मरणार्थ त्याने हे विष्णुमंदिर बांधले असावे. मुख्य मंदिर एक मीटर उंच चबुतऱ्यावर त्रिकूटक पद्धतीत (तीन गर्भगृहे) बांधले असून पीठावर कीर्तिमुख, मकर-सिंह, वेलबत्ती इत्यादी सांस्कृतिक प्रतिमाने आढळतात. काही ठिकाणी योद्ध्यांची मिरवणूक दाखविली आहे. बाहेरच्या भिंतीवर उभ्या मूर्ती खोदल्या असून आडव्या शिल्पपट्टात महाभारत, रामायण, भागवत आदीतील पौराणिक प्रसंगांचे कथा शिल्पन आहे. तीर शिल्पात विविध ढंगांतील, संभ्रम-विभ्रम आविर्भावातील सुमारे चाळीस सुरसुंदरी - मदनिकांच्या मूर्ती असून त्या त्रिभंगात खोदलेल्या आहेत. त्यामुळे या मूर्तींतून त्यांची जशी गतिमानता दृग्गोचर होते; तद्वतच त्यातून उत्तान व शृंगारिक भाव दिसतात. या मदनिकांतील काही मदनिका अनावृत आहेत तसेच तीर शिल्पात आणि कर्णावर काही संभोगक्रियांची कामशिल्पे कोरलेली आहेत. अनावृत मदनिकातील एकीचे वस्त्र माकडाने सोडले आहे, तर दुसरी वस्त्रात विंचू शिरल्यामुळे अनावृत्त झाली आहे; परंतु दोघींचे सौंदर्य, नितळ कांती, उत्तान स्तन व पृथुल नितंब यातून कामभाव स्पष्ट दिसतो. होयसळ शिल्पातील अलंकारांची रेलचेल इथे जाणवत नाही. त्यामुळे या स्थूल अंगकाठीच्या यौवना काहीशा डौलदार व पूर्णतः मादक झाल्या आहेत. येथील विंचू व माकड यांचे शिल्पांकनही विलक्षण वास्तव आहे. चेन्नकेशव मंदिरातील सभामंडपातील चार स्तंभ वगळता उर्वरित सर्व स्तंभ अलंकृत आहेत. त्यातील नरसिंह व मोहिनी या नावांनी प्रसिद्ध असलेले स्तंभ सूक्ष्म कलाकुसरीसाठी ख्यातनाम आहेत. मुख्य गर्भगृहात सुबक व आकर्षक पण किंचित स्थूल विष्णूची मूर्ती आहे. तिच्या प्रभावळीत दशावतारांच्या मूर्ती पौराणिक कालक्रमानुसार खोदल्या आहेत. भिंतींवरील प्रतिमांत वेणुगोपाल, गोवर्धनधारी कृष्ण आणि कृष्णलीलांचे कथाप्रसंग चित्रित केले

आहेत. या सर्व मूर्तीतील देवदेवतांच्या शरीरावरील दागदागिने विशेषतः मुकुट, गळ्यातील रत्नहार-माला आणि अन्य आभूषणे यांची देखणी कलाकुसरयुक्त मांडणी लक्ष वेधून घेते. मंदिराच्या प्रवेशद्वाराजवळील भव्य द्वारपालांच्या मूर्ती, मकरतोरण, अष्टदिक्पाल, पूर्वद्वाराजवळील रतिमदनाचे युगुल आणि त्याच्या वरच्या बाजूस असलेले हिरण्यकशिपू व नरसिंह यांची शिल्पे कलापूर्ण आहेत. अन्य शिल्पसंभारात विष्णुवर्धन राजाचा दरबार दाखविला असून त्यातील राणी शांतलादेवी, पुरोहित इत्यादी मानवी आकृत्या तत्कालीन ऐतिहासिक घडामोडींवर प्रकाश टाकतात.

चेन्नकेशवच्या तुलनेत अन्य मंदिरे विशेष प्रसिद्ध नाहीत. वीरनारायण मंदिराच्या उत्तरेकडील भिंतीवर भीमाचे भागदत्त आणि त्याचा हत्ती यांबरोबरचे कथात्मक शिल्पांकन आहे आंडाळ मंदिरातील मूर्तींच्या माथ्यावरील छत्र्यांची कलाकुसर लक्षवेधक आहे. येथेही पौराणिक कथांबरोबर हत्तींच्या रांगा दिसतात. आळवरांच्या मंदिरात रामायणातील कथाप्रसंग-दृष्ये खोदली आहेत; तर शंकरेश्वराच्या मंदिरातील जालीकाम सुरेख असून तेथील तांडवनृत्यातील शिव, मकर आदी मूर्ती उत्कृष्ट आहेत. या मंदिर समूहातील मूर्तिकामात वैविध्य असून कलाकुसरीचे अनेक सूक्ष्म नमुने आढळतात. तसेच भव्यता आणि उदात्तता आहे. काही मूर्तींच्या खाली शिल्पकारांची नावे आहेत. त्यातील माधवन्न, जक्कणाचार्य, रूबरी नंदीयभट्ट आदी शिल्पी ख्यातनाम असावेत; कारण त्यांचा उल्लेख इतरत्र वारंवार आढळतो. या मंदिर समूहातील स्त्रीप्रतिमा स्थूल व बुटक्या असून अलंकारांनी नखशिखान्त मढलेल्या आहेत; तथापि त्यांचे रुंद कपाळ, सरळ नाक, बदामी डोळे, कोरीव भुवया, सिंहकटी आणि घन-उन्नत उरोज ही सांकेतिक भारतीय स्त्रीसौंदर्याची लक्षणे कलाकाराने कटाक्षाने कोरली आहेत.

येथील सूक्ष्म कलाकारी निळसर काळ्या रंगाच्या संगजिऱ्यासारख्या मऊ (सोपस्टोन) पाषाणात केली आहे. हा पाषाण खाणीतून काढल्याबरोबर अत्यंत मऊ-मृदू असतो, पण पुढे तो वातावरणाच्या साहचार्याने मुख्यत्वे सूर्यप्रकाशात आल्यानंतर हळूहळू कठीण बनत जातो. त्यामुळे शिल्पकारांना नाजूक, बारीक सारीक तपशिलात सूक्ष्म रेखांकन करणे शक्य झाले. हाच पाषाण कर्नाटकातील स्थानिक खाणीतून काढला असून त्याचा सर्रास वापर हळेबीड व अन्यत्र केलेला आहे.

हळेबीड

होयसळ कला अवशेषांसाठी प्रसिद्ध असलेले हसन जिल्ह्यातील इतिहास-प्रसिद्ध पर्यटन स्थळ. ते बेलूर तालुक्यात बेलूरच्या पूर्वेस सु. १७ किमी. व हसनच्या उत्तरेस सु. २७ किमी.वर वसले आहे. याचे मूळनाव हळ्ळेबीडू असून मध्ययुगात (इ.स. १०२२-१३४६) येथे होयसळ वंशाची राजधानी होती. तिचा

नामोल्लेख शिलालेखांतून दोरसमुद्र, द्वारवती, द्वारसमुद्र इत्यादी भिन्न नामांनी आढळतो. मलिक कफूरने इ.स. १३११ मध्ये ही राजधानी जिंकली आणि पुढे मुसलमानी आक्रमणात हे शहर उद्ध्वस्त झाले.

हळेबीड येथे होयसळेश्वर व केदारेश्वर अशी दोन उल्लेखनीय मंदिरे असून त्यांपैकी होयसळेश्वर हे चालुक्य होयसळ शैलीचा सर्वांगीण आविष्कार दर्शविणावे, सर्वांगांनी अलंकृत असलेले आकाराने सर्वात मोठे मंदिर होय. हे मंदिर बिट्टीदेव ऊर्फ विष्णुवर्धन (कार. ११०८-११५२) या राजाने सर्वसाधारणतः ११४१-११५० दरम्यान बांधले असावे, असे तज्ज्ञांचे मत आहे. ते द्विकूट पद्धतीचे (दोन गर्भगृहे) जुळे मंदिर असून सुरुवातीस होयसळेश्वर व त्याच्या शेजारी शांतलेश्वर अशी दोन स्वतंत्र मंदिरे होती. यांचे मंडप जोडून नंतर ती एक केली गेली. या दोहोंची मिळून लांबी ४५.५ मीटर व रुंदी ३६ मीटर असून कपोतापर्यंतची उंची ७.५ मीटर आहे. याचे शिखर अस्तित्वात नाही. मंदिराला पूर्वेला दोन आणि दक्षिणोत्तर प्रत्येकी एक अशी चार प्रवेशद्वारे आहेत. मंदिराचे विधान इतर होयसळ मंदिरांप्रमाणेच नक्षत्राकृती असून छायाप्रकाशाचा परिणाम साधण्यासाठी भिंतींची मांडणी स्वाभाविकच बहुकोनांकित केली आहे. या परिसरातील स्थानिक खाणीत उपलब्ध असलेला मृदू संगजीरा (सोपस्टोन) बांधकाम व कोरीवकामासाठी वापरलेला आहे.

गर्भगृह, अंतराल, नवरंग मंडप आणि मुखमंडप किंवा भद्र हे मुख्य मंदिराचे विभाग असून सामान्यपणे अशा विधानाला असणारा मोठा असा चौथरा (पीठ) मंदिराखाली आहे. येथील द्वारशाखा अलंकृत असून द्वारपाल अत्यंत प्रेक्षणीय आहेत. ते नखशिखान्त आभूषणांनी नटलेले असून नवरत्नांच्या हारांची जाळी नेसून आणि मस्तकी उभट किरीट धारण करून उभे आहेत. हे सगळे कोरीव काम नाजूक आहे. द्वारपाल चतुर्भुज असून त्यांच्या भालप्रदेशी तिसरा नेत्र आहे. त्यावरून ते शिवाच्या गणांपैकी वाटतात. वर्तुळाकार आणि अनेक प्रकारच्या कंगोऱ्यांनी अलंकृत केलेले स्तंभ, मनोहर दगडी जाळ्या आणि दागिन्यांनी अलंकृत अशी अनेक स्त्री-पुरुषांची शिल्पे, ही होयसळ मंदिराची वैशिष्ट्ये येथे दिसतात.

मंदिराच्या चौथऱ्यावर (पीठावर) नऊ विविध स्तर असून सर्वांत खाली गजथर आहे व त्यावर अनुक्रमे अश्व, कीर्तिमुख, माला, नर, व्याल, हंस इत्यादी स्तरांची रूपके खोदली असून प्रत्येकी दोन थरांमध्ये एक खोल पट्टी आहे. त्यामुळे प्रत्येक शिल्पपट्टाला आखून देणारी छायेची एक काळी पट्टीच तयार झाली आहे. यातून लतांचाही स्तर कल्पकतेने योजला आहे. यातील गजथरात सुमारे दोन हजार हत्ती भिन्न ढंगात कोरलेले आढळतात. या स्तराची लांबी २१३ मीटर आहे. यात छायाप्रकाशाची योजना सुरेख केली आहे. यानंतर भिंतींवरील शिल्पे येतात. जंघेवर

वा भिंतीवर कोनाड्यात अथवा नुसत्या भिंतीवरील तीरशिल्पात देवदेवता, देवांगना, सुरसुंदरी-मदनिका, यक्षी, इत्यादींच्या मूर्ती आहेत. यांच्याही वर पांजरकोष्ट-अर्धस्तंभ इत्यादी रूपके आढळतात. एकूण मंदिरावर असंख्य शिल्पे, शिल्पपट्ट, कथापट, पौराणिक प्रसंग, शिव आणि विष्णू यांची कर्तृत्वदर्शक शिल्पे, त्याचप्रमाणे नृत्यांगना, विषकन्या यांचेही शिल्पांकन पाहावयास मिळते. एका शिल्पपट्टीत देखाव्या मागून देखावे खोदलेले दिसतात. प्रारंभी भैरव, गण व पिशाच गायक दिसतात. पुढे समुद्रमंथनाचा प्रसंग आहे. त्यानंतर नर्तकांचा ताफा, ईशान्येच्या बाजूस कृष्णचरित्र कोरले आहे, तर दक्षिणेला महाभारत कथाप्रसंग आहे. येथील मोठ्या शिल्पात वीणाधारी सरस्वती, अर्जुनाचा मत्स्यभेद, ऐरावतावरील इंद्र-इंद्राणी, गज चर्मावर नृत्य करणारा शिव, गोवर्धनधारी श्रीकृष्ण इत्यादी शिल्पांचा अंतर्भाव होतो.

या सर्व मूर्तींचे तपशिलात वर्णन करावयाचे म्हटल्यास प्रस्तुत लेखाची व्याप्ती वाढेल; तथापि काही मूर्तींचे वर्णन केले नाही, तर होयसळ शिल्पांची ओळख अपूर्णच राहील! होयसळेश्वर मंदिराच्या मंडोवरावर चतुर्भुज नृत्य सरस्वतीची एक अप्रतिम मूर्ती आहे. इथे देवीने आपला सर्व भार डाव्या पंजावर टाकला असून उजवा पाय नृत्याच्या आविर्भावात भुईला समांतर वर उचललेला आहे. त्यामुळे डावा पाय गुडघ्यात वाकलेला, थोडासा डावीकडे झुकलेला दिसतो. तिचा वरचा उजवा हात नृत्य मुद्रेत वर केलेला असून डावा वरच्या खांद्याला समांतर पण बोटे खाली केलेल्या दुसऱ्या एका नृत्यमुद्रेत आहे. या दोन्ही हातांची बोटे कलाकाराने अशा कौशल्याने कोरली आहेत, की त्यातून नृत्याचा ढंग स्पष्ट होतो. याशिवाय उरलेल्या तिच्या हातात अनुक्रमे उजवा - लोंबणारी अक्षमाला व डाव्या हातात पोथी ही आयुधे आहेत. तिच्या नृत्य पदन्यासामुळे तिचे उत्तरीय व अधोवस्त्र विस्कळीत झालेले स्पष्ट दर्शविलेले आहे. तिच्या माथ्यावर कलाकुसरयुक्त करंडमुकुट असून त्यामागे कलिकांची माला आहे. तिच्या सर्वांगावर अलंकारांची रेलचेल असून हातात तोडे, कंकणे, बाजूबंद हे अलंकार आहेत आणि गळ्यात विविध प्रकारचे रत्नहार, माला, स्तनहार इत्यादी असून यांतील स्तनहार दोन्ही उन्नत उरोजांमधून बेंबीवर घरंगळत आहे. यातील दुपदरी रत्नहारात कलाकाराचे सूक्ष्म कसब दिसते. त्यातील बारीक सारीक तपशील लक्षणीय आहेत. तिची झुब्यासारखी लांब कर्णकुंडले हेच दाखवितात. याशिवाय तिचा कलाकुसरयुक्त कमरबंध, पायातील तोडे, साखळ्या आदी अलंकारांतून शिल्पीची सूक्ष्म दृष्टी जाणवते. तिचे नृत्यात मग्न असलेले भाव, मुद्रा आणि स्त्रीसौंदर्यदर्शक उन्नत स्तन, विशाल नितंब तिच्या नैसर्गिक सौंदर्याला उठाव देतात. तिच्या पायाजवळ दोन्ही बाजूंस सेविका असून त्यांतील एक सेविका डमरूची साथ देत आहे. दुसरीच्या हातात पात्र (ज्ञानकुंभ) आहे. या शिल्पातील गतिमानता, वाटोळेपणा आणि अलंकारांचे वैविध्य साधण्यात कलाकार यशस्वी

झाला आहे; मात्र या शिल्पात होयसळ शैलीचा बुटकेपणा आणि स्थूलशरीर हा विशेष जाणवतो. तिच्या पाठीमागे प्रभावळ आहे.

दुसऱ्या एका शिल्पात गोवर्धनधारी श्रीकृष्णाची मूर्ती बुटकी, स्थूल आणि विविध अलंकारांनी मढलेली आहे. उभट असा करंडमुकुट, गळ्यात-कानात, कमरेभोवती, हातात अलंकारांची नुसती खैरात आहे. आजानुबाहू आणि गरगरीत हात-पाय असणारी मूर्ती 'बाल' कृष्णाची कशासाठी म्हणावयाची असा संभ्रम निर्माण करते. त्याच्या भोवती गाई, गोप-गोपी आहेत आणि एका हाताने त्याने वृक्षाच्छादित पर्वत उचलेला दिसतो. याशिवाय वाली-सुग्रीव युद्ध, किरातार्जुनीय, चक्रव्युहात अडकलेला अभिमन्यू, दिक्पाल, नृत्यगणेश, ब्रह्मदेव, भैरव, भैरवी, गजासुरमर्दन, वेणुगोपाल, गजेंद्रमोक्ष, त्रिविक्रम, कैलास हलविणारा रावण, विष्णू-लक्ष्मी आलिंगन मूर्ती, नृसिंह, वामन, सूर्य अशी विविध देवदेवतांची तसेच गरूड व नाग यांची उठावातील शिल्पे आहेत. सर्वच शिल्पे लक्षवेधी, डौलदार-वर्तुळाकार असली, तरी ती ठेंगणी आणि पुष्ट आहेत. मुकुट, कर्णभूषणे, गळ्यातील विविध माळा, हार, कंकणे, कमरपट्टे, बाजूबंद, तोडे, पैंजण, साखळ्या इत्यादी अलंकारांची येथे खैरात आहे. त्यामुळे अनेक वेळा कलाकारी चांगली असूनसुद्धा मूळ मूर्तीचे सौष्ठव व सौंदर्य झाकून जाते. याची प्रचीती गोवर्धनधारी कृष्णाच्या मूर्तीत अधिक स्पष्टपणे दिसते.

एकूण मूर्तिकामात बारकावे व सफाईदारपणा आहे; परंतु वास्तुशोभनासाठी मूर्तिकाम की मूर्तिकामासाठी वास्तू असा संभ्रम पडतो; कारण या दोन अंगांचा समन्वय साधण्याचा प्रयत्न कुठेच झालेला आढळत नाही. तद्वतच दाट कलाकुसर व आत्यंतिक अलंकारिता यांमुळे मूर्तीतील लालित्य लोप पावले आहे. मूर्तींचा बुटकेपणा आणि पृथुलता या मर्यादा जाणवतात. तसेच या मूर्तींखालील शिल्पकाराची नावेही ठळक वाचनीय दिसतात.

हळेबीड येथील केदारेश्वर मंदिर होयसळेश्वरापेक्षा आकाराने लहान आहे; पण कलात्मकदृष्ट्या ते होयसळ मंदिरात उजवे ठरेल! येथील मंडोवरावर खोदलेल्या मूर्तीत शरपंजरी भीष्म आणि श्रीराम व कांचनमृग ही शिल्पे महाभारत-रामायणातील कथाप्रसंगांतील विशेषात अधिक बोलकी, करुणा आणि गांभीर्य व्यक्त करणारी अत्यंत लक्षवेधक होत. त्याचप्रमाणे दक्षिणेकडील प्रवेशद्वाराच्या दोन्ही बाजूंस पावणे दोन मीटर उंचीच्या भव्य द्वारपालिका लक्षवेधक आहेत. त्या भारतीय मूर्तिशिल्पात अजरामर झालेल्या आहेत. याच मार्गाने होयसळ राजा नित्य नैमित्तिक शिवलिंगाचे दर्शन घेण्यासाठी मंदिरात जात असे. या द्वारपालिका त्रिनेत्रयुक्त, सुळे स्पष्ट दाखविणाऱ्या, जटामुकुटधारी, डमरु, नाग आणि चेतविलेला अग्नी धारण केलेल्या असून त्यांचे शरीर विविध दागिन्यांनी मढविले आहे. याच द्वाराच्या

गणेशपट्टीवर विविध शिल्पे खोदलेली असून त्यांपैकी अंधकासुरवर, नृत्य करणारा शिव, नंदी, वादक, मकर-हंस, फुले, गंधर्व, सिंह, सप्तमातृका, दिक्पाल, सैनिक इत्यादी लक्षणीय आहेत. याखालील उत्कीर्ण लेखात कलदासी या शिल्पकाराचे नाव दिलेले आहे. त्याने कोणा केदारोजई याच्यासाठी ही शिल्पयुक्त गणेशपट्टी तयार केली, असे तेथील लेखात नमूद केले आहे.. होयसळ नरेश पहिला नरसिंह याचा केदारोजई हा प्रमुख स्थपती होता.

केदारेश्वर हे मंदिर कालौघात बरेच पडले आहे. ते वास्तुशास्त्रदृष्ट्या त्रिकुट (तीन गर्भगृहे) पद्धतीचे असून दुसरा वीर बल्लाळ (कार. ११७३-१२२०) राजा आणि त्याची कनिष्ठ राणी अभिनव केतलदेवी यांनी इ.स. १२१९ साली बांधल्याचा उल्लेख शिलालेखात मिळतो. ते सोमनाथपूरच्या चेन्नकेशव मंदिराप्रमाणेच असून कलात्मकदृष्ट्या होयसळ वास्तुशिल्पशैलीतील ते माणिक मानण्यात येते. होयसळ मंदिरातील विमान व त्यांची रचना, त्यांचे निरनिराळे घटक, स्तंभ ही सर्व अंगे प्रामुख्याने द्राविड वास्तुशैलीची मानली जातात; परंतु यांमध्ये अर्धस्तंभ व गोष्टपांजर यांवर शिखरांच्या ज्या लहान प्रतिकृती आहेत, त्या नागर या इंडो-आर्यन शैलीचे घटक मानले जातात. तसेच मंदिरांच्या पायऱ्यांच्या दोहो बाजूंस ज्या छोट्या देवळ्या आहेत, त्यांवरील शिखरे (विमाने) तीही नागर विशेषतः माळव्यात प्रचलित असलेल्या भूमिज या उपशैलीची द्योतक आहेत; मात्र या मंदिरात उंचीची झेप नाही. म्हणून या मिश्रशैलीस उत्तर चालुक्यशैली असे नाव तज्ज्ञांनी दिले आहे.

या दोन मंदिरांव्यतिरिक्त इ.स. १२२० मध्ये बांधलेले वीरभद्र मंदिर हळेबीड येथील होयसळ वंशाच्या बोधचिन्हांच्या भव्य शिल्पासाठी प्रसिद्ध आहे. त्यातील खड्गधारी शाल पुरुष आणि भव्य व्याघ्र लक्षणीय असून शाल अत्यंत शांत व धीरोदत्त भासतो.

हळेबीडपासून सुमारे पाऊण किमी.वर बस्तीहळ्ळी नावाचे एक स्थान आहे. त्या ठिकाणी तीन जैन बस्त्या असून त्यांतील पार्श्वनाथ बस्ती गोलाकार आणि अत्यंत गुळगुळीत आरसपानी स्तंभांकरिता प्रसिद्ध आहे. तिच्यातील काळ्या वालुकाश्मात घडविलेली पार्श्वनाथाची मूर्ती सुमारे चार मीटर उंचीची भव्य आहे. मधल्या बस्तीत आदिनाथ आणि शेवटच्या बस्तीत शांतिनाथ यांच्या मूर्ती आहेत. होयसळांच्या राज्यात राजघराण्यातील स्त्री पुरुषांनी व त्यांच्या मंत्र्यांनी बांधलेल्या सुमारे ७२० जैन बस्त्या असल्याचे उल्लेख आढळतात. भारतीय पुरातत्व सर्वेक्षण खात्याने येथे एक पुराण वस्तुसंग्रहालय इ.स. १९६१ मध्ये स्थापन केले असून त्यात हळेबीड व त्याच्या परिसरातील प्रामुख्याने होयसळकालीन भग्न मंदिरांचे अवशेष जतन केले आहेत. याशिवाय ब्राँझ व काष्ठशिल्पे, भूर्जपत्रे, प्राचीन हस्तलिखिते, नाणी, ताम्रपट व काही शिलालेख यात असून या वस्तुसंग्रहालयातील नृत्यगणेश, ध्यानमग्न

सरस्वती, दुर्गा, महिषमर्दिनी, तांडवनृत्य करणारा शिव अशी काही शिल्पे सुरेख आहेत. या प्रत्येक शिल्पाखाली चित्रवर्णन आहे. याशिवाय प्रस्तुत संग्रहालयात सुमारे एक हजार पुस्तकांचे ग्रंथालय असून तीत मुख्यत्वे पुरातत्वविद्या व वस्तुसंग्रहालय या शास्त्रांवरील ग्रंथ आहेत.

सोमनाथपूर

होयसळवास्तुशैलीसाठी प्रसिद्ध असलेले हे गाव म्हैसूर जिल्ह्यातील तिरुमकुडल-नार्सेपूर तालुक्यात वसले आहे. येथील केशवमंदिर होयसळराजा तिसरा नरसिंह याच्या सोमनाथनामक सेनापतीने म्हैसूरच्या आग्नेयेस सुमारे ४० किमी. वर काटोरी नदीकाठी इ.स. १२६८ मध्ये बांधले. म्हणून या स्थळास सोमनाथपूर हे नाव प्राप्त झाले. हे मंदिर उत्तर होयसळ स्थापत्यशैलीचे नमुनेदार उत्तम उदाहरण असून याचे विधान सप्तकोनी तारकाकृती आहे. त्यात एकूण तीन स्वतंत्र गर्भगृहे (त्रिकूटक) आहेत. त्यांच्या मधोमध त्यांना जोडणारा मोठ्या स्तंभांचा एक मंडप आहे. सर्व मंदिरांचे बांधकाम मृदू संगजिरानामक (सोपस्टोन) पाषाणात केले असून सुमारे एक मीटर उंचीच्या चौथऱ्यावर ते बांधले आहे. केशवमंदिर हळेबीड व बेलूर येथील अनुक्रमे होयसळेश्वर व चेन्नकेशव मंदिरांपेक्षा आकाराने फारच लहान आहे. येथील प्रत्येक गर्भगृहावर सारख्या आकाराची विमाने आहेत; मात्र तिन्ही गर्भगृहांपुढे एकच सभामंडप आहे. पूर्वेच्या बाजूस बंदिस्त नवरंग मंडप असून त्यातील कक्षासनाच्या उंचीवर जाळीदार खिडक्या आहेत. तिन्ही गर्भगृहांत विष्णूचीच भिन्न रूपातील मूर्ती आहे. यातील वेणुगोपाळाची प्रतिमा लहान असूनही देखणी व सुबक आहे. अधिष्ठानावरील शिल्पपट्टात लढवय्ये पुरुष (सैनिक) गज, अश्व, हंस व मकर आदी स्तरांचे अलंकरण असून वरच्या स्तरात रामायण-भागवतातील कथानक-दृष्ये कोरली आहेत. भिंतीवरील कोनाड्यांतून उत्थित शिल्पात देवदेवता, त्यांचे गण आणि मदनिकांच्या भिन्न ढंगातील वैविध्यपूर्ण मूर्ती आहेत. मंडपातील कातीव व झिलईदार स्तंभांवर बारीक नक्षीकाम आहे. या मंदिरातील उपड्या टोपलीप्रमाणे दिसणारी विताने (छते) कलात्मक असून त्यांच्या बाजूंवर अत्यंत कौशल्याने खोदलेले भौमितिक रचनाबंध, पुष्प-लता यांचे आकृतिबंध आणि अष्टदिक्पाल आहेत. कोणत्याही दोन छतांत साम्य नाही. मंदिराभोवती असलेल्या प्राकारात भिंतींच्या आतील बाजूस कोनाड्यासदृश सुमारे चौसष्ट लहान मंदिरे आहेत.

बेलूर, हळेबीड, सोमनाथपूर येथील मंदिरे ही मुख्यत्वे चालुक्य-होयसळ वास्तुशिल्पशैलीची प्रातिनिधिक असून सर्व मंदिरांवर विपुल शिल्पांकन आहे. होयसळ मूर्तींचा स्वतंत्ररीत्या विचार केला असता काही मूर्ती अत्यंत मोहक असून वर्तुलन, स्थूलता आणि बुटकेपणा हे गुणविशेष त्यातून जाणवतात. कलाकौशल्यातील

तांत्रिकता, कल्पनाशक्ती आणि निर्मितीमागे खोल रूजलेली धार्मिक जाणीव, रूपण कलेतील उधळण (अपध्यय) यांचा विचार केला असता, हळेबीडची मंदिरे विशेषतः होयसळेश्वर मंदिर हे भारतीय वास्तुशिल्पकलेतील परमावधीचा बिंदू गाठते; मात्र त्यातील संयोजनात समन्वय साधला गेला नाही. त्यामुळे एकूण शिल्पांकनाचा विचार करता, होयसळ मूर्तिकार हे उत्तम कारागीर होते, पण कलाकार नव्हते, असेच म्हणावे लागेल.

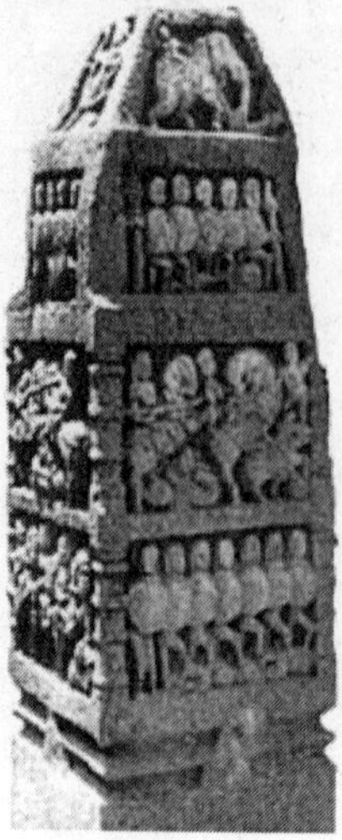

शिलाहार वास्तुशिल्पशैली

शिलाहार घराण्याच्या तीन स्वतंत्र राज्यशाखा होत्या. त्यांपैकी एक उत्तर कोकण (ठाणे जिल्हा), दुसरी दक्षिण कोकण आणि तिसरी मिरज, कराड (कऱ्हाड), कोल्हापूर या विभागावर राज्य करीत होती. कराडच्या शिलाहारांनी अकराव्या शतकात दक्षिण कोकण आपल्या अंमलाखाली आणला. शिलाहारांचे अनेक कोरीव लेख कोकणपट्टी आणि दक्षिण महाराष्ट्रात उपलब्ध झाले आहेत. शिलाहार घराण्यातील तिन्ही शाखांतील राजांनी वास्तुशिल्पादी कलेस उत्तेजन दिले. हे राजे सहिष्णू होते आणि त्यांनी व त्यांच्या सामन्त अधिकाऱ्यांनी हिंदू मंदिरांबरोबर जैन बस्त्या तसेच काही बौद्ध विहार बांधले आणि त्यांच्या योगक्षेमाची व पूजाअर्चेची व्यवस्था केली. या संबंधीचे अनेक कोरीव लेख उपलब्ध असून त्यात पूजेअर्चेसाठी दिलेल्या

अग्रहारदानांचा स्पष्ट उल्लेख आहे. शिलाहारांनी बांधलेली अनेक मंदिरे कालौघात नष्ट झाली असली, तरी त्यांपैकी काही अवशिष्ट असून त्यांवरून तत्कालीन प्रगत व वैभवशाली वास्तुशिल्पशैलीची कल्पना येते. अंबरनाथ, पेलार, वाळकेश्वर, खिद्रापूर, कोल्हापूर येथील काही मंदिरांची पडझड झाली असली, तरी ती मंदिरे जीर्ण अवस्थेत अवशिष्ट आहेत. शिलाहारांच्या वेळी (१०४८-१३४२) पौराणिक धर्माचा उत्कर्ष होऊ लागला होता. मंदिरे बांधून देवतांच्या पूजेची व्यवस्था करणे, त्यांना जोडलेल्या मठात तपस्वी व विद्यार्थी यांच्या निवासाची सोय करणे, संलग्न अन्नसत्रात त्यांच्या भोजनाची व्यवस्था करणे, यांसाठी राजे, सामन्त, अधिकारी आणि सामान्यजनही उदारहस्ते दाने देत. शिलाहारांच्या कोरीव लेखात शिव, विष्णू, आदित्य, ब्रह्मा, महालक्ष्मी, जोगेश्वरी आणि भगवती या देवतांचे निर्देश आढळतात. त्यावरून त्यांच्या काळात बरीच शिवमंदिरे बांधली गेली. उत्तर कोकणातील लेखात गजाननाला नमन केले आहे; पण गणपतीचे मंदिर बांधल्याचे स्पष्ट उल्लेख नाहीत; तसेच विष्णू हा प्रमुख देव होता; पण त्याची मंदिरे फार थोडी होती. ब्रह्मदेवाचे स्वतंत्र मंदिर क्वचित बांधले जाई. अंबरनाथ येथील शिवमंदिरात बाहेरच्या मागील भिंतीवर ब्रह्मदेवाची आलिंगन मूर्ती आहे. आदित्याचीही अनेक मंदिरे शिलाहारांनी बांधली. कोल्हापूरातील ब्रह्मपुरीत एक आदित्य मंदिर अवशिष्ट असून दुसरे भिवंडीजवळ लवणनरे (लोनाड) येथे आहे. कोल्हापूर शहरात फारसे मूर्तिकाम नसलेली दोन शिवमंदिरे महालक्ष्मी मंदिराच्या पूर्वेस कपीलतीर्थ बाजारपेठेत एक व उत्तरेकडील महादरवाजाबाहेर एक अशी आढळतात. कोल्हापूरचे शिलाहार राजे महालक्ष्मीचे निस्सीम भक्त असल्याचे त्यांच्या अनेक लेखांतून उल्लेख आढळतात.

शिलाहारांच्या राज्यात जैन धर्मही भरभराटीत होता; पण उत्तर व दक्षिण कोकणच्या शिलाहारांच्या लेखात जैन मंदिरांचा उल्लेख नाही; तथापि कोल्हापूरच्या शिलाहारांच्या लेखात तत्संबंधी अनेक उल्लेख आहेत. गंडरादित्याने स्वतः मिरिंज देशातील इरुकुडी (मिरजेजवळचे इरळी) येथे गंडसागर तलाव खोदून त्याच्या काठावर शिव, बौद्ध आणि जिनालय ही मंदिरे उभारून त्यांच्या पूजाअर्चेकरिता एक निवर्तन भूमीचे दान दिले होते. हाविन हेरिलगे (आजरे महालातील हेरे) येथे पार्श्वनाथ जिनाचे मंदिर होते. ते विजयादित्याचा सामन्त कामदेव याचा हडपवळ (ताम्बुलवाहक सेवक) वासुदेव याने बांधले होते. दुसरे पार्श्वनाथाचे मंदिर मडलूर (भूदरगड तालुक्यातील मडूर) येथे होते. तिसरे पार्श्वनाथ मंदिर कवडेगोल्ल येथे गंडरादित्याचा पूर्वोक्त सामंत निंबदेवरस याने बांधले होते. आणखी एक जैन मंदिर आजरे (आजुरिका) येथे होते. ते नेमिनाथ जिनाचे असून गंडरादित्याने स्वतः बांधून घेतले होते. त्यास त्याने आपल्या त्रिभुवनतिलक बिरुदाचे नाव दिले होते. त्याचा उल्लेख सोमदेवाने आपल्या शब्दार्णवचन्द्रिकेत केला आहे.

कोल्हापूर शहरातील प्राचीन शिलाहारकालीन जैन मंदिरातील एकदोन सांप्रत सुस्थितीत अवशिष्ट असून त्यांपैकी एक कोल्हापूर शहरात जुन्या शुक्रवार पेठेत (रूपनारायण बसती) असून दुसरे महालक्ष्मी देवालयाच्या आवारात पूर्वेस (शेषशायी मंदिर) आहे. गंडरादित्याचा सामंत निम्बदेवरस याने रूपनारायण बसती इ.स. ११८७ साली बांधली असून गंडरादित्याने रूपनारायण हे बिरुदनाम त्यास दिले. तिचा उल्लेख श्रवणबेळगोळ येथील एका शिलालेखातही आहे. ही उंच अधिष्ठानावर असून गर्भगृह, अंतराळ, सभामंडप व अर्धमंडप असे त्याचे चार भाग आहेत. गर्भगृह तारकाकृती आहे, आणि शिखर नागरशैलीचे उत्तर भारतीय पद्धतीचे असून त्यावर मूर्तिकाम नाही. मंदिरासमोर मानस्तंभ आहे. सभामंडपातील स्तंभ सुबक कातीव असून तळात चौकोनी, नंतर अष्टकोनी व पुढे वर्तुळाकार कणीदार आहेत. यावर कोरीव काम नाही. गर्भगृहात फक्त काळ्या पाषाणात घडविलेली लांछनासह श्री पार्श्वनाथाची उभी मूर्ती आहे. याशिवाय येथील गर्भगृहात व सभामंडपात काही तीर्थंकरांच्या विशाल ध्यानमग्न मूर्ती आहेत. गर्भगृहातील एका कोनाड्यात बाहुबलीची संगमरवरी पाषाणातील शुभ्र मूर्ती आहे.

सांप्रत शेषशायी मंदिर या नावाने परिचित असणारे हे मंदिर मूलतः जिनालय होते. कालांतराने त्याचे सध्याच्या शेषशायी मंदिरात परिवर्तन झाले आहे. हे मंदिर उत्तराभिमुख असून त्याचे अर्धमंडप, सभामंडप व गर्भगृहे असे भाग आहेत. अर्धमंडपाच्या एका तुळईवर व छताच्या एक सोडून एक अशा चार तुळयांवर तत्कालीन लेख आहे. त्यावरून हे मंदिर आदिनाथ तीर्थंकरांचे असून ते गंडरादित्याच्या पूर्वोक्त निंबदेव सामंताने बांधले होते. तेथील लेखात यासंबंधी पुढील वर्णन आढळते, "ते विशाल व सुंदर होते. त्याच्या दोन्ही बाजूंस बांधलेल्या व्यापाऱ्यांच्या हवेलींनी व गणिकांच्या हर्म्यांनी त्याची शोभा वृद्धिंगत झाली होती." आदिनाथ तीर्थंकराच्या जागी सध्या शेषशायी विष्णूची प्रतिष्ठापना झाली आहे. याशिवाय कोल्हापूर शहरात महालक्ष्मीच्या जवळपास विठ्ठल मंदिर, विश्वेश्वर, ब्रह्मेश्वर, खोल खंडोबा इत्यादी काही समकालीन मंदिरे असून त्यांची वास्तुशैली शिलाहारकालीनच आहे. महालक्ष्मीच्या आवारात एक गणपतीचे (सिद्धिविनायक) आणि नवग्रह अशी आणखी दोन तत्कालीन मंदिरे आहेत. नवग्रह मंदिराच्या उघड्या मंडपातील छतावर अष्टदिक्पालांच्या सुरेख मूर्ती अपोत्थित शिल्पात खोदलेल्या आहेत. त्यांवरूनही या शिल्पकलेची परिणत अवस्था ध्यानी येते.

शिलाहारांनी अनेक शिवमंदिरे बांधली. त्यातील वाळकेश्वर, पेलार, अंबरनाथ (ठाणे जिल्हा) व खिद्रापूर (कोल्हापूर जिल्हा) येथील मंदिरे जीर्ण अवस्थेत अवशिष्ट आहेत. त्यातून तत्कालीन वास्तुशिल्पशैलीचे नमुने पाहावयास मिळतात. अंबरनाथचे शिव वा आम्रेश्वर मंदिर अंबरनाथ रेल्वे स्थानकाच्या पश्चिमेस सुमारे पाव किमी.

वर एका खोलगट जागेत वालधन नदीला पुढे मिळणाऱ्या एका ओढ्याच्या काठी श्री मम्वाणिराजदेव किंवा मुम्मुणी राजाने इ.स. २७ जुलै १०६१ रोजी त्याचे बांधकाम पूर्ण केले, असा शिलालेख या मंदिराच्या दगडी तुळईवर कोरला असून त्यात "अंबरनाथ देवकूल" या मंदिराचे काम श्री मच्छित्तराजदेवाच्या कारकिर्दीत सुरू झाले असे म्हटले आहे. प्रस्तुत मंदिराच्या पूर्वेकडील मुख्य कोनाड्यात घारापुरीतील लेण्याप्रमाणे त्रिमुखी शिवाची मूर्ती आहे. मात्र ती बैठी नसून समभंग आसनात उभी आहे. तिने जटामुकुट धारण केला असून तिच्या गळ्यातले हार, कमरेची मेखला, हातातले अन् पायातले अलंकार सुंदर रीतीने कोरले आहेत. या प्रतिमेचे बहुतेक हात आता भग्न झाले आहेत. फक्त वरचा हात शाबूत असून त्यात सर्प धरला आहे. मूर्तीच्या दोन्ही बाजूंस दोन दोन गण लहान आकारात दाखविले आहेत.

उत्तरेच्या बाजूकडील मुख्य मूर्ती अष्टभूजा महाकालीची आहे. ही नरमुंडमालाधारी नृत्यात मग्न असून तिच्या हातात कट्यार, तलवार, त्रिशूल, खदवांग इत्यादी आयुधे आहेत. तिच्या दोन बाजूंस तिजसारख्याच अस्थिपंजर अवस्थेतील उपासक उपासिका कोरल्या आहेत. एकंदर हे दृश्य बीभत्स व किळसवाणे आहे. या महाकालीच्या देवळीखाली, ब्रह्मदेवाची त्रिमुखी चार हाती आलिंगनमूर्ती असून सावित्री त्याच्या डाव्या मांडीवर बसली आहे. ब्रह्मदेवाचे चौथे मुख मागील बाजूस असल्यामुळे ते दाखविले नाही. ब्रह्मदेवाने हातात रुद्राक्षमाळ व यज्ञपात्र धारण केले असून त्याच्या उजव्या मांडीखाली त्याचे हंस हे वाहन आहे. याच भिंतीवर तांडवनृत्य करणाऱ्या बारा हातांच्या शिवाची भुजंगललितासनातील मूर्ती असून ती पूर्ण उठावदार शिल्प आहे. त्याचा उजवा पाय गुडघ्यात किंचित वाकला असून त्यावर सर्व भार तोलला आहे, आणि डावा पाय बेंबीपर्यंत समांतर असा वर उचलला आहे. फक्त सहा हात शाबूत असून वरच्या दोन हातात डोक्यावर आडवे त्रिशूळ धरले आहे. तिसऱ्या हातात दण्ड असून उर्वरित दोन हात अभयमुद्रेत दर्शविले आहेत. त्याने सुरेख जटामुकुट धारण केला असून त्यावर फुलांच्या माला, नरमुंड आणि चंद्रकोर आहे. त्याच्या दोन्ही बाजूस हातात झांज घेतलेल्या गण गणिकांच्या छोट्या प्रतिमा आहेत. त्याच्या चेहऱ्यावर नृत्यातील शांत स्मित दिसते. जणू तो नृत्यात आणि संगीतात एकरूप झालेला दिसतो. शरीराला दिलेल्या वक्ररेषांमुळे या मूर्तीत गतिमानता आली असून कलाकाराने येथे छायाप्रकाशाचे फार सुरेख संतुलन साधले आहे. शिलाहार शिल्पसंभारातील ती एक संकल्पनात्मक मानसिक एकाग्रता दर्शविणारी अप्रतिम मूर्ती आहे.

दक्षिणेकडील मूर्तिसंभारातील मुख्य कोनाड्यात नृत्य करणाऱ्या अष्टभुजा चंडिकेची मूर्ती आहे. तिचे बहुतेक सर्व हात भग्न झाले असून तिच्या पायाखाली

तिचे वाहन चिरडलेला राक्षस अधोमुख होऊ पडलेला दाखविला आहे. देवीच्या कानात वर्तुळाकार कुंडले, गळ्यात अनेक रत्नहार, कमरेत रशना आणि पायात पैंजण इ. अलंकार आहेत.

याशिवाय भिंतीवर अनेक शैव संप्रदायातील अर्धनारीश्वर, शिवपार्वती आलिंगन मूर्ती इत्यादी आहेत. शिवाय एक उल्लेखनीय अशी विष्णूची मूर्ती आहे. तिच्या हातात नंदक धनुष्य, कमळ, शंख व गदा ही आयुधे आहेत. विष्णूने किरीट मुकुट धारण केला असून कर्णकुंडलादी विविध अलंकार घातले आहेत. उजव्या बाजूस खाली त्याचे वाहन गरुड बसलेला दाखविला आहे. या कोनाड्याखाली एक विशाल कीर्तिमुख अलंकरणासाठी खोदले आहे. त्याखाली लहान अनेक मूर्ती आहेत. या देवदेवतांव्यतिरिक्त सर्व बाजूंवर शालभंजिका, वृक्षी, यक्षिणी, दर्पणधारी वगैरे सुरसुंदरी-अप्सरादिकांच्या सुंदर मूर्ती कोरलेल्या आहेत. मात्र जानपदातील स्त्रियांच्या अंगावर मोजके दागिने असून त्यांची वस्त्रप्रावरणे जाडीभरडी आहेत.

शिलाहार वास्तुशिल्पशैलीचा परिपूर्ण कलात्मक आविष्कार अंबरनाथच्या शिवमंदिरात दिसतो; तर खिद्रापूर येथील कोप्पेश्वराची बांधणी काहीशी भिन्न उत्तर चालुक्यकालीन आहे; पण त्याच्या मंडोवरावरील विविध ढंगातील असंख्य मूर्ती प्रेक्षकाला मोहून टाकतात. काही मूर्ती पाहताना उत्तर हिंदुस्थानातील खजुराहो येथील मंदिरांचे स्मरण होते; तर काहींच्या बाबतीत हळ्ळेबीड येथील होयसळेश्वर या जुळ्या मंदिराची आठवण होते. या ठिकाणी जे शिवम् सुंदरम्- असे दोन्हींमधील चांगले ते पाहावयास मिळते आणि म्हणूनच प्रेक्षकाचे पाय दीर्घकाल भिंतीवरील मूर्तिकला पाहण्यात बाहेरच्या प्रांगणात रेंगाळतात. शिलाहार शिल्पशैलीतील हा कौस्तुभमणि पुनःपुन्हा न्याहाळावा असे वाटते.

खिद्रापूर हे सुमारे हजार वस्तीचे लहानसे खेडे कोल्हापूर जिल्ह्यातील शिरोळ तालुक्यात शिरोळच्या आग्नेयेस सुमारे १९ कि.मी वर कृष्णा नदीकाठी वसले आहे. येथे सामान्यतः नेहमी पूर्ववाहिनी असणारी कृष्णा पश्चिम वाहिनी झाली आहे. त्यामुळे या स्थलास विशेष पावित्र्य प्राप्त झाले आहे. या स्थळाला त्यावेळी लष्करीदृष्ट्याही महत्त्व होते असे दिसते; कारण या मंदिरावर अनेक ठिकाणी कोरीव लेखात शिलाहार नृपती विजयादित्य याचा दंडनायक सेनापती बोप्पण याने शत्रूवर विजय मिळविल्याचे उल्लेख कन्नड लिपीत आहेत. ही लढाई बहुधा कलचुरी नृपती बिज्जल याने विजयादित्यावर केलेल्या स्वारीत झाली असावी.

हे मंदिर कोणी बांधले यासंबंधीचा निश्चित उल्लेख कोठेही नसला, तरी शिलाहार वंशीय गंडरादित्याच्या वेळी (कार. ११०५-११४०) त्याच्या बांधकामास आरंभ झाला असावा आणि त्याचा मुलगा विजयादित्याच्या कारकिर्दीत (कार. ११४० - ११७५) त्याचे बरेचसे बांधकाम पूर्ण झाले असावे. गर्भगृह, अंतराळ,

सभामंडप (गूढमंडप) आणि प्रवेशमंडप (सध्याचा तथाकथित स्वर्गमंडप) असे मंदिराचे चार भाग एकापुढे एक बांधले आहेत. एवढे मोठे, अनेक शिल्पाकृतींनी विभूषित झालेले मंदिर थोड्याथोडक्या अवधीत बांधून होणे शक्य नाही. विजयादित्याच्या राजवटीतही ते पूर्ण झाले नाही. एवढेच नव्हे तर त्याचा पुत्र आणि उत्तराधिकारी भोज यालाही ते पूर्ण करता आले नाही; कारण त्याचा सभामंडप अद्यापि अपूर्ण आहे; तो केवळ कालोत्क्रमात पडला असेल, असे त्याच्या अर्धवट बांधकामावरून वाटत नाही. ते पुरे होण्यापूर्वीच यादव सम्राट सिंध्धणदेव याने भोजाचा उच्छेद करून त्याचे राज्य खालसा केले आणि भोजास पर्णालक (पन्हाळा) किल्ल्यात कैदेत ठेवले. कोप्पेश्वर देवळातील दक्षिणेकडील सभामंडपाच्या दाराबाहेरील भिंतीतील (पूर्वेकडील भिंत) सिंघणाच्या संस्कृत लेखावरून हे स्पष्ट दिसते. हा लेख २२ एप्रिल १२१३ मधील आहे. त्यात स्वयंभू कोप्पेश्वर देवाचे अंगभोग व रंगभोग यांकरिता व कृष्णवेणी व भेणसी नद्यांच्या संगमाजवळचे मिरिंजी (मिरज) जवळील कुडलदामवाड किंवा कुरुंदवाड ग्राम दान दिल्याचा उल्लेख आहे. त्यातच पुढे जुगुल व सिरिगुप्प ही गावे पूर्वी जीर्णोद्धारासाठी दिली होती असे म्हटले आहे. यानंतरचे यादवांचे लेख कोल्हापूरात सापडले असून त्यात सिंघणाने विजयप्राप्तीनंतर श्री कोप्पेश्वराच्या पूजाअर्चेची व्यवस्था केली होती असे दिसते; तथापि हे अपूर्ण मंदिर पूर्ण करण्याची काही तजवीज केल्याचे त्याच्या प्रस्तुत लेखात दिसत नाही.

सामान्यतः अशा मंदिरांना कमी-अधिक उंचीची जगती (चौथरा) असते. या मंदिरालाही हे भाग असावे. म्हणून पुरातत्त्वविद्या खात्याने सभोवती उत्खनन सुरू केले असून जगतीचा बराचसा भाग बाहेर काढण्याचे काम चालू आहे. अधिष्ठान व शिखर यांमधील भिंतींच्या अगदी खालच्या भागावर सभोवार हत्तींच्या सुंदर आकृत्या कोरल्या आहेत. एकंदर हत्ती ९२ आहेत. त्यांवर ब्रह्मदेव, विष्णू, शिव, इंद्र इत्यादी देव आरूढ होऊन कोप्पेश्वराच्या मंदिराला आलेले दाखविले आहेत.

गर्भगृहाच्या पश्चिम, दक्षिण आणि उत्तर या दिशांतील मध्यभागी भगवान शंकराची एक एक मूर्ती पार्वतीसह नंदीवर आरूढ झालेली कोरली आहे. तेव्हा या मंदिराच्या जंघेवर एकूण ९५ वाहने कोरली आहे. पण त्यांपैकी बहुतेक वाहने हत्ती आता मूर्तिभंजक दुष्टांनी भग्न केली आहेत. क्वचित एखाद दुसऱ्या हत्तीची सोंड वा मुख यांचे दर्शन होते. बहुसंख्य मूर्तींचीही मुखे फोडली आहेत; पण ज्या ठिकाणी हात वा हत्यार पोहोचले नाही, अशा भिंतींच्या वरच्या काही मूर्ती फक्त हवामानामुळे खराबल्या आहेत. पण पूर्णावस्थेत आहेत.

मंदिराच्या तारकाकृती रचनेमुळे त्यांवर कोरलेल्या मूर्तींना छायाप्रकाशाच्या समुचित योजनेने सुंदर उठाव मिळतो. या वरच्या भागांवर अनेक सुंदर देवदेवता, सुरसुंदरी, विविध मुद्रा व नृत्यावस्थातील नृत्यांगना, वादक, तसेच शिवोपासनेशी

निगडित असलेल्या अनेक उपदेवता इत्यादिकांनी देवालयाच्या जंघेचे (भिंतीचा मधला भाग) भाग भरून गेले आहेत. त्यांमध्ये दक्षिणेस गणपती आहे. तर उत्तर दिशेस सरस्वती आहे. याशिवाय महिषासूरमर्दिनी, भैरव, विष्णू, ब्रह्मदेव, दिक्पाल वगैरेंचे मोठे शिल्पपट्ट सर्व बाजूंस बसविले आहेत. नर्तकींच्या तर विविध अवस्थांतील, विविध आकाराच्या, विविध ढंगातील असंख्य मूर्ती आहेत.

दक्षिणेकडील भिंतीवरील एक कच्छमुक्ता समभंग अवस्थेत उभी आहे. तिची चर्या गंभीर दिसते. जणू ती प्रियकराला पाहून एकदम बावचळली आहे, असे भासते. तिने आपले उत्तरीय काढून टाकले असून ते उजव्या हातात पकडले आहे आणि अधरीय ती खाली ओढत आहे. तिच्या गळ्यातील मालाही विस्कटलेली दिसते. तिने केसात मधोमध अलंकार घातलेला असून हातात कंकणे, बाहूत केयूर घातले आहेत. पायातील तोडे आणि कानातील तिचे अलंकार स्पष्ट दिसतात. ही अर्धनग्न युवती असून तिची बेंबी स्पष्ट दिसते. तिचे पृथुल गोलाकार स्तन तिच्या उत्तान तारुण्याची ग्वाही देतात. दुसरी एक नृत्यांगना-आपल्या नृत्यात एवढी तल्लीन झाली आहे, की तिने जणू अखेरची तान मारली आहे. तिचे डोळे अर्धोन्मिलित असून डावा हात खूप उंचावला आहे. तर उजव्या हाताची बोटे तिने उजव्या डोळ्याशेजारी नेली आहेत. तिचे दोन्ही पाय एकमेकांवर व चंप्यांवर आधारित असून तिचा अंबाडा व उत्तरीय अत्यंत कलाकुसरयुक्त आहे. तिचे अधरीयही स्पष्ट दिसते. तिने गळ्यात रत्नहार घातला असून लांब हार वा माला दोन्ही स्तनांमधून खाली बेंबीवर लोंबत आहे. तिचा उत्तान उरोभाग, कर्णभूषणे, कंकणे, केयूर, नुपूर इत्यादी अलंकार यांमधून तिची धुंद अवस्था दृग्गोचर होते. सुरसुंदरींच्या येथील अनेक ढंगांतील विविध मूर्ती म्हणजे जणू स्त्री सौंदर्यस्पर्धाच होय. या मूर्तींना एक आगळे नि वैशिष्ट्यपूर्ण स्थान आहे. चौरीधारी, दर्पणधारी, शालभंजिका, कच्छमुक्ता, लज्जावती, नृत्यांगना, धनुष्यधारी, मृदुंगधारी, अलस्यकन्या, झांझधारी यांच्या मूर्ती अत्यंत आकर्षक, बांधेसूद, लयबद्ध व यौवनोत्फुल्ल आहेत. चौरीधारी मूर्ती मुख्यत्वे द्वारशाखेत आणि विष्णू, सरस्वती वगैरे देवदेवतांच्या बाजूस आढळतात. काही मंदिरांच्या भिंतींवरही स्वतंत्ररीत्या दिसतात. नृत्यांगना आणि मृदुंगधारी युवती तर असंख्य आहेत. प्रत्येक तरुणीची उभी राहण्याची धाटणी वेगळी आहे; तर मृदुंग धरण्याची ढब निराळी दिसते. वायव्येकडील भिंतीवरील नृत्यांगनेची एक मूर्ती प्रेक्षकांकडे पाठ करून उभी असून तिचा उजवा पाय डाव्या पायावर आडवा बोटांवर आधारलेला आहे. डावा सरळ असून फुटलेला आहे. डावा हात कमरेवर रेलून नृत्याच्या ठेक्यात ठेवला आहे, तर उजवा हात ज्योत पेटविण्याच्या आविर्भावात वर उंच केला असून त्याची बोटे स्पष्ट दिसतात, चेहरा किंचित मागे झुकलेला आहे. तिचा कलाकुसरयुक्त कमरपट्टा, उत्तरीय व नृत्याच्या अवस्थेमुळे

पुढे व बाजूला झुकलेले अधरीय वस्त्र पायाशी घोळणाऱ्या सोग्यामुळे स्पष्ट दिसते. तिने मेखला घातली असून, हातात कंकणे व गळ्यात लांब हार घातला आहे. तो तिच्या दोन्ही स्तनाग्रांवरून खाली लोंबकळत आहे. पायात नुपुर व वाळे आहेत. कानातील गोल कर्णभूषणे तसेच कलात्मक केशभार या सर्वांतून तिची लयबद्ध शरीरयष्टी दृग्गोचर होते. तिचे मुख व अंबाडा फुटला आहे.

यासारखेच दुसरे एक राजपुरुषाचे शिल्प तत्कालीन वस्त्रालंकारांच्या दृष्टीने उल्लेखनीय आहे. हा राजपुरुष त्रिभंगावस्थेत उभा दाखविला आहे. त्याच्या मस्तकावरचा उंच टोप, गळ्यातील विविध अलंकार, कमरेचे आखूड पण रशनेच्या अनेक लंबमान पदरांनी युक्त असे वस्त्र, कान, हात, पाय इत्यादिकांत घातलेले विविध अलंकार यांनी त्याची मूर्ती रमणीय झाली आहे. त्याच्या मुखावर रम्य हास्य विलसत आहे. ही मूर्ती तत्कालीन मूर्तिशिल्पाचे एक सुंदर उदाहरण आहे.

मृदुंगधारी नृत्यांगनेची मूर्ती वरील मूर्तीहून थोडी वेगळी आहे. ती त्रिभंग अवस्थेतील असून तिचा डावा पाय व उजवा हात तुटला आहे. तिच्या डाव्या खांद्यात तिने पुढे धरलेल्या मृदुंगाची दोरी अडकविली असून डावा हात मृदुंगावर आहे. मृदुंगाची वरची बाजू दोरांनी विणली आहे. तिने कानात कर्णफुले, हातात कंकणे व दंडात केयूर आणि पायात तोडे घातले आहेत. तिच्या गळ्यात रत्नजडित माला असून आणखी एक लांब माला तिच्या उत्फुल्ल दोन्ही स्तनाग्रांवरून बेंबीवर मधोमध लोंबताना दिसते. तिचा कलात्मक अंबाडा फारच छान आहे. या मूर्तीचे नाक फुटले आहे; ती वाद्याच्या गजरात एकरूप झाली आहे, हे तिच्या झाकलेल्या डोळ्यांवरून स्पष्ट दिसते. तिचे फक्त अधरीयच येथे स्पष्ट दिसते आणि तेही स्कर्टसारखे गोलाकार आहे. सुरसुंदरीत धनुष्याला बाण लावणारी एक यौवना आपल्या लक्ष्यावर नजर केंद्रित करून पुढे सरसावली आहे. तसेच दुसरी एक नृत्यांगना उजवा हात डोक्यावर घेऊन पदन्यास करताना दिसते. नृत्याच्या धुंदीत तिचे अधोवस्त्र सुटले असून त्याचा सोगा ती डाव्या हाताने धरण्याचा प्रयत्न करीत आहे. या दोन्ही मूर्तींतील गतिमानता कलाकाराने त्यांच्या गळ्यातील मालांच्या अस्ताव्यस्तपणाद्वारे दर्शविली आहे. या उत्फुल्ल यौवनांचे उन्नत स्तनद्वय, विशाल नितंब आणि सिंहकटी यांतून भारतीय स्त्रीसौंदर्याचे दर्शन होते.

मंदिराच्या दक्षिणेकडील भिंतीवर एक समभंगात केशवाची मूर्ती आहे. तिच्या दोन्ही बाजूंस मुकुट घातलेल्या दोन चौरीधारी स्त्रिया आहेत. केशवाच्या डाव्या वरच्या हातात चक्र व खालच्या हातात गदा आहे; तर उजव्या वरच्या हातात शंख व खालच्या हातात पद्म आहे. डोक्यावर रत्नजडित उंच किरीट घातला असून रत्नजडित माला व हार आहे. कानातील कलाकुसरयुक्त चक्रकुंडले, पायातील तोडे आणि मेखलायुक्त पितांबर यांच्या मधला सोगा दोन्ही पायात घोळत आहे.

केशवाचा किंचित उग्र चेहरा करारीवृत्ती दाखवितो. त्याच्या हातातील गदा, चक्र, शंख व पद्म हे सारे काही कलाकुसरयुक्त असून इतकी छान बांधेसूद प्रमाणबद्ध मूर्ती शिलाहार शिल्पात क्वचितच पाहावयास मिळते.

सरस्वती हिची मूर्ती देवालयाच्या उत्तर बाजूच्या जंघेवर जवळजवळ मध्यभागी अद्यापि सुस्थितीत राहिली आहे. ती पद्मासनात बसली असून तिच्या मस्तकावर करंड मुकुट आहे. ती चतुर्भुज असून वरच्या उजव्या हातात अंकुश आणि वरच्या डाव्यात पाश आहे, तर खालच्या उजव्या हातात अक्षमाला आणि डाव्यात पोथी आहे. कानात कुंडले, पायात पैंजण, हातात कंकणे आणि गळ्यात रत्नहार आहेत. हे सर्वच शिल्प अत्यंत रेखीव आणि कलापूर्ण आहे.

याशिवाय महिषासुरमर्दिनी, ब्रह्मदेव, इंद्र, गणपती वगैरेंच्या अनेक मूर्ती लक्षवेधक आहेत; तथापि सर्वांचे तपशीलवार वर्णन देणे कठीण आहे. साधारणतः पावणे दोन मीटरपासून नऊ सेंटीमीटर उंचीपर्यंतच्या असंख्य मूर्ती येथे आढळतात. काही अपोत्थित शिल्पाकृती आहेत, तर काही उठावदार शिल्पात कोरलेली त्रिमितीय शिल्पे आहेत. तीरशिल्पातील बहुतेक मूर्ती पूर्ण उठावात त्रिमितीयुक्त आहेत.

सर्वच मूर्ती एका विशिष्ट ढंगात उभ्या, रेखीव, मोजके दागिने नि आकर्षक वस्त्र ल्यालेल्या, लयबद्ध व शारीरशास्त्रदृष्ट्या काहीशा स्थूल पण प्रमाणबद्ध आणि नितंब व उरोभाग अधिक उत्तान असलेल्या वर्तुळाकार चेहरेपट्टीच्या आहेत. या मूर्तींवर चकचकीतपणा असून खजुराहो येथील मूर्तीची छटा दिसते. काही ठिकाणी आलिंगन-चुंबनापासून संभोग अवस्थेतील रतिक्रीडा स्पष्ट दर्शविणारी कामशिल्पे आहेत. त्यामुळे या स्थानास दक्षिणेकडील खजुराहो अशी उपमाही देतात; येथील मूर्तिकामावर प्रामुख्याने कर्नाटकातील होयसळ कलेची छाप अधिक पडलेली दिसते; मूर्तीतील बुटकेपणा, जडत्व तसेच रुंद वाटोळे चेहरे हे प्रामुख्याने येथे नजरेआड करता येत नाहीत. तद्वतच दागिन्यांची रेलचेल आणि कारागिरीचे सूक्ष्म तपशील पाहावयास मिळतात. मंदिराच्या बांधणीसाठी दक्षिणेत उपलब्ध होणारा करडा मऊ पाषाण वापरला असून काही मूर्ती हिरव्या गुळगुळीत दगडात घडविलेल्या दिसतात

या मंदिराच्या पश्चिमेस सुमारे साधारणतः पाव किलोमीटरवर ऋषभनाथ किंवा आदिनाथ या तीर्थंकराचे एक तत्कालीन जैन मंदिर आहे. ते अद्यापि सुस्थितीत असून ते कोणी बांधले हे निश्चितपणे सांगता येत नाही; तरी पण ते शिलाहारांच्या निंबदेव या सामंतानेच उभारले असावे, असे अनुमान करण्यास हरकत नाही; कारण शिलाहार गंडरादित्याने खिद्रापूर येथे कोप्पेश्वर मंदिर बांधण्यास घेतले, त्यावेळीच त्याच्या या जैन सामंताने हे पूर्ण केले असावे. दुसरी गोष्ट म्हणजे याच्या सर्व बाहेरच्या भिंती शिल्पाकृतींनी सुशोभित केलेल्या आहेत आणि त्यांची घडण हुबेहूब

कोप्पेश्वर मंदिरावरील शिल्पांसारखीच आहे. एवढेच नव्हे तर उत्तरेकडील भिंतीवर सरस्वतीसारख्या नेमक्या त्याच आकाराच्या हिंदूधर्म परंपरेशी निगडित अशा श्रुतदेवतेच्या मूर्ती आहेत. साहजिकच या दोन्ही मंदिरांवरील शिल्प वा मूर्ती एकाच पिढीतील शिल्पज्ञांनी बनविल्या असतील, यात संशय नाही. मात्र याचे शिखर अधिक आकर्षक व पूर्ण झालेले असून त्याला लहान लहान मूर्तियुक्त सुंदर देवळींच्या आडव्या पट्ट्यांनी सुशोभित केले आहे. मूळ मंदिर लहान असून तारकाकृती विधानाचे आहे व गर्भगृह आणि सभामंडप किंवा द्वारमंडप यांनी युक्त असून स्तंभ सारख्याच कलाकृतींचे आहेत. गर्भगृहात काळ्या पाषाणातील ऋषभनाथाची पद्मासनातील सुबक मूर्ती आरसपाणी चकचकीत असून लक्षणीय आहे.

पडझड झालेल्या शिलाहारकालीन मंदिरातील काही फुटकळ शिल्पे (स्ट्रे-स्कल्पचर्स) अंबरनाथ येथील मंदिरासमोरच्या खोलीत तसेच प्रिन्स ऑफ वेल्स संग्रहालयात (मुंबई), नगरभवन वस्तुसंग्रहालय (कोल्हापूर) व अन्य काही ठिकाणी ठेवलेली आढळतात. या शिल्पातील काही मूर्ती लक्षणीय असून त्यातील ब्रह्मदेव, श्रीधर, शिव, महिषासुरमर्दिनी, कार्तिकेय यांच्या मूर्ती लक्षणीय आहेत.

फुटकळ शिल्पातील एक ब्रह्मदेवाची मूर्ती हेन्री कझिन्स यास उत्तर कोकणातील सोपारा येथे रामकुंडानजीक मंदिराजवळ आढळली. ती समभंग आसनातील चार हातांची, उभी व सावित्री विरहित असून तिच्या हातात अक्षमाला, स्रुव, पोथी आणि कमंडलू दाखविले आहेत. त्याच्या दोन्ही बाजूंस उपासक-उपासिका असून मूर्तीची खुदाई पूर्ण झालेली नसावी; कारण तिचे पादपीठ व प्रभावळ यांसारखे काही भाग अपूर्ण राहिले आहेत. तिच्या शैलीकरणावरून ती निश्चितपणे शिलाहारकालीन असावी.

ठाणे-आग्रा रस्त्यावर ठाणे जिल्ह्यात जोंधळी बाग भागात सापडलेली एक श्रीधराची मूर्ती सध्या प्रिन्स ऑफ वेल्स वस्तुसंग्रहालयात ठेवली आहे. या भागात उत्तर कोकणातील शिलाहारांची राजधानी होती. ही मूर्ती तिच्या हातातील आयुधांवरून श्रीधराचीच आहे, हे निर्विवाद. हिची उंची १२५ सेंमी. असून श्रीधर समभंग आसनात उभा आहे. त्याच्या हातात अक्षमाला, चक्र, गदा आणि शंख असून गळ्यात विविध प्रकारचे हार आणि पिळाची कंठी आहे. भगवान विष्णूने यज्ञोपवित आणि चम्पकमाला धारण केली असून त्याची मेखला रुंद व अनेक पदरी आहे. तिचे काही पदर खाली सोडले आहेत. त्याच्या कानात कुंडले, हातात कंकणे आणि पायात सुंदर भूषणे असून मस्तकावर उंच करंडमुकुट आहे. त्यामागे कमलाकृती प्रभावळ दिसते. विष्णूची मुद्रा प्रसन्न व स्मितयुक्त आहे. त्याच्या उजव्या बाजूस अंजलिमुद्रेत उपासक व डाव्या बाजूस मोदकांनी भरलेले पात्र घेऊन एक उपासिका उभी आहे. त्यांच्याजवळ अनुक्रमे वाद्यधारी सेवक आणि शंखधारी सेविका उभी

आहे. श्रीधराची मूर्ती कोरलेली शिला दोन्ही बाजूंनी सपाट आहे. त्यात दोन बाजूंवर आणखी काही मूर्तिकाम करावयाचे असेल तसेच विष्णूच्या शिरोभागाकडून त्रिकोणपर्णातून (पेडिमेन्ट) दशावतारांच्या मूर्ती कोरावयाच्या असाव्यात; तथापि हे काम अपूर्ण राहिले असावे.

प्रिन्स ऑफ वेल्स म्युझियममध्ये महिषासुरमर्दिनीची एक सुमारे ५८ सेंमी. उंचीची सुरेख मूर्ती आहे. देवी त्रिभंगासनात उभी असून महिषासुराचा वध करीत असताना दर्शविली आहे. तिच्या मस्तकावर किरीटमुकुट, गळ्यात विविध प्रकारच्या माला, बाहुभूषणे, कंकणे आणि पायात पैंजण आहेत. तिच्या उत्तान स्तनांना अर्धावृत करणारी काचोळी आणि कमरेला पायघोळ वस्त्र आहे. त्यावर क्षुद्र घटिकांनी युक्त अशी रुंद रशना असून तिचे मोत्यांचे पदर खाली लोंबत आहेत. तिच्या वरच्या उजव्या हातात खड्‌ग व डाव्यात ढाल आहे. खालच्या उजव्या हातातील त्रिशूलाने ती खाली पडलेल्या छिन्नमस्तक महिषातून उद्‌भवलेल्या राक्षसाच्या पोटात त्रिशूल मारीत आहे. खालच्या डाव्या हाताने तिने त्याचे शिर घट्ट पकडून ठेवले आहे. तो राक्षस भयभीत होऊन त्रिशूल आपल्या पोटात खुपसला जाऊ नये म्हणून दोन्ही हातांनी त्याला धरून ठेवीत आहे, असे दाखविले आहे. देवीचे वाहन सिंह खाली तिच्या उजव्या बाजूस दाखविले आहे. सिंह महिषाचे मांस खाण्यात मग्न आहे. देवीचे मुख आनंदी व प्रसन्न आहे. महिषासुर मारल्याचे समाधान तिच्या मुखावर विलसत आहे.

कार्तिकेयाची एक विचक्षण मूर्ती रत्नागिरी जिल्ह्यातील चिपळूणजवळच्या विंध्यवासिनी लेण्यात आढळली. या लेण्यात शिलाहारकालीन अन्य काही मूर्ती आहेत. कार्तिकेयाची मूर्ती ७१ सेंमी. उंचीची असून तो समभंग आसनात उभा आहे. त्याच्या सहाही मस्तकांवर किरीटमुकुट असून त्याचे काही हात भग्न झाले आहेत; पण अन्य हातात बाण, गदा, परशू, धनुष्य व कमळ ही आयुधे आहेत. त्याच्या पादपीठावर मोर हे त्याचे वाहन असून उजव्या बाजूस चामरधारी सेवक आहेत. मध्ययुगीन शिल्पसंप्रदायानुसार कार्तिकियाने कंठात अनेक सुंदर माला धारण केलेल्या आहेत. शिवाय कमरेत रशना घातलेली आहे. त्याची मुद्रा प्रसन्न दिसते. रत्नागिरी जिल्ह्यात चिपळूण तालुक्यात गुहागर येथे वाडेश्वर नामक एक शिवालय बांधल्याचा उल्लेख श्रीवाडेश्वर महाकाव्यम् या काव्यात आढळतो. गुहागर येथील विंध्यवासिनी देवीच्या मंदिराचाही उल्लेख आहे. बृहन्मुंबईतील बोरिवली रेल्वे स्थानकाजवळ काही शिलाहारकालीन वीरगळ असून त्यातील काही वीरगळांवर गजयुद्धाचे व इतर काहींवर नौकायुद्धाचे शिल्प कोरले आहे. त्यात जहाजांचा तांडा यद्धात गुंतलेला दिसतो. महादेव नृपतीच्या सैन्यात गजसैन्य मोठे होते. सोमेश्वर शिलाहार आणि महादेव यादव यांदरम्यानचे हे इ.स. तेराव्या शतकातील (१२६५) युद्ध असावे,

असे तत्कालीन शिल्पपट्टातील दृश्यावरून दिसते, असे हेन्री कझीन्स या पुरातत्त्वज्ञाचे म्हणणे आहे. ते संभवनीय वाटते. तीत सोमेश्वराचा दारुण पराभव झाला. भिवंडी तालुक्यातील चौधरपाडा गावाच्या पूर्वेस सुमारे ५ कि.मी.वर व लोणडगावाजवळ दक्षिणेस शिलाहार नृपती अपरार्क याचा पुत्र केशीदेव याचा इ.स. १२४० चा शिलालेख सापडला (१८८२). त्यात पुंपेश्वराच्या (शंकराच्या) योगक्षेमासाठी तजवीज केल्याचा उल्लेख असून दान दिलेल्या ब्राह्मणांची नावे आहेत. या ठिकाणी प्राचीन भग्न शिवमंदिराचे अवशेष आढळतात. त्यातील शिवाची (पुंपेश्वराची) आलिंगन मूर्ती लक्षणीय असून शिवाच्या डाव्या मांडीवर पार्वती बसली आहे. शंकराच्या उजव्या दोन हातांत अनुक्रमे त्रिशूळ व महाळूंग असून डाव्यात नाग व कमळ आहे. पार्वतीचा आंबाडा, कर्णफुले, गळ्यातील रत्नहार व कंकणे कलाकुसरयुक्त असून तिच्या अधोवस्त्राच्या चुण्या बारीक नक्षीने कोरल्या आहेत. शंकराला तिने उजव्या हाताने मिठी मारली आहे. लोणड गावात अंबरनाथप्रमाणे स्थापत्यशैली दर्शविणारे एक रामेश्वराचे समकालीन जीर्ण मंदिर आहे; परंतु त्यावर मूर्तिकाम आढळत नाही.

कोल्हापूरच्या टाऊन हॉल वस्तुसंग्रहालयात शिलाहारकालीन काही मूर्ती असून त्यातील रतिमदन व एक नृत्यांगना-अप्सरा यांच्या प्रतिमा लक्षणीय आहेत. नृत्यांगनेच्या मूर्तीतील गतिमानता, नृत्याचा पदन्यास आणि प्रमाणबद्ध लवचिक सडपातळ अंगकाठी प्रेक्षकाचे लक्ष वेधून घेते.

सातारा जिल्ह्यातील वाई तालुक्यात काही शिलाहारकालीन डोंगरी किल्ले आहेत आणि वाईच्या पश्चिम भागातून कृष्णा, कमंडलू (वाळकी), कोयना इत्यादी नद्या पूर्वाभिमुख वाहतात. यांची खोरी या किल्ल्यांच्या सभोवारच्या परिसरात असून त्यांत प्राचीन मंदिरांचे विपुल अवशेष आढळतात. त्यांतील काही शिल्पे वाईच्या पश्चिम भागात असलेल्या जांभळी व आसरे (जनाई मंदिर) येथे असून काही वाईच्या दक्षिणेकडील राजपुरी येथील गुहात ठेवलेली आहे. ही सर्व फुटकळ शिल्पे मूर्तीची धाटणी, शैलीकरण आणि त्याचे वैष्णव-शैव पंथांशी असलेले धार्मिक साहचर्य यांवरून शिलाहारकालीन वाटतात. यात काही वीरगळ, सतीच्या शिळा (दगड) आणि काही फुटकळ मूर्ती आहेत. या मूर्तींपैकी जनाई मंदिरामागील (आसरे) गजलक्ष्मी आणि राजपुरीजवळील कार्तिकस्वामी गुहांत कार्तिकेयाची षड्मुखी एक मूर्ती असून शेषशायी विष्णू, माधव आणि गणपती यांची प्रत्येकी एक मूर्ती आहे. या सर्व मूर्ती पाऊण ते एक मीटर उंचीच्या आहेत.

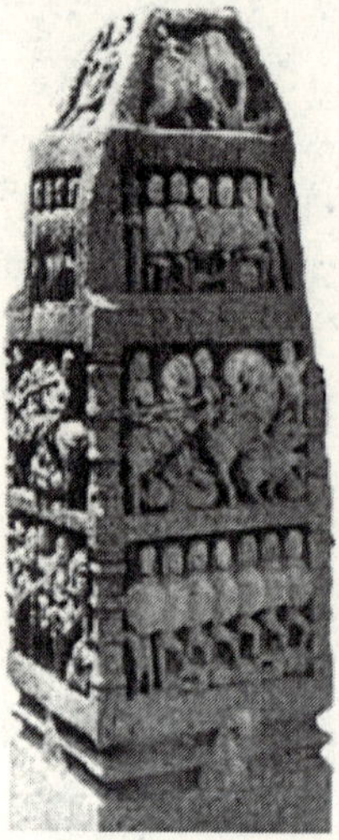

विजयानगर शैली

विजयानगर तुंगभद्रा नदीच्या दक्षिण काठावर वसले होते. त्यावेळी आशिया खंडातील प्रमुख नगरांत त्याची गणना होई. या नगराच्या वैभवाचे आणि तेथील भव्य वास्तूचे वर्णन नूनीश, पायीश, रझाक, बार्बोसा इत्यादी परदेशीय प्रवाशांनी नोंदवून ठेवले आहे. अब्दुल रझाकच्या मते विजयानगरचे क्षेत्रफळ सु. शंभर चौ. किमी. असून त्याभोवती अंतरा अंतरावर मजबूत सात तट होते. कडेच्या तीन तटात शेती होती आणि आतील चार तटात बालेकिल्ला, राजवाडे, मंदिरे, बाजार आणि सरदार-सामान्य लोकांच्या वास्तू होत्या. पायीश म्हणतो, "विजयानगर रोम एवढे मोठे होते. तेथील राजप्रासादांनी यूरोपातील लिस्बन येथील किल्ल्याएवढी जागा व्यापली होती. शहरात सुरेख उत्तुंग प्रवेशद्वारे, रुंद रस्ते, फळबागा, द्राक्षमळे, व्यापारी पेठा आणि

मंदिरे यांमुळे शोभा आली असून तेथे सर्व सुविधा उपलब्ध होत्या. सांप्रत तेथील अवशेषांवरून त्याच्या वैभवाची व भव्य वास्तूंची कल्पना येते.''

विजयानगर वास्तुशैली या नावाने रूढ झालेली द्राविड वास्तुशैलीची एक उपशैली या काळात अस्तित्वात आली आणि विकसित झाली. विजयानगरच्या अंमलाखाली भव्य वास्तुशैलीचा विकास अधिकतर झाला. त्यामानाने शिल्पशैली मर्यादित होती. हा हिंदू वास्तुशैलीच्या मंदिर बांधणीचा अखेरचा आविष्कार. त्यानंतर मंदिर वास्तुशैली जवळजवळ लोप पावलेली दिसते. विजयानगरच्या वास्तुशैलीचे दोन ठळक भाग पडतात - 'धर्मातीत वास्तू आणि मंदिरवास्तू'. राजवाडे, मनोरे, सिंहासन, किल्ले इ. काही अवशिष्ट धर्मातीत वास्तूंत राजवाड्यांच्या जोत्यांशिवाय आणि सिंहासनाच्या दोन व्यासपीठांव्यतिरिक्त अन्य फार थोडे अवशेष शिल्लक आहेत; तथापि त्यातूनही त्यांच्या भव्यतेची कल्पना येते. यातील राजदरबारगृह मोठे असून त्यात सिंहासन आहे. अब्दुल रझाकच्या मते ही इमारत बालेकिल्ल्यातील सर्वात उंच वास्तू होती. सिंहासनाच्या बाजूंवर अलंकृत मूर्तिकाम आहे. तसेच प्रवेशद्वार आणि सिंहासनाच्या मार्गांवरील भिंतीवर मूर्तिकाम आढळते. पडझडीमुळे या वास्तूंची रचना नेमकी कशी होती, याची पूर्ण कल्पना येत नाही. या इमारतींच्या जवळच कमल महाल, हत्तींच्या पागा, मनोरे (जनानखान्याजवळील) इत्यादींचे अवशेष आहेत. विजयानगरच्या राजांनी काही किल्ले बांधले. त्यांपैकी वेल्लोर व शिवगंगा हे दोन दुर्ग लक्षणीय आहेत. धर्मातीत वास्तुकलेत इस्लामी पद्धतीच्या कमानी व मूलगामी स्थानिक वास्तुकलेचे पारंपरिक सज्जे यांचे समतोल मिश्रण आढळते.

विजयानगर मंदिरवास्तुशैलीचे विपुल नमुने आंध्र प्रदेश, तमिळनाडू, कर्नाटक आदी दक्षिणेकडील राज्यांत आढळतात. हिंदू स्थापत्यशैलीचा हा पुनरुत्थानाचा काल मानण्यात येतो. तत्कालीन शिलालेखांवरून मूळ द्राविड विधानाचा पुनरुद्धार झाल्याचे दिसते. गर्भगृह, मुखमंडप, अर्धमंडप, महामंडप, विमान इत्यादी भाग मंदिराच्या आकारमानानुसार असून त्यात कल्याणमंडप व अम्मान मंदिर (गृह) या दोन वास्तुविशेष संकल्पनांची भर या काळात पडली. अम्मान मंदिर ही मूळ मंदिराची साहाय्यकारी लहान प्रतिकृती मूळदेवतेच्या पत्नीसाठी बांधण्यात येऊ लागली, तर कल्याणमंडप हा स्तंभयुक्त उघडा मंडप मंदिरासमोर किंचित उजव्या बाजूस मधोमध रंगशिला बसवून धार्मिक समारंभासाठी बांधण्यात येऊ लागला. तेथे जनतेच्या दर्शनार्थ प्रसंगोपात देवतेच्या प्रतिमा ठेवीत. याशिवाय या काळात दगडी रथाची रचना हासुद्धा मंदिरवास्तुशैलीचा एक महत्त्वाचा घटक बनला.

विजयानगर वास्तुशैलीचे प्रातिनिधिक नमुने खुद्द विजयानगर राजधानीत तसेच ताडपत्री, कांचीपुरम, तिरुवल्लूर, श्रीरंगम्, चिदंबरम्, रामेश्वर, मदुराई, तिन्नवेला

इ. ठिकाणी पहावयास मिळतात. विजयानगरचे सम्राट, त्यांचे नायकवंश व सेतुपतींसारखी लहान घराणी यांनी मंदिरे बांधून घेतली वा बांधविली. यातील विजयानगर आणि ताडपत्री येथील मंदिरे स्वरूपाने थोडी निराळी आहेत. इतरत्र मात्र त्यांचा घाट एकच प्रकारचा आढळतो. विजयानगर येथील पंपापती, विठ्ठलस्वामी आणि हाझाररामस्वामी ही अवशिष्ट मंदिरे पंधराव्या शतकात कृष्णदेवरायाने बांधली. त्यांपैकी विठ्ठलस्वामी आणि हाझारराम ही एकाच समविधानाची आणि सारखीच अलंकृत केलेली आहेत; मात्र हाझारराम हे लहान असून त्यात गर्भगृह आणि मंडप ही दालने जोडलेली आहेत व अम्मान मंदिर स्वतंत्र आहे. पूर्वेकडील गोपुरातून प्रवेशद्वार आहे. ते राजप्रासादाजवळ असल्यामुळे राजघराण्यातील स्त्री-पुरुषांचे ते नियमित दर्शनाचे स्थान असावे. शिखर विटा व चुना यांचे असून त्यावर चुनेगच्चीत मूर्तिकाम आहे. विठ्ठलस्वामी मंदिर पूर्वाभिमुख असून हाझाररामपेक्षा आकाराने तिप्पट मोठे आहे. त्याचे बांधकाम अपूर्ण राहिलेले दिसते. त्याच्या पूर्व, दक्षिण व उत्तरेस भव्य गोपुरे आहेत. मूळ मंदिर तीन प्रमुख दालनांत विभागलेले असून उघडा मंडप भिन्न प्रकारच्या अलंकृत स्तंभांनी व्यापला आहे. तुळया, छत, देवळ्या, छज्जे इत्यादींवर कलाकुसरयुक्त कोरीवकाम आहे. अम्मान मंदिर, कल्याण मंडप, अलंकृत दगडी रथ या सर्व संकल्पनांची परिणत अवस्था येथे दृग्गोचर होते. द्राविड मंदिरशैलीची सर्व वास्तुवैशिष्ट्ये विठ्ठलस्वामी मंदिरात प्रकर्षाने दिसून येतात.

ताडपत्री येथील मोडकळीस आलेले मंदिर कृष्णदेवरायाच्या तेथील प्रांताधिपतीने बांधले. या मंदिरातील दोन गोपुरांची रचना विठ्ठलस्वामी मंदिरातील गोपुरांपेक्षा सरस व आकर्षक आहे. या गोपुरांचा खालचा भाग अनलंकृत आहे, पण वरच्या भागावर विपुल शिल्पांकन आहे. पार्वतीमंदिर (चिदंबरम्), वरदराजस्वामी आणि एकांबरनाथ (कांचीपुरम्), जंबुकेश्वर (त्रिचनापल्लीजवळ), मार्गपरमेश्वर (विरंजीपुरम्) इत्यादी मंदिरे सुस्थितीत आहेत. या सर्व मंदिरांतील मंडपात पार्वती मंदिरातील मंडप हा विजयानगर वास्तुशैलीच्या प्रथमावस्थेतील असून वेल्लोर किल्ल्यातील कल्याणमंडप हा या शैलीतील परिणत अवस्था दर्शवितो. या मंडपातील मेहरपीमधील स्तंभांवरील कोरीवकाम क्लिष्ट असले, तरी त्यातील सूक्ष्म तपशील कारागिराचे कौशल्य दर्शवितात. मेहरपीमधील स्तंभ हे रूपक पुढे द्राविडशैलीचा एक गुणविशेष बनले. या स्तंभांवर अश्वारूढ भव्य पुतळे आणि भिन्न भव्य व्यालांच्या मूर्ती खोदलेल्या आहेत.

उंच आणि भरभक्कम गोपुर हे या वास्तुशैलीचे आणखी एक वैशिष्ट्य! मंदिरप्राकारांच्या भव्य अलंकृत प्रवेशद्वारांना ही संज्ञा रूढ झाली. मंदिराच्या शिखरांपेक्षा गोपुरांची उंची मोठी ठेवण्याचा संकेत होता आणि त्याचे विधान आयताकार असे. प्राकाराला समांतर अशी त्याची रचना असून मधोमध प्रवेशद्वार असते. मंदिराभोवती

तट (आवरणे) घालण्याची पद्धत या काळात रूढ झाली. या तटाच्या आतील बाजूस उघड्या खांबांवर आधारलेल्या ओवऱ्या असत आणि साधारणतः पूर्व, दक्षिण व उत्तर या दिशांना तोंड करून ही गोपुरे बांधीत. प्राकारात सहस्रस्तंभी मंडप, कुंडे, अम्मान मंदिर व इतर देवतांची छोटी मंदिरे असत. मंदिरापासून प्रकार जसजसा दूर जाईल त्याप्रमाणात गोपुरांचा आकार वाढत जाई. श्रीरंगम् येथील विष्णुमंदिर अशा प्रकारच्या वास्तुविशेषाचे प्रातिनिधिक समजतात. मुख्य विष्णुमंदिर लहान असून अनाकर्षक आहे, पण सभोवतालच्या सात तटांमुळे तेथील गोपुरांची संख्या (चौदा) आणि आकार वाढला आहे. दगडी तळमजल्यावर लहान मजले विटा व चुना यात बांधून ते मूर्तिकाम व अन्य ज्ञापकांनी सुशोभित केलेले आहेत. यांवरील मूर्तिकाम चुनेगच्चीत व चित्रविचित्रपणे रंगविलेले दिसते. सर्वात वरच्या मजल्यावर गजपृष्ठाकार छप्पर आणि त्यावर स्तुपी (कळस) आढळतो. मजल्यांवर भिंतींभोवती कूट (चौरस) आणि शाला (आयत) या वास्तूंच्या छोट्या प्रतिकृती असून त्यात देवदेवतांच्या मूर्ती बसविलेल्या आहेत. विमान व शिखर यांच्यावर सजावटीसाठी बारीक नक्षीकाम केलेले सर्वत्र आढळते. दक्षिण हिंदुस्थानातील या गोपुरात कांचीपुरम् येथील एकांबरनाथ मंदिरातील गोपूर भव्य व वैशिष्ट्यपूर्ण आहे. त्याचे बांधकाम कृष्णदेवरायाच्या कारकिर्दीत झाले. त्याची उंची सुमारे ५७ मी. असून त्यात एकूण दहा मजले आहेत. तेथील मूर्तिकाम गोपुराच्या भव्यतेला साजेसे आहे. मदुराई येथील मीनाक्षी मंदिरातील तिरुमल नायक याने बांधलेले गोपूर अन्तर्वक्र आहे.

विजयानगर मंदिरशैलीची सर्व वास्तुवैशिष्ट्ये हंपी येथील मंदिरसमूहातून दिसून येतात. पीठावरील थर येथे ठळक आहेत. भिंतींना फारशी मोडणी नाही, पण अर्धस्तंभांनी काही ठिकाणी भिंत विभागली असून मधल्या भागात देवकोष्ट आणि गोष्ट पाज्जरं ही रूपके वापरली आहेत. विमानांची रचना मजल्यांची असून त्यावर कूटशाला यांच्या हारांची योजना केलेली आहे. एकूण विजयानगरची मंदिर वास्तुशैली निर्विवाद भव्य आणि दिमाखदार आहे. तिच्या सुशोभनात अलंकारिक रूपकांची विपुलता आणि सौंदर्य आहे. त्याची प्रचीती वैविध्यपूर्ण आणि कलाकुसरयुक्त सुबक स्तंभरचनेतून येते; तथापि तपशिलांची रेलचेल आणि क्लिष्टता यांमुळे पुष्कळ अंशी ती गोंधळात टाकणारी झाली आहे. तरीसुद्धा वास्तुशास्त्रज्ञाने अलंकरण आणि वास्तूचा घाट यात कुशल समतोल साधण्याचा प्रयत्न केला आहे. विजयानगरच्या सुरुवातीच्या काही शिल्पांवर चालुक्यशैलीची प्रभाव दिसतो. पुढे मात्र या मंदिरशैलीत - गोपुर, मंडप, विमान यांच्या बांधणीत या शैलीचे वास्तुविशेष प्रकर्षाने आढळतात. या काळात भव्य मूर्ती खोदण्याची प्रवृत्ती वाढली. त्यांपैकी हंपी येथील स्वतंत्र मूर्तीत नरसिंह (६.७५ मी.) आणि गणेश या प्रसिद्ध आहेत. नरसिंहाच्या मूर्तीखाली शिलालेख असून ती इ. स. १५२४ मध्ये कृष्णदेवरायाने एकसंध दगडात खोदून

घेतली. तिरुपतीजवळच्या चक्रतीर्थ सरोवराजवळची एकसंध पाषणातील रंगनाथाची मूर्ती, चक्रपुरुष याची कलात्मक मूर्ती तसेच पांडुरंग, द्वारपाल आणि इतर सेवकांच्या एकसंध पाषाणातील तिरुपती येथील अनेक प्रतिमा प्रसिद्ध आहेत. विजयानगरच्या सुरुवातीच्या काळातील काही सुरेख शिल्पाकृती रामस्वामी मंदिराच्या (ताडपत्री) गोपुरांवर आढळतात. येथील उठावात खोदलेली द्वारशाखेतील मकरावर उभी असलेली गंगादेवीची मूर्ती गतिमानता आणि प्रमाणबद्धता यांमुळे आकर्षक वाटते. विष्णुमंदिर (पेनुकोंडा) आणि हाझाररामस्वामी मंदिर (हंपी) येथील मंदिरांवर रामायणातील कथा आणि कृष्णाच्या बाललीला यांचे शिल्पांकन केले आहे. किंबहुना रामायण आणि भागवत हे विषय तत्कालीन शिल्पांकनाचे आवडीचे विषय होते. याचप्रमाणे काही शैव संतांच्या कथांचेही शिल्पांकन पेनुकोंडा येथील मंदिरात आढळते. विजयानगरकालीन स्तंभ वैविध्यपूर्ण असून स्तंभांवरही विपुल कोरीवकाम आहे. चार, सहा असे स्तंभ एकमेकांशेजारी एकमेकांना जोडून कमानीमधील मोठा स्तंभ तयार होतो. यांना जोडून व्याल, घोडेस्वार, देवदेवता, सुरसुंदरी, शालभंजिका अशा विविध मूर्तींचे समूह कोरलेले दिसतात. श्रीरंगम् (तिरुचिरापल्ली) मंदिराच्या मंडपातील स्तंभांवर पत्रपट्ट, रत्नपट्ट इ. कोरीवकाम आहे. चौथऱ्यावर पूर्णाकारात व्याल, शालभंजिका, नर्तक-नर्तकी यांच्या मूर्ती आहेत.

हंपी येथे मंडपांच्या पीठावर कोरीव शिल्पपट्ट असून त्यात अश्वारूढ सैनिक, हत्तींची मिरवणूक, नृत्यांगना, संगीतकारांचे जथ्थे आणि कोलाट्टम हे लोकनृत्य दाखविले आहे. विजयानगरचा शिल्पकार हा एकसंध दगडात रथाचे शिल्प खोदण्यात विलक्षण कसबी-कुशल होता. ताडपत्री आणि हंपी येथील रथ हे ह्याचे उत्कृष्ट नमुने होत. दक्षिण भारतातील काष्ठ रथशिल्पाचे रूपकच येथे दगडात वापरलेले दिसते. लेपाक्षी मंदिरातील नाट्यमंडपातील अप्सरा, संगीतकार आणि नटराज यांच्या भव्यशिल्पांतून तत्कालीन कलेचे वैभव व भव्यता दिसून येते. वेल्लोरच्या किल्ल्यातील कल्याणमंडपातील स्तंभांवर ही अश्वारूढ प्रतिमा व अन्यमूर्ती आहेत. पुढचे पाय वर उचलून घेतलेल्या घोड्यांच्या व त्यावरील स्वारांच्या प्रचंड मूर्तींत वीररसाचा आवेश दिसतो. त्याच्या खालच्या बाजूस त्याचे सहकारी गणगोत आहेत. सैनिकांच्या हातातील तलवारी, उधळलेल्या घोड्याचा लगाम, लगामाने रुंदावलेले ओठ आणि खोगीरीवरील बारीक कलाकुसर यांतून वास्तव चित्रणाचा आभास होतो. तसेच मूर्तींतील गतिमानता आणि भव्यता दृग्गोचर होते. मंडपाच्या छतावरील दोन पायांवर उभे राहिलेले सिंह, घोडे, माकडे आणि कबुतरे यांची शिल्पे जिवंत वाटतात. अशाच प्रकारची परंतु अधिक गुंतागुंतीची शिल्पे नंतरच्या वरदराज (कांचीपुरम्), रंगनाथ (श्रीरंगम्), मार्गशेखेश्वर (विरिंत्रिपुरम्) व इतर स्थळी असलेल्या मंदिरांतून आढळतात. विजयानगरच्या राजांनी शिल्पकारांकडून आपली व्यक्तिशिल्पेही खोदून

घेतली आणि ती आपल्या आराध्य देवतांच्या सानिध्यात ठेवली. कृष्णदेवरायाचे एक व्यक्तिशिल्प चिदंबरम्च्या एका गोपुरात पहावयास मिळते. त्याची तुलना त्याच्या धातूच्या प्रतिमेबरोबर केली असता, तीत विलक्षण साम्य आढळते. तिरुक्कलूर येथील कंकाळ मूर्ती, तंजावर जिल्ह्यातील बाल सुब्रहमण्यमची मूर्ती किंवा त्याच जिल्ह्यातील धर्मपूर मठातील वृषभवाहन शिवमूर्ती या अतिशय सुरेख व सौंदर्यपूर्ण धातुमूर्ती आहेत. याशिवाय अनेक देवदेवतांच्या मूर्ती मिळाल्या आहेत. वेंकटपतिरायांची एक धातुमूर्ती उपलब्ध झाली आहे. कृष्णदेवराय आणि त्याच्या सहधर्मचारिणीचे एक धातूशिल्प प्रसिद्ध असून कृष्णदेवरायाच्या व्यक्तिशिल्पांमध्ये त्याला विशेष महत्त्व प्राप्त झाले आहे. काही मूर्ती मिश्रधातूंमध्ये बनविलेल्या आढळल्या आहेत. प्रारंभीच्या मूर्तींमध्ये अप्रमाणशीर उंची व कृशता प्रकर्षाने जाणवतात. अगदी लहान मुलाचा चेहरासुद्धा प्रौढत्व दर्शवितो. तसेच आणखी एक वैशिष्ट्य म्हणजे बाकदार चोचीसारखी नाके लक्ष वेधून घेतात. तंजावर येथील पार्वतीची मूर्ती यादृष्टीने वैशिष्ट्यपूर्ण मानावी लागेल. नायक काळात ही प्रवृत्ती वाढली. मदुराई येथील दीपलक्ष्मी कमरेत वाकलेली, पण उभे राहण्यात त्रिभंग मूर्तीचे लालित्य नाही. विजयानगरच्या कलाकारांनी काही हस्तिदंती मूर्ती घडविल्या. त्यातील काही नाजूक व कलाकुसरयुक्त आहेत. तिरुमल नायकाच्या काही हस्तिदंती प्रतिमा श्रीरंगम् मंदिरातील वस्तुसंग्रहालयात आहेत. विजयानगरचे शिल्पकाम भव्य आणि ठाशीव असले, तरी बाह्य व आंतरभागातील एकूण मूर्तींचा विचार केला असता, त्यात एकजिनसीपणा आढळत नाही. मूर्ती आणि वास्तू वेगळ्या वाटतात. मूर्तींचा केवळ एक परंपरागत रूपक म्हणूनच इथे उपयोग केला आहे.

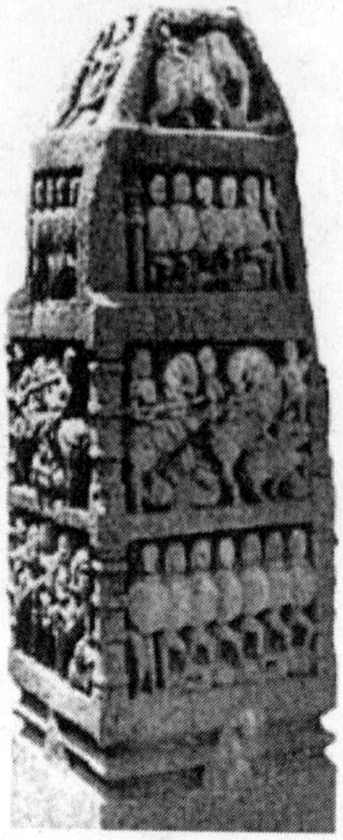

भारतीय शिल्पातील व्यालमूर्ती

भारतीय वास्तुशिल्पात वास्तूच्या विशेषतः मंदिराच्या सुशोभनासाठी एका विशिष्ट प्रतिमानाची वा ज्ञापकाची कलाकारांनी उपयोजना केली. त्यालाच समरांगणसूत्रधार, वृक्षार्णव, श्रीज्ञानरत्नकोश, अपराजितपृच्छा, रूपमंडन आदी प्राचीन वास्तुशिल्पशास्त्रीय ग्रंथांत व्याल ही संज्ञा दिलेली असून त्यालाच वरालक, वराल, विराल, व्रलिका, वरालिका अशी अन्य नावेही आढळतात. दक्षिण भारतात त्याला 'याली', तर ओरिसात 'बिडाल' म्हणतात. व्याल म्हणजे अर्ध-मानव-अर्ध प्राणी किंवा सिंहाचे शरीर व हत्तीचे वा अन्य प्राण्याचे शिर असा एक शक्तिशाली काल्पनिक संयुक्त प्राणी होय. यालाच कलासमीक्षक भारतीय कलेतील 'एक विचित्र कल्पनाविलास' म्हणतात.

या प्रतिमानाच्या मूलस्रोताविषयी आणि

प्राचीनत्वाबद्दल तज्ज्ञांत एकवाक्यता नाही; तथापि ही संकल्पना परकीय असून ती सिथियन वा ॲकिमेनिडियन (इराणी) असावी, असा तज्ज्ञांचा कयास आहे. भारतात ती गांधारमार्गे मौर्यकालात केव्हातरी वास्तुशिल्पात प्रविष्ट झाली असावी. गुप्तकालात आणि विशेषतः मध्ययुगात ह्याचे वैकासिक रूप दिसते. या काळात व्यालमूर्तीच्या प्रकारात आणि आकारात कलात्मक फेरबदल झाले आणि तिचा सर्रास वापर सुशोभनासाठी होऊ लागला. व्याल या संकल्पनेत मानव आणि प्राणी यातील विद्रुपता हा मूळ पाया आहे. म्हणून संस्कृत साहित्यात याचा उल्लेख 'विकट' या संज्ञेने होतो. त्याचा अर्थ कुरूप, क्रूर, भयंकर, विशाल तसेच हिंस्र श्वापद, चित्रविचित्र, गणपती इत्यादी भिन्न शब्दार्थांनी शब्दकोशातून दिला आहे. मत्स्य, वायू, लिंग, ब्रह्म, वामन या पुराणांनी यालाच गण, प्रमथ, भूत, यक्ष, राक्षस असे समानार्थी शब्द वापरलेले आढळतात. या सर्वांचे रुद्रसृष्टी असे वर्णन केले आहे. या संकल्पनेनुसार काही विशिष्ट देवता उत्क्रांत झाल्या आहेत. त्यांपैकी गणपती, हयग्रीव, हनुमान, नृसिंह, वृशाकपि, नृवराह वगैरे प्रसिद्ध असून यांतून मानवी शरीराला अनुक्रमे हत्ती, घोडा, माकड, सिंह, वराह यांचे तोंड असते. हीच पशू-मानव आकृती संकल्पना मूर्तिकारांनी सुशोभनाकरिता प्रचारात आणली.

वास्तुशिल्पातून गज, वृश, अज, मेष, अश्व, गंडकी, सर्प, नर, किन्नरी, शुक, गृध्रक इत्यादी विविध प्रकारचे अत्यंत कलात्मक व चित्रविचित्र आकाराचे आणि बहुविध ढंगांतील व्याल आढळतात. सुरुवातीच्या काळात काही व्यालमूर्तींना पंख दर्शविले आहेत. सांची स्तूपाच्या तोरणावरील व्यालांना तसेच क्षत्रप काळातील जुनागढ वस्तुसंग्रहालयात असलेल्या व्यालमूर्तींना पंख दिसतात. यानंतरच्या काळात पंख पूर्णतः अदृश्य झालेले आहेत. ते केव्हा अंतर्धान पावले या विषयी निश्चित माहिती वा दाखले उपलब्ध नाहीत. या नंतरच्या आंध्र प्रदेशातील सातवाहनकालीन अमरावती व नागार्जुनकोंडा येथील स्तूपांत भिंतीवरील दगडी सज्जा वा कठडे (वखंडी) यातून खोदलेल्या व्यालमूर्तीत विविधता आहे. नंतरच्या व्यालमूर्ती प्रदेशपरत्वे मंदिरांच्या वास्तूत विभिन्न ठिकाणी सुशोभनाकरिता योजिलेल्या असून त्यांचे आकार भव्य, सुबक व अलंकृत केलेले आहेत. त्यांच्या सन्निध सुरसुंदरी आणि कधी व्यालावर आरूढ झालेले किंवा मुखापाशी प्रतीक्षा करीत बसलेले यक्ष खोदलेले दिसतात. कर्नाटकातील होयसळ शैलीत-मुख्यत्वे होयसळेश्वर, चेन्नकेशव आणि केशव मंदिरांच्या पीठांच्या स्तरात सिंहस्तर असून चोलशैलातील मंदिरांच्या अधिष्ठानावर व्यालमूर्ती खोदल्या आहेत. दक्षिण भारतातील उंडवल्ली आणि मोगलराजपुरम येथील शैलगृहात स्तंभपादात व्यालमूर्तींचा चपखल उपयोग केला असून पुढे पल्लव वंशातील कलाकारांनी हीच कल्पना सातव्या शतकानंतर कांची (कांजीवरम) व महाबलीपुरम येथील मंदिरांत वापरली आहे. ही पादस्तंभांची रचना बाहेरील

भिंतीतील भित्तिस्तंभातून सुद्धा काही ठिकाणी वापरलेली आढळते. याचा सर्वोत्कृष्ट आविष्कार दहाव्या शतकातील पुल्लमंगई येथील ब्रह्मपुरीश्वर मंदिरात आढळतो. पांड्य वंशातील राजांनी बांधलेल्या गोपुरांतून व्यालमूर्ती क्वचित डोकावतात; परंतु व्यालमूर्ती या संकल्पनेचा सर्वांत अधिक उपयोग विजयानगरच्या राजांनी बांधलेल्या विठ्ठलस्वामी, हझारराम, जलकंठेश्वर (वेल्लोर) इत्यादी मंदिरांतून दिसतो; किंबहुना या प्रतिमानाचा अतिरेक येथील मंदिरातून दृष्टोत्पत्तीस येतो; कारण विजयानगर (हंपी), वेल्लोर आणि विरंचिपुरम येथील मंदिरांतील कल्याणमंडपातील स्तंभांतून याचे प्रमाण सर्वाधिक आहे. याशिवाय येथील गोपुरातील बांधकामातही व्याल वारंवार दृष्टीस पडतात. कर्नाटक-आंध्रप्रदेशातील अलमपूर येथील विश्वब्रह्मा आणि स्वर्गब्रह्मा मंदिरांच्या भिंतींवर व्याल आढळतात. तीच स्थिती भुवनेश्वर (ओरिसा) येथील बैताल देऊळ आणि मुक्तेश्वर मंदिरात आढळते.

उत्तर भारतातील मंदिरात व्यालमूर्ती स्तंभांऐवजी द्वारशाखेत प्रविष्ट झाल्या. याची उदाहरणे गुजरातमधील रोड आणि शामलजी येथील सुरुवातीच्या मंदिरातील अलंकृत द्वारशाखेतील व्याल वा सिंह शाखांतून आढळतात. पुढे ती कल्पना बाराव्या शतकापर्यंतच्या गुजरातमधील मंदिरात अस्तित्वात होती; पण त्यानंतर व्यालांची जागा गुजरात-राजस्थानमध्ये संन्यासी-तपस्वींच्या मूर्तींनी घेतली. उत्तर भारतात सामान्यतः दहाव्या शतकानंतर गर्भगृहाच्या आणि मंडपांच्या भिंतींवर सलिलांतरांत-मधल्या रिकाम्या जागेत– व्यालांची रचना केलेली आहे. मध्य भारतात खजुराहो येथील मंदिरसमूहातील लक्ष्मण, चित्रगुप्त, पार्श्वनाथ, विश्वनाथ, कंदरिया महादेव इत्यादी मंदिरांत वरच्या भागातून तसेच मधल्या रिकाम्या जागातून आणि पीठांवरून व्यालमूर्ती खोदलेल्या दिसतात. या ठिकाणी अनेक वेळा त्यांच्या शेजारी शालभंजिका-सुरसुंदरी उभ्या असलेल्या खोदल्या आहेत. त्या मुख्यत्वे स्तंभांच्या तीरशिल्पात दाखविल्या आहेत. उत्तर भारत आणि मुख्यत्वे खजुराहो येथील मूर्तिकामात एक गोष्ट प्रकर्षाने व सर्वत्र आढळते, ती म्हणजे येथील सर्व मूर्तिकाम हे उभट आकाराचे - उर्ध्वगामी वृत्तीला पोषक अशाच रीतीने केले आहे. त्यामुळे व्यालमूर्तींची मांडणीही तशीच उभट आहे. येथील व्याल मागच्या दोन पायांवर उभे असलेले दिसतात; अगदी क्वचित कुठे हा प्राणी चार पायांवर उभा दिसतो. ओरिसातील ब्रह्मेश्वर, केदारेश्वर, लिंगराज, राजाराणी (भुवनेश्वर) आणि सूर्यमंदिर (कोनारक) यातून बाहेरच्या भिंतींवर खालच्या बाजूस (तलजंघा) व्यालमूर्ती खोदलेल्या आहेत. क्वचित काही ठिकाणी उदा., सोहागपूर येथील विराटेश्वर मंदिरात मंडपाच्या वेदिकांवर व्यालमूर्ती खोदलेल्या आढळतात. व्यालांच्या सान्निध्यात कधी व्यालावर आरूढ झालेल्या तर कधी त्यांच्या पुढच्या दोन्ही पायात किंवा एक उंचावलेल्या पुढच्या पायाखाली स्त्री-प्रतिमा आढळतात. काही ठिकाणी विशेषतः पश्चिम

भारतात त्यांच्याबरोबर दोन हात करण्यासाठी गुडघ्यावर बसलेला शस्त्रधारी योद्धाही दाखविलेला दिसतो. ओरिसातील व्याल सामान्यतः हत्तीवर बसलेला दाखविला आहे. कधी कधी तो हत्तीच्या पायाखाली चिरडला जात असताना (गजक्रांत) दाखविला आहे.

बहुतेक मध्ययुगीन व्यालमूर्तींच्या चेहऱ्यांवर उग्र, शांत, आत्मसंतुष्ट, मर्दानी, जागरूक आदी भाव दिसतात. त्यांच्या हालचालींत काहीशी चमत्कृतिपूर्ण गतिमानता आहे. विविध ढंगांतील त्यांच्या आसनांतून - अवस्थांतून भिन्नभिन्न आविर्भाव दृग्गोचर होतात. व्याल एखाद्या लक्ष्यावर झेप घेताना, उडी मारताना, चौखुर धावण्याच्या वा फिरकी घेण्याच्या आविर्भावात भिन्न अवस्थात दिसतो. सुळे व जीभ बाहेर आलेली, आखुड कान, कावेबाज वा बटबटीत भांडखोर डोळे आणि उग्र आविर्भाव यांमुळे त्यांची गणना विचित्र मानवी कल्पनाविलासातून निर्माण झालेल्या विलक्षण मूर्तिशिल्पात करण्यात आली. भारतीय शिल्पकारांनी ही परकीय संकल्पना आत्मसात करून तिला विविध कलात्मक रूपे दिली व तिचे पूर्णतः भारतीयकरण केले. कलात्मकदृष्ट्या खजुराहो - कोनारक येथील व्यालमूर्ती अधिक आकर्षक, सुबक, डौलदार आणि लक्षवेधक आहेत. त्यांच्या शरीराची बाह्यरेषा अत्यंत ओघवती असून मूर्तीत एक प्रकारची अतिभंगामुळे गतिमानता आली आहे. याउलट दक्षिण भारतातील व्यालमूर्ती बुटक्या, अवास्तव अलंकृत व सौम्य चेहरेपट्टीच्या आढळतात, मात्र ह्यातील विजयानगरच्या व्यालमूर्ती एक तर ओबडधोबड असून भव्य व अक्राळविक्राळ वाटतात. या संकल्पनेची परंपरा सोळाव्या शतकानंतर रोडावली व पुढे ती प्रतीकात्मक स्वरूपात कुठेतरी क्वचित आढळते.

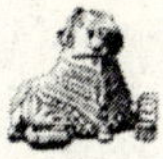

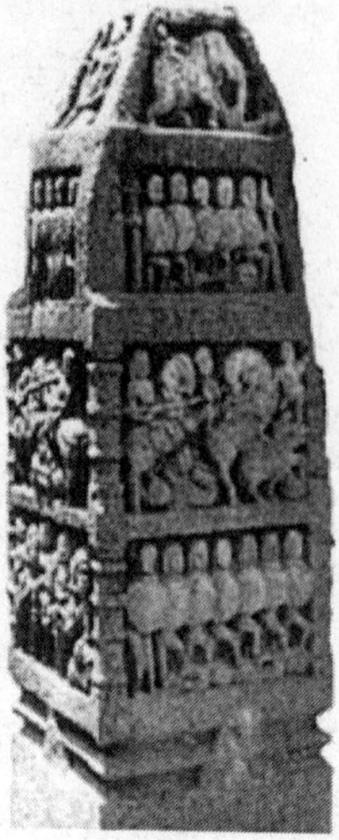

भारतीय कामशिल्पे – अन्वयार्थ

भारतीय कामशिल्पांची मीमांसा करताना इतिहासातील काही परिवर्तने आणि स्थित्यंतरांचा विचार अपरिहार्य ठरतो. प्राचीन भारतीय संस्कृती ही सर्वसमावेशक होती. तीत त्यावेळी प्रादेशिक आणि राजकीय असे सीमांचे काहीच बंधन नव्हते. तिचा प्रभाव कालपरत्वे कमी-अधिक प्रमाणात सर्व भारतभर पडला होता आणि वंशविविधता आणि विविध धर्मश्रद्धा यांनी ती संस्कृती समृद्ध झाली होती.

भारतीय मूर्तिकलेच्या उद्‌गमाबरोबरच भारतीय कामशिल्पास प्रारंभ झाला असावा, असे बहुतेक कलासमीक्षक मानतात; तथापि या मताविषयी तज्ज्ञांत एकमत नाही. भारतातील सर्वांत प्राचीन नागरी संस्कृती म्हणून सिंधू संस्कृतीचा उल्लेख होतो. या संस्कृतीच्या भौतिक अवशेषांत इतर अवशेषांबरोबर

काही स्त्रियांच्या मूर्ती आहेत. त्यातील एक ब्राँझ धातूची व एक प्रायः दगडी असून दोन्ही नृत्यांगनांच्या मूर्ती आहेत. पहिली मूर्ती नग्नावस्थेत असून अतिशय कृश आहे. दुसरी पाषाणाची मूर्ती फुटलेली असून अवशिष्ट भागावरून तिची नृत्याची ढब स्पष्ट दिसते. ही दोन्ही शिल्पे कामशिल्पांचा पहिला-वहिला आविष्कार या दृष्टिकोनातून अत्यंत महत्त्वाची मानली जातात. यानंतर ही परंपरा मौर्यकाळातील दीदारगंज येथील एका चामरधारिणीच्या यक्षी शिल्पात आढळते. कामशिल्पांच्या संदर्भात ही यक्षी उल्लेखनीय होय. मौर्यकाळानंतर बौद्धकलेला उर्जितावस्था आली आणि गांधार, मथुरा, सांची, अमरावती, नागार्जुनकोंडा इत्यादी ठिकाणी बौद्ध धर्मातील प्रतीकात्मक चिन्हांबरोबरच काही बुद्धमूर्ती, यक्षी, प्रणयी युगुले, मद्यपी स्त्रिया यांची शिल्पांकने झाली. सांचीची वृक्षी नग्न असून प्रमाणबद्ध व चेतनापूर्ण आहे. शिल्पांकनात जातककथांबरोबर तीर शिल्पात तोरणांवर व स्तंभांवर यक्षी, शालभंजिका, वृक्षी, अप्सरा, सुरसुंदरी इत्यादी स्त्री-प्रतिमा आढळतात. त्यांपैकी वृक्षींच्या मूर्ती विलक्षण चित्तवेधक आहेत. घाटदार शरीर, रेखीवपणा आणि वक्ररेषांमुळे आलेली गतिमानता यांमुळे ती शिल्पे आकर्षक वाटतात; अशा या काही निवडक यक्षींच्या मूर्तींमधून कामवासनेचा आविष्कार स्पष्टपणे जाणवतो. नागार्जुनकोंडा येथे मिथुने, प्रणयचेष्टात गुंग असलेली जोडपी, दर्पणधारी युवती इत्यादी लोभस शिल्पे मिळाली असून मिथुन शिल्पे आणि प्रणयी युगुले विपुल प्रमाणात इतरत्रही विशेषतः घंटाशाला, गोली व गुम्मीडिदस या ठिकाणी मिळाली आहेत. या शिल्पांना कुशाणकाळात मथुरा येथे परिपक्वता प्राप्त झाली आणि कामशिल्पांना अधिक चालना मिळाली. मथुरा शिल्पशैलीतील स्त्री मूर्तींत उत्तान भाव स्पष्टपणे जाणवतो. ही परंपरा पुढे गुप्तकाळात आणि त्यानंतर राष्ट्रकूट, वाकाटक, चालुक्य घराण्यांतील राजांनी बांधलेल्या मंदिर-शिल्पातून तसेच गुंफातून आढळते; पण कामाशिल्पांच्या विकासाच्या अभिवृद्धीस खरी चालना मिळाली ती मध्ययुगात! त्याचा परिपक्व आविष्कार खजुराहो, कोणार्क, मोढेरा, भुवनेश्वर इत्यादी ठिकाणच्या मंदिरांत पाहावयास सापडतो. येथील मंदिरातून शृंगारशिल्पांना विशेषतः संभोगक्रियेच्या शिल्पांना अधिक उठाव व प्राधान्य सर्व भारतात दिलेले आढळून येते; तसेच येथील मूर्तिसंभारात विशेषतः स्त्री मूर्तींत शिल्पकाराने स्तनांना कसा उठाव मिळेल, नितंब कसे आकर्षक दिसतील आणि तिचे शरीर कसे मोहक दिसेल, याचा सूक्ष्म विचार केलेला दिसतो. एकूण येथे मूर्तींत तुलनात्मक-दृष्ट्या ज्यांना रूढार्थाने उत्तान शिल्पे म्हणता येतील, अशी शिल्पे याच ठिकाणी संख्येने अधिक आहेत. या मंदिरांतील तसेच एकूण बौद्ध स्तूपांवरील यक्षिणींच्या काही निवडक शिल्पांचे परिशीलन केल्यानंतर असे आढळून येते की, या संकल्पनेने पूजामूर्तींखेरीज निर्मिलेले विश्व बव्हंशी वास्तुशोभात्मक आहे. या मूर्ती धार्मिक स्वरूपाच्या आहेत, हे उघडच; पण ह्यासाठी काही परंपरागत रूपके

योजिली आहेत. यक्षींचा जसा वास्तूच्या सुशोभनासाठी एक प्रतिमान म्हणून उपयोग करण्यात आला, तद्वतच या संकल्पनेत यक्षिणींचे स्त्री-सौंदर्य विशेष, विशेषतः मातृत्वदर्शक अंगप्रत्यंग कलाकारांनी उठावदार दाखविले आहेत. त्यामागे संतती वा वंशवेलीची वृद्धी ही कल्पना अभिप्रेत असावी, असे एकूण यक्षिणीविषयक साहित्यातील संदर्भांवरून आणि मूर्तींच्या लाक्षणिक संकेतांवरून ध्यानी येते. म्हणून आनंद कुमारस्वामी हे ज्येष्ठ कला-समीक्षक एके ठिकाणी म्हणतात, ''खरोखरीच या सर्व स्त्री-प्रतिमांत अशी एखादीच मूर्ती वा प्रतिमा, तीही क्वचितच आढळेल की जिच्यात कुठल्यातरी स्वरूपाचा संवेदन उपभोग्य वा वैषयिक भाव किंवा इंद्रियोद्दीपक सूचकता, मग ती प्रच्छन्न असो वा प्रकट ठसठशीत असो, दिसून येत नाही.'' कदाचित हीच कल्पना वा प्रेरणा सर्व कामशिल्पांच्या उद्‌गमामागील मूळ स्रोत असावा. मथुरा मूर्तिसंभारातील स्त्री-सौंदर्याचा निःसंकोचपणे आविष्कार करणाऱ्या नग्न वा अर्धनग्न यक्षी - वृक्षी यांच्या मूर्तींचा विचार वरील विधानाच्या संदर्भात केला असता, भारतीय कामशिल्पास खरी सुरुवात इसवी सन दुसऱ्या तिसऱ्या शतकात झाली असावी, असे म्हटल्यास अतिशयोक्ती होणार नाही. तसेच मथुरा स्तंभांवरील दम्पतीची प्रणयचेष्टिते म्हणजे खजुराहो, कोणार्क, मोढेरा येथील कामशिल्पांचे अग्रदूतच म्हणावयास हरकत नाही. कलात्मकता आणि सांप्रदायिक विचार-कल्पनांची अभिव्यक्ती यांबाबतीत येथील कामशिल्पे अत्यंत ठसठशीत, ठळक आणि शरीराचे निःसंकोचपणे प्रदर्शन करणारी पण तितकीच कलापूर्ण आहेत. येथील संप्रदायाला अभिप्रेत असे उपयोजन आणि संभोगाच्या अनेक अवस्था यांबाबतीत कुठेच तुलना होणार नाही.

भारतात अत्यंत पवित्र म्हणून मानलेल्या मंदिर वास्तूंवर रतिक्रीडेची आलिंगन-चुंबनापासून स्त्री-पुरुष समागमाची विविध आसने दर्शविणारी आणि काम भावनेचा एवढा सुस्पष्ट आनंद व्यक्त करणारी जी उठावदार शिल्पे खोदली आहेत, त्यांची उपपत्ती हा एक चर्चेचा विषय आहे. ती खोदण्यात शिल्पकाराचा किंवा त्या कलाकाराला उद्युक्त वा प्रवृत्त करणाऱ्या राजाचा किंवा मंदिर बांधण्यास प्रोत्साहित करणाऱ्या धनिकाचा कोणता उद्देश होता, ह्याविषयी अद्यापि समाधानकारक स्पष्टीकरण आढळत नाही. या शिल्पांबाबत अनेक प्रकारची स्पष्टीकरणे कलासमीक्षकांकडून दिली गेली वा देण्यात येतात. त्यांपैकी काही तर्कशुद्ध सिद्धान्तावर आधारित आहेत, तर काही शक्यतादर्शक वा काल्पनिक आहेत. कोणतेही कारण स्वतंत्ररित्या या शिल्पांच्या निर्मितीविषयी उलगडा करण्यास समर्थ नाही. तसेच या शिल्पांविषयी कोणत्याही शिलालेखात किंवा तत्कालीन वास्तुशिल्पावरील ग्रंथात सुस्पष्ट असा खुलासा केलेला आढळत नाही; तथापि त्याच्या अस्तित्वाच्या पुष्ट्यर्थ जी काही थोडीबहुत अनुमाने काढली गेली आहेत, त्यांचा साकल्याने विचार केला असता

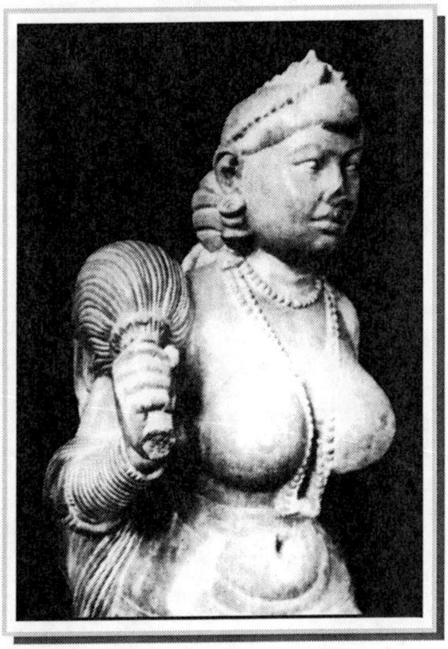

चामरधारिणी,
दिदारगंज, मौर्यकाळ,
पाटणा, बिहार.

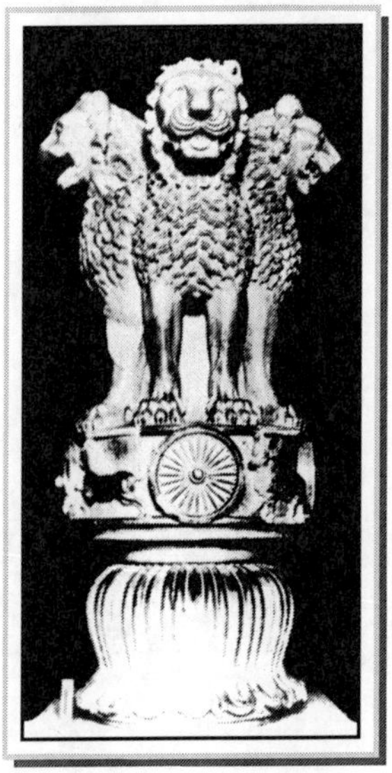

अशोकाचा सिंहस्तंभ,
मौर्यकाळ भारताचे राष्ट्रचिन्ह,
सारनाथ स्तूप, सारनाथ, उत्तर प्रदेश.

नाग दंपती,
गुंफा क्र. १९, अजिंठा.

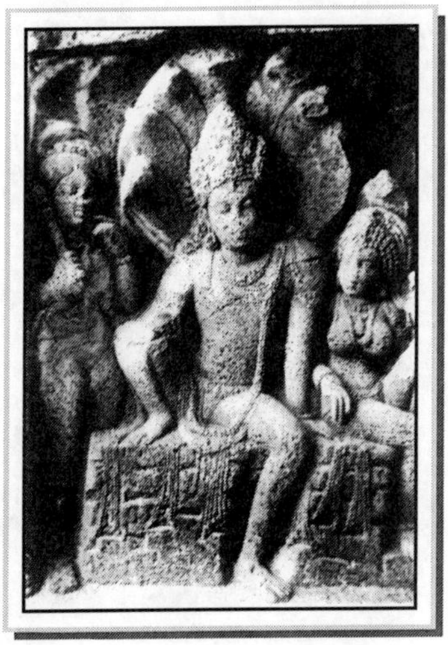

बुध्द महानिर्वाणमूर्ती,
गुंफा क्र. २६, अजिंठा.

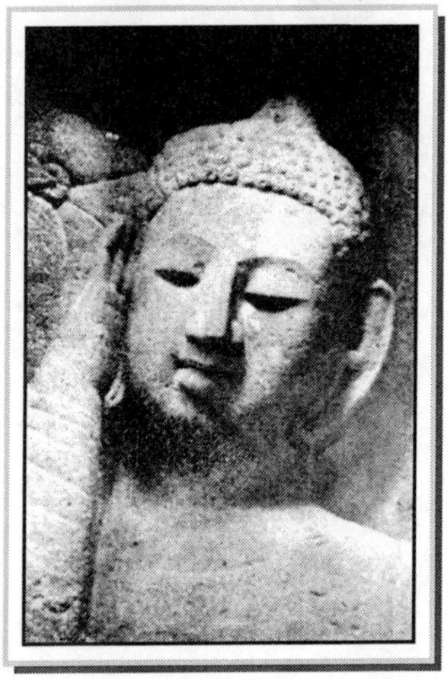

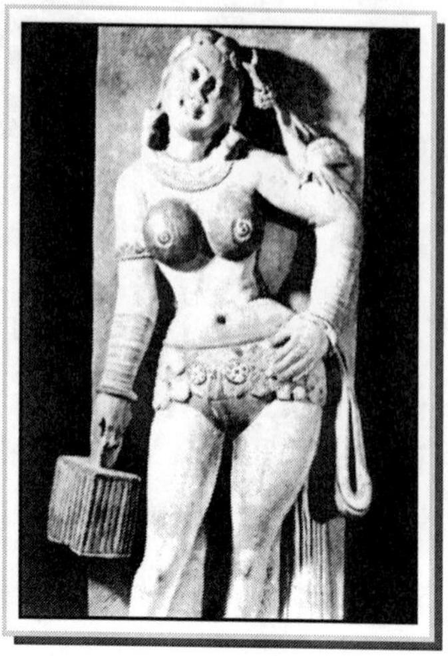

यक्षी आणि पोपट,
भूतेश्वर, मथुरा, उत्तर प्रदेश.

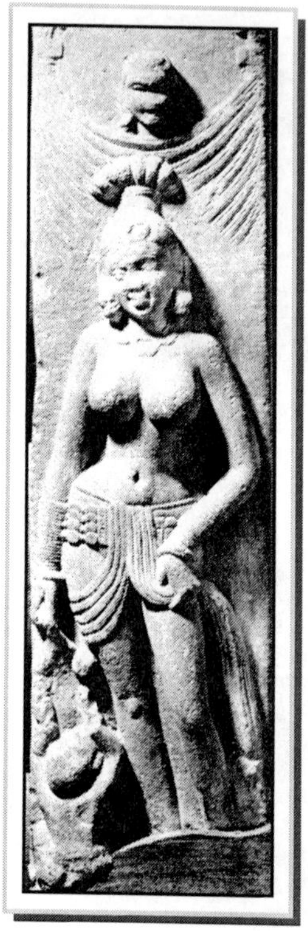

माता आणि संतान,
कुशाण, दुसरे शतक, मथुरा, उत्तर प्रदेश.

कुबेर, कुशाण,
दुसरे शतक, मथुरा, उत्तर प्रदेश.

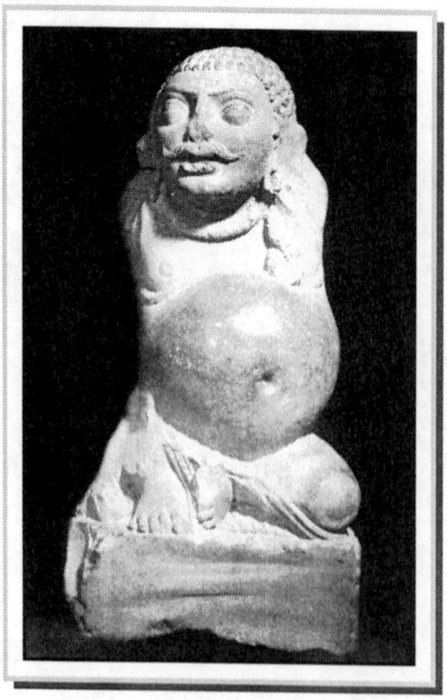

मद्याने धुंद झालेली युवती
व तिचे सहकारी, मथुरा, उत्तर प्रदेश.

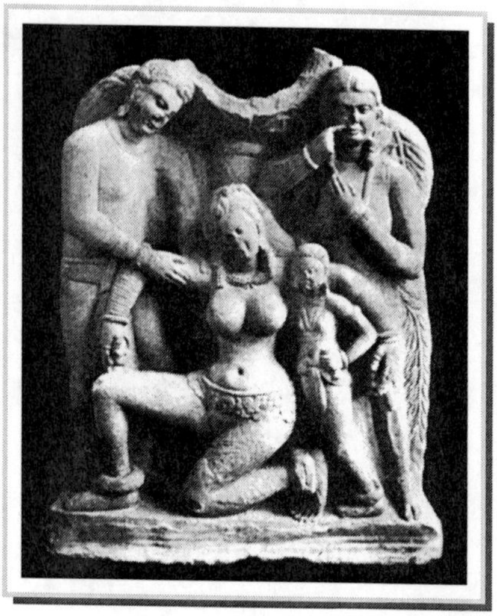

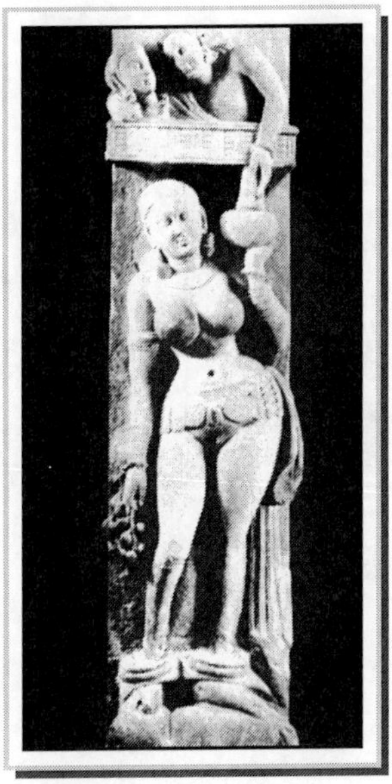

मद्यकुंभवाहक युवती,
भूतेश्वर, मथुरा, उत्तर प्रदेश.

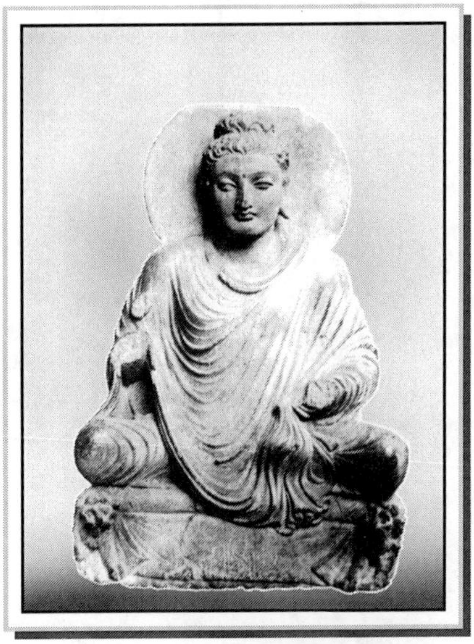

सिंहासनाधिष्ठ बुध्द,
गांधार, अफगाणिस्तान.

उभी बोधिसत्त्वाची मूर्ती,
गांधार, अफगाणिस्तान.

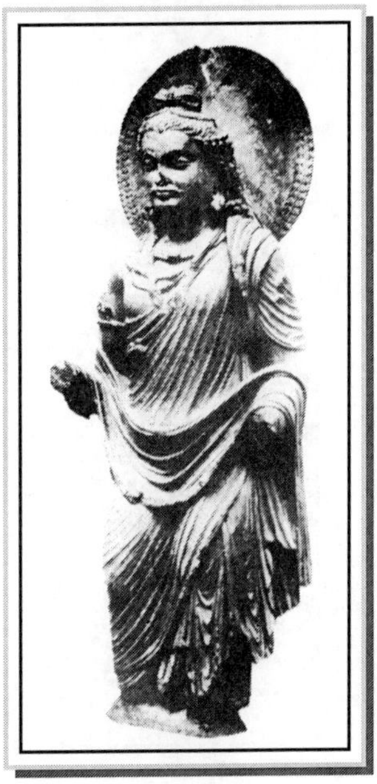

पांचिक आणि हारिती,
गांधार, अफगाणिस्तान.

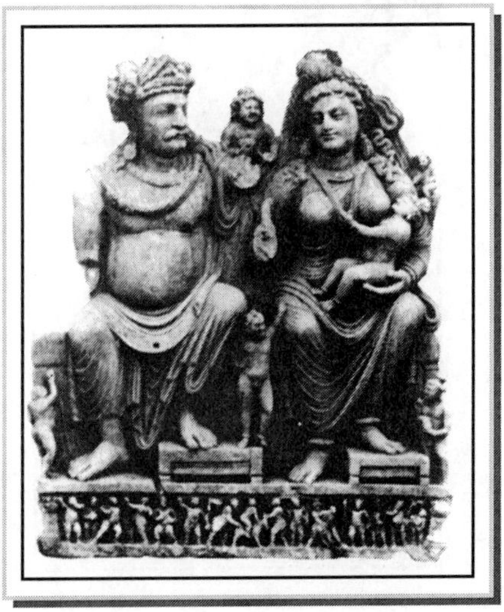

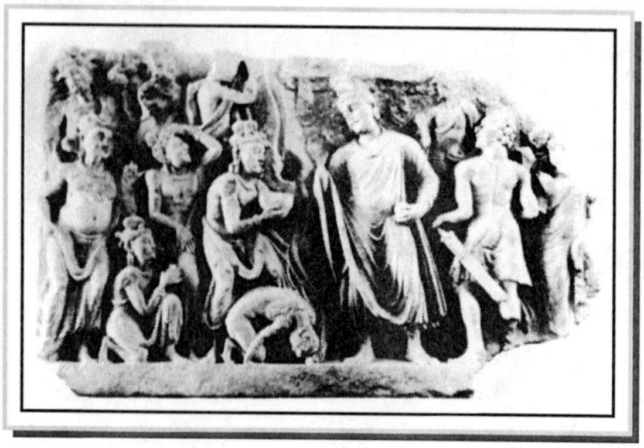

केंद्रस्थानी बुध्द उभा असून भक्त त्याची पूजा करीत आहेत,
गांधार, अफगाणिस्तान.

(डावीकडे)
चूलकोका देवता, स्तंभमूर्ती, भारहूत.
(उजवीकडे)
सुदर्शना यक्षी, भारहूत, मध्यप्रदेश.

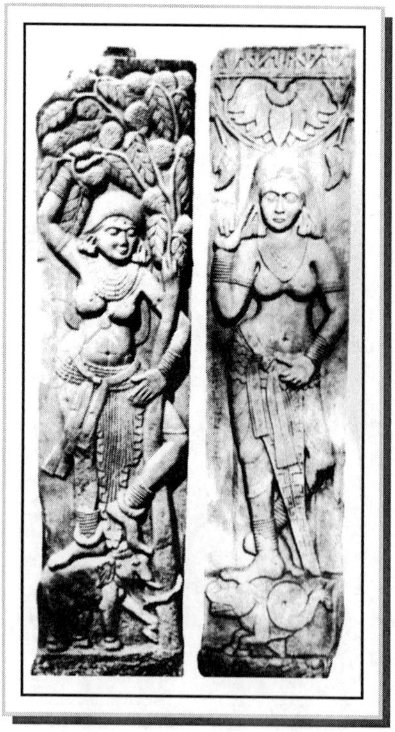

चंद्रा यक्षी,
भारहूत स्तूप, मध्यप्रदेश.

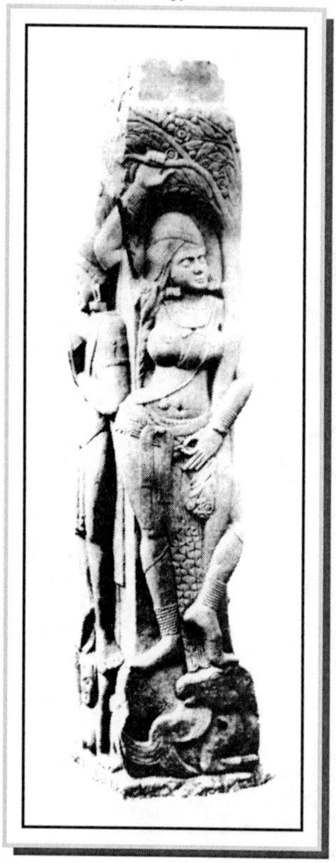

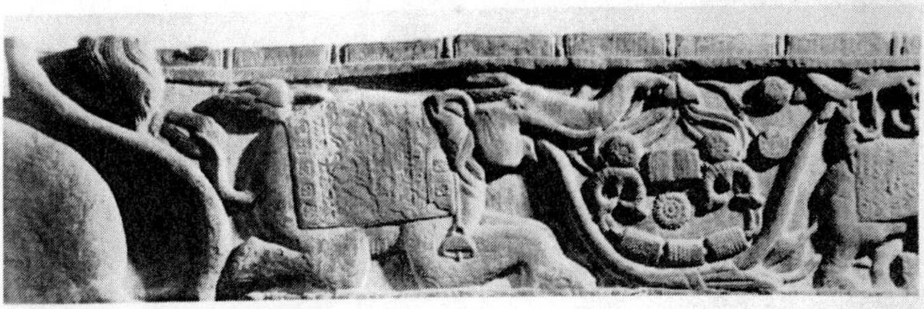

बुध्दाचे अवशेष, दुसरे शतक, भारहूत, मध्यप्रदेश.

शिल्पांकित स्तंभ, उत्तरेकडील द्वार,
सांची स्तूप, उत्तर प्रदेश.

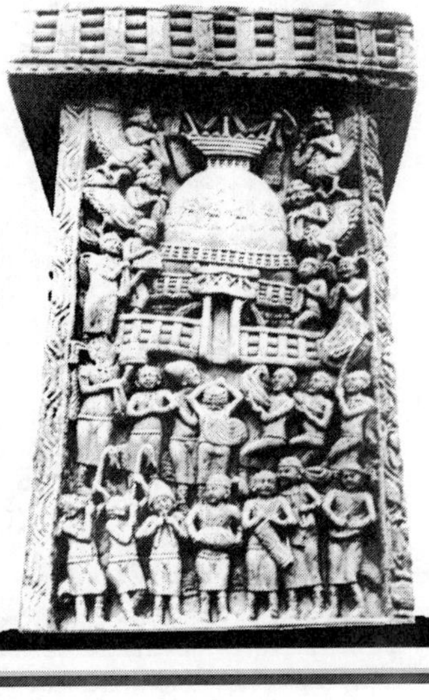

तोरण-शालभंजिका,
सांची स्तूप, उत्तर प्रदेश.

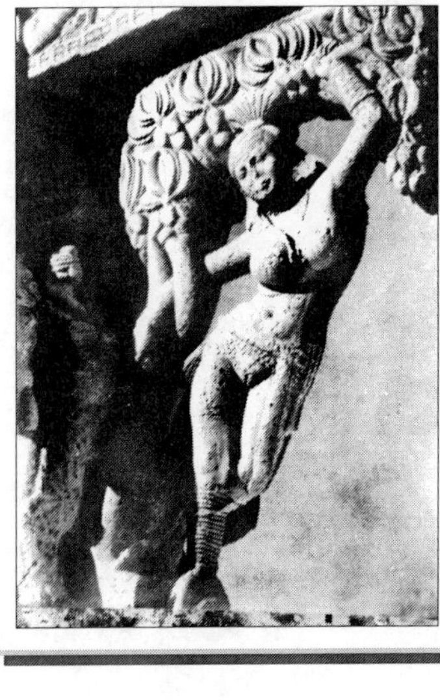

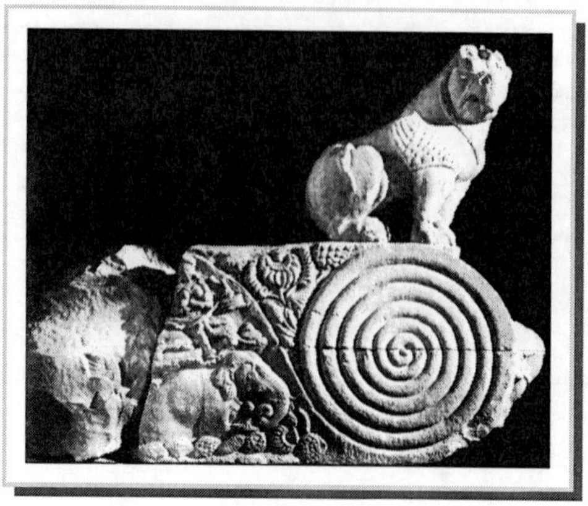

प्रस्तरपाद अग्रान्त,
इ.स.पू. पहिले शतक,
सांची, मध्यप्रदेश.

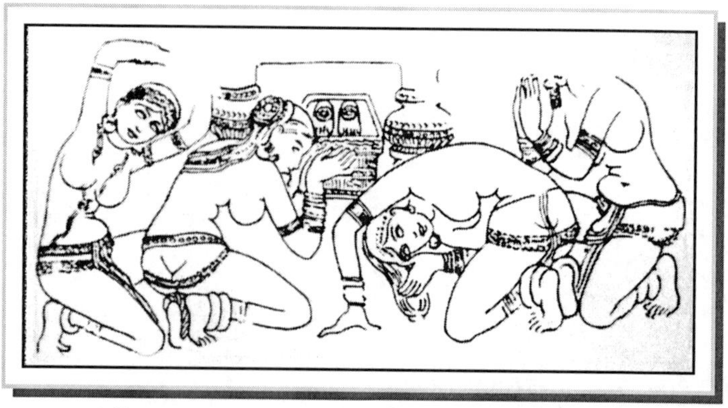

बुध्दाच्या पादुकांची पूजा करणाऱ्या नग्न युवती, दुसरे शतक, अमरावती, आंध्रप्रदेश.

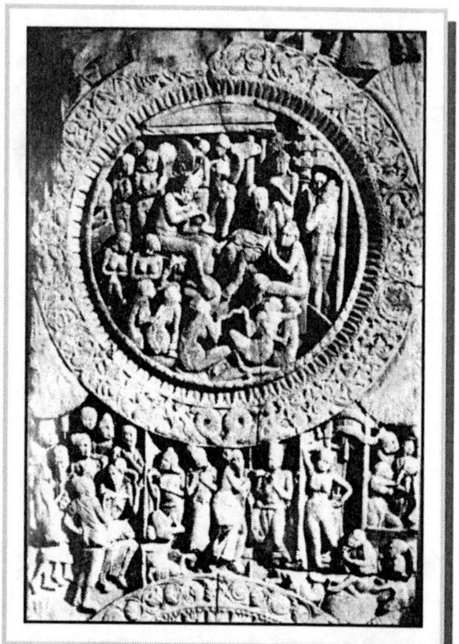

असिताचे आगमन,
दुसरे शतक, अमरावती, आंध्रप्रदेश.

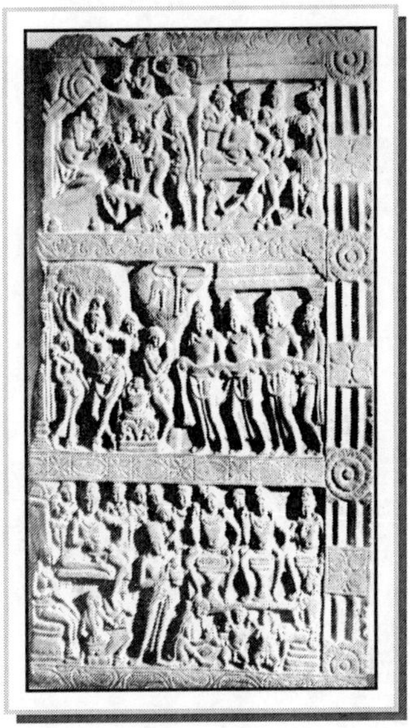

बुध्द जन्मकालीन दृश्य, इक्ष्वाकू,
दुसरे शतक, नागार्जुनकोंडा, आंध्रप्रदेश.

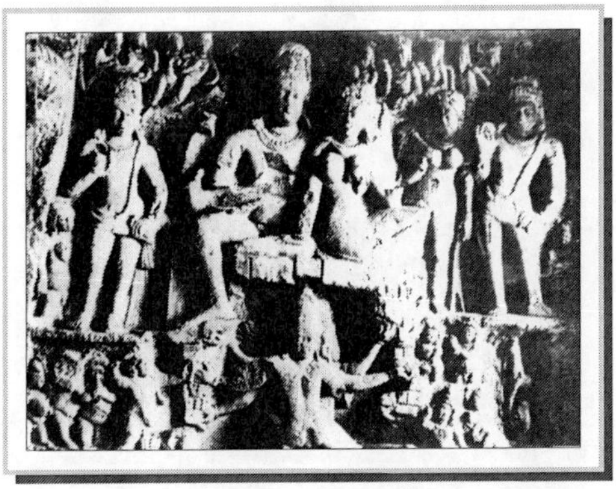

कैलास पर्वत हलविताना रावण,
गुंफा क्र. १६, वेरूळ,
औरंगाबाद.

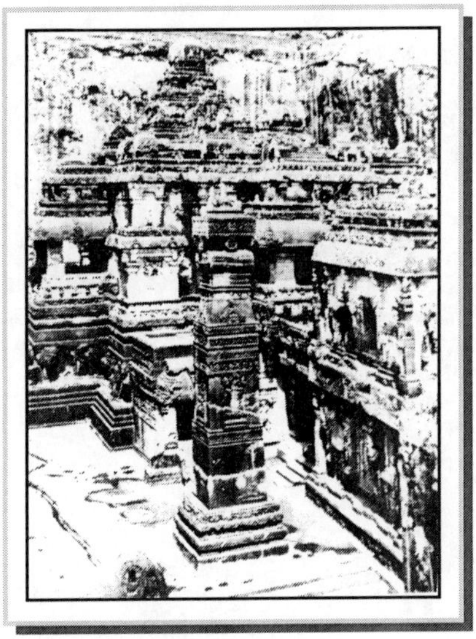

कैलास लेण्याचे वायव्येकडून
दिसणारे शिल्पांकन,
वेरूळ, औरंगाबाद.

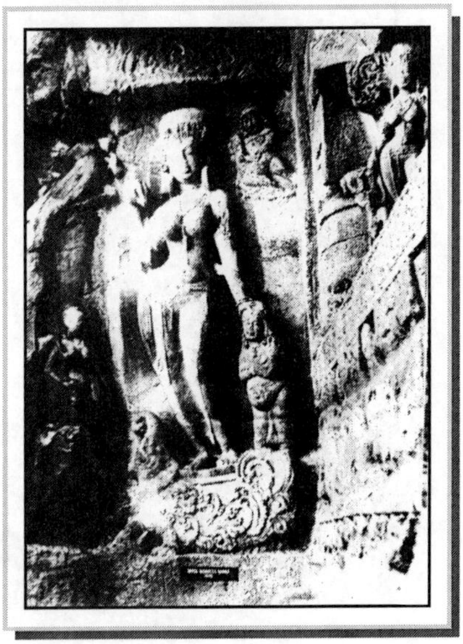

गंगानदीची मूर्ती,
गुंफा क्र. २१, वेरूळ,
औरंगाबाद.

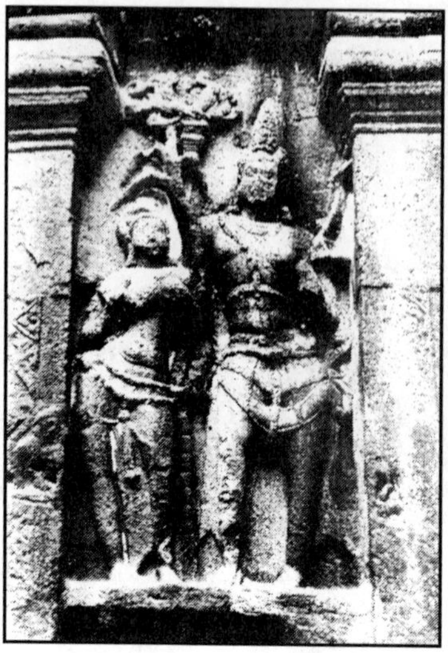

मदन आणि रती,
गुंफा क्र. १६, कैलास लेणे,
वेरूळ, औरंगाबाद.

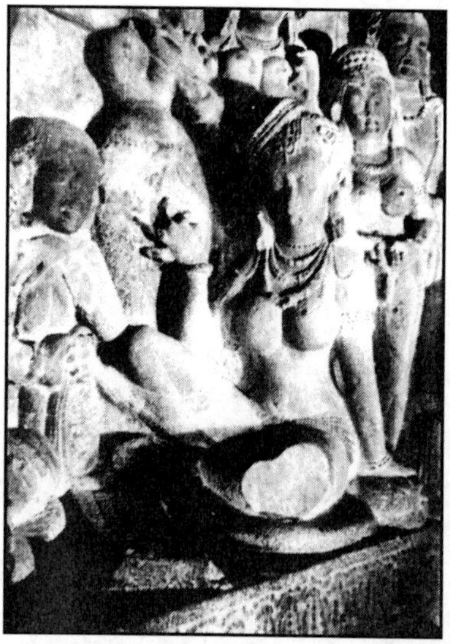

सोंगट्या खेळताना पार्वती,
वेरूळ, औरंगाबाद.

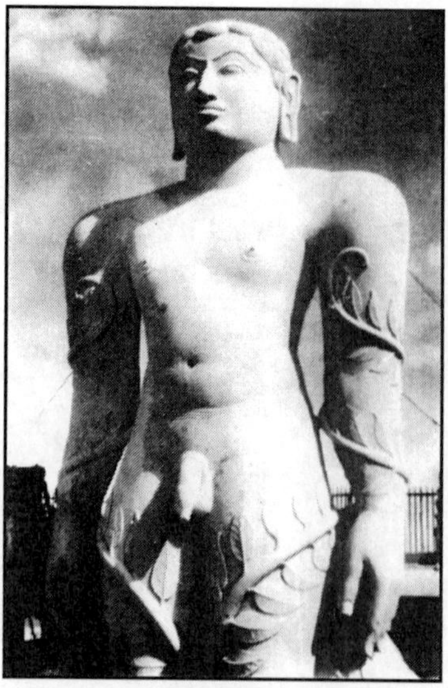

गोम्मटेश्वर,
श्रवणबेळगोळ, कर्नाटक.

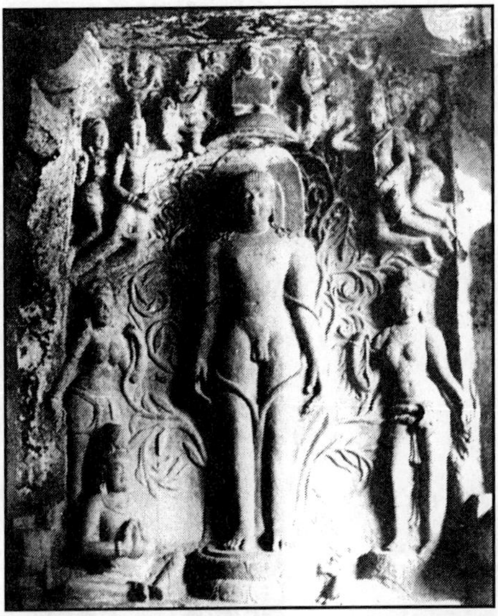

गोम्मटेश्वर, जैन गुंफा,
वेरुळ, औरंगाबाद.

कंदरिया महादेव मंदिरावरील
सुशोभनार्थ खोदलेल्या
स्त्री-पुरुषांच्या मूर्ती,
खजुराहो, मध्यप्रदेश.

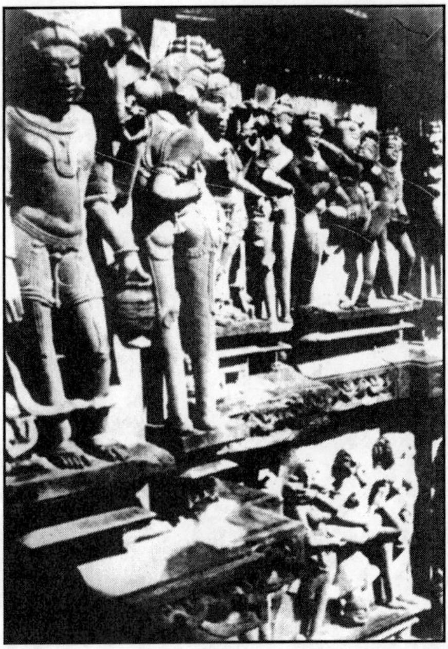

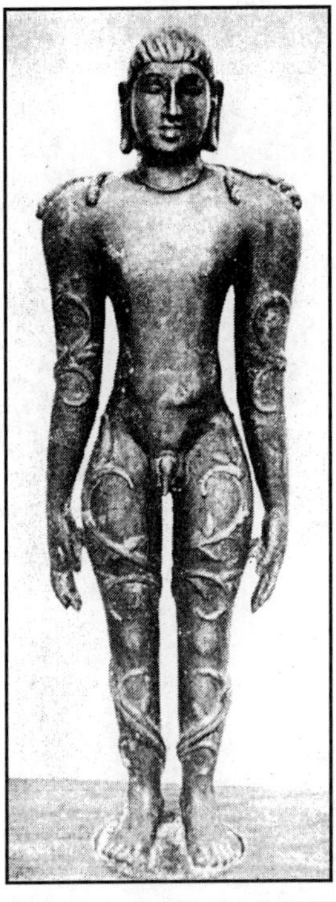

चालुक्य शैलीतील इ. स. सहाव्या शतकातील
गोम्मटेश्वराची धातूची एक मूर्ती.

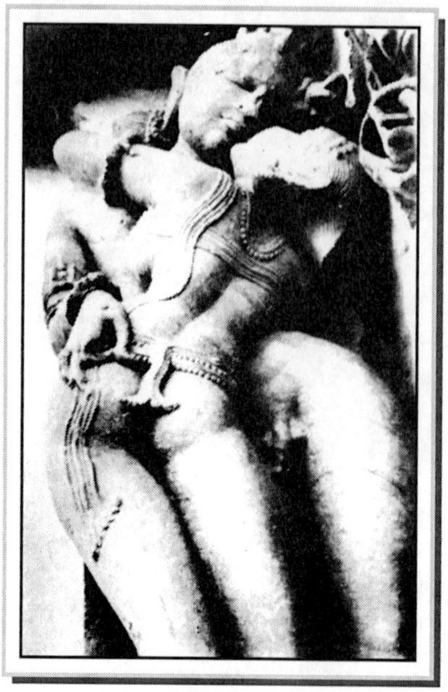

मैथुन - कामशिल्प,
खजुराहो, मध्यप्रदेश.

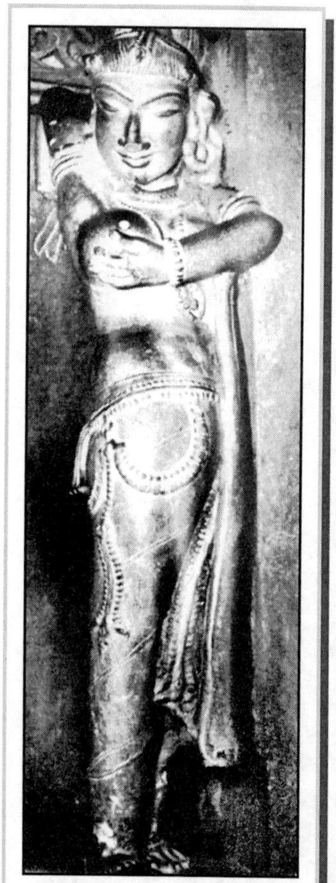

स्वतःच्या स्तनाशी
चाळे करणारी सुरसुंदरी,
खजुराहो, मध्यप्रदेश.

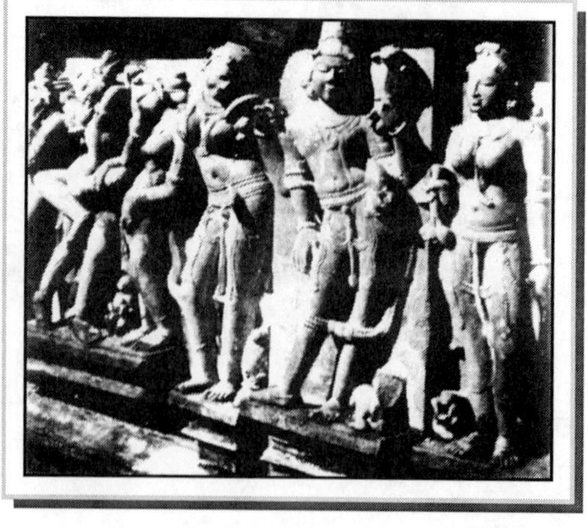

मंडोवरावरील मूर्तीपट्ट,
लक्ष्मण मंदीर,
खजुराहो, मध्यप्रदेश.

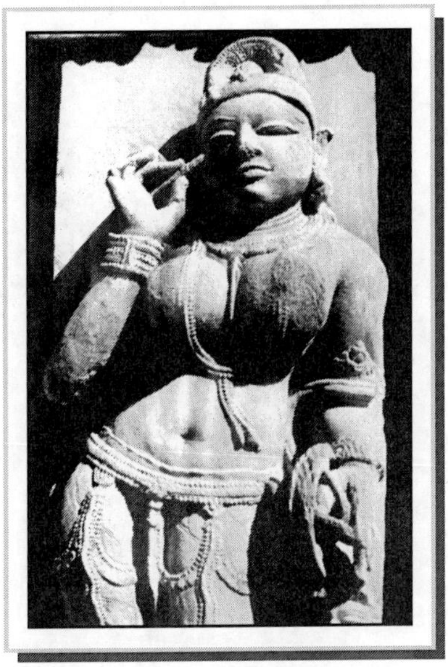

डोळयात काजळ घालणारी
सुरसुंदरी, खजुराहो,
मध्यप्रदेश.

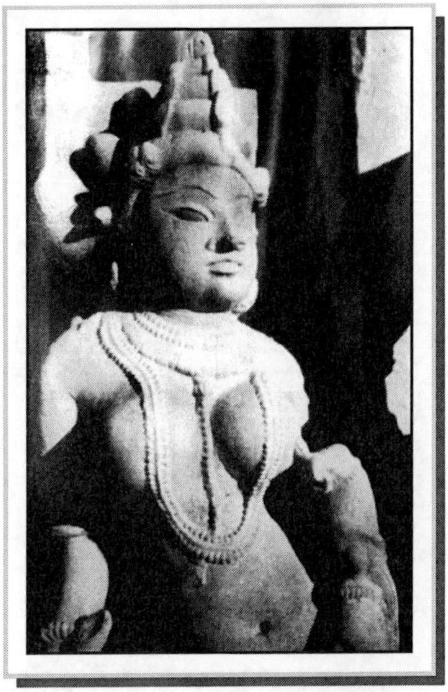

कामातूर यौवना,
खजुराहो,
१०वे -१२वे शतक.

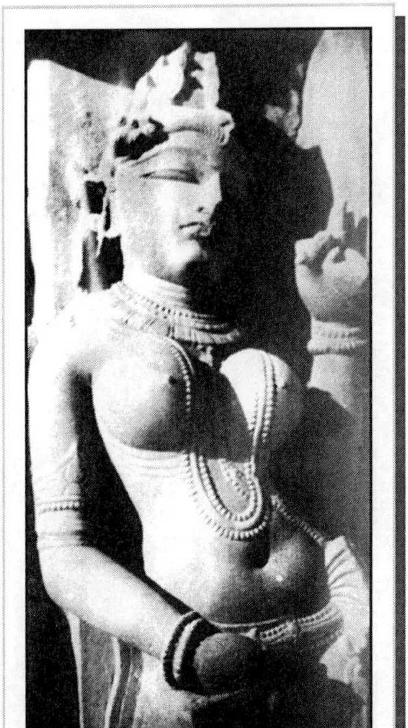

नृत्य सुरसुंदरी,
खजुराहो,
१०वे -१२वे शतक.

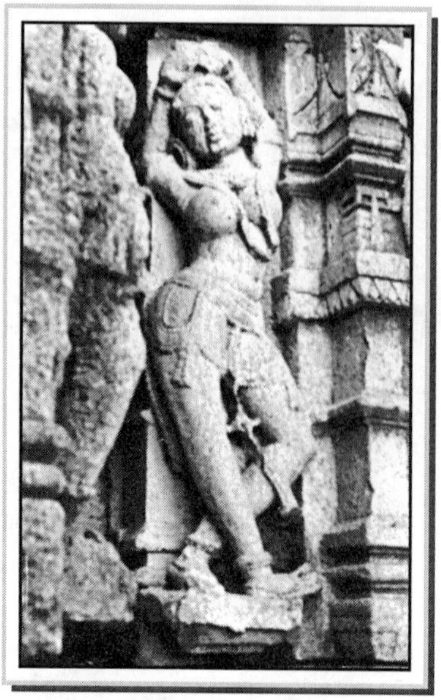

अलस्य कन्या,
यादवकालीन लक्ष्मीनारायण मंदीर,
पेडगाव, अहमदनगर.

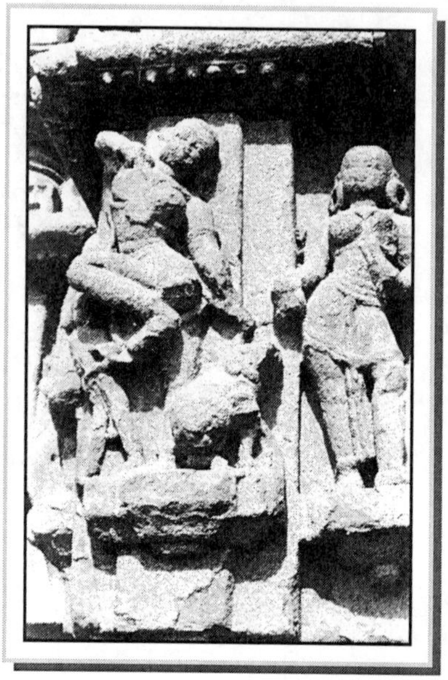

यादवकालीन दोन सुरसुंदरींच्या मूर्ती,
शिव मंदीर, झोडगे, धुळे.

यादवशिल्पशैलीतील श्रीधर-मूर्ती,
बलसाणे, धुळे.

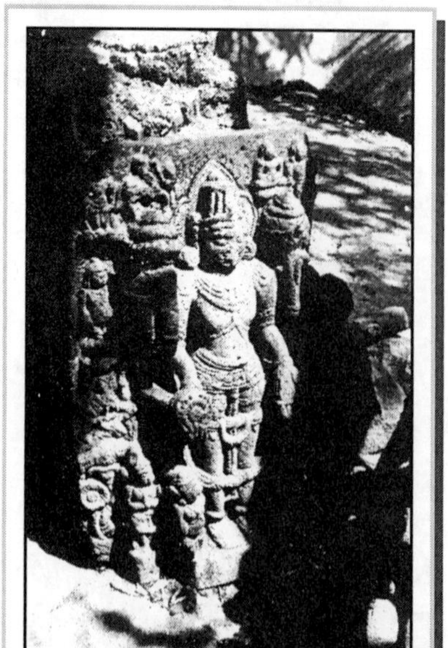

शिखर, यादवकालीन मांकेश्वर मंदीर,
झोडगे, धुळे.

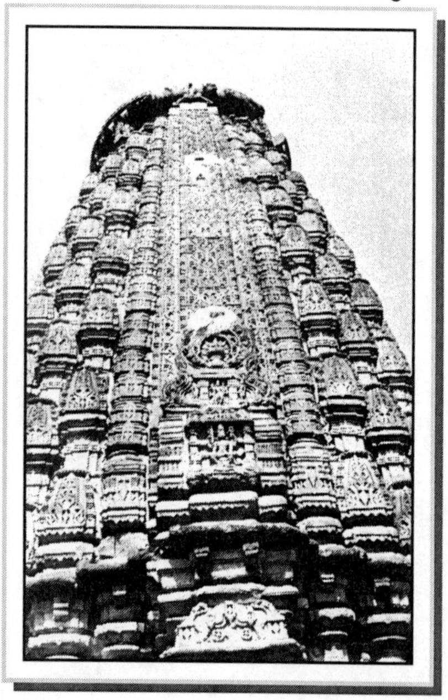

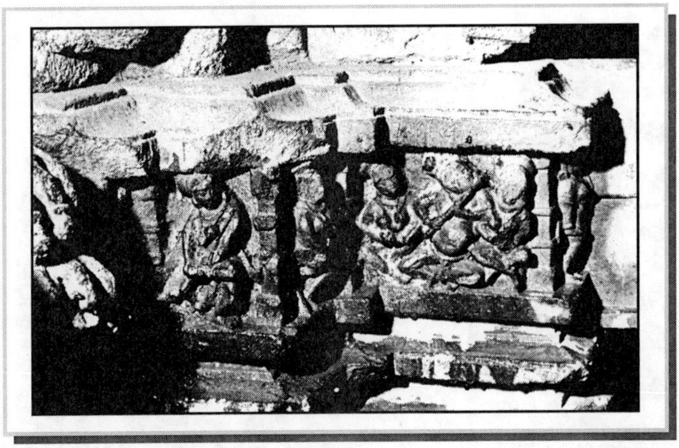

बासरीवादक आणि त्याचे साथीदार,
यादव शिल्प, महेश्वर मंदीर,
पाटण, चाळिसगाव, नगर.

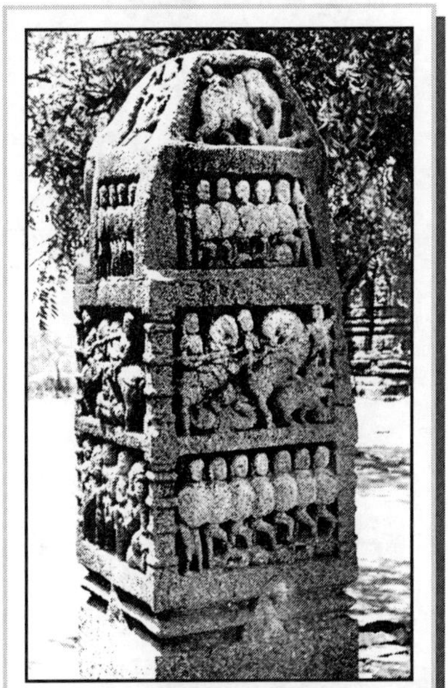

यादवकालीन वीरगळ,
बलसाणे मंदीर समूह,
बलसाणे, धुळे.

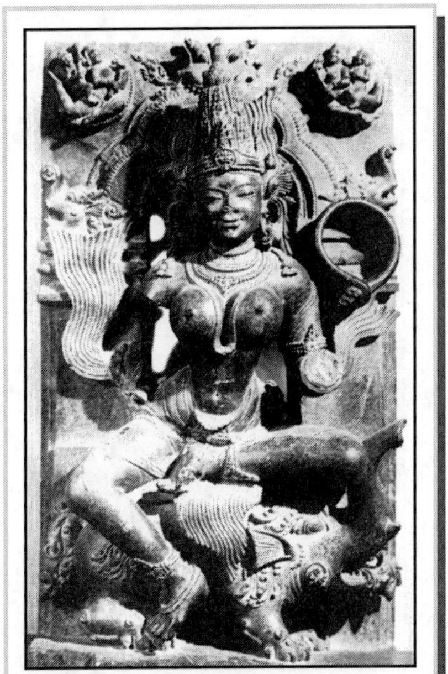

वारुणी- गंग, कोणार्क, ओरिसा.

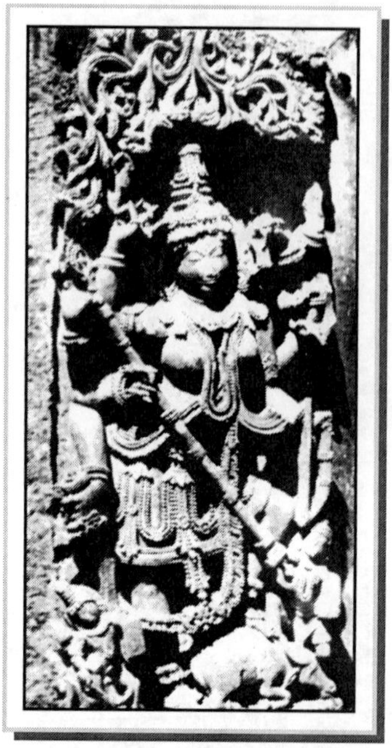

महिषासूरमर्दिनी, चेन्नकेशव मंदीर, बेल्लूर, कर्नाटक.

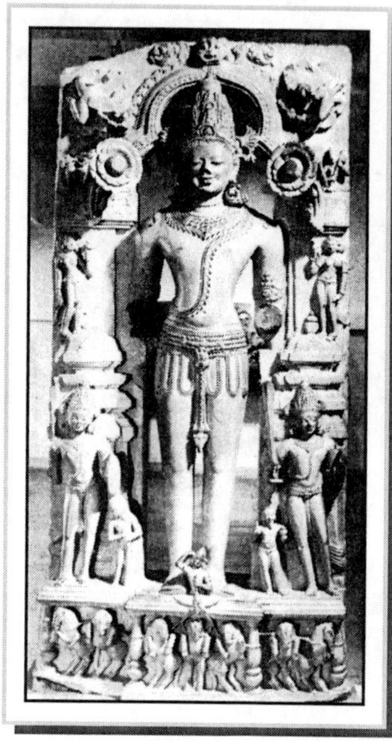

सूर्यमूर्ती, कोणार्क, ओरिसा.

आलिंगनमूर्ती - विष्णु-लक्ष्मी आणि सेविका, होयसळेश्वर मंदीर, हळेबीड, कर्नाटक.

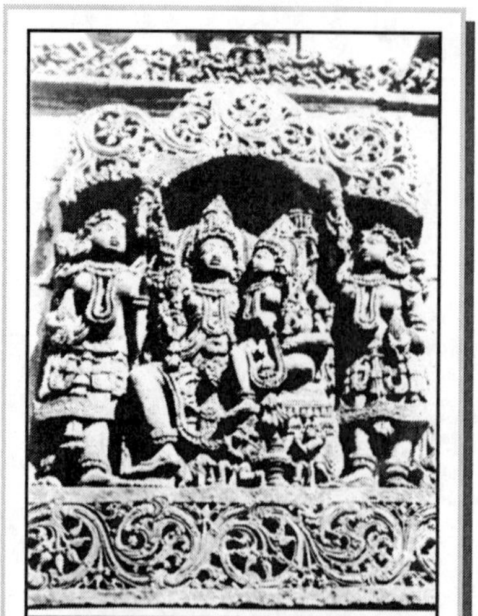

भैरवनाथ, शिलाहारकालीन कोप्पेश्वर मंदीर, खिद्रापूर, कोल्हापूर, महाराष्ट्र.

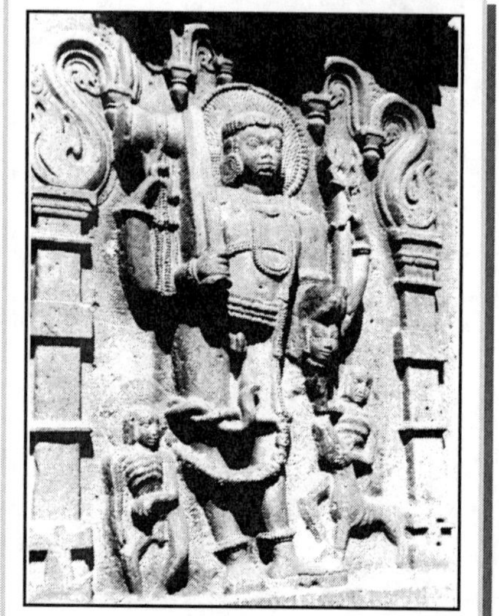

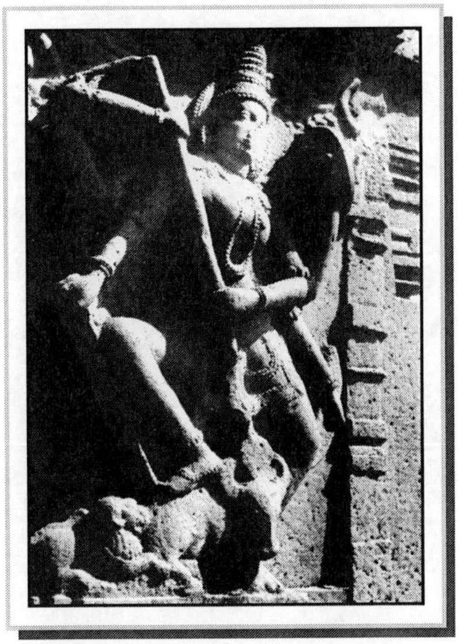

महिषासूरमर्दिनी, शिलाहारकालीन,
कोप्पेश्वर मंदीर, खिद्रापूर,
कोल्हापूर, महाराष्ट्र.

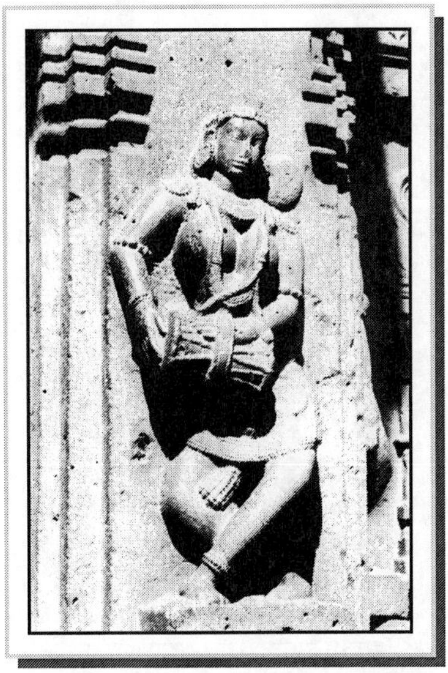

मृदुंगधारी सुरसुंदरी, शिलाहारकालीन
कोप्पेश्वर मंदीर, खिद्रापूर,
कोल्हापूर, महाराष्ट्र.

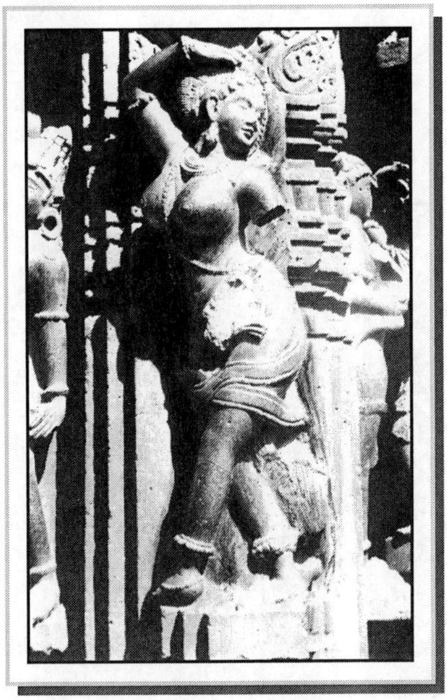

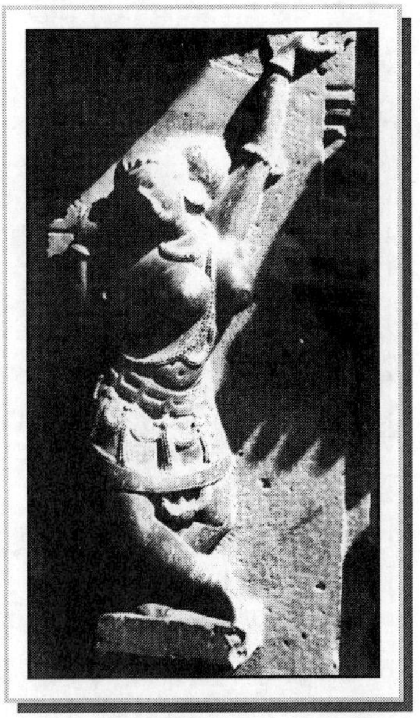

नृत्यांगना, शिलाहारकालीन, कोप्पेश्वर मंदिर, खिद्रापूर, कोल्हापूर, महाराष्ट्र.

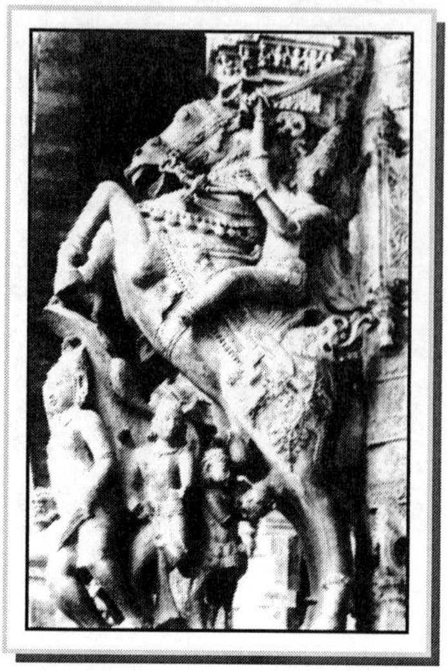

स्तंभावरील घोडेस्वाराची मूर्ती,
विजयानगर कला,
वेल्लोर, तामिळनाडू.

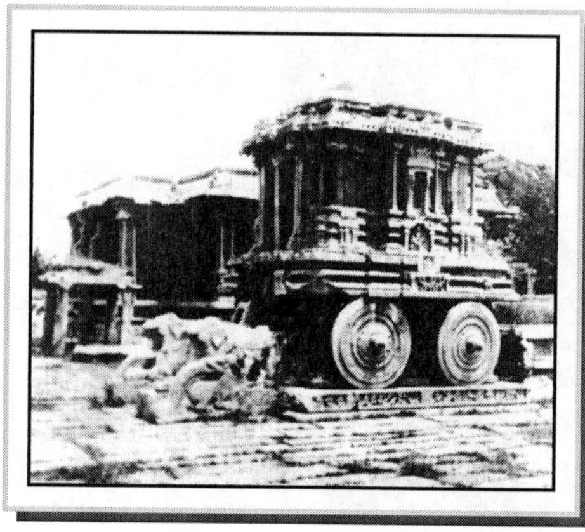

विठ्ठलस्वामी मंदीर,
विजयानगर (हंपी), कर्नाटक.

विमल-वसही (ऋषभनाथ) मंदिराचे
अलंकृत वितान, दिलवाडा,
अकरावे शतक.

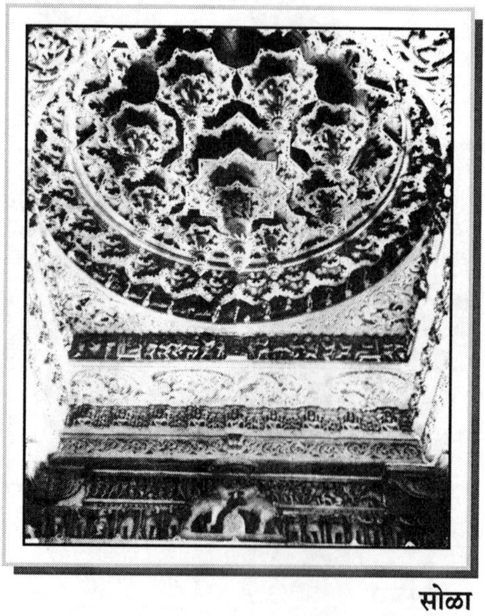

आदिनाथ,
सोळंकी शैलीतील मूर्ती,
राजस्थान, इ. स. ११-१२ शतक.

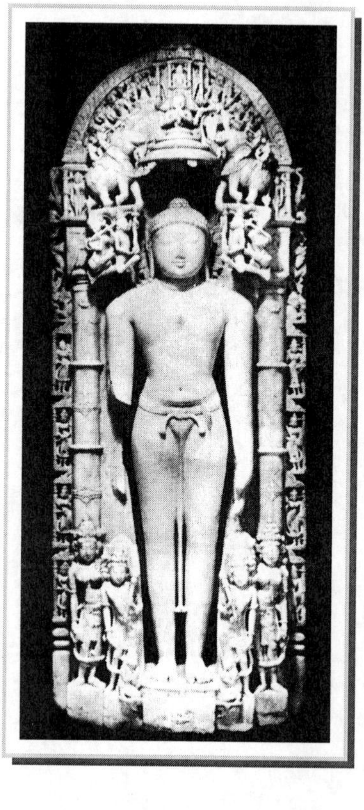

आणि भारतीय संस्कृतीच्या एकूण जडणघडणीचे परिशीलन केले असता, आपणाला या शिल्पांच्या निर्मितीचे रहस्य उलगडेल.

एकूण भारतातील कामशिल्पांचा विचार केला असता खजुराहो, कोणार्क व मोढेरा या तीन ठिकाणी त्यांचे प्रमाण तुलनात्मकदृष्ट्या अधिक आहे. त्यामुळे प्रथम येथील कामशिल्पांच्या संदर्भात स्पष्टीकरण करणाऱ्या प्रचलित असलेल्या पौराणिक कथा काय आहेत, याचा मागोवा घ्यावा लागेल. चंदेल्ल वंशाच्या शिलालेखातून आणि पृथ्वीराजरासो या काव्यातील महोबा खंडात या वंशाच्या उत्पत्तीविषयी काही मनोरंजक कथा आढळतात. तद्वतच मंदिरांविषयी माहिती मिळते. काशीचा गहिरवार राजा इंद्रजित याचा हेमराज नामक एक पुरोहित होता. त्याला हेमवती नावाची एक अत्यंत देखणी मुलगी होती. तिचा विवाह शाही थाटात झाला; परंतु ऐन तारुण्यात ती वयाच्या सोळाव्या वर्षी विधवा झाली. एकदा ती पौर्णिमेच्या रात्री नदीत स्वच्छंदपणे स्नान करीत असता चन्द्र तिच्या अनावृत सौंदर्यावर भाळला आणि पृथ्वीवर अवतरला. ती रात्र त्या दोघांनी कामक्रीडेत नि विलासात - आनंदात व्यतीत केली. पुढे चन्द्रापासून हेमवतीला एक पुत्र झाला. त्याचे नाव चन्द्रवर्मा. तोच या वंशाचा मूळ पुरुष. चन्द्राच्या आदेशानुसार वंशज मातेच्या पापक्षालनासाठी त्याने भांडनामक यज्ञ महोत्सवपूर येथे केला. ते महोत्सवपूर म्हणजेच सांप्रतचे महोबा हे गाव होय. चंदेल्लांची ही नंतरची राजधानी. सुरुवातीस खजुराहो ही राजधानी महोबाजवळच होती. या पौराणिक कथेचा आशय या मंदिरांवरील शृंगारशिल्पांच्या संदर्भात बोलका आहे. खजुराहो येथील मंदिरांवरील शिल्पात हेमवतीने चन्द्राबरोबर स्वैर वर्तन केलेल्या पापाचे क्षालन करण्यासाठी ही कामशिल्पे बुद्धिपुरस्सर खोदून घेतली असावीत, अशी दृढ समजूत सर्वत्र आहे; कारण तिच्या स्वैरवर्तनाला दृश्यस्वरूप देऊन, यापुढे अशा प्रकारचे दुर्वर्तन राजे लोक व त्यांच्या घराण्यातील राण्यांनी करू नये, असा कदाचित त्यामागे प्रांजळ हेतू असेल!

अशाच प्रकारची पण थोडी वेगळी कथा कोणार्क मंदिराच्या संदर्भात प्रचलित आहे. ही कथा मुख्यत्वे ब्रह्मपुराण, सांबपुराण, भविष्य पुराण, वराहपुराण इत्यादी पुराण ग्रंथांत डोकावते. पुराणातील कथा मनोरंजक असून ती येथील कामशिल्पांवर प्रकाश टाकते. या कथेत सांबाविषयी माहिती असून तो सूर्योपासक कसा बनला आणि त्याप्रीत्यर्थ त्याने हे प्रसिद्ध सूर्य मंदिर - कोणार्क - कसे बांधले, याचे धागेदोरे मिळतात. सांब हा श्रीकृष्ण आणि जांबवती यांचा अत्यंत देखणा पुत्र. नारदमुनींनी एकदा त्याला कृष्णाच्या रूपवान स्त्रिया नग्नावस्थेत ज्या ठिकाणी जलक्रीडेत मग्न होत्या, त्या ठिकाणी नेले. सांबाचे अप्रतिम सौंदर्य पाहून त्या सर्व स्त्रिया कामविव्हल झाल्या आणि त्याच्याशी मोहवश होऊन प्रेमाचे चाळे करू लागल्या. सांबाला हे उमगेना. दरम्यान प्रेम चाळे चालू असतानाच नारदांनी श्रीकृष्णाला तेथे मुद्दाम

पाचारण केले आणि तेथील वस्तुस्थिती दाखविली. सांबाचे ते प्रणयी चाळे पाहून श्रीकृष्ण संतप्त झाला आणि तत्काळ त्याने सांबाला शाप दिला की, "तुला कुष्ठरोग होईल." पुढे निष्पाप सांबाने श्रीकृष्णाला आपण कसे निर्दोष आहोत आणि आपल्यावर हा प्रसंग कसा गुदरला गेला, याची खरी हकिकत प्रांजळपणे निवेदन केली. तेव्हा श्रीकृष्णाने त्यास मैत्रेयवनात जाऊन सूर्याची उपासना करण्याचा आदेश दिला. त्यानंतर सांबाने काही वर्षे आराधना केल्यानंतर सूर्यदेव प्रसन्न झाला आणि त्याने आपल्या एकवीस नावांचा जप करीत चन्द्रभागेत स्नान करण्याची त्यास अनुज्ञा दिली. असे स्नान करीत असताना एके दिवशी सांबाला कमलासनस्थ सूर्यमूर्ती चन्द्रभागेत सापडली. त्याने अत्यंत आनंदाने व मनोभावे त्या मूर्तीची प्रतिष्ठापना चन्द्रभागेच्या त्या वालुकामय प्रदेशात केली आणि त्यावर एक मंदिर बांधले. नित्यनैमित्तिक सूर्यपूजेमुळे सांब कुष्ठरोगातून मुक्त झाला आणि त्याचे पूर्ववत सौंदर्य व जीवन त्यास मिळाले. थोडक्यात सूर्याने त्यास जीवन दिले. या कथेवरून असे दिसते की, श्रीकृष्णाच्या शृंगारिक लीला, त्या असंख्य तरुण पत्नी आणि तारुण्यातील त्यांचे शृंगारिक जीवन कसे होते, या कल्पना मंदिरावरील विलासी शिल्पातून मांडावी, असे सांबाला कदाचित वाटले असावे; कारण हे विलासी जीवन किती धोकादायक आहे, ज्यामुळे आपण शापित होऊन कुष्ठरोगाने जखडलो, पण सूर्योपासनेने नवजीवन प्राप्त झाले, हे सर्व सर्वांना सांगण्यासाठी ही शिल्पे त्याने मंदिरावर खोदून घेतली असावीत किंवा या कथेचाच ती भाग असावीत.

मोढेरा मंदिराच्या बाबतीतसुद्धा अशी कथा आढळते. सूर्य हा जीवन देणारा-समृद्ध करणारा देव आहे. वेदकालातही सूर्योपासनेचा आविष्कार हृद्‌यरोगादिकांच्या परिहार्य आणि बुद्धीच्या संवर्धन-प्राप्त्यर्थ रचलेल्या ऋग्वेदातील रोगघ्न उपनिषद आणि गायत्री सूर्यमंत्रांमध्ये आढळतो. कपिल संहितेतही त्याचे महत्त्व प्रतिपादन केले आहे. त्यामुळे मोढेराचे सूर्यमंदिर ख्यातनाम झाले असावे.

अपवादादाखल वास्तुशिल्पावरील काही ग्रंथांतून आणि काही कोरीव लेखांतून सुरसुंदरी, अप्सरा, यक्षी, पुतलिका, नायिका अशा सुंदर युवतींच्या मूर्ती मंदिराच्या सुशोभनासाठी खोदाव्यात, असे उल्लेख मिळतात. त्याचप्रमाणे काही ग्रंथांमधून मिथुन शिल्पांची कल्पना मांडली असून तंत्रधर्मावरील ग्रंथात लतासाधनेचे महत्त्व प्रतिपादन केले आहे. चंदेल्ल राजांच्या शिलालेखात आणि यादव राजा रामचन्द्रदेव (कार. ११७३-१२१३) याच्या वेळापूर (सोलापूर जिल्हा) येथील इ. स. १३०५ च्या शिलालेखात मंदिराच्या सुशोभनासाठी पुतलिकांची शिल्पे मंदिरावर खोदावीत, असा स्पष्ट उल्लेख आहे. अकराव्या शतकातील परमार भोजराजाचे समरांगण सूत्रधार (६४/३०-३२) आणि भुवनदेवाचे बाराव्या शतकातील अपराजितपृच्छा, (२२१/११-३८) तसेच रूपमंडण (६/१४-१९) इत्यादी ग्रंथातून सुरसुंदरी वा

यक्षींच्या मूर्ती सुशोभनासाठी मंदिरावर कोराव्यात असे उल्लेख आढळतात. अग्निपुराण (प्रकरण ५०) आणि तंत्र धर्मावरील तंत्रराजतंत्र (१७/५०-५३) या ग्रंथात सुरसुंदरींचे वर्णन तरुण, सौंदर्यशाली, चैतन्यमय असे केले असून, साधकाला त्या हव्या असलेल्या सर्व गोष्टी मिळवून देतात. त्यांचे नेत्र स्थिर आणि विशाल खोदावेत. याशिवाय तंत्रराजतंत्रात (४/७२-७३) यांना योगिनी म्हटले आहे. शिवाय त्यांचा शक्तिदेवता (गुप्तयोगिनी) म्हणूनही उल्लेख केला आहे. अपराजितपृच्छा आणि रूपमंडन या ग्रंथांतून त्यांचा अप्सरा, नाटका, दिक्‌देवी, शालभंजिका अशा भिन्न नामांतरांनी उल्लेख आढळतो. त्यांच्या हातात दर्पण किंवा आरसा, कुंभ किंवा अन्य मुद्रा असते.

या सुरसुंदरींप्रमाणेच मिथुनशिल्पांची रेलचेल मंदिरांवरील भिंतींवर तसेच द्वारशाखांवर पाहावयास मिळते. त्यात सामान्य दम्पतिशिल्पांपासून एकमेकांना बिलगलेल्या प्रणयी स्त्री-पुरुषांची शिल्पे आहेत. आणि पुरुष-प्रकृतीच्या या संयुक्त दांपत्य प्रतीकाला 'मिथुन' ही संज्ञा रूढ झाली आहे. बृहत्संहितेत (५६/१५) मिथुन शिल्पाविषयी वराहमिहिराने पुढील श्लोक दिला आहे :–

'शेषं मंगल्यविहगैः श्रीवृक्षैः स्वस्तिकैघंटैः ।
मिथुनैः पत्रवल्लीभिः प्रमथैश्चोपशोभयेत् ।।'

तंत्रराजतंत्र या ग्रंथात (२१/२८-९६) अशा प्रकारच्या पन्नास मिथुन शिल्पांना नैवेद्यादि सोपस्कार व संस्कार केल्याचे उल्लेख आढळतात. मिथुनशिल्पे गर्भगृहाच्या द्वारशाखांवर काढावीत, असा सल्ला वा उपदेश समरांगणसूत्रधार (६०/३०-३४) या ग्रंथात दिला आहे. याशिवाय हयशीर्षपंचरात्रम् व अग्निपुराण यातही मिथुन शिल्पांविषयी उल्लेख आढळतात. म्हणजे मंदिरांवरील बहुढंगातील सुरसुंदरी किंवा उत्फुल्ल यौवना आणि प्रणयालापात मग्न झालेली जोडपी यांच्या शिल्पांकनामागे या ग्रंथाची मान्यता होती. कलाकाराने त्यांच्या शिल्पांकनात कमी-अधिक स्वातंत्र्य घेऊन त्यांना डौलदार व उत्तान भाव दिले असल्यास ते अशक्य वाटत नाही. किंबहुना हीच प्रेरणा पुढील उत्तान शृंगारिक शिल्पांना मिळाली असेल!

अशाच प्रकारचे काही संदर्भ सुरुवातीच्या मध्ययुगीन मराठी साहित्यातून मिळतात. त्यात मुख्यत्वे भित्तिचित्रांविषयी माहिती मिळते. 'लीळाचरित्र' व 'स्मृतिस्थळ' या ग्रंथांमध्ये अलजपू येथील कलंकेश्वर मंदिरातील भिंतीवर चित्रकाम कसे करावे, ते सांगितले आहे. तसेच रुक्मिणी स्वयंवर या इ. स. १२९२ मध्ये लिहिलेल्या यादवकालीन ग्रंथात गृहाचे सुशोभन, वास्तुशास्त्र कसे असावे याविषयी म्हटले आहे की, "भिंतीवरील चित्रात कुमकुम, कापूर आणि कस्तुरी रंगांत प्रणयचित्रे काढावीत;

कारण ती राजकन्येची खासगी खोली असून तीत कोणीच प्रवेश करणार नाही.'' पुढे कवी म्हणतो की, ''अनंगदेवालाही त्याचा मोह झाला आणि स्त्रीरूपाने त्याने या प्रणयलीला चितारलेल्या दालनात प्रवेश केला.'' अशाच प्रकारची माहिती कृष्णमुनी यांनी इ. स. १६०२ मध्ये रचलेल्या रुक्मिणी– स्वयंवर या ग्रंथात मिळते. त्याचे वर्णन करताना कवी म्हणतो -

> **''रतिरमण कळांची आसने कामचित्री ।**
> **त्रिभुवन रचना ते दीसती चित्रओळी ।।**
> **सुरनर उरगांची रुपडी नाममेळी ।**
> **झळकतो ठिकडी ते भित्तिभंगी सुढाळी ।।''**
> **रुक्मिणी–स्वयंवर ।।४०।।**

दुसरी महत्त्वाची गोष्ट म्हणजे भारतीय तत्त्वज्ञानाने मान्य केलेल्या पुरुष-प्रकृती किंवा शिव-शक्ती या दोन तत्त्वांचे मीलन मूर्त स्वरूपात दाखविण्याचा प्रयत्न मंदिर शिल्पांद्वारे केला आहे. स्त्री-पुरुष संभोग म्हणजे पुरुष आणि प्रकृती किंवा शिव आणि शक्ति ह्यांचा विश्वनिर्मितीसाठी केलेला विलास होय. दुसरे आणि महत्त्वाचे व काही अंशी पहिल्यातून उद्‌भवणारे सूत्र असे की, देशात जे निरनिराळे कौल-कापालिक, शाक्त, गाणपत्य, वज्रयान, सहजयान, कालचक्रयान इत्यादी तांत्रिक पंथ वा संप्रदाय निर्माण झाले तंत्रधर्मावरील ग्रंथांत लता साधनेचे महत्त्वही प्रतिपादन केले आहे. याशिवाय खजुराहो येथे तंत्रमार्गाशी संबद्ध विशेषतः कौलकापालिक व त्यांचे गुरू यांची अनेक शिल्पे आहेत, तसेच त्यांचया साधनसाहित्याची काही शिल्पे आहेत. या तत्रमार्गातील कापालिक वगैरे काही पंथ पूर्णतः वाममार्गी असून त्यांचे उपासक उग्र प्रकृतीचे म्हणून प्रसिद्ध आहेत. योनीची प्रत्यक्ष रूपाने पूजा करणाऱ्या तांत्रिकांना कौल म्हणतात. मद्य, मांस, मैथुन वगैरे पंच-मकरांद्वारे कौल साधक महासुखाचा आनंद लुटतो आणि मोक्षास जातो, अशी विचारसरणी या तांत्रिक धर्मसंप्रदायाची होती. त्यांनी आचरणात आणलेल्या प्रत्यक्ष साधनाविधींचे या पंथांच्या उपासकांना मार्गदर्शक ठरणारे हे मूर्तस्वरूप असावे. तांत्रिकांच्या चालीरीतींमध्ये स्मशानात जाऊन प्रेताचे निरीक्षण करणे, स्मशानात बसून तपश्चर्या करणे हा भाग असतो; तसाच स्त्री-पुरुषांमधील मुक्त लैंगिक संबंधांचा भाग असतो. तांत्रिकांच्या मतानुसार भयभीती, घृणा, आसक्ती गेली पाहिजे, तसे माणसाने वासनारहित झाले पाहिजे. त्यासाठीच स्मशानातील तपश्चर्या आणि मोह, भावनारहित मुक्त लैंगिक संबंध येतात. तांत्रिक तत्त्वज्ञानामुळे 'महासुख' या कल्पनेचा प्रसार करण्यासाठी ती मंदिरांवर खोदली गेली असावीत. किंबहुना तत्कालीन धार्मिक समजुतीप्रमाणे

संभोगातून - महासुखातून - मुक्ती ही कल्पना अधिक दृढतरव लोकप्रिय झाल्यामुळे या प्रकारच्या शिल्पांना बहर आला असावा. तिबेटमधील याब-युम ही संभोगक्रियेत एकरूप व तल्लीन झालेली मूर्ती याचाच एक आविष्कार होय. परिणामतः या पंथांचा उपासनात्मक भोगवाद मंदिरांवरील मिथुन व मैथुन मूर्तींत प्रकट झाला असल्यास, त्यात आश्चर्य वाटण्याचे कारण नाही. येथील चौसष्ट योगिनी मंदिर आणि हिरापूर (पुरी जिल्हा, ओरिसा) येथील चौसष्ट योगिनीमंदिर शाक्त पंथाचे प्राबल्य दर्शविते. योगिनीतंत्रात त्यांची उत्पत्ती, पूजा विधान, योगिनींचे सामर्थ्य इत्यादींच्या कथा दिलेल्या आहेत. सिद्धयोगी योगिनींच्या गाढ आलिंगनात राहून सहजसाधना करीत असत, असे उल्लेख मिळतात. त्याचप्रमाणे उद्दाम योगिनींना चुंबिका म्हणत. त्या प्रथम आलापाच्या क्षणीच तरुण पुरुषाचे चुंबन घेऊन त्याला आपल्या नादी लावीत.

मंदिर-वास्तुशोभनाच्या अलंकरणात प्रचलित पूजा-देवता आणि कामशिल्पे यांशिवाय वृषभ, शिवीलिंग, पूर्णकुंभ, कमल, नाग इत्यादी प्रतीके मंगल शुभ चिन्हांच्या रूपात किंवा पवित्र रचनाबंध म्हणून खोदलेले सर्वत्र आढळतात. यांपैकी प्रत्येक प्रतीकाला विशिष्ट गर्भित अर्थ असून त्यांचा कामजीवनाशी विशेषतः प्रजोत्पादनाशी आणि सुफलतेशी निकटचा संबंध आहे. लिंग हे शिवाचे प्रतीक; तर वृषभ हे पुरुषतत्त्वाचे प्रतीक आहे. कुंभ वा कलश आणि कमळ ही अनुक्रमे प्रजनन आणि स्त्रीयोनी (जननशक्तीचे तत्त्व वा गर्भ) यांची द्योतके होत. सर्व पुरुष हे नागाचे प्रतिनिधी आहेत. यातून नागपंचमीला नागपूजा रूढ झाला आहे आणि नाग हे पुरुषतत्त्वाचे प्रतीक आहे. म्हणून वारूळाची पूजा भूमीच्या सर्जनेंद्रियाची प्रतीक म्हणून केला जाते.

खजुराहो येथील बहुतेक मंदिरे नागरशैलीत बांधली असून उभटपणा हा प्रमुख घटक येथे दृग्गोचार होतो. त्यामुळे ही मंदिरे चढत्या क्रमाने उंच शिखरांची आहेत. स्थापत्यविशारदांना अशी शिखरे बांधण्यात हिमालयाची कल्पना अभिप्रेत असावी. त्यावर कैलास हे शिवस्थान आहे, अशी भारतीय पौराणिक परंपरा सांगते. कैलास पर्वतावरील शिव-पार्वतीच्या प्रणयक्रीडांविषयी ललित साहित्यात विशेषतः ‘कुमारसंभव’ या नाटकात रसभरित वर्णने आढळतात. तसेच हिमालयाच्या निरनिराळ्या शिखरांवर व पठारांवर देव, मुनी, ऋषी, गंधर्व, किन्नर इत्यादींची वस्ती आहे, अशी भारतीयांची धारणा आहे. तिथे ऋषींचे तप, योग्यांची तपश्चर्या व देवांच्या प्रणयलीला चालतात. त्याचप्रमाणे गंधर्व-किन्नरांच्या कामक्रीडा चालतात. गंधर्व-किन्नरांचा शृंगार केवळ दोघांपुरता मर्यादित नसून तो सामुदायिक असतो. तिथे अनेक स्त्रिया व पुरुष मिळून कामक्रीडा चालते. तसेच काहींच्या मते भव्य व उंच-सुंदर वास्तूला दृष्ट लागू नये, म्हणून कदाचित हे गालबोट कामशिल्पांच्या स्वरूपात खोदण्यात आले असावे.

ओरिसामधील उत्कल खंडाच्या अकराव्या प्रकरणात म्हटले आहे की, "मंदिरावरील मिथुनमूर्ती विद्युल्लतेच्या तडाख्याला प्रतिबंध करतात."

या सर्वसाधारण स्पष्टीकरणाशिवाय काही तार्किक स्पष्टीकरणे मांडण्यात येतात. त्यात मानवी मनाचा सर्वसाधारण स्वभाव आणि जीवन यांचे दर्शन घडविण्याकरिता कामशास्त्रातील विविध क्रिया व आसने यांचे हे दिग्दर्शन असावे; कारण कामशास्त्रातील फार मोठा भाग हा लैंगिक शिक्षण देण्यासाठीच कलेच्या रूपात इथे खोदला गेला असावा. भारतात या शास्त्रावर वात्स्यायनापूर्वी व त्याच्यानंतर विपुल लेखन झालेले आहे. त्याचे विश्लेषण आणि समीक्षणही नंतरच्या सुबुद्ध टीकाकारांनी केले आहे. प्रजेची सुफलता हे समृद्धीचे लक्षण मानले जाई. त्याला उत्तेजन देण्यासाठी - विशेषतः प्रजनन व संतती ही महत्त्वाची समस्या सोडविण्यासाठी एकमेव उपाय म्हणून लैंगिक स्वातंत्र्याला समाजाने उचलून धरण्यासाठी ही शिल्पे खोदली असावीत आणि त्यांना धर्माची मान्यता व संमती देण्यात आली असावी.

प्राचीन भारतीय हे तत्त्वचिंतन आणि धार्मिक कर्मकांड यात गढलेले असले, तरी त्यांनी लौकिक जीवनाकडे पाठ फिरविलेली नव्हती. तेही ऐहिक सुखासमाधानासाठी आसुसलेले होते. काम किंवा सुखाचा पाठलाग ही तत्कालीन मानवाच्या जीवनातील एक आवश्यक बाब मानण्यात येई. प्राचीन भारतीय वाङ्मयात - महाभारत, कौटिलीय अर्थशास्त्र, मनुस्मृती, पुराणे वगैरेत - विवाहविषक जी कर्तव्ये किंवा पुरुषार्थ विवाहविधीच्या वेळी सांगण्यात येत, त्यात धर्म, अर्थ आणि मोक्ष यांबरोबर कामाचाही आवर्जून उल्लेख केला जात असे. 'धर्मेच, अर्थेच, कामेच नातिचरामि ।' या संस्कृत वचनावरून धर्म, अर्थ यांच्या इतकेच किंबहुना अधिक कामालाही प्राचीन आचार्यांनी महत्त्व दिले होते, असे दिसून येते आणि कामाची तृप्ती हे एक पवित्र सामाजिक व धार्मिक कर्तव्य मानले जाई. ऐहिक जीवनातील सुखसमाधानासाठी अर्थ व काम यांची अत्यंत आवश्यकता आहे. त्यांचे योग्य प्रमाणात सेवन केल्यास जीवनातील आनंद वृद्धिंगत होतो आणि शरीर निकोप राहते, म्हणून विवाह ही संस्थाच मुळी दोन भिन्न लिंगांचे मीलन या तत्त्वावर उभी राहिली. लग्नाला त्यावेळी आत्यंतिक महत्त्व होते आणि प्रत्येक स्त्रीला (पत्नीला) आपल्याला संतती होईल आणि मी पतीला ऐहिक सुख देईन, अशी पवित्र शपथ अग्निदेवतेसमोर सप्तपदीच्या वेळी घ्यावी लागत असे. लग्न हे स्त्रीला सक्तीचे असे. अविवाहित स्त्री असंस्कृत, अपवित्र समजली जाई आणि संतती नसलेल्या स्त्रीला समाजात मान नव्हता. योग्य ऋतूत, योग्य समयाला पुरुषाने आपल्या पत्नीबरोबर समागम करणे बंधनकारक होते आणि जर त्याने अशा वेळी संभोग केला नाही, तर ते दुष्कृत्य, पाप समजण्यात येई. यामुळेच विवाहानंतरच्या सोळा संस्कारांपैकी गर्भदान या विशेष महत्त्व प्राप्त झाले होते. या ऋतुसंभोग कल्पनेतून पुरुषास मुक्ती मिळते आणि संभोग क्रियेवर

(लैंगिक समागम) कोणतेही विवक्षित बंधन आढळत नाही. म्हणूनच हॅवलॉक एलिस हा थोर लैंगिकवर्तनाचा मीमांसक (सेक्सॉलॉजिस्ट) म्हणतो, ''कोणत्याही लैंगिक कृतीस भारतात काहीतरी धार्मिक अर्थ आढळतो आणि लैंगिक जीवनासंबंधीच्या इतक्या बारीक-सारीक गोष्टी त्यांच्या ग्रंथांतून निवेदन केल्या आहेत की, अशा प्रकारचे शारीरिक विश्लेषणात्मक अभ्यासपूर्ण वर्णन इतरत्र क्वचित सापडते.''

वैदिक काळापासून आजपर्यंत कामकल्पनेविषयी विपुल साहित्य निर्माण झाले. ऋग्वेदातील काही सूक्ते, अथर्ववेदाचे सर्वसाधारण स्वरूप आणि ब्राह्मणग्रंथातील काही आख्यायिका यांच्या परिशीलनाने तत्कालीन कामकल्पनेसंबंधी कल्पना येते. 'मनुस्मृती' हा भारतीयांचा पवित्र धार्मिक ग्रंथ कर्मकांडाच्या संदर्भात महत्त्वाचा ग्रंथ. त्यात आचारधर्माची तत्त्वे मनूने स्पष्ट शब्दांत मांडली आहेत. मनुस्मृतीनुसार मांसभक्षण, मद्यपान आणि मैथुन यांच्या सेवनात कोणत्याही प्रकारचे पाप नाही; कारण त्या देहधारणेच्या एकूण प्रवृत्तीच्या अंतर्गत असतात. मनुस्मृतीत (५/५६) म्हटले आहे, 'न मांसभक्षेण दोषः, न मद्ये नच मैथुने। प्रवृत्तिरेषाभूतानां निवृत्तिस्तु महाफला ।।' पुढील काळात संस्कृत-प्राकृत महाकाव्ये, नाटके अशा ललित साहित्यातून हीच कल्पना अधिक विस्ताराने प्रतिपादिली आहे. यावरून धर्म किंवा धार्मिक विधी यांच्या अनुषंगानेच कामकल्पनेची वाढ झाली आहे. पुढे कामशास्त्र हे केवळ धर्माच्या - धर्मशास्त्राच्या कक्षेत न राहता, ते समाजाच्या सर्व स्तरांत प्रसृत झाले आणि धर्म व अर्थ या दोन पुरुषार्थांचे प्राचीन आचार्यांनी जे विवेचन केले, तद्वतच वात्स्यायन ऋषींनी पूर्वसूरींची मते प्रारंभी उद्धृत करून कामशास्त्राचे नीटनेटके, तपशिलवार प्रतिपादन केले.

काही कलासमीक्षकांचे असे म्हणणे आहे की, ही अशी शिल्पे अप्रस्तुत असून असभ्य आहेत. ती तत्कालीन सामाजिक परिस्थितीची अवनती दर्शवितात. तत्कालीन राजे व सरंजाम वर्ग यांचा हा स्वैर विलास व वैषयिक वासना त्यातून प्रतीत होते. शिल्पकारांनी तत्कालीन सरंजामवर्ग असून राजे यांच्या अश्लिल, स्वैर, विलासी वर्तनाचे हे प्रदर्शन तिथे मांडले आहे. मध्ययुगीन सरंजामशाहीच्या ऐदी, विलासी, नीती-अनीतीकडे पाहण्याचा विकृत दृष्टिकोन व अप्रस्तुत मनोविकारांचे ते प्रतिबिंब किंवा प्रत्यक्ष आविष्कार होय. सरंजामशाहीतील उत्तान शृंगारिक साहित्य या मतास अंशतः पुष्टी देते.

या शिल्पांविषयी रवींद्रनाथ टागोर एके ठिकाणी म्हणतात, ''जग कसे चालले आहे, हे दर्शविण्याव्यतिरक्त अन्य कोणताही हेतू वा उद्देश या शिल्पांच्या निर्मितीमागे असेल, असे मला वाटत नाही.'' तर ज्येष्ठ व प्रसिद्ध लेखिका दुर्गा भागवत म्हणतात, ''मंदिरांवर जेव्हा अशी शिल्पे खोदली गेली; त्यांचे संदर्भ वेगळे आहेत. मंदिर आणि त्याच्या भोवतीचा परिसर हा पवित्र अवकाश (सेक्रेड स्पेस) आहे. तिथे

जाताना तुम्ही आपले रोजचे व्यवहार, आपल्या मनोविकारांना मागे ठेवून जावे अशी अपेक्षा असते; कारण आता तुम्ही एका पवित्र, आध्यात्मिक, सात्त्विक अवकाशात प्रवेश करणार असता; पण तिथे जाण्याची तुमची तयारी झाली आहे की नाही, याची परीक्षा तुमची तुम्हीच घ्यावयाची असते. लैंगिक वासना ही माणसाच्या जीवनातील सर्वाधिक प्रबल वासना. तीवर विजय मिळविला. त्यातून सुटका झाली की सगळं काही मिळाले. ते ओळखण्यासाठीच ही अशी शिल्पे कोरलेली असतात. गाभाऱ्यात जाण्यापूर्वी ही शिल्पे पाहून जो माणूस चळत नाही, विचलित होत नाही, तोच आत जाण्यास योग्य आहे. ही परीक्षा ज्याची त्यानेच घ्यावयाची असते. तिथे जाण्यासाठी श्रम घ्यावे लागतात, मनाची आध्यात्मिक तयारी करावी लागते.''

मंदिर ही तत्कालीन समाजाची अत्यंत आदराची व श्रद्धेची वास्तू होती आणि त्या केन्द्रस्थानाभोवती सर्व समाज विविध कारणांनी एकत्र जमत असे. साहजिकच नागरी जीवनातील सर्व कलांचे प्रदर्शन करण्याची त्या काळातील ती एकमेव वास्तू होती. त्यामुळे मंदिरांवरील शिल्पात तत्कालीन संस्कृतीचे - दैनंदिन जीवनाचे सर्व विशेष - अलंकार, वस्त्रे, वाद्ये, शस्त्रे, केशभूषा, पशू, पक्षी, फुले, फळे, वनस्पती - यांचे दर्शन घडते. जे जे चांगले असेल, ते ते देवासमोर श्रीला अर्पण करण्याची समाज रूढी होती, किंबहुना तो एक उपासनेचा भाग होता आणि कला ही देवाचीच देणगी आहे, हा भावही होता. त्यामुळे सारा समाज मंदिर या संकल्पनेत एकरूप झाला होता. सामाजिक शिक्षण मिळण्याचे ते एकमेव स्थान होते.

कामशिल्पांच्या निर्मितीमागील या सांकेतिक संदर्भघटकांची तर्कशुद्ध मीमांसा केल्यानंतर एक गोष्ट निर्विवादपणे स्पष्ट होते की, या शिल्पांच्या लैंगिक प्रेरणेमागे भारतीय समाजाची सांस्कृतिक, तात्त्विक-धार्मिक परंपरा आणि संस्कृतीची एकूण जडणघडण दडलेली असून तिच्या सर्वांगीण विकासाचे ते फळ आहे. त्याच्या निर्मितीला अमुक एक घटकच कारणीभूत होता, असे म्हणणे धारिष्ट्याचे होईल; कारण स्त्री-पुरुष आकर्षणातील सहजप्रवृत्ती आणि प्रतिभा यांचे कलेशी नेहमी घनिष्ट आणि अतूट नाते असते. त्यामुळेच कलापूर्ण मूर्तिकलेतील ह्या लैंगिक प्रेरणेचा अन्वयार्थ धार्मिक, पौराणिक आणि तंत्रमार्गातील घटक यांच्या सीमारेषेपलीकडे जातो. या प्रेरणेने खरोखरीच कामशिल्पांच्या स्वरूपात मूर्तिसंभाराचा वैविध्यपूर्ण खजिना खुला केला आहे, त्याची योग्य ती जाणीवपूर्वक दखल घेतली पाहिजे.

पारिभाषिक शब्दसूची

अंतरालय : मंदिराचा गाभारा वा गर्भगृह आणि मंडप यांतील मधोमध येणारे दालन.

अधिष्ठान : भिंतीच्या खालचा पिठाचा भाग; चौथरा.

अर्धमंडप : मंदिराच्या प्रमुख मंडपाच्या समोर असणारा, पण आकाराने लहान बहुधा निम्मा - मंडप.

अर्धस्तंभ : भिंतीत गुंतविल्यामुळे ज्याचा अर्धा भागच दृष्टीस पडतो असा स्तंभ. त्याला भित्तिस्तंभ असेही म्हणतात.

अश्वथर : पीठावरील अश्वाच्या प्रतिमांचा एक थर.

अंध्री : अर्धस्तंभाचा कधी कधी अंध्री असा उल्लेख होतो.

अपोत्थित शिल्प : उथळ कोरीवकाम केलेली मूर्ती-शिल्पकाम.

आमलक : शिखराच्या माथ्यावरील आवळ्याच्या आकाराचे दगडी चक्र. त्याला रायआवळ्यासारख्या खाचा पाडलेल्या असतात.

उत्थित शिल्प : उठावदार कोरीव काम केलेली मूर्ती-शिल्पकाम.

उत्क्षिप्त : मंदिराच्या भिंतींचे काही भाग पुढे आलेले (क्षिप्त) असतात. त्यांना रथही म्हणतात. त्याविरुद्ध मागे सरकणाऱ्या भागांना उत्क्षिप्त म्हणतात.

उद्‌गम : सजावट व सुशोभनासाठी मंदिराच्या भिंतींवर खोदलेले त्रिकोणाकृती रूपक, चैत्य, तोरण आणि त्यांचे कंस यांची वैविध्यपूर्ण रचना करून हे रूपक तयार होते.

उपपीठ : मुख्य चौथरा व भिंतीच्या मधोमध असणारे जोते किंवा चौथरा.

ओवरी : लांबट, आयताकार दालन, मंदिराच्या भोवती असणाऱ्या दालनांना ओवरी म्हणतात.

कणी वा कंगणी : पीठावरील धारदार कड असणारा एक थर.

कपोत : कबुतराच्या मानेप्रमाणे बाकदार आकार असलेला थर-सज्जा.

कर्ण : स्तंभ व त्याचे शीर्ष यांना जोडणारा किंवा सांधणारा एक भाग.

कळस : आमलक अथवा स्तूपी यांवर बसविलेली कलश-कुंभाची दगडी प्रतिकृती.

कक्षासन : मंडपाच्या आतील बाजूंस तिन्ही दिशांना बसण्यासाठी तयार केलेले दगडी बाक.

कुंभ : अर्धगोलाकार मंदिराच्या पीठावरील एक थर.

कूट : चौरस विधानाची अगदी लहान वास्तू.

कोष्ट : कोनाडा किंवा देवळी. यात मूर्ती खोदलेली असते.

गंधर्वयुग्म : गंधर्वाचे जोडपे-युगुल.

गजथर : पीठावरील हत्तीच्या प्रतिमांचा एक थर.

गजपृष्ठ : चापाकार किंवा हत्तीच्या पाठीप्रमाणे दिसणारे वास्तूचे छप्पर.

गणेशपट्टी : मंदिराच्या द्वारावरील शिल्पपट्टी, यात बहुधा मधोमध गणपतीची मूर्ती खोदलेली असते.

गर्भगृह / गाभारा : देवतेची जिथे धर्मशास्त्रानुसार प्रतिष्ठापना करण्यात येते ते दालन. हे बहुधा चौरस असते.

गोष्टपाञ्जर : कुंभ, अर्धस्तंभ आणि वळणदार पालवी यांचे मिळून झालेले रूपक. याचा वापर कर्नाटकातील मंदिर शिल्पांतून अधिकतर आढळतो.

चैत्य : बौद्धधर्मीयांची पूजा-वास्तू किंवा स्थान, बौद्ध प्रार्थना मंदिरासाठी उपयोजलेले नाव.

जंघा : मंदिराच्या भिंतीचा जोत्यावरील मधला भाग, हा बहुधा सपाट असून यावरच मूर्तिकाम केलेले असते.

जगती : पीठ, मंदिर ज्यावर उभे आहे तो चौथरा.

तरंगहस्त : स्तंभांच्या माथ्यावर तुळयांना आधार देण्यासाठी चौफुले-हात / हस्त ठेवतात. त्याचा पृष्ठभाग लाटांचा केलेला असतो. त्याला तरंगहस्त म्हणतात.

ताडी : द्राविड मंदिर वास्तुशैलीतील स्तंभाच्या शीर्षवरील वर्तुळाकार भाग.

तीरशिल्प : स्तंभावरील हस्तात असणारे स्तंभशीर्षाखालील शिल्प.

त्रिभंग अवस्था : शरीरात तीन ठिकाणी बाक असलेली उभी मूर्ती.

दम्पतिशिल्प : स्त्री-पुरुषांचे एकत्र शिल्प. अनेक वेळा ही युगुले

प्रणयात व आलिंगनात गढलेली असतात.

देवकोष्ट : मंदिराच्या भिंतीवर देव-देवतांच्या मूर्ती बसविण्यासाठी तयार केलेले कोनाडे वा देवळ्या.

द्वारशाखा : दाराच्या दोन्ही बाजूंना केलेले शिल्पांकन व त्याच्या शाखा.

नक्षत्रविधान : आखणीतील कोन-प्रतिकोन यांमुळे नक्षत्राचा किंवा चांदणीचा आकार प्राप्त झालेले मंदिर विधान.

पांजरकोष्ट : विधान वा आराखडा.

पारट : गुडघ्या इतक्या उंचीची भिंत वा कठडा.

पीठ : मंदिराचा वा वास्तूचा खालचा चौथरा.

प्रजाल : पन्हाळ; पन्हाळीसारखे दिसणारे नक्षीकाम.

भद्र : प्रवेशद्वारासमोर बांधलेला उघडा मंडप, पोर्च.

भूमिज शैली : माळव्यात अस्तित्वात असलेली नागरसदृश एक उपवास्तुशैली.

मंडप : चौरस वा आयताकार दालन

मंडोवर : मंदिराच्या भिंतीचा जोत्यापासून शिखर ज्या ठिकाणी टेकते, तो सर्व भाग. या भागातच मुख्यत्वे शिल्पांकन असते.

मुखमंडप : अर्धमंडप किंवा भद्र.

मुद्रा : हातांची विशेष अर्थ व्यक्त करणारी अवस्था. यात मुख्यत्वे बोटांची जुळणी वा ठेवण महत्त्वाची असते. चेहऱ्यावरील भावानुसार बोटांची हालचाल होते.

रथ : गाभाऱ्याच्या बाहेरच्या भिंतीवर असणारे उभे पट्टे. त्याच्या रचनेवरून मंदिर विधानाला त्रिरथ, पंचरथ अशा संज्ञा देतात. हे रथ शिखरापर्यंतही असतात.

यक्षी : प्रजननाची एक संरक्षक देवता.

ललाटबिम्ब : द्वाराच्या चौकटीवरच्या गणेशपट्टीतील मध्यभागी खोदलेली मूर्ती. ती मंदिर ज्या देवतेचे आहे, त्यानुसार खोदलेली असते.

लाट : पाषाण स्तंभ - अशोक स्तंभ.

वितान : छत

विमान : गर्भगृह व शिखर यांना मिळून दिलेले नाव.

विहार : बौद्धभिक्षुंच्या निवासाचे स्थान.

वीथिका : वास्तूसमोरची ओवरी, पडवी.

वेदिका : कठडा - बौद्धस्तूपांभोवतीचे कठडे.

व्याल : सिंह, वाघ, हत्ती अशा विविध प्राण्यांचे अवयव एकत्र करून केलेला एक विचित्र अजस्त्र प्राणी. शरीर बहुधा सिंहाचे असते.

वृक्षी वा वृक्षिका : वृक्ष देवता. वृक्षाखाली उभी असलेली नग्न वा अर्धनग्न युवती, कधी ती वृक्षाला कवटाळते वा त्याच्या फांदीला लोंबकाळते, धरते.

शालभंजिका : शाल वृक्षाखाली उभी असलेली तरुणी, वृक्षी.

शिखर : हिंदू व जैन मंदिरावरील शिखर, भिंतींच्या वर असणारे सर्व बांधकाम. यात कळस, आमलक या सर्वांचा अंतर्भाव होतो.

शैलगृह : डोंगरात खोदून काढण्यात आलेल्या गुंफा, लेणी, चैत्य, विहार, मंदिर इत्यादी.

शिल्प : वास्तू, मूर्ती आणि चित्र या तीनही कलांचा निर्देश करणारी संज्ञा.

शुकनास : 'अंतराळ' या दालनावर येणारे गोलाकार छप्पर किंवा वितान. याच्या दोन बाजूंपैकी एक लहान बाजू शिखराला चिकटलेली असते, तर दुसरी चैत्यतोरणावर कोनाडा करून देवमूर्ती बसवितात.

संवरणा सुखनासी : मंडपावरील पायऱ्या पायऱ्यांचे छप्पर. याच्यावर छोट्या छोट्या घंटाकार शिखरांच्या रांगा असतात.

संभोगशिल्प : संभोग अवस्था दर्शविलेले कामशिल्प.

सुरसुंदरी : स्वर्गातील अप्सरासम सुंदरी/तरुणी, अप्सरा.

स्तूप : बौद्ध अवशेषांवर बांधलेली स्मारक वास्तू.

स्तूपी : द्राविड मंदिरांच्या विमानावर असणारे चौरस, षट्कोनी वा गोल आच्छादन.

हस्त : हात. तुळयांचा भार वाहण्यासाठी स्तंभांच्या डोक्यावर बसविण्यात येणारा चौफुला किंवा क्षिप्त भाग.

क्षिप्त : मंदिराच्या भिंतीचे पुढे सरकलेले भाग.

संदर्भ ग्रंथसूची

१. Agrawala, V. S. The Heritage of Indian Art, 1964.

२. Anand, Mulk Raj. Ed. Kamasutra of Vatsyana, 1980

३. Bassagli, Mario and Sivaramamurti, Calembus, 5000 Years of the Art of India, 1972.

४. Cousens, Henry, Medieval Temples of the Dekhan, 1931.

५. Das, R. K. Temples of Tamilnad, 1964.

६. Deglurkar, G. B. Temple Architecture and Sculpture of Maharashtra, 1974.

७. Deshpande, S. R. Yadava Sculpture, 1985.

८. Dhaky, M. A. - The Vyala Figures of the Medieval Temples of India, 1965.

९. Dhawalikar, M. K. Life in the Deccan as Dipicted in the Ajanta Paintings, 1961.

१०. Doniger, Wendy and Kakar, Sudhir, Trans. Kamasutra, 2002.

११. Ellis, Havelock, Studies in the Psychology of Sex, 2 vols., 1936-42.

१२. Fergusson, James, History of Indian and Eastern Architecture, 1967.

१३. Fouchet, Max Pol, The Erotic Sculpture of India, 1959.

१४. Govt. of Maharashtra, Maharashtra State Gazetteers : Kolhapur and Thane Districts, 1982.

१५. Ghosh, A. Ed. Ajanta Murals, 1967.

१६. Gupte, R. S. and Mahajan, B. D. Ajanta, Ellora and Aurangabad Caves, 1962.

१७. Hallade, Madeleine; Trans. Imber Diana, The Gandhar Style and Evolution of the Buddhist Art, 1968.

१८. Karishiwra, Noboru, Towards New Formation, 1992.
१९. Kramrisch, Stella, The Hindu Temple, 2 Vols., 1976.
२०. Lal, Kanwar, Immortal Khajuraho, 1965.
२१. Lal, Kanwar, The Mirror of Konark, 1967.
२२. Lannoy, Richard, The Eye of Love, 1976.
२३. Majumdar, R. C. Ed. History and Culture of the Indian People, 7 Vols., 1983.
२४. Marshal, Sir John, The Buddhist Art of Gandhar, 1960.
२५. Nagaraja, S. Buddhist Architecture of Western India, 1981.
२६. Narain, L. A. Khajuraho, 1982.
२७. Prakash, Vidya, Khajuraho, 1967.
२८. Ritti, Shriniwas and Karvivar, Anant, Ed. Inscriptions From Kolhapur District, 2000.
२९. Saraswati, S. K. A Survey of Indian Sculpture, 1957.
३०. Sarkar, H. Studies in Early Buddhist Architecture in India, 1966.
३१. Sewel, Robert, A forgotten Empire, 1998.
३२. Sivaramamurti, Calembus, The Art of India, 1982.
३३. Sivaramamurti, C. Indian Sculpture, 1961.
३४. Sivaramamurti, C. Shri Lakshmi in Indian Art, Literature and Thought, 1982.
३५. Saletore, R. N. Vijayanagar Art, 1984.
३६. Sunder Rajan, K. V. Indian Temple styles : The Personality of Hindu Architecture, 1972.
३७. Verma, O. A. The Yadavas and their Times, 1970,
३८. Yazdani, Gulam, Ajanta, 4 Vols., 1930-1954.
३९. Zimmer, Heinirich, Art of Indian Asia, 2 Vols., 1983.
४०. देशपांडे, सु. र. भारतीय कामशिल्प, पुणे, १९८६.
देशपांडे, सु. र. सरस्वती-दर्शन, पुणे, २००२.
४१. माटे, म. श्री. प्राचीन भारतीय कला, पुणे, १९७४.
४२. माटे, म. श्री. मराठवाड्याचे शिल्पवैभव, मुंबई, १९६४.
४३. मिराशी, वा. वि. शिलाहार राजवंशाचा इतिहास आणि कोरीव लेख,

नागपूर, १९८२.
४४. मिराशी, वा. वि. सातवाहन वंशाचा इतिहास आणि कोरीव लेख, नागपूर, १९८५
४५. वझे, कृ. वि. प्राचीन हिंदी शिल्पशास्त्र, नाशिक, १९२४.
४६. वझे, कृ. वि. हिंदी शिल्पशास्त्र, पुणे, १९२८.

भारतीय गणिका

डॉ. सुरेश रघुनाथ देशपांडे

अंग देशाच्या राजाकडून ब्राह्मणांचा अवमान झाल्याने समस्त ब्रह्मवृंद देश सोडून गेला; त्यामुळे राज्यात अवर्षण पडले. ऋश्यशृंग देशात येतील तर हे अवर्षण दूर होईल, असे इंद्रांनी अंग देशाचे राजे लोमपाद यांना सांगितले. लोमपादांनी काही गणिकांना पाठवून ऋश्यशृंग यांस आपल्या राज्यात आणले. त्याबरोबर भरपूर पर्जन्यवृष्टी होऊन राज्यातले अवर्षण दूर झाले; त्यामुळे कृतज्ञ होऊन लोमपादांनी आपली शांता नामक कन्या (वास्तविक ही दशरथाची पुत्री आहे.) ऋश्यशृंगास दिली. एक पुत्र होईपर्यंत ऋश्यशृंग अंग देशात राहिले. तदनंतर शांतेसह ते आपल्या आश्रमात परतले.